I0746649

QUÂN LỰC VIỆT NAM CỘNG HÒA

Một Quân Đội Anh Hùng Bị Bức Tử

Lâm Vĩnh-Thế

QUÂN LỰC VIỆT NAM CỘNG HÒA

Một Quân Đội
Anh Hùng Bị Bức Tử

NHÂN ẢNH
2021

QUÂN LỰC VIỆT NAM CỘNG HÒA
Một Quân Đội Anh Hùng Bị Bức Tử
Lâm Vĩnh-Thế

Dàn trang: **Nguyễn Thành**
Bìa: **Uyên Nguyên Trần Triết**
Nhân Ảnh Xuất Bản 2021
ISBN: 9781990434020

Mục Lục

Lời Cảm Tạ 9

Bảng Liệt Kê Những Chữ Viết Tắt 10

Bảng Liệt Kê Các Hình Ảnh 12

Lời Giới Thiệu 15

Giáo sư Vũ Tường, Ph.D.
Trưởng Khoa Chính Trị Học
Đại Học Oregon, Hoa Kỳ

Giới Thiệu Tác Giả 19

Dẫn Nhập 23

Phần Thứ Nhứt: Một Quân Đội Anh Hùng **27**

Chương Một: Các Sư Đoàn Không Quân Của Quân Lực Việt Nam Cộng Hòa 29

Chương Hai: "Nhứt Thắng, nhì Chinh, tam Thanh, tứ Trưởng" 95

Chương Ba: Tử Thủ An Lộc Mùa Hè Năm 1972 117

Chương Bốn: Tái Chiếm Quảng Trị: Trận Đánh Đẫm Máu Nhứt Trong Chiến Tranh Việt Nam 159

Chương Năm: Minh Oan và Vinh Danh Quân Lực Việt Nam Cộng Hòa 189

Phần Thứ Hai: Một Quân Đội Bị Bức Tử **199**

Chương Sáu: *"Chiến Tranh Việt Nam Là Một Cuộc Chiến Không Thể Thắng Được"*: Nhận Định Nầy Đúng Hay Sai? 201

Chương Bảy: Tổng Thống Nguyễn Văn Thiệu và Hòa Đàm Paris 231

Chương Tám: Tìm Hiểu Lệnh Triệt Thoái Quân Đoàn II Tháng 3-1975 259

Chương Chín: Hoa Kỳ Bỏ Rơi Đồng Minh Việt Nam Cộng Hòa: Trách Nhiệm Thuộc Về Ai? 281

Bạt 307

Ghi Chú 308

Thư Tịch Sách Tham Khảo 333

Bảng Dẫn 336

Lời Cảm Tạ

Cuốn sách này là một tập hợp của một số bài viết của tác giả về Quân Lực Việt Nam Cộng Hòa đã được đăng trên các Trang Web tại Bắc Mỹ trong nhiều năm qua. Chính Tiến sĩ Vũ Tường, Giáo Sư, Trưởng Khoa Chính Trị Học của Trường Đại Học Oregon, Hoa Kỳ, là người đã góp ý cho tác giả thực hiện việc tuyển chọn và tập hợp các bài viết để làm thành quyển sách này.

Mặc dù vô cùng bận rộn với các công tác giảng dạy, nghiên cứu, và điều hành Khoa Chính Trị Học của Đại Học Oregon, Giáo sư Vũ Tường cũng đã dành nhiều thì giờ để đọc và duyệt lại tất cả các bài viết và sau đó viết Lời Giới Thiệu cho cuốn sách. Lời cảm tạ đầu tiên của tác giả xin được dành cho Giáo sư Vũ Tường.

Tác giả cũng hết sức tri ân sự đóng góp của Chị Phạm Thị Lệ-Hương, Faculty Emerita, Viện Đại Học Cộng Đồng Modesto, Bắc California, Hoa Kỳ, đã tốn rất nhiều thì giờ đọc dò, sửa chữa các lỗi chính tả và lỗi đánh máy của cuốn sách, cũng như một số góp ý rất xác đáng về nội dung của cuốn sách.

Sau hết, tác giả cũng cảm tạ các đóng góp về phương diện kỹ thuật của các thân hữu thuộc Nhà Xuất Bản Nhân Ảnh:

- Anh Lê Hân, trong việc điều hành tổng quát việc in ấn và xuất bản.
- Anh Nguyễn Thành trong viêc dàn trang.
- Anh Uyên Nguyên Trần Triết trong việc thiết kế bìa sách.

Bảng Liệt Kê Những Chữ Viết Tắt

APC - Accelerated Pacification Campaign
(Chiến Dịch Bình Định Nhanh)

BĐQ - Biệt Động Quân

BB - Bộ Binh

CIA - Central Intelligence Agency
(Cơ Quan Trung Ương Tình Báo Hoa Kỳ)

CINCPAC - Commander-In-Chief, Pacific
(Tổng Tư Lệnh, Lực Lượng Thái Bình Dương)

COMINT - Communications Intelligence (Tình báo điện tử)

CORDS - Civil Operations and Revolutionary Development Support
(Cơ Quan Hỗ Trợ Hoạt Động Dân Sự và Xây Dựng Nông Thôn)

COSVN - Central Office for South Vietnam
(Trung Ương Cục Miền Nam của CS)

CPCMLTCHMNVN - Chánh Phủ Cách Mạng Lâm Thời
Cộng Hòa Miền Nam Việt Nam (Việt Cộng)

CS - Cộng sản

CSBV - Cộng sản Bắc Việt

CTĐD - Chiến Tranh Đông Dương

CTVN - Chiến Tranh Việt Nam

DMZ - DeMilitarized **Z**one (Khu Phi Quân Sự)

ĐPQ - Địa Phương Quân

ELINT - Electronic Intelligence (Tình báo điện tử)

GAO - Groupe aérien d'observation et d'accompagnement au combat
(Phi Đoàn Quan Sát)

HĐHGDT - Hội Đồng Hòa Giải Dân Tộc
(thay thế Ủy Ban Hòa Giải Dân Tộc)

JCS - Joint Chiefs of Staff (Bộ Tham Mưu Liên Quân của Hoa Kỳ)

KQ - Không Quân

KQVNCH - Không Quân Việt Nam Cộng Hòa

MACV - Military Assistance Command – Vietnam
(Bộ Chỉ Huy Viện Trợ Quân Sự của Hoa Kỳ tại Việt Nam)

MTGPMN - Mặt Trận Giải Phóng Miền Nam (Việt Cộng)

ND - Nhảy Dù

QLVNCH - Quân Lực Việt Nam Cộng Hòa

SIGINT - Signal Intelligence (Tình báo tín hiệu)

TQLC - Thủy Quân Lục Chiến

TRAC - Third Regional Assistance Command

TSN - Tân Sơn Nhứt (Căn cứ không quân)

UBHGDT - Ủy Ban Hòa Giải Dân Tộc

USSAG / 7AF - United States Support Activities Group / Seventh Air Force
(Bộ Tư Lệnh Lực Lượng Yểm Trợ /
Sư Đoàn 7 Không Quân Hoa Kỳ)

VCI - Viet Cong Infrastructure (Hạ tầng cơ sở của Việt Cộng)

VNCH - Việt Nam Cộng Hòa

Bảng Liệt Kê Các Hình Ảnh

Chương Một:

Hình 1.1. Huy hiệu Sư Đoàn 1 Không Quân
Hình 1.2. Chuẩn Tướng Nguyễn Đức Khánh
Hình 1.3. Huy hiệu Không Đoàn 41 Chiến Thuật
Hình 1.4. Phi cơ quan sát O-1 Bird Dog
Hình 1.5. Phi cơ quan sát U-17 A/B Skywagon
Hình 1.6. Phi cơ vận tải C-7A Caribou
Hình 1.7. Huy hiệu Không Đoàn 51 Chiến Thuật
Hình 1.8. Phi cơ trực thăng H-34
Hình 1.9. Phi cơ trực thăng CH-47 Chinook
Hình 1.10. Phi cơ trực thăng UH-1 Huey
Hình 1.11. Huy hiệu Không Đoàn 61 Chiến Thuật
Hình 1.12. Phi cơ khu trục phản lực A-37B Dragonfly
Hình 1.13. Trang bị hỏa lực của Phi cơ khu trục phản lực A-37B Dragonfly
Hình 1.14. Phi cơ khu trục phản lực F-5A/B Freedom Fighter
Hình 1.15. Huy hiệu Sư Đoàn 2 Không Quân
Hình 1.16. Chuẩn Tướng Nguyễn Văn Lượng
Hình 1.17. Huy hiệu Không Đoàn 62 Chiến Thuật
Hình 1.18. Phi cơ yểm trợ hỏa lực AC-47D Spooky
Hình 1.19. Huy hiệu Không Đoàn 92 Chiến Thuật
Hình 1.20. Huy hiệu Sư Đoàn 3 Không Quân
Hình 1.21. Chuẩn Tướng Huỳnh Bá Tính
Hình 1.22. Huy hiệu Không Đoàn 23 Chiến Thuật
Hình 1.23. Phi cơ khu trục A-1H Skyraider
Hình 1.24. Huy hiệu Không Đoàn 43 Chiến Thuật
Hình 1.25. Huy hiệu Không Đoàn 63 Chiến Thuật
Hình 1.26. Huy hiệu Sư Đoàn 4 Không Quân
Hình 1.27. Chuẩn Tướng Nguyễn Huy Ánh
Hình 1.28. Chuẩn Tướng Nguyễn Hữu Tần
Hình 1.29. Huy hiệu Không Đoàn 64 Chiến Thuật
Hình 1.30. Huy hiệu Không Đoàn 74 Chiến Thuật
Hình 1.31. Huy hiệu Không Đoàn 84 Chiến Thuật
Hình 1.32. Huy hiệu Sư Đoàn 5 Không Quân
Hình 1.33. Chuẩn Tướng Phan Phụng Tiên
Hình 1.34. Huy hiệu Không Đoàn 33 Chiến Thuật

Hình 1.35. Phi cơ C-47 của Phi Đoàn Đặc Nhiệm 314
Hình 1.36. Phi cơ DC-6B của Phi Đoàn Đặc Nhiệm 314
Hình 1.37. Phi cơ U-6A Beaver
Hình 1.38. Phi cơ EC-47D Dakota
Hình 1.39. Huy hiệu Không Đoàn 53 Chiến Thuật
Hình 1.40. Phi cơ vận tải C-119 Flying Boxcar
Hình 1.41. Phi cơ vận tải C-123 Provider
Hình 1.42. Phi cơ vận tải C-130A Hercules
Hình 1.43. Phi cơ yểm trợ hỏa lực AC-119K Stinger
Hình 1.44. Huy hiệu Sư Đoàn 6 Không Quân
Hình 1.45. Chuẩn Tướng Phạm Ngọc Sang
Hình 1.46. Huy hiệu Không Đoàn 72 Chiến Thuật
Hình 1.47. Huy hiệu Không Đoàn 82 Chiến Thuật

Chương Hai:

Hình 2.1. Trung Tướng Nguyễn Đức Thắng
Hình 2.2. Trung Tướng Phan Trọng Chinh
Hình 2.3. Thiếu Tướng Nguyễn Viết Thanh
Hình 2.4. Trung Tướng Ngô Quang Trưởng

Chương Ba:

Hình 3.1. Trung Tướng Nguyễn Văn Minh, Tư Lệnh Quân Đoàn III
Hình 3.2. Chuẩn Tướng Lê Văn Hưng, Tư Lệnh Sư Đoàn 5 BB
Hình 3.3. Bản đồ Tỉnh Bình Long
Hình 3.4. Chuẩn Tướng Lê Nguyên Vỹ, Tư Lệnh Sư Đoàn 5 BB - Trong thời gian Trận An Lộc, ông là Đại Tá, Tư Lệnh Phó, Sư Đoàn 5 BB
Hình 3.5. Chuẩn Tướng Trần Văn Nhựt, Tư Lệnh Sư Đoàn 2 BB - Trong thời gian Trận An Lộc, ông là Đại Tá, Tỉnh Trưởng kiêm Tiểu Khu Trưởng Bình Long
Hình 3.6. Chuẩn Tướng Mạch Văn Trường, Tư Lệnh Sư Đoàn 21 BB – Trong thời gian Trận An Lộc, ông là Đại Tá, Trung Đoàn Trưởng Trung Đoàn 8, Sư Đoàn 5 BB
Hình 3.7. Bản đồ phòng thủ của QLVNCH tại An Lộc
Hình 3.8. Xe tăng T-54 bị bắn cháy trong Thị Xã An Lộc
Hình 3.9. Chuẩn Tướng Lê Quang Lưỡng, Tư Lệnh Sư Đoàn Dù – Trong thời gian Trận An Lộc, ông là Đại Tá, Lữ Đoàn Trưởng Lữ Đoàn 1 Dù.
Hình 3.10. Đại Tá Phan Văn Huấn, Chỉ Huy Trưởng, Liên Đoàn 81 Biệt Cách Dù
Hình 3.11. Trung tâm thị trấn An Lộc sau đợt tấn công đầu tiên

Hình 3.12. Nghĩa trang tạm dành cho các chiến sĩ Liên Đoàn 81 Biệt Cách Dù
Hình 3.13. Nghĩa trang xây lại sau trận đánh cho các tử sĩ của Liên Đoàn 81 Biệt Cách Dù tại An Lộc
Hình 3.14. Bản đồ Quốc Lộ 13 với các "chốt" của Công Trường 7 (CS) giữa Lai Khê và Tân Khai
Hình 3.15. Không ảnh cho thấy Thị trấn An Lộc đã trở thành bình địa
Hình 3.16. Ảnh chụp ngày 7-7-1972 khi Tổng Thống Nguyễn Văn Thiệu đến thăm An Lộc

Chương Bốn:

Hình 4.1. Một phi tuần B-52 đang "trải thảm" tại mặt trận Quảng Trị
Hình 4.2. Trung Tướng Ngô Quang Trưởng, Tư Lệnh Quân Đoàn I
Hình 4.3. Bản đồ phòng thủ Quảng Trị – Thừa Thiên đầu tháng 5-1972
Hình 4.4. Bản đồ Quảng Trị Mùa Hè 1972
Hình 4.5. Bản đồ vị trí của LZ Sally tại Quảng Trị
Hình 4.6. Không ảnh Cổ Thành Đinh Công Tráng năm 1967
Hình 4.7. Bản đồ hành quân tái chiếm Quảng Trị (1)
Hình 4.8. Bản đồ hành quân tái chiếm Quảng Trị (2)
Hình 4.9. Đại Tá Ngô Văn Định (bên trái) và Chuẩn Tướng Bùi Thế Lân (bên phải)
Hình 4.10. Bờ thành kiên cố của Cổ Thành Đinh Công Tráng chỉ còn là đống gạch vụn
Hình 4.11. Binh sĩ Tiểu Đoàn 3 TQLC dựng cờ VNCH trên Cổ Thành Đinh Công Tráng (Quảng Trị)
Hình 4.12. Báo Cáo Thương Vong của Lữ Đoàn 258 TQLC

Chương Năm, Chương Sáu, và Chương Bảy:

Không có.hình ảnh

Chương Tám:

Hình 8.1. Bản đồ Liên Tỉnh Lộ 7B
Hình 8.2. Một cảnh của đoàn quân triệt thoái trên LTL-7B

Chương Chín:

Không có hình ảnh

LỜI GIỚI THIỆU

Chúng tôi rất hân hạnh giới thiệu đến bạn đọc tác phẩm nghiên cứu công phu của tác giả Lâm Vĩnh-Thế về Quân Lực Việt Nam Cộng Hoà (QLVNCH). Là cựu Trưởng Ban Thư Viện Học của Đại học Vạn Hạnh trước năm 1975, và Trưởng Khối Dịch Vụ Kỹ Thuật của Thư Viện Đại học Saskatchewan ở Canada vào lúc về hưu, tác giả Lâm Vĩnh-Thế đã xuất bản tác phẩm ***"Việt Nam Cộng Hòa, 1963-1967: Những Năm Xáo Trộn"*** (ấn bản tiếng Anh với tựa đề ***"History of South Vietnam: the Quest for Legitimacy and Stability, 1963-1967"*** do Nhà xuất bản Routledge, Anh Quốc, xuất bản năm 2021), hiện nay là công trình nghiên cứu duy nhất về giai đoạn đặc biệt này trong lịch sử Việt Nam Cộng Hoà (VNCH).

Tác phẩm này tập hợp những bài viết được đăng rải rác trước đây về những khía cạnh khác nhau của QLVNCH và cuộc chiến Việt Nam. Dựa trên nhiều tài liệu của cả Hoa Kỳ lẫn Việt Nam, tác giả Lâm Vĩnh-Thế đi tìm câu trả lời cho một trong những vấn đề khó giải thích nhất trong lịch sử Chiến Tranh Việt Nam. Đó là câu hỏi tại sao VNCH thua nếu QLVNCH không hèn nhát và yếu kém như truyền thông Mỹ và các học giả phản chiến Mỹ thường nói; tại sao QLVNCH có thể thắng địch quân trong những trận quan trọng như An Lộc, Quảng Trị, và Xuân Lộc, nhưng lại tan rã trong vòng chỉ hơn hai tháng sau khi mất Ban Mê Thuột. Như phụ đề của cuốn sách cho thấy, câu trả lời là: QLVNCH là một quân đội anh hùng nhưng bị bỏ rơi bởi đồng minh Hoa Kỳ dẫn đến cái chết không xứng đáng.

Với luận đề QLVNCH là một quân đội anh hùng, sách trình bày nhiều chi tiết thú vị về các Sư Đoàn Không Quân, về bốn khuôn mặt tướng lãnh nổi bật, và về hai trận đánh lừng lẫy của QLVNCH. Về việc quân đội này bị bức tử, sách cho thấy chính sách thay đổi của Hoa Kỳ đưa đến Hiệp Định Paris năm 1973 rất bất lợi cho chính quyền Sài Gòn, và việc Quốc Hội Mỹ sau đó cắt giảm phần lớn viện trợ cho VNCH. Tác giả cũng đưa ra nhiều luận cứ thuyết phục để phản bác lại lập luận của các sử gia phản chiến cho rằng cuộc chiến Việt Nam là "không thể thắng được." Cuối cùng, tác giả phân tích quyết định bỏ Cao Nguyên sai lầm của Tổng Thống Nguyễn Văn Thiệu, và việc thi hành lệnh rút quân thiếu chuẩn bị của tướng Phạm Văn Phú là những nguyên nhân trực tiếp dẫn đến sự sụp đổ nhanh chóng của QLVNCH chỉ trong hai tháng 3-4/1975.

Kết luận của sách gợi ra những câu hỏi rộng hơn về vai trò của quân đội trong đời sống quốc gia VNCH. Trong một đất nước vừa thoát khỏi thời thuộc địa và bị chiến tranh đe doạ, QLVNCH trở nên một tổ chức quan trọng với sứ mệnh ổn định an ninh và chiến đấu với kẻ thù. Quy mô chiến tranh càng lớn, xã hội miền Nam Việt Nam càng quân sự hoá. Hàng triệu thanh niên tham gia quân đội, do tình nguyện hay do động viên. Ngân sách chi tiêu cho quân đội là khoản lớn nhất trong ngân sách của chính phủ. Trước cả khi quân đội làm đảo chánh lật đổ chính quyền của Tổng thống dân sự Ngô Đình Diệm năm 1963, quân nhân đã tham gia lãnh đạo chính quyền ở nhiều cấp tại hầu hết các địa phương. Sau đảo chính, các tướng lãnh thay nhau nắm quyền tại trung ương.

Tình trạng chính trị hoá quân đội diễn ra dưới thời Đệ Nhất Cộng Hoà khi ông Ngô Đình Nhu tìm cách phát triển Đảng Cần Lao trong quân đội (và chính quyền). Mặc dù chính sách này bề ngoài không khác với việc các đảng cộng sản tổ chức và kiểm soát quân đội của họ, Đảng Cần Lao không có tổ chức mạnh mà chỉ dựa vào một số yếu tố như quan hệ cá nhân và lòng trung thành với cá nhân lãnh tụ nên có hại cho việc phát triển một tổ chức quân đội chuyên nghiệp.

Việc tướng lãnh VNCH giành quyền chính trị qua đảo chánh không phải chỉ xảy ra ở miền Nam Việt Nam mà còn ở hầu hết các nước chung quanh vào thời đó như Indonesia, Miến Điện, Thái Lan, Pakistan, và Hàn Quốc. Khác với quân đội ở những nước lân bang, chính quyền quân sự của Việt Nam Cộng

Hoà yếu hơn và cũng ít độc tài hơn nên đã cho phép một xã hội dân sự nảy nở và một nền báo chí tự do hơn. Dưới thời Đệ Nhị Cộng Hoà, chính quyền của tướng Nguyễn Văn Thiệu cũng có nhiều chính sách phát triển và ổn định kinh tế tốt giống như ở Hàn Quốc và Thái Lan.

Việc quân nhân tham chính làm tăng quyền uy của quân đội trong xã hội nhưng mặt khác cũng mang đến nhiều tai tiếng cho quân đội như tham nhũng, lạm dụng quyền thế, và độc tài, dù những tướng tá có hành vi xấu không phải chiếm đa số. Quan trọng hơn, việc sĩ quan quân đội chuyên nghiệp tham chính làm cho công tác tổ chức chuyên môn của quân đội bị ảnh hưởng nhiều bởi các quan hệ và toan tính chính trị, dẫn đến tổ chức lỏng lẻo, kỷ luật không nghiêm, khả năng lãnh đạo không đồng đều. Khác với những chế độ quân nhân ở các nước lân bang, Đệ Nhị Cộng Hoà của miền Nam Việt Nam ở trong tình trạng chiến tranh thường trực nên đây là một khuyết điểm chí mạng.

Một đặc điểm nữa của QLVNCH là quân số đông (gần 1 triệu vào thời điểm cao nhất trên dân số 14 triệu dân), tính chuyên nghiệp hoá lớn (có gần đủ các binh chủng và các đơn vị đặc biệt như Dù, Thuỷ Quân Lục Chiến), và độ trang bị cơ giới hoá cao (phi cơ tiêm kích phản lực, máy bay trực thăng, xe thiết giáp). Điều này do lịch sử và điều kiện chiến tranh bắt buộc, nhưng lại dẫn đến sự lệ thuộc nặng vào Mỹ về viện trợ quân sự, đặc biệt là vũ khí, nhiên liệu, và không quân chiến lược. Lấy thí dụ các Sư Đoàn Không Quân của VNCH, không chỉ máy bay do Mỹ cung cấp mà từ phụ tùng đến nhiên liệu đều trông vào nguồn của Mỹ. Về không quân chiến lược, các phi vụ ném bom của pháo đài bay B-52 góp phần không nhỏ vào chiến thắng của QLVNCH ở An Lộc và Quảng Trị.

Mặc dù nói chung con người chứ không phải vũ khí quyết định kết quả chiến trường, trong chiến tranh hiện đại có thể nói cả hai quan trọng như nhau. Tuyên truyền của cộng sản tô vẽ chủ nghĩa anh hùng cách mạng của họ như yếu tố quyết định chiến thắng, nhưng thực chất chúng ta đã thấy cái chủ nghĩa anh hùng cách mạng đó đã bị thất bại thảm hại trong Tết Mậu Thân 1968 như thế nào (trong 1 tháng đầu phía Cộng quân gánh chịu khoảng 40 ngàn thương vong và bị đánh bật ra khỏi phần lớn các đô thị miền Nam). Chiến thắng của quân đội miền Bắc năm 1975 là nhờ vào vũ khí hiện đại trong đó có xe thiết giáp, trọng pháo, và hệ thống phòng không SAM hiện đại nhất thế giới vào thời điểm đó do Liên Xô cung cấp.

Vũ khí hiện đại giúp QLVNCH chiến thắng ở những trận đánh lớn như An Lộc và Quảng Trị. Mặt khác, chi tiêu quân sự của VNCH vượt xa khả năng kinh tế kỹ thuật của đất nước. Cộng sản Bắc Việt cũng lệ thuộc nặng vào đồng minh của họ về khí tài, nhiên liệu, và thậm chí cả lương khô và trang phục của binh sĩ. Điều khác nhau là việc can thiệp của Liên Xô và Trung Quốc vào Việt nam đều đặn và kín đáo, khác với cách can thiệp của Hoa Kỳ vào Việt nam lúc bồng bột lúc buông bỏ, và hầu như luôn luôn công khai. Sự khác nhau giữa hai cách can thiệp thể hiện tính cách của chế độ chính trị giữa Mỹ và các nước cộng sản và ý đồ chiến lược của họ. Hậu quả của sự khác biệt này trở nên rõ ràng sau Hiệp Định Paris, với thuận lợi nghiêng hẳn về phía miền Bắc.

Dù QLVNCH không còn tồn tại, chúng ta cần hiểu biết nhiều về quân đội này để hiểu rõ hơn về lịch sử Việt Nam. Giới nghiên cứu về Chiến Tranh Việt Nam biết ơn những đóng góp có giá trị của tác giả Lâm Vĩnh-Thế. Hình ảnh QLVNCH trong sách khác hẳn với những điều chúng ta thường thấy khi đọc về đề tài này trong sách của tác giả Mỹ (trừ một vài ngoại lệ như George Veith và Andrew Wiest). Chúng tôi hy vọng sách sẽ được sự quan tâm của độc giả và tạo hứng khởi cho những tác phẩm nghiên cứu mới trong tương lai về đề tài quan trọng này.

Vũ Tường
Trung Tâm Nghiên Cứu Việt-Mỹ
Khoa Chính Trị, Đại học Oregon

GIỚI THIỆU TÁC GIẢ

Lâm Vĩnh-Thế, M.L.S.
Librarian Emeritus
Đại Học Saskatchewan, CANADA
Điện thư: Hoaivietnhan1981@gmail.com

Tác giả Lâm Vĩnh-Thế theo học suốt 7 năm của bậc Trung học tại ngôi trường trung học lớn nhứt và danh tiếng nhứt của Miền Nam: Trường Trung Học Petrus Trương Vĩnh Ký tại Sài Gòn. Mùa Hè 1960, sau khi đậu Tú Tài II, ông đã dự thi và đậu kỳ thi tuyển vào Năm Thứ Nhứt, Ban Sử Địa, Trường Đại Học Sư Phạm Sài Gòn. Tốt nghiệp năm 1963, tác giả Lâm Vĩnh-Thế đã dạy trung học trong nhiều năm trước khi nhận được học bổng đi du học tại Hoa Kỳ về Thư Viện Học vào tháng 8-1971. Cuối tháng 5-1973, sau khi tốt nghiệp bằng Cao Học Thư Viện Học (M.L.S. = Master of Library Science) tại Đại Học Syracuse, ông về nước và phục vụ trong ngành thư viện của Việt Nam Cộng Hòa. Đầu năm 1974, ông ra ứng cử và đắc cử chức vụ Chủ Tịch, Ban Chấp Hành Hội Thư Viện Việt Nam, nhiệm kỳ 1974. Cũng trong năm này, ông được cử nhiệm làm Trưởng Ban, Ban Thư Viện Học, Phân Khoa Văn Học và Khoa Học Nhân Văn, thuộc Viện Đại Học Vạn Hạnh. Với tư cách Chủ Tịch Hội Thư Viện Việt Nam, ông đã được các hội đoàn văn hóa tư bầu vào Hội Đồng Văn Hóa Giáo Dục vào ngày 16-6-1974. Tháng 9-1981, cùng với gia đình, ông rời Việt Nam đi định cư tại Canada. Từ năm 1982 cho đến năm 1997, ông phục vụ tại các thư viện và trung tâm thông tin của các chính phủ liên bang và tỉnh bang của Canada. Tháng 9-1997, ông về làm việc cho Đại Học Saskatchewan, với chức vụ Trưởng Ban Biên Mục (1997-2000; Head, Cataloging Department) và sau đó là Trưởng Khối Dịch Vụ Kỹ Thuật (2001-2003; Head, Technical Services Division). Ông đã có nhiều công trình nghiên cứu về thư viện học đăng trong các tạp chí chuyên môn tại Bắc Mỹ và Úc Châu. Ông nghỉ hưu từ tháng 7-2006 và được Đại Học Saskatchewan ban cho danh hiệu Librarian Emeritus.

Bên cạnh các hoạt động trong ngành thư viện học, tác giả Lâm Vĩnh-Thế còn thực hiện nhiều công trình nghiên cứu lịch sử về Việt Nam Cộng Hòa và Chiến Tranh Việt Nam, đặc biệt chú trọng vào giai đoạn đầy xáo trộn của những năm 1963-1967 đã đưa đến việc Hoa Kỳ quyết định tham chiến vào năm 1965. Những nghiên cứu đó đã được đúc kết trong tác phẩm của ông mang tựa đề là ***Việt Nam Cộng Hòa, 1963-1967: Những Năm Xáo Trộn***, do nhà Hoài Việt xuất bản năm 2010, tại Hamilton, Ontario, Canada. Ấn bản tiếng Anh của cuốn sách này, xuất bản lần thứ nhì, với nhiều sửa chữa và cập nhật, đã được nhà Routledge (Anh Quốc) xuất bản vào cuối năm 2020 với tựa đề ***The History of South Vietnam: the Quest for Legitimacy and Stability, 1963-1967.***

Ông là dịch giả của quyển ***The Price of Freedom: Exodus and Diaspora of Vietnamese People***, nguyên tác Việt ngữ *Giá Tự Do* của tác giả Lâm Vĩnh Bình, ấn bản lần thứ nhì, do Người Việt Books xuất bản năm 2017 tại Hoa Kỳ. Ông cũng là dịch giả và soạn giả của quyển ***Vietnam, Territoriality, and the South China Sea: Paracel and Spratly Islands***, do nhà Routledge xuất bản năm 2019, nguyên tác Việt ngữ *Những bằng chứng về chủ quyền của Việt Nam đối với hai quần đảo Hoàng Sa Trường Sa* của tác giả Hãn Nguyên Nguyễn Nhã, do nhà Xuất Bản Giáo Dục xuất bản tại Việt Nam vào năm 2014.

Ba tác phẩm mới nhứt của tác giả Lâm Vĩnh-Thế là:

- ***Full Circle: Memoir of a Vietnamese-Canadian Librarian*** do Nhà Xuất Bản Austin Macauley (Anh Quốc) ấn hành năm 2021

- ***Tròn Nhiệm Vụ: Hồi Ký của Một Quản Thủ Thư Viện Canada Gốc Việt*** do Nhà Xuất Bản Nhân Ảnh ấn hành năm 2021

• ***Trường Petrus Ký Trong Tâm Tưởng: Nhớ về Trường Xưa, Thầy Cô và Bạn Học*** do Nhà Xuất Bản Nhân Ảnh ấn hành năm 2021.

Một số bài viết chọn lọc của ông đã được đăng trong Trang Web cá nhân của tác giả, ***Tuyển Tập Vĩnh Nhơn Lâm Vĩnh Thế***, tại địa chỉ Internet sau đây: https://tuyen-tap-vinh-nhon-lam-vinh-the.blogspot.com/2016/06/trang-chu.html

DẪN NHẬP

Trưa ngày 30-4-1975, sau lệnh đầu hàng của Đại Tướng Dương Văn Minh, vị Tổng Thống cuối cùng của Việt Nam Cộng Hòa (VNCH) do Quốc Hội cử nhiệm trong phiên họp lưỡng viện ngày 27-4-1975, Quân Lực Việt Nam Cộng Hòa (QLVNCH), một quân đội anh hùng với vô số chiến thắng oanh liệt đã bị bức tử một cách đau đớn.

Các đơn vị thiện chiến của QLVNCH đã anh dũng chống trả lại cuộc xâm lăng, và đã đẩy lui tất cả các cuộc tổng tấn công ác liệt của quân đội Cộng sản Miền Bắc trong suốt 20 năm. Vậy mà, cũng chính quân đội anh hùng đó, với những đơn vị thiện chiến đó, đã không giữ được phòng tuyến của mình, đã phải triệt thoái thê thảm từ Vùng II, rồi Vùng I, và sau cùng, trong một thời gian ngắn ngủi, chỉ có 50 ngày (từ 10-3 đến 30-4-1975), đã phải buông súng đầu hàng tại Vùng III và Vùng IV. Tại sao vậy? Chuyện gì đã xảy ra vậy? Rất nhiều yếu tố về chính trị và quân sự, cả chủ quan lẫn khách quan, đã kết hợp lại và đưa đến việc thất trận nhanh chóng và đau đớn đó của QLVNCH. Rõ ràng là quân đội anh hùng đó đã bị bức tử.

Cuộc chiến đã diễn ra trên lãnh thổ của VNCH là một cuộc chiến tranh tự vệ, bất cứ xét dưới khía cạnh nào, chống lại cuộc xâm lược, tấn công bởi một lực lượng vũ trang đến từ một quốc gia khác. Trong cuộc chiến đấu tự vệ đó, VNCH đã được sự tiếp tay của một số quốc gia đồng minh mà quan trọng nhứt là Hoa Kỳ, là quốc gia cung cấp cho QLVNCH những phương tiện chiến đấu cần thiết. Rất tiếc, sự bất ổn định chính trị trong nội bộ của Hoa Kỳ, do chủ trương và hành động phản chiến của dân chúng tạo nên bởi các hệ thống truyền thông thiếu vô tư, cũng như do hệ thống và lề lối chính trị đảng phái mù quáng, đã đưa đến việc cắt giảm và sau cùng là hủy bỏ toàn bộ quân viện cho VNCH. QLVNCH không còn phương tiện chiến đấu nữa, phải triệt thoái khỏi phân nửa lãnh thổ của VNCH, đưa đến sự suy sụp tinh thần chiến đấu và sự tan rã của các đơn vị thiện chiến. Việc thua trận và phải đầu hàng vô điều kiện là hậu quả tất yếu không thể tránh được của sự thật đau lòng là VNCH đã không có được một đồng minh hoàn toàn thật lòng với mình và có đầy đủ kiên nhẫn để đi tới cùng với mình trong cuộc chiến quá sức cam go này. VNCH chỉ có chính nghĩa mà chính nghĩa thì không có một chút giá trị gì cả trước họng súng của một kẻ địch cuồng tín trong ý thức hệ của họ, với một quyết tâm chiến thắng cao, và được bạn bè trong khối Cộng sản hết lòng giúp đỡ và đủ kiên nhẫn để đi với họ đến chiến thắng sau cùng.

Cuốn sách này là một cố gắng tập hợp lại các bài biết của tác giả về QLVNCH và về Chiến Tranh VIệt Nam đã từng đăng tải trên các tạp chí và các Trang Web tại Hoa Kỳ và Canada trong khoảng gần 20 năm qua.

Sách gồm hai phần:

Phần Thứ Nhứt: Một Quân Đội Anh Hùng, gồm 5 Chương:

• Chương Một: Sự trưởng thành và phát triển của QLVNCH, thể hiện qua sự lớn mạnh của quân chủng Không Quân, một không lực được xếp hạng tư trên thế giới.

• Chương Hai: Cấp chỉ huy tài ba và đức độ được nhân dân đánh giá cao, thể hiện qua Bốn Vị Tướng Trong Sạch, "nhứt Thắng, nhì Chinh, tam Thanh, tứ Trưởng."

• Chương Ba và Chương Bốn: Khả năng chiến đấu, sự dũng cảm, và tinh thần vị quốc vong thân của các đơn vị thiện chiến của QLVNCH, thể hiện qua hai trận đánh oanh liệt, đẩy lui cuộc tổng tấn công của quân Cộng sản Bắc Việt trong Mùa Hè 1972: Tử Thủ An Lộc và Tái Chiếm Quảng Trị.

• Chương Năm: Các sử gia và tác giả Hoa Kỳ về Chiến Tranh Việt Nam thuộc thế hệ "xét lại = revisionist," qua các nghiên cứu mới nhứt, đã dứt khoát minh oan và vinh danh QLVNCH như một Quân Đội Anh Hùng.

Phần Thứ Nhì: Một Quân Đội Bị Bức Tử, gồm 4 Chương:

• Chương Sáu: Các sử gia và tác giả Hoa Kỳ về Chiến Tranh Việt Nam thuộc thế hệ "chính thống = orthodox" đều tin rằng ***"Chiến Tranh Việt Nam Là Một Cuộc Chiến Không Thể Thắng Được."*** Chương sách này sẽ phân tích và đánh giá xem sự tin tưởng đó đúng hay sai.

• Chương Bảy: Hiệp Định Paris, ký kết ngày 27-1-1973, là khởi điểm cho sự sụp đổ của VNCH. Chương sách này trình bày với đầy đủ chi tiết về chủ trương, vai trò, thái độ, và cách đối phó của Tổng Thống VNCH Nguyễn Văn Thiệu với hai vị Tổng Thống Hoa Kỳ Lyndon B. Johnson và Richard M. Nixon, cũng như đối với Cố Vấn An Ninh Quốc Gia Hoa Kỳ Henry Kissinger, trong suốt thời gian của Hòa Đàm Paris.

• Chương Tám: Cuộc triệt thoái của QLVNCH tại Vùng II mở đầu cho tiến trình sụp đổ đưa đến việc thất trận của QLVNCH được phân tích thật chi tiết và nhận định một cách khách quan trong Chương sách này.

• Chương Chín: Sự thay đổi chính sách của Hoa Kỳ về Chiến Tranh Việt Nam đưa đến quyết định bỏ rơi VNCH được trình bày với đầy đủ dữ kiện để có thể thấy được trách nhiệm thuộc về ai.

Phần Thứ Nhứt

Một Quân Đội Anh Hùng

CHƯƠNG MỘT
Các Sư Đoàn Không Quân Của Quân Lực Việt Nam Cộng Hòa

Không Quân (viết tắt KQ) của Việt Nam Cộng Hòa (VNCH) là một quân chủng đã phát triển vượt bực trong suốt thời gian Chiến Tranh Việt Nam. Từ một bộ phận nhỏ của Quân Đội Quốc Gia Việt Nam còn lệ thuộc rất nhiều vào lực lượng không quân của Quân Đội Viễn Chinh Pháp (1951-1955), KQ Việt Nam đã liên tục phát triển nhanh chóng và đến giữa thập niên 1970 đã được xem như là không lực đứng hàng thứ tư trên thế giới về số lượng phi cơ (sau Hoa Kỳ, Liên Xô và Trung Cộng). Lịch sử hình thành và phát triển của KQVNCH có thể được chia làm 5 thời kỳ như sau: [1]

- Thời kỳ thành lập: 1951-1955
- Thời kỳ phát triển: 1956-1964
- Thời kỳ hiện đại hóa: 1965-1968
- Thời kỳ bành trướng: 1969-1972
- Thời kỳ sau Hiệp Định Paris: 1973-1975

Vào cuối năm 1974, KQVNCH đã có một quân số là 61.147 người, gồm 65 phi đoàn với tổng số 2071 phi cơ đủ loại, và được tổ chức thành 6 sư đoàn KQ bố trí trên khắp lãnh thổ của VNCH như sau:

- Sư Đoàn 1: đóng tại Đà Nẵng, với Sư Đoàn Trưởng là Chuẩn Tướng Nguyễn Đức Khánh, có nhiệm vụ chính là yểm trợ các cuộc hành quân của Quân Đoàn I, và gồm 3 Không Đoàn Chiến Thuật 41, 51, và 61.

• Sư Đoàn 2: đóng tại Nha Trang, với Sư Đoàn Trưởng là Chuẩn Tướng Nguyễn Văn Lượng, có nhiệm vụ chính là yểm trợ các cuộc hành quân của Quân Đoàn II, và gồm 2 Không Đoàn Chiến Thuật 62 và 92.

• Sư Đoàn 3: đóng tại Biên Hòa, với Sư Đoàn Trưởng là Chuẩn Tướng Huỳnh Bá Tính, có nhiệm vụ chính là yểm trợ các cuộc hành quân của Quân Đoàn III, và gồm 3 Không Đoàn Chiến Thuật 23, 43, và 63.

• Sư Đoàn 4: đóng tại Cần Thơ, với Sư Đoàn Trưởng là Chuẩn Tướng Nguyễn Hữu Tần, có nhiệm vụ chính là yểm trợ các cuộc hành quân của Quân Đoàn IV, và gồm 3 Không Đoàn Chiến Thuật 64, 74, và 84.

• Sư Đoàn 5: là một sư đoàn vận tải, trực thuộc Bộ Tư Lệnh KQ, đóng tại Sài Gòn (căn cứ Tân Sơn Nhứt), với Sư Đoàn Trưởng là Chuẩn Tướng Phan Phụng Tiên, và gồm 2 Không Đoàn Chiến Thuật 33 và 53.

• Sư Đoàn 6: đóng tại Pleiku, sau ngày 16-4-1975 dời về Phan Rang, với Sư Đoàn Trưởng là Chuẩn Tướng Phạm Ngọc Sang, có nhiệm vụ chính là yểm trợ các cuộc hành quân của Quân Đoàn II, và gồm 2 Không Đoàn Chiến Thuật 72 và 82.

Sư Đoàn 1 Không Quân

Hình 1.1. Huy hiệu Sư Đoàn 1 Không Quân

Sư Đoàn 1 KQ được chính thức thành lập vào tháng 9-1970 tại Căn Cứ KQ Đà Nẵng với Sư Đoàn Trưởng là Đại Tá Nguyễn Đức Khánh, về sau, ngày 1-4-1974, vinh thăng Chuẩn Tướng.

Hình 1.2. Chuẩn Tướng Nguyễn Đức Khánh

Không như phần lớn các tướng lãnh KQVNCH là những sĩ quan bị động viên và tốt nghiệp các trường sĩ quan trừ bị Nam Định hay Thủ Đức sau đó mới chuyển sang KQ, Chuẩn Tướng Khánh tình nguyện vào KQ năm 1954, và trúng tuyển kỳ thi du học ngành phi hành tại Trường Võ Bị KQ Pháp Salon-de-Provence, và tốt nghiệp với cấp bậc Thiếu Úy Hoa Tiêu Khu Trục [2,3] Tướng Khánh, khi còn mang cấp bậc Trung Tá, trong khoảng 1967-1970, cũng đã từng là Không Đoàn Trưởng Không Đoàn 41 Chiến Thuật tại Đà Nẵng, là không đoàn chiến thuật nòng cốt của Sư Đoàn 1 KQ.

Sư Đoàn 1 KQ gồm có tất cả 3 Không Đoàn Chiến Thuật là các Không Đoàn 41, 51, và 61.

Không Đoàn 41 Chiến Thuật

Không Đoàn 41 Chiến Thuật được thành lập vào đầu năm 1964 với Không Đoàn Trưởng đầu tiên là Trung Tá Phạm Long Sửu.[4,5,6] Sau năm 1972, Không Đoàn Trưởng là Đại Tá Thái Bá Đệ và Không Đoàn Phó là Trung Tá Nguyễn Văn Vượng. Không Đoàn 41 gồm có tất cả 3 phi đoàn với phiên hiệu như sau: Phi Đoàn 110, Phi Đoàn 120, và Phi Đoàn 427.

Hình 1.3. Huy hiệu Không Đoàn 41 Chiến Thuật

Trước khi tìm hiểu thêm về các phi đoàn này chúng ta cần biết là từ khoảng đầu thập niên 1960, KQ VNCH bắt đầu sử dụng một hệ thống phiên hiệu, gồm 3 số, để đặt tên cho các phi đoàn, mà con số đầu tiên được quy định như sau: số 1 là các phi đoàn quan sát, số 2 là các phi đoàn trực thăng, số 3 là các phi đoàn đặc nhiệm, số 4 là các phi đoàn vận tải, số 5 là các phi đoàn khu trục (kể cả phản lực), số 6 có thể xem như không được sử dụng (lúc đầu định dành cho thủy phi cơ nhưng không thành, sau đó dùng cho các phi đoàn oanh tạc cơ nhưng cũng không tồn tại được lâu, vì chỉ có một phi đội oanh tạc duy nhứt, sử dụng oanh tạc cơ B-57 Canberra, được thành lập là Biệt Đội 615 do Thiếu Tá Nguyễn Ngọc Biện làm Chỉ Huy Trưởng, nhưng sớm bị giải thể vào tháng 4-1966 vì phi cơ B-57 không đáp ứng được nhu cầu chiến trường và bị thiệt hại quá nhiều), số 7 là các phi đoàn không thám điện tử, tiếng Anh gọi là Electronic Intelligence = ELINT hay Communications Intelligence = COMINT, một bộ phận của công tác tình báo tín hiệu, Signal Intelligence = SIGINT), số 8 là các phi đoàn yểm trợ hỏa lực (hay vận tải võ trang, gunship, hỏa long hay cường kích), và số 9 là các phi đoàn huấn luyện. Cách thức đặt phiên hiệu như sau:

- Con số hàng trăm (tức số đầu tiên): là con số dành cho ngành

- Con số hàng chục (tức số thứ nhì): khởi sự là số 1

- Con số hàng đơn vị (tức số thứ ba): lấy số ngành trừ cho số 1, thí dụ, số của ngành quan sát là số 1, 1-1 = 0; vậy phiên hiệu của phi đoàn quan sát đầu tiên sẽ là 110

Sau khi đã có phiên hiệu của phi đoàn đầu tiên rồi thì cứ cộng thêm 2 sẽ có các phiên hiệu của các phi đoàn kế tiếp. Do đó, phiên hiệu của tất cả các phi đoàn của KQ VNCH được quy định như sau: [7]

- Ngành quan sát: 110, 112, 114 …
- Ngành trực thăng: 211, 213, 215 …
- Ngành đặc nhiệm: 312, 314
- Ngành vận tải: 413, 415, 417 …
- Ngành khu trục: 514, 516, 518 …
- Ngành oanh tạc: 615
- Ngành không thám điện tử: 716, 718
- Ngành yểm trợ hỏa lực: 817, 819, 821
- Ngành huấn luyện: 918, 920 …

Theo hệ thống phiên hiệu của KQVNCH vừa trình bày trên đây, hai Phi Đoàn 110 và 120 là 2 phi đoàn quan sát.

Phi Đoàn 110, trong thời Pháp thuộc, mang tên là 1er GAOAC (Group aérien d'observation et d'accompagnement au combat, gọi tắt là GAO) được thành lập ngày 1-10-1952 tại Nha Trang, chuyển về Căn cứ không quân Tân Sơn Nhứt (TSN) năm 1953, di chuyển ra Huế năm 1954, về lại TSN năm 1955, di chuyển ra Đà Nẵng tháng 11 năm 1956, và chính thức trở thành Phi Đoàn 110 Quan Sát vào tháng 01 năm 1963. Phi Đoàn còn được biết dưới nhiều tên khác nhau như Phi Đoàn 1 Quan Sát, Đệ Nhất Phi Đoàn Quan Sát, và Phi Đoàn Thiên Phong. Các vị Phi Đoàn Trưởng lần lượt là: Nguyễn Ngọc Oánh, Trần Phước, Nguyễn Trọng Đệ, Ngô Tấn Diêu, Phan Văn Mạnh, Võ Trung Nhơn, Lê Sĩ Thắng, Nguyễn Tài Hiệp (Xử Lý Thường Vụ).[8]

Phi Đoàn 120, được thành lập vào tháng 5-1971 tại Đà Nẵng với Phi Đoàn Trưởng là Trung Tá Lê Công Thịnh.

Cả 2 phi đoàn đều được trang bị những loại phi cơ quan sát hiện đại nhứt của thập niên 1970 do Hoa Kỳ cung cấp:

• Phi cơ O-1 Bird Dog:

Hình 1.4. Phi cơ quan sát O-1 Bird Dog

Phi cơ O-1 Bird Dog, do hãng Cessna sản xuất, là phi cơ liên lạc được thiết kế lại từ phi cơ L-19 đã được KQVNCH sử dụng từ giữa thập niên 1950. O-1 Bird Dog có những đặc tính như sau: [9]

- Chiều dài: 7,88 m
- Sải cánh: 10,97 m
- Chiều cao: 2,23 m
- Trọng lượng: 734 kg
- Động cơ: 1 động cơ cánh quạt Continental O-470-11, 6 xi-lanh, 213 mã lực
- Vận tốc: bình phi 167 km/giờ; tối đa 185 km/giờ
- Tầm hoạt động: 853 km
- Khả năng cất cánh / đáp: chỉ cần một khoảng cách 170-180 m

• Phi cơ U-17 A/B Skywagon:

Hình 1.5. Phi cơ quan sát U-17 A/B Skywagon

Phi cơ quan sát U-17 A/B Skywagon, cũng do hãng Cessna sản xuất, có những đặc tính như sau: [10]

- Chiều dài: 7,8 m
- Sải cánh: 10,92 m
- Chiều cao: 2,3 m
- Trọng lượng: 783 kg
- Động cơ: 1 động cơ cánh quạt Continental, kiểu A động cơ IO-470, 260 mã lực, kiểu B động cơ IO-520, 300 mã lực
- Vận tốc: bình phi 210 km/giờ; tối đa 330 km/giờ
- Tầm hoạt động: 4 giờ 30 phút
- Khả năng vận chuyển: có thể chở được 6 người kể cả phi công

Phi Đoàn Vận Tải 427, mang danh hiệu Thần Long, được thành lập vào tháng 2-1972 tại Căn Cứ KQ Phù Cát, Bình Định, thuộc Vùng II, với ban chỉ huy như sau: [11]

- Phi Đoàn Trưởng: Trung Tá Phạm Văn Cần
- Phi Đoàn Phó: Thiếu Tá Nguyễn Bá Đạm
- Trưởng Phòng Hành Quân: Thiếu Tá Trần Văn Minh
- Trưởng Phòng Huấn Luyện: Thiếu Tá Hà Văn Hòa
- Trưởng Phòng An Phi: Thiếu Tá Nguyễn Văn Kim

Phi Đoàn 427 là phi đoàn đầu tiên của KQVNCH được trang bị phi cơ C-7 Caribou do công ty De Havilland (của Canada) sản xuất:

Hình 1.6. Phi cơ vận tải C-7A Caribou

Phi cơ C-7 Caribou là một phi cơ vận tải thuộc loại không cần phi đạo dài (chỉ cần khoảng 300 m thôi) trong lúc đáp và cất cánh (STOL: short takeoff and landing), mang những đặc tính như sau: [12]

- Chiều dài: 22,12 m
- Sải cánh: 29,13 m
- Chiều cao: 9,65 m
- Trọng lượng: 8.283 kg
- Động cơ: 2 động cơ cánh quạt Pratt & Whitney R-2000-7M2, 14 xi-lanh, 1,450 mã lực mỗi cái
- Vận tốc: 348 km/giờ
- Tầm hoạt động: 2,103 km
- Cao độ tối đa: 7.559 m
- Phi hành đoàn: 3
- Khả năng vận chuyển: có thể chở được khoảng 1 trung đội binh sĩ, hoặc 2 xe Jeep hoặc xe quân sự cỡ nhỏ

Nhờ khả năng đặc biệt của phi cơ C-7 Caribou, như có thể đáp xuống bất cứ đường băng nào, bằng cỏ hay đất nện, không cần bằng bê-tông, và chỉ cần dài khoảng 300 m là đủ, Phi Đoàn 427 đã hằng ngày thực hiện được những phi vụ vô cùng nguy hiểm để tiếp tế và tải thương cho các đơn vị Biệt Động Quân Biên Phòng (cũng như các đơn vị bạn khác) đồn trú tại các địa điểm rừng núi hiểm trở và hẻo lánh trong phạm vi trách nhiệm của Quân Đoàn I.

Dưới đây là bảng tóm lược thông tin về các phi đoàn của **Không Đoàn 41** Chiến Thuật:

Đơn Vị	Chỉ Huy Trưởng	Danh Hiệu	Huy Hiệu
Phi Đoàn 110	Đầu tiên: Đại Úy Nguyễn Ngọc Oánh Cuối Cùng (XLTV): Trung Tá Nguyễn Tài Hiệp	Thiên Phong	110
Phi Đoàn 120	Trung Tá Lê Công Thịnh	Bạch Yến	120
Phi Đoàn 427	Trung Tá Phạm Văn Cần	Thần Long	427 THAN LONG

Không Đoàn 51 Chiến Thuật

Hìn1h 1.7. Huy hiệu Không Đoàn 51 Chiến Thuật

Đóng tại Đà Nẵng, Không Đoàn 51, với Không Đoàn Trưởng cuối cùng là Đại Tá Nguyễn Văn Vượng, gồm có tất cả 6 phi đoàn trực thăng là các phi đoàn 213, 233, 239, 247, 253, và 257.

So với các ngành liên lạc, vận tải, và khu trục, ngành trực thăng tương đối sinh sau đẻ muộn, nhưng lại là ngành phát triển tương đối nhanh và mạnh mẽ nhứt của KQ VNCH. [13]

Thông thường các phi đoàn trực thăng UH-1 đều có 4 phi đội, 3 phi đội trang bị nhẹ (slick) và 1 phi đội võ trang (gun), mỗi phi đội có 8 chiếc, tổng cộng 32 chiếc trực thăng UH-1. Một vài phi đoàn có thể có đến 38 chiếc trực thăng UH-1. Các phi đoàn CH-47 Chinook thì cấp số là 16 chiếc. KQ VNCH, tính đến trước ngày 30-4-1975, đã tiếp nhận từ quân đội Mỹ tổng cộng khoảng 800 trực thăng UH-1 và 100 trực thăng CH-47 Chinook. Các phi cơ trực thăng UH-1 của KQ VNCH đã được sử dụng trong rất nhiều phị vụ khác nhau, từ đổ quân (trong các cuộc hành quân trực thăng vận), tải thương, cho đến tiếp tế (các đơn vị, tiền đồn bị địch bao vây), và cứu nạn (truy tầm và tiếp cứu các phi công bị địch bắn rơi), vv.

Phi Đoàn 213 là phi đoàn kỳ cựu nhứt của Không Đoàn 51. Phi đoàn được thành lập vào ngày 1-10-1961 với 20 chiếc trực thăng H-34 và với thành phần Ban Chỉ Huy như sau:

- Chỉ Huy Trưởng: Đại Úy Nguyễn Xuân Trường
- Chỉ Huy Phó: Đại Úy Nguyễn Hữu Hậu
- Sĩ quan Kỹ Thuật: Trung Úy Ngô Khắc Thuật
- Trưởng Phòng Hành Quân: Thiếu Úy Nguyễn Văn Trang

Trực thăng H-34 mang những đặc tính như sau: [14]

- Chiều dài: 14,38 m
- Chiều cao: 4,35 m
- Trọng lượng: 5.383 kg
- Động cơ: 1 động cơ cánh quạt (rotor) Wright R-1820-84 radial engine, có đường kính 17,07 m, 1.525 mã lực

- Vận tốc: bình phi 156 km/giờ, tối đa 196 km/giờ
- Tầm hoạt động: 310 km
- Cao độ tối đa: 3.700 m
- Phi hành đoàn: 2 phi công chánh và phụ và 1 cơ phi
- Khả năng vận chuyển: từ 12 (loại A) đến 18 binh sĩ (loại C); hoặc 8 cáng tải thương

Hình 1.8. Phi cơ trực thăng H-34

So với trực thăng H-19 do KQ Pháp để lại thì H-34 đã mạnh hơn, bay nhanh hơn và có tầm hoạt động rộng hơn. Từ sau 1965, khi quân Mỹ đã vào Việt Nam, và chiến thuật trực thăng vận được áp dụng gần như cho tất cả các cuộc hành quân lớn nhỏ, trực thăng H-34 đã dần dần được thay thế bởi trực thăng UH-1 có tầm hoạt động rộng hơn và có trang bị hỏa lực.

Các phi đoàn trực thăng còn lại của Không Đoàn 51 đều được thành lập sau 1970. Tất cả các Phi Đoàn này (trừ Phi Đoàn 247) cùng với Phi Đoàn 213 đều sử dụng trực thăng UH-1. Phi Đoàn 247 là phi đoàn duy nhứt của Không Đoàn 51 Chiến Thuật sử dụng phi cơ CH-47 Chinook.

Phi cơ trực thăng CH-47 Chinook là loại trực thăng lớn có khả năng vận tải và tiếp tế rất quan trọng.

Hình 1.9. Phi cơ trực thăng CH-47 Chinook

Trực thăng Chinook mang những đặc tính như sau: [15]

- Chiều dài: 30,1 m
- Chiều cao: 5,7 m
- Trọng lượng: 10.185 kg
- Động cơ: 2 động cơ cánh quạt (rotor) Lycoming T55-GA-714A turboshaft, 4.733 mã lực mỗi cái
- Vận tốc: bình phi 240 km/giờ, tối đa 315 km/giờ
- Tầm hoạt động: 741 km
- Cao độ tối đa: 5.640 m
- Phi hành đoàn: 3 người gồm phi công chánh, phi công phụ, và cơ phi
- Khả năng vận chuyển: từ 33 đến 55 binh sĩ; 12.700 kg vật dụng
- Trang bị hỏa lực: có thể trang bị 3 đại liên 7,62 mm loại M24/FN MAG ở phía sau và 2 bên sườn

Trực thăng UH-1, với biệt danh (nickname) là "Huey," là loại trực thăng đa dụng, và về sau đã trở thành 1 biểu tượng của Chiến Tranh Việt Nam. Có thể nói mà không sợ sai lầm là khi nói đến Chiến Tranh Việt Nam thì cái hình ảnh đầu tiên mà mọi người Mỹ cũng như Việt nghĩ đến là chiếc trực thăng Huey. Trên thực tế, cái tính cách làm cho quân đội Mỹ khác hẳn quân đội Pháp chính là tính cơ động của quân Mỹ, và việc đó chính là do việc lục quân Mỹ sử dụng triệt để các phi cơ trực thăng trong các cuộc hành quân của họ. QLVNCH, từ sau 1965, cũng mang tính di động cao này, với những cuộc hành quân trực thăng vận lớn nhỏ trên khắp lãnh thổ. Tuy nhiên, trực thăng Huey không phải chỉ được sử dụng để chuyển quân thôi, mà còn được sử dụng trong rất nhiều công tác khác, như thám thính, yểm trợ hỏa lực, khai quang, tải thương, tiếp tế, tiếp cứu, v.v... Chính vì thế, trực thăng UH-1 đã có rất nhiều kiểu (model) khác nhau, 1A, 1B, 1D, 1H, v.v... mỗi kiểu thích hợp cho một loại công tác khác nhau.[16,17] Phần lớn phi cơ trực thăng của KQ VNCH là loại UH-1H.

Hình 1.10. Phi cơ trực thăng UH-1 Huey

Phi cơ trực thăng UH-1 mang những đặc tính như sau: [18]

- Chiều dài: 17,4 m

- Chiều cao: 4,39 m

- Trọng lượng: 2.365 kg

- Động cơ: 1 động cơ cánh quạt (rotor, có đường kính 14,63 m) loại Lycoming T53-L-11 turboshaft, 1.100 mã lực mỗi cái

- Vận tốc: bình phi 205 km/giờ, tối đa 220 km/giờ

- Tầm hoạt động: 510 km

- Cao độ tối đa: 5.910 m

- Phi hành đoàn: 1-4 người gồm phi công chánh, phi công phụ, cơ phi, xạ thủ đại liên

- Khả năng vận chuyển: 14 binh sĩ, hoặc 6 cáng tải thương, hoặc 1.760 kg vật dụng

- Trang bị hỏa lực: có thể trang bị 2 đại liên 7,62 mm loại GAU-17/A hai bên sườn, và 2 ổ hỏa tiễn loại 7 hay 19 hỏa tiễn loại 70 mm

Dưới đây là bảng tóm lược thông tin về các phi đoàn trực thăng của **Không Đoàn 51** Chiến Thuật:

Đơn Vị	Chỉ Huy Trưởng	Danh Hiệu	Huy Hiệu
Phi Đoàn 213	Đầu tiên: Đại Úy Nguyễn Xuân Trường Cuối cùng: Trung Tá Cao Quang Khôi	Song Chùy	
Phi Đoàn 233	Đầu tiên: Thiếu Tá Bùi Quang Chính Cuối cùng: Trung Tá Nguyễn Văn Thanh	Thiên Ưng	
Phi Đoàn 239	Đầu tiên: Thiếu Tá Trần Duy Kỳ Cuối cùng: Trung Tá Nguyễn Anh Toàn	Hoàng Ưng	
Phi Đoàn 247	Trung Tá Nguyễn Văn Mai	Lôi Phong	
Phi Đoàn 253	Đầu tiên: Thiếu Tá Phạm Đăng Luân Cuối cùng: Thiếu Tá Huỳnh Văn Phố	Sói Thần	

Phi Đoàn 257	Trung Tá Lê Ngọc Bình	Cứu Tinh	

Không Đoàn 61 Chiến Thuật

Hình 1.11. Huy hiệu Không Đoàn 61 Chiến Thuật

Đóng tại Đà Nẵng, Không Đoàn 61, thuộc Sư Đoàn 1 KQ, gồm có tất cả 4 phi đoàn khu trục 516, 528, 538, và 550, sử dụng 2 loại phi cơ khu trục phản lực A-37B Dragonfly và F5-A/B Freedom Fighter. Không Đoàn Trưởng đầu tiên là Trung Tá Thái Bá Đệ.

Phi Đoàn 516 là phi đoàn kỳ cựu nhứt của Không Đoàn 61:

- Chỉ Huy Trưởng đầu tiên là Đại Úy Phạm Long Sửu
- Gọi là Phi Đoàn II Khu Trục, mang danh hiệu là Phi Hổ
- Được thành lập từ tháng 12-1961 tại Nha Trang, và được trang bị phi cơ T-28
- Năm 1964 di chuyển ra Đà Nẵng, và được trang bị phi cơ A1-H Skyraider
- Năm 1968, tất cả đoàn viên của phi đoàn được gởi sang

Mỹ để xuyên huấn về phi cơ khu trục phản lực A-37B Dragonfly

Các phi đoàn còn lại của Không Đoàn 61 đều được thành lập sau năm 1970:

- Phi Đoàn 528, danh hiệu Hổ Cáp, thành lập năm 1970, Chỉ Huy Trưởng đầu tiên là Thiếu Tá Cao Văn Khuyến, và được trang bị phản lực cơ A-37B Dragonfly

- Phi Đoàn 538, danh hiệu Hồng Tiễn, thành lập cuối năm 1972, Chỉ Huy Trưởng đầu tiên là Thiếu Tá Phạm Đình Anh, và được trang bị phản lực cơ F-5A và F-5B. Qua năm 1973, Phi Đoàn 538 được trang bị bằng phản lực cơ F-5E Tiger II, tối tân hơn và chuyên biệt về không chiến. (Ghi chú quan trọng: Về mặt quản lý, Phi Đoàn này trực thuộc Không Đoàn 63 Chiến Thuật của Sư Đoàn 3 KQ tại Biên Hòa; Phi Đoàn này được đưa ra đóng tại Đà Nẵng là để đề phòng phản lực cơ MIG của Bắc Viêt xâm nhập)

- Phi Đoàn 550, danh hiệu Nhện Đen, thành lập cuối năm 1972, Chỉ Huy Trưởng đầu Tiên là Thiếu Tá Lê Trai, và được trang bị phản lực cơ A-37B Dragonfly

Phản lực cơ A-37B Dragonfly mang những đặc tính như sau: [19]

Hình 1.12. Phi cơ khu trục phản lực A-37B Dragonfly

- Chiều dài: 8,62 m
- Sải cánh: 10,93 m

- Chiều cao: 2,70 m
- Trọng lượng: 2.817 kg
- Động cơ: 2 động cơ phản lực loại General Electric J85-GE-17A turbojet, với sức đẩy 2.850 pounds mỗi cái
- Vận tốc: bình phi 787 km/giờ, tối đa 816 km/giờ
- Tầm hoạt động: 1.629 km
- Cao độ tối đa: 12.730 m
- Phi hành đoàn: 1 phi công
- Trang bị hỏa lực:

. 1 đại liên 7,62 mm loại GAU-2B/A ở trước mũi
. 8 ổ để gắn đại liên ở dưới cánh
. 4 ổ để gắn hỏa tiễn Sidewinder ở dưới cánh
. 8 quả bom loại 500 cân Anh

Hình 1.13. Trang bị hỏa lực của Phi cơ khu trục phản lực A-37B Dragonfly

Phi cơ khu trục phản lực F-5A/B Freedom Fighter mang các đặc tính sau đây: [20]

- Chiều dài: 14,45 m
- Sải cánh: 8,13 m
- Chiều cao: 4,08 m
- Trọng lượng: 4.349 kg
- Động cơ: 2 động cơ phản lực loại General Electric J85-

GE-13 turbojet, với sức đẩy 4.080 pounds mỗi cái

- Vận tốc: bình phi 0.84 Mach (1.037 km/giờ), tối đa 1,4 Mach (1.728 km/giờ)
- Tầm hoạt động: 2.253 km
- Cao độ tối đa: 15.240 m
- Phi hành đoàn: 1 phi công
- Trang bị hỏa lực:

. 2 đại liên 20 mm loại GAU-2B/A ở trước mũi

. 2 ổ hỏa tiễn Sidewinder

. có thể mang nhiều loại bom khác nhau

Hình 1.14. Phi cơ khu trục phản lực F-5A/B Freedom Fighter

Dưới đây là bảng tóm lực thông tin về các phi đoàn của **Không Đoàn 61** Chiến Thuật:

Đơn Vị	Chỉ Huy Trưởng	Danh Hiệu	Huy Hiệu
Phi Đoàn 516	Đầu tiên: Đại Úy Phạm Long Sửu	Phi Hổ	
Phi Đoàn 528	Đầu tiên: Thiếu Tá Cao Văn Khuyên	Hổ Cáp	

Phi Đoàn 538	Đầu tiên: Thiếu Tá Phạm Đình Anh	Hồng Tiễn	
Phi Đoàn 550	Đầu tiên: Thiếu Tá Lê Trai	Nhện Đen	

Sư Đoàn 2 Không Quân

Hình 1.15. Huy hiệu Sư Đoàn 2 Không Quân

Sư Đoàn 2 KQ được chính thức thành lập vào tháng 7-1970 tại Nha Trang, với Sư Đoàn Trưởng là Đại Tá Nguyễn Văn Lượng, về sau, vào ngày 1-11-1972, vinh thăng Chuẩn Tướng.

Hình 1.16. Chuẩn Tướng Nguyễn Văn Lượng

Cũng như phần lớn các tướng lãnh KQVNCH, Chuẩn Tướng Nguyễn Văn Lượng bị động viên vào Khóa 1 Sĩ Quan Trừ Bị Nam Định, tốt nghiệp (tháng 6-1952) với cấp bậc Thiếu Úy. Tháng 12-1952, ông trúng tuyển vào KQ, theo học và tốt nghiệp Khóa 2 Hoa Tiêu Quan Sát tại Trung Tâm Huấn Luyện KQ Nha Trang vào tháng 8-1953.[21]

Sư Đoàn 2 KQ gồm có 2 Không Đoàn Chiến Thuật là Không Đoàn 62 và Không Đoàn 92.

Không Đoàn 62 Chiến Thuật

Hình 1.17. Huy hiệu Không Đoàn 62 Chiến Thuật

Không Đoàn 62 được thành lập vào tháng 3-1964 tại Pleiku, và đến tháng 1-1965 thì dời về Nha Trang. Không Đoàn Trưởng đầu tiên là Trung Tá Trần Văn Minh, về sau là Trung Tướng Tư Lệnh Không Quân.[22] Không Đoàn Phó là Thiếu Tá Nguyễn Hữu Tần, về sau là Chuẩn Tướng Tư Lệnh Sư Đoàn 4 KQ. Không Đoàn 62 gồm có tất cả 4 phi đoàn và 1 biệt đội: Phi Đoàn 114, Phi Đoàn 215, Phi Đoàn 219, Biệt Đội 259C, và Phi Đoàn 817.

Phi Đoàn 114, theo phiên hiệu do KQVNCH sử dụng, là một phi đoàn quan sát, mà tiền thân là Phi Đoàn 3 Quan Sát được thành lập vào tháng 12-1961 tại Đà Nẵng, được đổi tên

Phi Đoàn 114 vào tháng 1-1963, di chuyển lên Pleiku cuối năm 1963, và sau cùng về Nha Trang từ tháng 1-1965. Phi Đoàn Trưởng đầu tiên là Đại Úy Phan Quang Phúc. Phi Đoàn 114 cũng sử dụng 2 loại phi cơ quan sát là O-1 và U-17 như các Phi Đoàn 110 và 120, thuộc Sư Đoàn 1 KQ đã trình bày bên trên.

Phi Đoàn 215, phi đoàn thứ nhì mang phiên hiệu này, là một phi đoàn trực thăng. Phi Đoàn 215 thứ nhứt được thành lập vào đầu năm 1963 tại Tân Sơn Nhứt để phụ trách huấn luyện nhưng không có kết quả tốt nên đã bị giải tán vào tháng 5-1964. Đến tháng 9-1964, một phi đoàn trực thăng mới được thành lập tại Đà Nẵng và được mang phiên hiệu 215 này, với danh hiệu Thần Tượng và ban chỉ huy gồm:

- Đại Úy Trần Minh Thiện: Chỉ Huy Trưởng
- Trung Úy Đặng Trần Dưỡng: Chỉ Huy Phó
- Thiếu Úy Nguyễn Văn Trang: Trưởng Phòng Hành Quân
- Thiếu Úy Phạm Bính: Phụ Tá

Phi Đoàn 215 cùng với Phi Đoàn 213, đều sử dụng trực thăng UH-1, phụ trách huấn luyện và hành quân cho đến đầu năm 1965 thì chuyển về Nha Trang.

Phi Đoàn 219, mang danh hiệu Long Mã, được thành lập tại Đà Nẵng vào đầu năm 1966 do sự sáp nhập của 2 biệt đội trực thăng H-34 chuyên thả các toán Lôi Hổ của Lực Lượng Đặc Biệt. Trong thời gian đầu, Phi Đoàn 219 trực thuộc Biệt Đoàn 83 đóng tại Tân Sơn Nhứt cho đến khi Biệt Đoàn 83 bị giải tán vào năm 1969 thì chuyển sang trực thuộc Không Đoàn 62 Chiến Thuật. Khi mới thành lập Phi Đoàn 219 có ban chỉ huy đầu tiên như sau:

- Đại Úy Hồ Bảo Định: Chỉ Huy Trưởng
- Đại Úy Trần Văn Luân: Chỉ Huy Phó
- Đại Úy Nguyễn Văn Nghĩa: Trưởng Phòng Hành Quân
- Đại Úy Nguyễn Phi Hùng: Sĩ Quan Phụ Tá
- Trung Úy Nguyễn Hữu Lộc: Sĩ Quan Huấn Luyện
- Trung Úy Đỗ Văn Hiếu: Sĩ Quan An Phi

Sau khi thành lập, Phi Đoàn 219, sử dụng trực thăng H-34, vẫn tiếp tục thực hiện các phi vụ thả các toán Lôi Hổ. Cuối năm 1971, cũng như các Phi Đoàn 213 và 215, Phi Đoàn 219 chuyển sang sử dụng trực thăng UH-1.

Biệt Đội 259C là Biệt Đội C của Phi Đoàn 259, mang danh hiệu Nhân Ái, là một phi đoàn sử dụng trực thăng UH-1 và chuyên về tải thương. Phi Đoàn 259 gồm có tất cả 8 biệt đội mang ký hiệu từ chữ A đến chữ H, và trú đóng tại các Căn Cứ KQ như trong bảng liệt kê sau đây:

- Phi Đội 259A: Phù Cát (Bình Định)
- Phi Đội 259B: Pleiku
- Phi Đội 259C: Nha Trang
- Phi Đội 259D: Phan Rang
- Phi Đội 259E: Biên Hòa
- Phi Đội 259F: Cần Thơ
- Phi Đội 259G: Tân Sơn Nhứt
- Phi Đội 259H: Bình Thủy

Phi Đoàn 817, theo hệ thống phiên hiệu của KQVNCH, là một phi đoàn yểm trợ hỏa lực (hay vận tải võ trang, gunship, cường kích hay hỏa long) được trang bị phi cơ yểm trợ hỏa lực AC-47D Spooky như trong hình dưới đây:

Hình 1.18. Phi cơ yểm trợ hỏa lực AC-47D Spooky

Phi cơ AC-47D Spooky chính là một chiếc phi cơ DC-3 Dakota được trang bị hỏa lực hùng hậu để thực hiện các phi vụ yểm trợ hỏa lực cho các đơn vị bạn hay các tiền đồn hẻo lánh bị địch bao vây. Loại phi cơ này mang những đặc tính như sau: [23]

- Chiều dài: 19,63 m
- Sải cánh: 28,9 m
- Chiều cao: 5,2 m
- Trọng lượng: 8.201 kg
- Động cơ: 2 động cơ cánh quạt Pratt & Whitney R-1830-90C, 1,200 mã lực mỗi cái
- Vận tốc: bình phi 280 km/giờ; tối đa 375 km/giờ
- Tầm hoạt động: 3,500 km
- Cao độ tối đa: 7.450 m
- Phi hành đoàn: 7 người, gồm, phi công chính, phi công phụ, navigator, cơ phi, loadmaster, và 2 xạ thủ đại liên
- Trang bị hỏa lực:

. 3 đại liện 7,62 ly loại GAU-2/M134 minigun, có thể bắn với vận tốc 2000 viên/phút

. hoặc 10 đại liên 7,62 ly loại Browning AN/M2

. 48 hỏa châu loại Mk 24

Dưới đây là bảng tóm lược thông tin về các phi đoàn của **Không Đoàn 62** Chiến Thuật:

Đơn Vị	Chỉ Huy Trưởng	Danh Hiệu	Huy Hiệu
Phi Đoàn 114	Đầu tiên: Đại Úy Phan Quang Phúc Cuối cùng(XLTV): Trung Tá Võ Văn Oanh	Sao Mai	
Phi Đoàn 215	Đầu tiên: Thiếu Tá Trần Minh Thiện Cuối cùng: Trung Tá Khưu Văn Phát	Thần Tượng	

Phi Đoàn 219	Đầu tiên: Thiếu Tá Hồ Bảo Định Cuối cùng: Trung Tá Phạm Đăng Luân	Long Mã	
Biệt Đội 259C	Thiếu Tá Nguyễn Minh Lương	Nhân Ái	
Phi Đoàn 817	Trung Tá Huỳnh Quang Tòng	Hỏa Long	

Trong cuộc Hành Quân Lam Sơn 719 của QLVNCH tấn công sang Hạ Lào để phá hủy các căn cứ hậu cần trên đường mòn Hồ Chí Minh của địch quân trong 2 tháng 2 và 3-1971, các phi đoàn trực thăng của KQVNCH đã tham chiến, thực hiện rất nhiều những phi vụ đổ quân, tiếp tế, và tải thương, và đã chịu nhiều thiệt hại. Rất tiếc hiện nay vẫn chưa có một tài liệu nào tổng kết những thiệt hại của ngành trực thăng trong cuộc hành quân hết sức quan trọng này. Bài viết ***"Chuyến bay tử thần vào Đồi 31 Hạ Lào"*** của tác giả Bùi Tá Khánh, một phi công của Phi Đoàn 219 Long Mã, ghi lại những hy sinh bi thương và hùng tráng của 2 phi hành đoàn thuộc Phi Đoàn 219, mà chính tác giả là một nhân chứng.[24] Một chi tiết cần lưu ý là trong bài viết này, tác giả cho biết Phi Đoàn 219, tại thời điểm này (tháng 2-1971), vẫn còn sử dụng trực thăng H-34 và vẫn còn thuộc Không Đoàn 51, Sư Đoàn 1 KQ trú đóng tại Đà Nẵng.

Không Đoàn 92 Chiến Thuật

Hình 1.19. Huy hiệu Không Đoàn 92 Chiến Thuật

Không Đoàn 92 được thành lập vào giữa năm 1972 và đóng tại Phan Rang, với Không Đoàn Trưởng là Trung Tá (sau thăng cấp lên Đại Tá) Lê Văn Thảo, gồm có 3 phi đoàn khu trục phản lực cơ A-37 là các Phi Đoàn 524, 534, và 548, và một Biệt Đội tải thương là Biệt Đội 259D với phi cơ trực thăng UH-1.

Phi Đoàn 524, mang danh hiệu Thiên Lôi, mà tiền thân là 1 Biệt Đội của Phi Đoàn 516, được thành vào ngày 15-9-1965 tại Nha Trang, với Phi Đoàn Trưởng đầu tiên là Đại Úy Nguyễn Quang Ninh, và Phi Đoàn Trưởng cuối cùng là Trung Tá Sử Ngọc Cả. Phi Đoàn 524 là phi đoàn đầu tiên tiếp nhận khu trục phản lực cơ A-37.

Phi Đoàn 534, mang danh hiệu Kim Ngưu, cũng là một phi đoàn khu trục phản lực cơ A-37, được thành lập vào giữa năm 1972 tại Phan Rang với Phi Đoàn Trưởng đầu tiên và cũng là duy nhứt (cho đến ngày 30-4-1975) là Thiếu Tá Nguyễn Văn Thi (về sau thăng Trung Tá)

Phi Đoàn 548, mang danh hiệu Ó Đen, cũng được trang bị khu trục phản lực cơ A-37, được thành lập vào cuối năm 1972 tại Phan Rang, với Phi Đoàn Trưởng đầu tiên là Thiếu Tá Trần Mạnh Khôi (sau thăng Trung Tá).

Ngoài các phi đoàn khu trục phản lực cơ vừa kể trên,

Không Đoàn 92 Chiến Thuật còn có Biệt Đội tải thương 259D với phi cơ trực thăng UH-1.

Dưới đây là bảng tóm lược thông tin về các phi đoàn của **Không Đoàn 92** Chiến Thuật:

Đơn Vị	Chỉ Huy Trưởng	Danh Hiệu	Huy Hiệu
Phi Đoàn 524	Đầu tiên: Đại Úy Nguyễn Quang Ninh Cuối cùng: Trung Tá Sử Ngọc Cả	Thiên Lôi	
Phi Đoàn 534	Trung Tá Nguyễn Văn Thi	Kim Ngưu	
Phi Đoàn 548	Trung Tá Trần Mạnh Khôi	Ó Đen	
Biệt Đội 259D	Thiếu Tá Tô Thành Nhân	Nhân Ái	

Sư Đoàn 3 Không Quân

Sư Đoàn 3 KQ được thành lập vào tháng 5-1970 tại Biên Hòa với Sư Đoàn Trưởng là Đại Tá Huỳnh Bá Tính, về sau, vào ngày 1-11-1972, vinh thăng Chuẩn Tướng. Chuẩn Tướng Tính tốt nghiệp Khóa 1 (Khóa Lê Văn Duyệt) của Trường Sĩ Quan Trừ Bị Thủ Đức (tháng 6-1952) với cấp bậc Thiếu Úy, trúng tuyển vào KQ, và tốt nghiệp khóa huấn luyện hoa tiêu tại Marrakech, Maroc, Bắc Phi, trở thành một trong những phi công đầu tiên của KQVNCH. Trước khi đảm nhận chức vụ Sư Đoàn

Trưởng Sư Đoàn 3 KQ, Tướng Tính đã từng giữ các chức vụ: Phi Đoàn Trưởng Phi Đoàn 2 Quan Sát tại Nha Trang và Không Đoàn Trưởng Không Đoàn 74 Chiến Thuật tại Cần Thơ.[25]

Hình 1.20. Huy hiệu Sư Đoàn 3 Không Quân

Hình 1.21. Chuẩn Tướng Huỳnh Bá Tính

Sư Đoàn 3 KQ gồm có 3 không đoàn là các Không Đoàn 23 Chiến Thuật, Không Đoàn 43 Chiến Thuật, và Không Đoàn 63 Chiến Thuật.

Không Đoàn 23 Chiến Thuật

Hình 1.22. Huy hiệu Không Đoàn 23 Chiến Thuật

Không Đoàn 23 Chiến Thuật được thành lập vào giữa năm 1964 tại Biên Hòa, với Không Đoàn Trưởng đầu tiên là Trung Tá Phạm Long Sửu, và Không Đoàn Phó là Thiếu Tá Phạm Phú Quốc. Không Đoàn Trưởng cuối cùng là Đại Tá Hoàng Thanh Nhã. Không Đoàn 23 gồm có tất cả 4 phi đoàn: 2 phi đoàn quan sát là các Phi Đoàn 112 và Phi Đoàn 124 sử dụng các phi cơ O-1 Bird Dog và U-17 Skywagon; và 2 phi đoàn khu trục là các Phi Đoàn 514 và Phi Đoàn 518 sử dụng phi cơ khu trục A-1 Skyraider.

Phi Đoàn 112, mà tiền thân là Phi Đoàn 2 Quan Sát và Trợ Chiến được thành lập vào tháng 1-1952 tại Nha Trang, di chuyển về Tân Sơn Nhứt tháng 10-1959, đổi tên thành Phi Đoàn 112, danh hiệu là Thanh Xà, vào tháng 1-1963, và sau cùng chuyển về Biên Hòa tháng 6-1964. Phi Đoàn Trưởng đầu tiên là Đại Úy Võ Dinh (cấp bậc sau cùng là Chuẩn Tướng, Tham Mưu Trưởng Bộ Tư Lệnh Không Quân [26]), và Phi Đoàn Trưởng cuối cùng là Trung Tá Lý Thành Ba).

Phi Đoàn 124, phi đoàn quan sát cuối cùng của KQVNCH, mang danh hiệu Thanh Điểu, được thành lập vào cuối năm 1971 tại Biên Hòa, với Phi Đoàn Trưởng là Trung Tá Võ Trung Nhơn.

Phi Đoàn 514, mang danh hiệu Phượng Hoàng, là phi đoàn khu trục kỳ cựu nhứt của KQVNCH. Tiền thân của nó chính là Phi Đoàn 1 Khu Trục và Trinh Sát được thành lập vào năm 1956, trang bị phi cơ F-8F Bearcat, với Chỉ Huy Trưởng đầu tiên là Đại Úy Huỳnh Hữu Hiền (về sau thăng cấp Đại Tá và là Tư Lệnh Không Quân trong một thời gian ngắn, 1962-1963). Năm 1960, phi đoàn đổi tên thành Phi Đoàn 514, trang bị phi cơ A-1H Skyraider, với Chỉ Huy Trưởng là Đại Úy Nguyễn Quang Tri. Đại Úy Tri là một trong những phi công khu trục đầu tiên của Việt Nam, tốt nghiệp từ Trường Võ Bị Không Quân Pháp nổi tiếng Salon-de-Provence, là vị chỉ huy đã đào tạo rất nhiều phi công khu trục tài ba cho KQVNCH. Một trong những phi công này là ông Lê Bá Định về sau là Thiếu Tá Phi Đoàn Trưởng Phi Đoàn Khu Trục 530 Thái Dương và Trung Tá Không Đoàn Trưởng Không Đoàn 72 Chiến Thuật thuộc Sư Đoàn 6 KQ ở Pleiku. Đại Úy Tri về sau thăng lên cấp Đại Tá, và là Phụ Tá Tư Lệnh KQ đặc trách về Phòng Không tại Bộ Tư Lệnh KQ. Sau khi sang Mỹ trong diện HO, Đại Tá Tri là người chủ trương hai Trang Web đã từng nổi tiếng một thời (và nay không còn nữa vì Đại Tá Tri đã vĩnh viễn ra đi) trong giới cựu quân nhân Không Quân là ***Bạn Già Không Quân*** và ***Cánh Chim Tự Do***. Phi Đoàn Trưởng cuối cùng của Phi Đoàn 514 Phượng Hoàng là Trung Tá Nguyễn Văn Vượng.

Phi Đoàn 518, danh hiệu Phi Long, được thành lập vào đầu năm 1964, trang bị phi cơ khu trục A-1H Skyraider, với Chỉ Huy Trưởng đầu tiên là Thiếu Tá Phạm Phú Quốc (là một trong 2 phi công đã ném bom Dinh Độc Lập vào ngày 27-2-1962; ngày 19-4-1965, lúc đó đã thăng lên cấp Trung Tá và đang giữ chức vụ Không Đoàn Trưởng Không Đoàn 23 Chiến Thuật, ông đã hy sinh khi chỉ huy 6 phi tuần Skyraider trong một phi vụ Bắc Phạt oanh tạc Hà Tĩnh). Phi Đoàn Trưởng cuối cùng là Trung Tá Lê Quốc Hùng.

Phi cơ khu trục A1-H Skyraider mà 2 Phi Đoàn 514 và 518 được trang bị chính là phi cơ khu trục AD-6 của hảng Douglas như trong hình dưới đây:

Hình 1.23. Phi cơ khu trục A-1H Skyraider

Phi cơ khu trục A-1H Skyraider mang những đặc tính như sau: [27]

- Chiều dài: 11,84 m
- Sải cánh: 15,25 m
- Chiều cao: 4,78 m
- Trọng lượng: 5.429 kg
- Động cơ: 1 động cơ cánh quạt loại Wright R-3350-26WA, với sức đẩy 2.700 mã lực
- Vận tốc: bình phi 319 km/giờ, tối đa 518 km/giờ
- Tầm hoạt động: 2.115 km
- Cao độ tối đa: 8.685 m
- Phi hành đoàn: 1 phi công
- Trang bị hỏa lực:

. 4 đại liên 20 mm loại AN-M3

. 15 rack để gắn bom hay hỏa tiễn dưới cánh và thân mình tối đa là 3.600 kg

Dưới đây là bảng tóm lược thông tin về các phi đoàn của **Không Đoàn 23** Chiến Thuật:

Đơn Vị	Chỉ Huy Trưởng	Danh Hiệu	Huy Hiệu
Phi Đoàn 112	Đầu tiên: Đại Úy Võ Dinh Cuối cùng: Trung Tá Lý Thành Ba	Thanh Xà	
Phi Đoàn 124	Trung Tá Võ Trung Nhơn	Thanh Điểu	
Phi Đoàn 514	Đầu tiên: Đại Úy Huỳnh Hữu Hiền Cuối cùng: Trung Tá Dương Bá Trát	Phượng Hoàng	
Phi Đoàn 518	Đầu tiên: Thiếu Tá Phạm Phú Quốc Cuối cùng: Trung Tá Nguyễn Quan Vĩnh	Phi Long	

Không Đoàn 43 Chiến Thuật

Hình 1.24. Huy hiệu Không Đoàn 43 Chiến Thuật

Không Đoàn 43 Chiến Thuật, được thành lập tại Biên Hòa, là một không đoàn chuyên về trực thăng, gồm có tất cả 6 phi đoàn và 1 biệt đội là: 1 phi đoàn trang bị trực thăng CH-47 Chinook là Phi Đoàn 237, 5 phi đoàn trang bị trực thăng UH-1 là các Phi Đoàn 221, 223, 231, 245, 251, và Biệt Đội 259E phụ trách tải thương cũng trang bị trực thăng UH-1. Không Đoàn Trưởng cuối cùng là Đại Tá Vũ Quang Triệu.

Dưới đây là bảng liệt kê các đơn vị của **Không Đoàn 43** Chiến Thuật với tên họ các vị chỉ huy trưởng, cùng với danh hiệu và huy hiệu:

Đơn Vị	Chỉ Huy Trưởng	Danh Hiệu	Huy Hiệu
Phi Đoàn 221	Đầu tiên: Thiếu Tá Nguyễn Văn Ức Cuối cùng: Trung Tá Nguyễn Văn Trọng	Lôi Vũ	
Phi Đoàn 223	Trung Tá Trần Văn Luân	Lôi Điểu	
Phi Đoàn 231	Trung Tá Nguyễn Hữu Lộc	Lôi Vân	
Phi Đoàn 237	Đầu tiên: Trung Tá Hồ Bảo Định Cuối cùng: Trung Tá Nguyễn Phú Chính	Lôi Thanh	

Phi Đoàn 245	Trung Tá Nguyễn Hữu Lai	Lôi Bằng	245 Lôi Bằng
Phi Đoàn 251	Trung Tá Dương Quang Lễ	Lôi Thiên	251 Lôi THiên
Biệt Đội 259E	Đầu tiên: Thiếu Tá Đặng Kim Quy Cuối cùng: Thiếu Tá Huỳnh Văn Du	Nhân Ái	

Vào mùa hè 1972, Thiếu Tá Nguyễn Văn Ức, Phi Đoàn Trưởng Phi Đoàn 221 (từ tháng 1-1973, là Trung Tá Không Đoàn Phó, Không Đoàn 64 Chiến Thuật, thuộc Sư Đoàn 4 KQ ở Cần Thơ), là người chỉ huy tất cả các cuộc hành quân trực thăng vận (đổ quân), tiếp tế, và tải thương của Phi Đoàn 221 cho chiến trường An Lộc.[28]

Không Đoàn 63 Chiến Thuật

Hình 1.25. Huy hiệu Không Đoàn 63 Chiến Thuật

Đây là một không đoàn gồm toàn khu trục phản lực cơ F-5. Do đó **Không Đoàn 63** Chiến Thuật cũng được biết đến dưới biệt danh (nickname) là Không Đoàn F-5 và gồm có tất cả 6 Phi Đoàn sử dụng phản lực cơ F-5: đó là các Phi Đoàn 522, 536, 538 (biệt phái cho Sư Đoàn 1 KQ tại Đà Nẵng, như đã ghi chú bên trên), 540, 542, và 544, với danh hiệu, huy hiệu, và chỉ huy trưởng như sau:

Đơn Vị	Chỉ Huy Trưởng	Danh Hiệu	Huy Hiệu
Phi Đoàn 522	Đại Úy Nguyễn Quốc Hưng	Thần Ưng	
Phi Đoàn 536	Thiếu Tá Đàm Thượng Vũ	Thiên Ưng	
Phi Đoàn 538	Thiếu Tá Phạm Đình Anh	Hồng Tiễn	
Phi Đoàn 540	Thiếu Tá Nguyễn Tiến Thành	Hắc Ưng	
Phi Đoàn 542	Thiếu Tá Trịnh Bửu Quang	Kim Ưng	
Phi Đoàn 544	Thiếu Tá Nguyễn Văn Tường	Hải Ưng	

Sư Đoàn 4 Không Quân

Hình 1.26. Huy hiệu Sư Đoàn 4 Không Quân

Sư Đoàn 4 KQ được thành lập vào tháng 3-1970 tại Cần Thơ với Sư Đoàn Trưởng đầu tiên là Đại Tá Nguyễn Huy Ánh, về sau, vào ngày 1-11-1971, vinh thăng Chuẩn Tướng. Tướng Ánh là dân chính trúng tuyển vào KQ, được gửi sang Pháp theo học các khóa huấn luyện hoa tiêu, và tốt nghiệp thủ khoa khóa 1955 với cấp bậc Thiếu Úy. Ông cũng là một trong những phi công trực thăng đầu tiên được huấn luyện tại Hoa Kỳ. Trước khi được bổ nhiệm vào chức vụ Sư Đoàn Trưởng Sư Đoàn 4 KQ, Tướng Ánh đã từng là Phi Đoàn Trưởng các Phi Đoàn trực thăng 215, 211, và Không Đoàn Trưởng các Không Đoàn Chiến Thuật 74 và 62. Chuẩn Tướng Ánh tử nạn trực thăng vì công vụ ngày 27-4-1972, và được truy thăng lên cấp Thiếu Tướng [29]

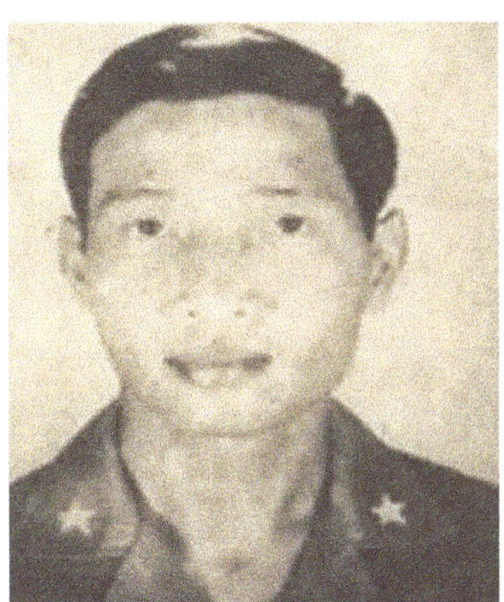

Hình 1.27. Chuẩn Tướng Nguyễn Huy Ánh

Sau đó Đại Tá Nguyễn Hữu Tần, đang giữ chức vụ Tham Mưu Phó Hành Quân tại Bộ Tư Lệnh KQ, được đề cử thay thế Thiếu Tướng Ánh làm Sư Đoàn Trưởng Sư Đoàn 4 KQ vào cuối tháng 4-1972. Ngày 1-4-1974, Đại Tá Tần vinh thăng Chuẩn Tướng. Tướng Tần tốt nghiệp Khóa 1 (Khóa Lê Lợi) Trường Sĩ Quan Trừ Bị Nam Định (tháng 6-1952) với cấp bậc Thiếu Úy; sau đó chuyển sang KQ, theo học và tốt nghiệp Thủ Khoa Khóa 5 Hoa Tiêu Quan Sát (1956) tại Trung Tâm Huấn Luyện KQ Nha Trang. Trước khi được bổ nhiệm vào chức vụ Sư Đoàn Trưởng Sư Đoàn 4 KQ, ông đã từng giữ các chức vụ: Phi Đoàn Trưởng Phi Đoàn 1 và Phi Đoàn 2 Quan Sát, Không Đoàn Phó Không Đoàn 62 Chiến thuật lúc mới thành lập do Trung Tá Trần Văn Minh (sau là Trung Tướng Tư Lệnh KQ) là Không Đoàn Trưởng.[30]

Hình 1.28. Chuẩn Tướng Nguyễn Hữu Tần

Sư Đoàn 4 KQ gồm có 3 không đoàn là Không Đoàn 64 Chiến Thuật, Không Đoàn 74 Chiến Thuật, và Không Đoàn 84 Chiến Thuật.

Không Đoàn 64 Chiến Thuật

Không Đoàn 64 Chiến Thuật đóng tại Cần Thơ, với Không Đoàn Trưởng là Trung Tá Trương Thành Tâm (tốt nghiệp Khóa 16 Võ Bị Đà Lạt, trước là Phi Đoàn Trưởng Phi Đoàn trực thăng

217), gồm có tất cả 3 phi đoàn và 1 biệt đội trực thăng: 2 phi đoàn trực thăng UH-1 là Phi Đoàn 217 và Phi Đoàn 255, 1 phi đoàn trực thăng CH-47 Chinoook là Phi Đoàn 249, và 1 biệt đội tải thương là Biệt Đội 259F cũng sử dụng trực thăng UH-1.

Hình 1.29. Huy hiệu Không Đoàn 64 Chiến Thuật

Phi Đoàn 217, mang danh hiệu Thần Điểu, là một trong những phi đoàn trực thăng đầu tiên của KQVNCH khi chuyển từ trực thăng H-19 của KQ Pháp giao lại sang trực thăng H-34. Thành lập tại Đà Nẵng vào tháng 4-1964, Phi Đoàn 217 có ban chỉ huy đầu tiên như sau: [31]

- Chỉ Huy Trưởng: Đại Úy Ong Lợi Hồng (cấp bậc sau cùng là Đại Tá, Sư Đoàn Phó Sư Đoàn 4 KQ)
- Chỉ Huy Phó: Trung Úy Mai Văn Hải
- Sĩ Quan Hành Quân: Thiếu Úy Nguyễn Văn Phú Hiệp
- Sĩ Quan An Phi: Thiếu Úy Hồng Văn Tý
- Sĩ Quan Kỹ Thuật: Chuẩn Úy Trần Phước Hội

Sau đó phi đoàn chuyển về đóng tại Tân Sơn Nhứt một thời gian rồi chuyển về và đồn trú vĩnh viễn tại phi trường Trà Nóc ở Cần Thơ. Một thời gian sau, Phi Đoàn 217 có ban chỉ huy mới với Thiếu Tá (về sau thăng lên Trung Tá) Trương Thành Tâm làm Phi Đoàn Trưởng và Đại Úy Nguyễn Thanh Hải (về sau thăng lên Trung Tá, công tác tại Phòng Thanh Tra, phụ trách về An Phi, tại Bộ Tư Lệnh KQ) là Phi Đoàn Phó. Phi Đoàn Trưởng cuối cùng là Trung Tá Nguyễn Văn Vọng. Sau khi về Trà Nóc một thời gian, Phi Đoàn 217 chuyển sang trang bị trực thăng UH-1.

Phi Đoàn 255, mang danh hiệu Xà Vương, là một trong những phi đoàn trực thăng UH-1 được thành lập sau cùng (đầu năm 1973) của KQVNCH, với Phi Đoàn Trưởng là Trung Tá Nguyễn Kim Huờn.

Phi Đoàn 249 là phi đoàn trực thăng CH-47 Chinook được thành lập sau cùng (tháng 12-1972) của KQVNCH, với Phi Đoàn Trưởng đầu tiên là Thiếu Tá Tống Phước Hào (về sau thăng cấp lên Trung Tá).

Đơn vị cuối cùng của Không Đoàn 64 Chiến Thuật là một phi đội UH-1 chuyên thực hiện các phi vụ tải thương: đó là Biệt Đội 259F mà Chỉ Huy Trưởng là Thiếu Tá Nguyễn Thành Quới.

Dưới đây là bảng tóm lược thông tin về các đơn vị của **Không Đoàn 64** Chiến Thuật:

Đơn Vị	Chỉ Huy Trưởng	Danh Hiệu	Huy Hiệu
Phi Đoàn 217	Đầu tiên: Đại Úy Ong Lợi Hồng Cuối cùng: Trung Tá Nguyễn Văn Vọng	Thần Điểu	
Phi Đoàn 249	Đầu tiên: Thiếu Tá Tống Phước Hào Thứ nhì: Thiếu Tá Phạm Văn Trung Cuối cùng: Thiếu Tá Phạm Xuân Việt	Mãnh Long	

Phi Đoàn 255	Trung Tá Nguyễn Kim Hườn	Xà Vương	
Biệt Đội 259F	Thiếu Tá Nguyễn Thành Quới	Nhân Ái	

Ghi chú: Thiếu Tá Phạm Văn Trung, vào KQ Khóa 63A, đã từng phục vụ tại các phi đoàn trực thăng 215, 219, 237, 241, nhậm chức Phi Đoàn Trường Phi Đoàn 249 (Chinook) ngày 10-12-1974, và hy sinh ngày 12-12-1974 tại chiến trường Mộc Hóa khi chiếc Chinook của ông bị trúng hỏa tiễn tầm nhiệt SA7. Ông được truy thăng lên Trung Tá.[32]

Không Đoàn 74 Chiến Thuật

Hình 1.30. Huy hiệu Không Đoàn 74 Chiến Thuật

Không Đoàn 74 Chiến Thuật được thành lập tại Cần Thơ vào tháng 4-1964 với các vị Không Đoàn Trưởng lần lượt như sau: đầu tiên là Trung Tá Trần Văn Minh (về sau là Trung Tướng

Tư Lệnh KQ), thứ nhì là Trung Tá Huỳnh Bá Tính (về sau là Chuẩn Tướng Sư Đoàn Trưởng Sư Đoàn 3 KQ), thứ ba là Trung Tá Nguyễn Huy Ánh (về sau là Chuẩn Tướng Sư Đoàn Trưởng Sư Đoàn 4 KQ), và cuối cùng là Đại Tá Nguyễn Quang Ninh. Không Đoàn 74 Chiến Thuật gồm có tất cả 5 phi đoàn:

- 2 phi đoàn quan sát: Phi Đoàn 116 sử dụng phi cơ O-1 Bird Dog, và Phi Đoàn 122 sử dụng phi cơ U-17A/B Skywagon

- 3 phi đoàn khu trục: Phi Đoàn 520, Phi Đoàn 526, và Phi Đoàn 546 tất cả đều trang bị khu trục phản lực cơ A-37B Dragonfly

Phi Đoàn 116, mang danh hiệu Sơn Ca (trước là Thần Ưng), được thành lập vào tháng 6-1964 tại Nha Trang, sau đó chuyển về Cần Thơ vào tháng 7-1964. Phi Đoàn Trưởng cuối cùng (xử lý thường vụ) là Trung Tá Bùi Thanh Sử.

Phi Đoàn 122, mang danh hiệu Hoa Mi (trước là Thần Tiễn), được thành lập vào tháng 8-1972, với Phi Đoàn Trưởng là Trung Tá Trần Trọng Khương.

Phi Đoàn 520, mang danh hiệu Thần Báo, được thành lập năm 1964 tại Biên Hòa, với Chỉ Huy Trưởng đầu tiên là Đại Úy Nguyễn Ngọc Biện, trang bị phi cơ khu trục cánh quát A-1H Skyraider, di chuyển về Cần Thơ vào giữa năm 1965, và đến năm 1968 thì chuyển sang trang bị với khu trục phản lực cơ A-37.

Phi Đoàn 526, mang danh hiệu Quỷ Vương, được thành lập năm 1971 tại Cần Thơ, với Phi Đoàn Trưởng đầu tiên là Thiếu Tá Huỳnh Hữu Hải.

Phi Đoàn 546, mang danh hiệu Thiên Sứ, được thành lập vào cuối năm 1972, với Phi Đoàn Trưởng đầu tiên là Thiếu Tá Lê Mộng Hoan.

Dưới đây là bảng tóm lược thông tin về các phi đoàn của **Không Đoàn 74** Chiến Thuật:

Đơn Vị	Chỉ Huy Trưởng	Danh Hiệu	Huy Hiệu
Phi Đoàn 116	Trung Tá Bùi Thanh Sử	Sơn Ca	
Phi Đoàn 122	Trung Tá Trần Trọng Khương	Họa Mi	
Phi Đoàn 520	Đại Úy Nguyễn Ngọc Biên	Thần Báo	
Phi Đoàn 526	Thiếu Tá Huỳnh Hữu Hải	Quỷ Vương	
Phi Đoàn 546	Thiếu Tá Lê Mộng Hoan	Thiên Sứ	

Không Đoàn 84 Chiến Thuật

Không Đoàn 84 Chiến thuật, được thành lập tại Sóc Trăng sau dời về Cần Thơ, gồm có 3 phi đoàn UH-1 là các Phi Đoàn 211, 225 và 227, và 1 biệt đội tải thương cũng sử dụng trực thăng UH-1 là Biệt Đội 259H, với các vị chỉ huy, danh hiệu và huy hiệu như sau:

Đơn Vị	Chỉ Huy Trưởng	Danh Hiệu	Huy Hiệu
Phi Đoàn 211	Đầu tiên: Đại Úy Nguyễn Đức Hớn Cuối cùng: Trung Tá Trần Quế Lâm	Thần Chùy	
Phi Đoàn 225	Trung Tá Lê Văn Châu	Ác Điểu	
Phi Đoàn 227	Trung Tá Trần Châu Rết	Hải Âu	
Biệt Đội 259H	Thiếu Tá Nguyễn Trọng Thanh	Nhân Ái	

Hình 1.31. Huy hiệu Không Đoàn 84 Chiến Thuật

Sư Đoàn 5 Không Quân

Hình 1.32. Huy hiệu Sư Đoàn 5 Không Quân

Sư Đoàn 5 KQ được thành lập vào tháng 1-1971 tại Căn Cứ KQ Tân Sơn Nhứt với Sư Đoàn Trưởng là Đại Tá Phan Phụng Tiên, về sau, vào ngày 1-11-1972, vinh thăng Chuẩn Tướng. Tướng Tiên tốt nghiệp Khóa 1 (Khóa Lê Lợi) Trường Sĩ Quan Trừ Bị Nam Định (tháng 6-1952) với cấp bậc Thiếu Úy. Sau đó ông chuyển sang KQ. Ông tốt nghiệp Khóa 52F1 tại Marrakech, Maroc, Bắc Phi cùng với các ônh Huỳnh Hữu Hiền (về sau là Đại Tá Tư Lệnh KQ, 1962-1963), Phạm Ngọc Sang (về sau là Chuẩn Tướng Sư Đoàn Trưởng Sư Đoàn 6 KQ), và Huỳnh Bá Tính (về sau là Chuẩn Tướng Sư Đoàn Trưởng Sư Đoàn 3 KQ). Năm 1954 ông thăng cấp Đại Úy và làm Chỉ Huy Trưởng Phi Đoàn 1 Vận Tải. Ông chính là phi công trưởng lái chiếc vận tải cơ C-47 đưa Đại Tá Nguyễn Chánh Thi và các sĩ quan nhảy dù sang tị nạn chính trị tại Cao Miên sau khi cuộc đảo chánh ngày 11-11-1960 thất bại. Sau khi cuộc đảo chánh ngày 1-11-1963 thành công, ông trở về nước, thăng cấp Thiếu Tá. Năm 1968, ông thăng cấp Đại Tá và được bổ nhiệm làm Chỉ Huy Trưởng Căn Cứ Tân Sơn Nhứt sau khi Đại Tá Lưu Kim Cương tử trận.[33]

Hình 1.33. Chuẩn Tướng Phan Phụng Tiên

Sư Đoàn 5 KQ gồm có 2 không đoàn: Không Đoàn 33 Chiến Thuật và Không Đoàn 53 Chiến Thuật.

Không Đoàn 33 Chiến Thuật

Hình 1.34. Huy hiệu Không Đoàn 33 Chiến Thuật

Không Đoàn 33 Chiến Thuật, đóng tại Tân Sơn Nhứt, được thành lập vào tháng 1-1964 với Chỉ Huy Trưởng lần lượt là các sĩ quan cao cấp sau đây:

- Đại Tá Hà Xuân Vịnh
- Đại Tá Phạm Ngọc Sang
- Trung Tá Lưu Kim Cương
- Đại Tá Dương Thiệu Hùng
- Đại Tá Phan Phụng Tiên
- Đại Tá Bùi Đức Mỹ

Không Đoàn 33 gồm có tất cả 5 phi đoàn và 1 biệt đội: Phi Đoàn Đặc Nhiệm 314, 2 Phi Đoàn Vận Tải 429 và 431, 2 Phi Đoàn Không Thám Điện Tử 716 và 718, và Biệt Đội tải thương 259G.

Phi Đoàn đặc nhiệm 314, mang danh hiệu Thần Tiễn, với Phi Đoàn Trưởng đầu tiên là Thiếu Tá Nguyễn Hữu Trí, trên nguyên tắc là một phi đoàn vận tải, sử dụng một số phi cơ vận tải như C-47, DC-6B, nhưng trên thực tế đây là một phi đoàn đặc nhiệm chuyên phụ trách việc chuyên chở các yếu nhân chính trị và quân sự của chính phủ VNCH. Do đó trong giới KQ người ta thường gọi Phi Đoàn 314 là Phi Đoàn VIP (chữ tắt tiếng Anh mà giới truyền thông Hoa Kỳ thường sử dụng: Very Important Persons = Những Người Rất Quan Trọng).[34]

Hình 1.35. Phi cơ C-47 của Phi Đoàn Đặc Nhiệm 314

Hình 1.36. Phi cơ DC-6B của Phi Đoàn Đặc Nhiệm 314

Hai Phi Đoàn 429 và 431, cùng với Phi Đoàn 427 (đã đề cập đến trong phần về Sư Đoàn 1 KQ bên trên) đều là các phi đoàn vận tải sử dụng phi cơ C-7A Caribou. Cả 3 phi đoàn này đều được thành lập tại Căn Cứ KQ Phù Cát, thuộc tỉnh Bình Định, đầu tiên là Phi Đoàn 427 (tháng 2-1972), kế đến là Phi Đoàn 429 (tháng 4-1972), và sau cùng là Phi Đoàn 431 (tháng 6-1972). Tháng 6-1972, Phi Đoàn 427 di chuyển ra đóng tại Căn Cứ Đà Nẵng và trực thuộc Không Đoàn 41 của Sư Đoàn 1 KQ. Phi Đoàn 429, có danh hiệu là Sơn Long, với Chỉ Huy Trưởng là Trung Tá Cung Thăng An, Chỉ Huy Phó là Trung Tá Nguyễn Viết Xương; tháng 4-1973, phi đoàn di chuyển về Căn Cứ Tân Sơn Nhứt và trực thuộc Không Đoàn 33 Chiến Thuật. Phi Đoàn 431, có danh hiệu là Phương Long, với Chỉ Huy Trưởng là Trung Tá Nguyễn Viết Xương (từ Phi Đoàn 429 chuyển sang), Chỉ Huy Phó là Thiếu Tá Huỳnh Ngọc Nghĩa, và Trưởng Phòng Hành Quân là Thiếu Tá Nguyễn Đình Thảo; tháng 11-1972, phi đoàn di chuyển về Căn Cứ Tân Sơn Nhứt và trực thuộc Không Đoàn 33 Chiến Thuật.[35]

Hai Phi Đoàn 716 và 718 là những phi đoàn không thám điện tử, tuy là các đơn vị của Sư Đoàn 5 KQ, nhưng thật ra là những phi đoàn đặt dưới sự điều động của Đơn Vị 17 của Phòng 7 Bộ Tổng Tham Mưu (đặc trách về tình báo tín hiệu –Signal Intelligence hay SIGINT--).[36]

Phi Đoàn 716 sử dụng phi cơ U-6A Beaver là một kiểu đã được thiết kế lại của phi cơ quan sát L-20 của hãng de Havilland (Canada) như trong hình sau đây:

Hình 1.37. Phi cơ U-6A Beaver

Phi cơ U-6A Beaver mang những đặc tính như sau:

- Chiều dài: 9,24 m
- Sải cánh: 14,63 m
- Chiều cao: 2,74 m
- Trọng lượng: 1.293 kg
- Động cơ: 1 động cơ cánh quạt Pratt & Whitner loại R-985-AN, với sức đẩy 450 mã lực
- Vận tốc: bình phi 177 km/giờ, tối đa 225 km/giờ
- Tầm hoạt động: 1.239 km
- Phi hành đoàn: 1 phi công
- Trang bị hỏa lực: không có

Phi Đoàn 718 được chính thức thành lập vào năm 1973 tại Căn Cứ KQ Tân Sơn Nhứt với ban chỉ huy như sau: [37]

- Phi Đoàn Trưởng: Trung Tá Nguyễn Hữu Bách
- Phi Đoàn Phó: Thiếu Tá Phan Văn Lộc
- Phụ trách Điều Hành Viên: Thiếu Tá Nguyễn Văn Thắng

Phi Đoàn 718 thực hiện các phi vụ không thám điện tử (thường có thời gian từ 3 đến 5 giờ đồng hồ), là một phi đoàn có quân số lớn nhất với hơn 500 quân nhân các cấp và 36 phi cơ EC-47 được trang bị với hệ thống ALR-34. Phi hành đoàn âm thầm thi hành nhiệm vụ, không bao giờ tiết lộ việc hành quân kể cả người thân. Nhân viên Phi Đoàn 718 phải qua máy nói sự thật (Polygragh test) và tuân theo những luật lệ đặc biệt như phải giữ bí mật về hoạt động và nhất là không được chụp ảnh của phi cơ bất luận bên trong hay bên ngoài. Vì lý do nầy hình ảnh hoạt động của Phi Đoàn 718 rất hiếm.

Hình 1.38. Phi cơ EC-47D Dakota

Phi cơ EC-47D Dakota chính là một dạng phi cơ quân sự, được đặc biệt trang bị thêm các máy móc điện tử dùng trong không thám điện tử, của phi cơ DC-3 Dakota của hãng Douglas nổi tiếng là chiếc phi cơ được thiết kế thành công nhứt trong lịch sử hàng không thế giới (hiện nay DC-3 là phi cơ đang còn được sử dụng có tuổi đời cao nhứt thế giới –ra đời từ năm 1936-- ; vào năm 2013 người ta ước lượng vẫn còn có khoảng 2.000 chiếc DC-3 còn đang được sử dụng trên khắp thế giới).

Phi cơ EC-47D Dakota mang những đặc tính như sau: [38]

- Chiều dài: 19,43 m
- Sải cánh: 29,41 m
- Chiều cao: 5,18 m
- Trọng lượng: 8.226 kg
- Động cơ: 2 động cơ cánh quạt Pratt & Whitney R-1830-90C, 1,200 mã lực mỗi cái
- Vận tốc: 380 km/giờ
- Tầm hoạt động: 2,575 km
- Cao độ tối đa: 8.045 m
- Phi hành đoàn: 3

- Trang bị: không trang bị vũ khí, chỉ có 16 trái khói ở sau đuôi để chống hỏa tiễn tầm nhiệt SA7; bên trong phi cơ trang bị các máy móc điện tử để truy tầm và chặn bắt các mẩu truyền tin của địch quân, và đặc biệt là để truy tầm và định vị các máy phát tín hiệu của địch quân thường được gọi tắt là ARDF (airborne radio direction finding), chuyện này rất quan trọng vì máy phát tín hiệu thường là bên cạnh các vị chỉ huy các đơn vị tác chiến ngay tại chiến trường. Sau khi xác định được đường kính của khu vực mục tiêu (khoảng 300 m), các oanh tạc cơ (có khi là cả phi cơ B-52) sẽ được gọi đến để thanh toán mục tiêu.

Biệt Đội tải thương 259G, cũng như tất cả các biệt đội thuộc Phi Đoàn 259, sử dụng phi cơ trực thăng UH-1.

Bên dưới là bảng liệt kê danh hiệu và huy hiệu của các phi đoàn thuộc **Không Đoàn 33** Chiến Thuật:

Đơn Vị	Chỉ Huy Trưởng	Danh Hiệu	Huy Hiệu
Phi Đoàn 314	Trung Tá Đặng Ngọc Hiển	Thần Tiễn	
Phi Đoàn 429	Trung Tá Cung Thăng An	Sơn Long	
Phi Đoàn 431	Trung Tá Nguyễn Viết Xương	Phương Long	

Phi Đoàn 716	Đầu tiên: Thiếu Tá Nguyễn Anh Tuấn Cuối cùng: Trung Tá Huỳnh Minh Thoại	Hoàng Long	
Phi Đoàn 718	Trung Tá Nguyễn Hữu Bách	Thiên Long	
Biệt Đội 259G	Thiếu Tá Trần Quang Võ	Nhân Ái	

Không Đoàn 53 Chiến Thuật

Hình 1.39. Huy hiệu Không Đoàn 53 Chiến Thuật

Không Đoàn 53 Chiến Thuật, với Không Đoàn Trưởng là Đại Tá Huỳnh Văn Hiến, cũng đồn trú tại Căn Cứ KQ Tân Sơn Nhứt, gồm có tất cả 8 phi đoàn:

• 6 phi đoàn vận tải:

- Phi Đoàn 413 sử dụng phi cơ C-119 Flying Boxcar;
- 3 Phi Đoàn 421, 423, và 425 sử dụng phi cơ C-123 Provider
- 2 Phi Đoàn 435 và 437 sử dụng phi cơ C-130 Hercules

• 2 phi đoàn yểm trợ hỏa lực (hay vận tải võ trang, gunships, hay cường kích, hỏa long) là Phi Đoàn 819 với phi cơ AC-119G Shadow và Phi Đoàn 821 với phi cơ AC-119K Stinger.

Phi Đoàn 413, mang danh hiệu Xích Long, tiếp nhận 16 phi cơ C-119G vào năm 1968, hoạt động được 3 năm và bị giải tán vào cuối năm 1971, tất cả nhân viên của phi đoàn được điều sang Phi Đoàn 821 sử dụng phi cơ AC-119K Stinger

Phi Đoàn 421 được thành lập vào tháng 4-1971 với Phi Đoàn Trưởng là Thiếu Tá Nguyễn Quế Sơn. Phi Đoàn 423 được thành lập vào tháng 7-1971 với Phi Đoàn Trưởng là Thiếu Tá Mạc Hữu Lộc. Phi Đoàn 425 được thành lập vào tháng 12-1974 với Phi Đoàn Trưởng là Thiếu Tá Nguyễn Thế Thân. Mỗi phi đoàn đều được trang bị 16 chiếc C-123K. Sau 2 năm hoạt động tổng cộng có tất cả 10 chiếc trong tổng số 48 chiếc C-123K Provider của 3 phi đoàn này đã bị rớt, trong đó có 4 chiếc bị hỏa lực địch bắn hạ. Cả 3 phi đoàn này bị giải tán vào đầu năm 1973 và toàn bộ phi cơ C-123 đã bị trả lại cho quân đội Mỹ.[39]

Hai Phi Đoàn 435 và 437 đều được trang bị giống nhau: mỗi phi đoàn 16 chiếc vận tải cơ C-130 Hercules.

Phi cơ C-119 Flying boxcar là loại phi cơ vận tải với 2 động cơ cánh quạt do công ty Fairchild sản xuất như hình dưới đây:

Hình 1.40. Phi cơ vận tải C-119 Flying Boxcar

Phi cơ C-119 Flying Boxcar mang những đặc tính như sau: [40]

- Chiều dài: 26,37 m
- Sải cánh: 33,3 m
- Chiều cao: 8,08 m
- Trọng lượng: 18.053 kg
- Động cơ: 2 động cơ cánh quạt Pratt & Whitney loại 28 xy-lanh R-4360-20W, với sức đẩy 3.500 mã lực mỗi cái
- Vận tốc: bình phi 320 km/giờ, 452 km/giờ
- Cao độ tối đa: 7.300 m
- Tầm hoạt động: 2.849 km
- Phi hành đoàn: 5 người gồm 2 phi công, 1 điều hành viên (navigator), 1 truyền tin (radio operator), và 1 crew chief
- Khả năng vận chuyển:

. người: 67 binh sĩ, hoặc 35 cáng thương binh
. hàng hóa: 12.500 kg

Phi cơ C-123 Provider cũng là 1 phi cơ vận tải với 2 động cơ cánh quạt do công ty Fairchild sản xuất như trong hình dưới đây:

Hình 1.41. Phi cơ vận tải C-123 Provider

Phi cơ C-123 Provider mang những đặc tính như sau: [41]

- Chiều dài: 23,25 m
- Sải cánh: 33,53 m
- Chiều cao: 10,39 m
- Trọng lượng: 16.042 kg
- Động cơ: 2 động cơ cánh quạt Pratt & Whitney loại R-2800-99W, với sức đẩy 2.500 mã lực mỗi cái; và 2 động cơ bán phản lực General Electric loại J85-GE-17 turbojet, với sức đẩy 2.850 lbf mỗi cái
- Vận tốc: bình phi 278 km/giờ, 367 km/giờ
- Cao độ tối đa: 6.430 m
- Tầm hoạt động: 1.666 km
- Phi hành đoàn: 4 người
- Khả năng vận chuyển:

. người: 60 binh sĩ, hoặc 50 cáng thương binh
. hàng hóa: 11.000 kg

Phi cơ C-130 Hercules là phi cơ vận tải lớn nhứt, với 4 động cơ cánh quạt, được Hoa Kỳ chuyển giao cho KQ VNCH trong kế hoạch Enhance Plus sau khi Hiệp Định Paris được ký kết vào đầu năm 1973:

Hình 1.42. Phi cơ vận tải C-130A Hercules

Phi cơ C-130A Hercules mang những đặc tính như sau: [42]

- Chiều dài: 29,7 m
- Sải cánh: 40,4 m
- Chiều cao: 11,6 m
- Trọng lượng: 34.382 kg
- Động cơ: 4 động cơ cánh quạt loại Allison T56-A-15 turboprops, với sức đẩy 4590 mã lực mỗi cái
- Vận tốc: bình phi 540 km/giờ, tối đa 592 km/giờ
- Cao độ tối đa: 10.000 m
- Tầm hoạt động: 3.800 km
- Phi hành đoàn: 5 người gồm 2 phi công, 1 điều hành viên (navigator), 1 cơ phi, 1 phụ trách cất hàng (loadmaster)
- Khả năng vận chuyển:

. người: 92 hành khách, hoặc 64 binh sĩ nhảy dù, hoặc 74 cáng thương binh với 5 nhân viên quân y

. xe cộ: 2-3 xe jeep loại Humvees, hoặc 2 thiết vận xa M113, hoặc 1 đại bác 155 mm loại Caesar self-propelled howitzer

Phi Đoàn 821, một phi đoàn yểm trợ hỏa lực (hay vận tải võ trang, gunships, hay hỏa long hay cường kich), mang danh hiệu Tinh Long, được thành lập khoảng đầu năm 1973 tại Căn Cứ KQ Tân Sơn Nhứt, khi Không Lực Hoa Kỳ chuyển giao tất cả phi cơ AC-119K cho KQVNCH theo Chương trình "Enhance

Plus" sau khi Hiệp Định Paris được ký kết. Ngoài các phi đội đóng tại Tân Sơn Nhứt để yểm trợ cho Vùng III và Vùng IV, Phi Đoàn 821 còn có thêm 2 Biệt đội, một đóng tại Đà Nẵng để yểm trợ cho Vùng I và một Biệt Đội đóng tại Phù Cát để yểm trợ cho Vùng II; sau vụ triệt thoái của Quân Đoàn II giữa tháng 3-1975, Biệt Đội đóng tại Phù Cát phải di chuyển về Phan Rang, và vài ngày sau thì di chuyển về Tân Sơn Nhứt luôn. Phi Đoàn 821 gồm có một ban chỉ huy như sau: [43, 44]

- Phi Đoàn Trưởng: Trung Tá Hoàng Nuôi
- Phi Đoàn Phó: Thiếu Tá Nguyễn Minh Nhựt
- Sĩ quan hành quân: Thiếu Tá Nguyễn Hồng Sơn (Sơn voi)
- Sĩ quan huấn luyện: Đại Úy Nguyễn Văn Chẩn
- Sĩ quan an phi: Đại Úy Nguyễn Trọng Quỳnh (thay cho Đại Úy Nguyễn Phúc Hải tử nạn trong một phi vụ huấn luyện)

Phi Đoàn 821 gồm khoảng 300 nhân viên bao gồm các hoa tiêu (phi công chánh và phụ), điều hành viên, cơ phi, chuyên viên hỏa châu và xạ thủ đại liên. Các phi vụ của Phi Đoàn Tinh Long 821 luôn luôn được thực hiện vào ban đêm để yểm trợ cho các xã ấp, quận ly, tiền đồn, hẻo lánh, xa xôi đang bị Cộng quân lợi dụng việc tiếp viện khó khăn để tấn công và mưu toan tràn ngập.

Phi Đoàn Tinh Long 821 được trang bị phi cơ AC-119K Stinger mang những đặc tính sau đây: [45]

Hình 1.43. Phi cơ yểm trợ hỏa lực AC-119K Stinger

- Chiều dài: 26,36 m

- Sải cánh: 33,31 m

- Chiều cao: 8,13 m

- Trọng lượng: 36.468 kg

- Động cơ: 2 động cơ cánh quạt Wright R-3350s, 3.500 mã lực mỗi cái; và 2 turbojet General Electric J85-GE-17, sức đẩy 1.293 kg mỗi cái

- Vận tốc: 330 km/giờ

- Tầm hoạt động: 3.100 km

- Cao độ tối đa: 7.101 m

- Phi hành đoàn: 10 người gồm 1 phi công chánh, 1 phi công phụ, 1 điều hành viên (navigator), 1 quan sát viên (night observation sight NOS operator), 1 chuyên viên radar, 1 cơ phi, 1 chuyên viên hỏa châu, và 3 xạ thủ đại liên

- Trang thiết bị và hỏa lực hỏa lực:

. 4 khẩu đại liên 7,62 mm loại SUU-11A với 21.500 viên đạn; về sau được thay bằng loại MXU-470/A

. 2 khẩu đại liên 20 mm loại M61-A1 với 3.000 viên đạn (hai loại đại liên này đều được điều khiển bằng máy vi tính)

. 24 hỏa châu loại MK-24 với máy phóng LAU-74/A

. 1 đèn rọi có độ sáng 1,5 triệu nến

. 3 loại máy radar: APQ-136 (forward looking radar), AAD-4 (forward looking infrared radar), và AN/APQ-133 (beacon tracking radar) máy chống radar địch APR-25/26 (electronic countermeasures (ECM) warning device)

Trong tháng 4-1975, cũng như một số đơn vị khác của Sư Đoàn I đã di tản về đồn trú tại Căn Cứ KQ Tân Sơn Nhứt, Phi Đoàn 821 vẫn còn tiếp tục chiến đấu và hy sinh trong ngày cuối cùng của cuộc chiến như trong bài viết sau đây: [46]

"... Khoảng 7 giờ sáng ngày 29 tháng 4, Tinh Long 7, chiếc AC-119K cuối cùng, đang tiêu diệt VC ở vòng đai phi trường Tân Sơn Nhât, bị trúng hỏa tiễn SA-7 bốc cháy và nổ tung trên bầu trời, phi hành đoàn hy sinh... "

Dưới đây là bảng tóm lược thông tin về các phi đoàn của **Không Đoàn 53** Chiến Thuật:

Đơn Vị	Chỉ Huy Trưởng	Danh Hiệu	Huy Hiệu
Phi Đoàn 413	Chưa tìm được	Xích Long	
Phi Đoàn 421	Thiếu Tá Nguyễn Quế Sơn	Chưa tìm được	
Phi Đoàn 423	Thiếu Tá Mạc Hữu Lộc	Chưa tìm được	
Phi Đoàn 425	Thiếu Tá Nguyễn Thế Thân	Chưa tìm được	
Phi Đoàn 435	Trung Tá Lâm Văn Phiếu	Chưa tìm được	
Phi Đoàn 437	Trung Tá Mạc Mạnh Cầu	Chưa tìm được	
Phi Đoàn 819	Đầu tiên: Thiếu Tá Đặng Văn Đức Cuối cùng: Trung Tá Nguyễn Văn Hồng	Hắc Long	

Phi Đoàn 821	Trung Tá Hoàng Nuôi	Tinh Long	

Sư Đoàn 6 Không Quân

Hình 1.44. Huy hiệu Sư Đoàn 6 Không Quân

Sư Đoàn 6 Không Quân được thành lập vào tháng 6-1972 tại Pleiku, về sau, sau khi Ban Mê Thuột thất thủ và Quân Đoàn II phải triệt thoái khỏi Pleiku giữa tháng 3-1975, phải di chuyển về Phan Rang. Sư Đoàn Trưởng là Đại Tá Phạm Ngọc Sang, về sau, vào ngày 1-4-1974, vinh thăng Chuẩn Tướng. Tướng Sang tốt nghiệp Khóa 1 (Khóa Lê Văn Duyệt) Trường Sĩ Quan Trừ Bị Thủ Đức (tháng 6-1952) vơi cấp bậc Thiếu Úy. Tháng 10-1952, ông trúng tuyển vào KQ, được gởi sang Pháp và Maroc theo học các khóa hoa tiêu vận tải, và thăng cấp Trung Úy trong thời gian này. Đầu năm 1955 ông về nước và tháng 10 thăng cấp Đại Úy và giữ chức vụ Chỉ Huy Trưởng Phi Đội Liên Lạc (tiền thân của Phi Đoàn Đặc Nhiệm 314 sau này). Trước khi được bổ nhiệm vào chức vụ Sư Đoàn Trưởng Sư Đoàn 6 KQ, ông đã từng giữ các chức vụ: Chỉ Huy Trưởng Trung Tâm Huấn Luyện KQ Nha Trang và Không Đoàn Trưởng Không Đoàn 33 Chiến Thuật tại Tân Sơn Nhứt.[47]

Hình 1.45. Chuẩn Tướng Phạm Ngọc Sang

Sư Đoàn 6 Không Quân gồm có hai không đoàn là Không Đoàn 72 Chiến Thuật và Không Đoàn 82 Chiến Thuật.

Không Đoàn 72 Chiến Thuật

Hình 1.46. Huy hiệu Không Đoàn 72 Chiến Thuật

Không Đoàn 72 Chiến Thuật, đồn trú tại Pleiku, với Không Đoàn Trưởng đầu tiên là Trung Tá Lê Bá Định và cuối cùng là Trung Tá Lê Văn Bút (trước là Phi Đoàn Trưởng Phi Đoàn trực thăng 229), gồm có các phi đoàn sau đây: Phi Đoàn quan sát 118, 2 Phi Đoàn trực thăng 229 và 235, Phi Đoàn khu trục 530, và Biệt Đội tải thương 259B, với các vị chỉ huy, danh hiệu và huy hiệu như sau:

Đơn Vị	Chỉ Huy Trưởng	Danh Hiệu	Huy Hiệu
Phi Đoàn 118	Đầu tiên: Thiếu Tá Võ Công Minh Thứ nhì: Trung Tá Võ Ý Cuối cùng (XLTV): Nguyễn Văn Được	Bắc Đẩu	
Phi Đoàn 229	Đầu tiên: Trung Tá Lê Văn Bút Cuối cùng: Trung Tá Đoàn Văn Quang	Lạc Long	
Phi Đoàn 235	Đầu tiên: Thiếu Tá Vĩnh Quốc Cuối cùng: Trung Tá Huỳnh Hải Hồ	Sơn Dương	
Phi Đoàn 530	Đầu tiên: Thiếu Tá Lê Bá Định Thứ nhì: Thiếu Tá Nguyễn Văn Mười Cuối cùng: Thiếu Tá Bạch Diễn Sơn	Thái Dương	
Biệt Đội 259B	Đại Úy Trịnh Viết Hảo	Nhân Ái	

Không Đoàn 82 Chiến Thuật

Không Đoàn 82 Chiến Thuật, đồn trú tại Căn Cứ KQ Phù Cát (Bình Định), với Không Đoàn Trưởng đầu tiên là Trung Tá Nguyễn Văn Trương, gồm có các phi đoàn sau đây: Phi Đoàn 241 với trực thăng CH-47 Chinook, Phi Đoàn 243 với trực thăng

UH-1, Phi Đoàn 532 với khu trục phản lực cơ A-37, và Biệt Đội tải thương 259A với trực thăng UH-1, với các vị chỉ huy, hanh hiệu và huy hiệu như sau:

Hình 1.47. Huy hiệu Không Đoàn 82 Chiến Thuật

Đơn Vị	Chỉ Huy Trưởng	Danh Hiệu	Huy Hiệu
Phi Đoàn 241	Trung Tá Đỗ Văn Hiếu	Thiên Bằng	
Phi Đoàn 243	Đầu tiên: Trung Tá Nguyễn Văn Thân Cuối cùng: Trung Tá Huỳnh Văn Bông	Mãnh Sư	
Phi Đoàn 532	Thiếu Tá Lê Trai	Gấu Đen	
Biệt Đội 259A	Thiếu Tá Nguyễn Hữu Nghề	Nhân Ái	

Trong 6 vị tướng Sư Đoàn Trưởng của 6 sư đoàn KQVNCH, Chuẩn Tướng Phạm Ngọc Sang là vị tướng duy nhứt bị địch quân bắt làm tù binh ngay tại mặt trận ở Phan Rang vào ngày 16-4-1975, như lời kể lại sau đây của chính ông trong một bài viết về trận Phan Rang: [48]

"… Lúc 9 giờ tối, dưới sự hướng dẫn của Đại tá Lương, đoàn người bắt đầu rời Thôn Mỹ Đức. Chưa đi được bao xa thì bị phục kích. Tr/Tướng Nghi, Ông Lewis và tôi cùng một số quân nhân bị địch bắt. Chúng dẫn 3 chúng tôi ngược về Nha Trang sáng hôm sau. Trên đường tôi thấy rất nhiều xe địch nằm la liệt dọc hai bên đường, và từng nhóm đồng bào ngơ ngác, thất thểu, lang thang đi ngược trở về. Tôi bỗng cảm nhận rất có tội đối với đồng bào, vì làm tướng mà không giữ được thành. Ở tại Đồn điền Yersin 2 ngày, chúng đưa chúng tôi ra Đà Nẵng bằng đường bộ. Tại đây, ngày 22.4.1975 chúng đem phi cơ chở chúng tôi ra Bắc, giam tại nhà giam Sơn Tây nơi từng giam giữ tù binh Mỹ. Chúng thả Ông Lewis vào tháng 8.1975, Tr/Tướng Nghi vào năm 1988 và tôi năm 1992…"

Các Đơn Vị Hỗ Trợ

Ngoài các Không Đoàn Chiến Thuật như đã trình bày trên đây, mỗi Sư Đoàn KQ đều có một bộ chỉ huy (gọi là "Sư Đoàn Bộ") với đầy đủ các phòng ban tham mưu (Kế hoạch, An phi, Nhân viên, Tài Chánh, Chiến tranh Chính trị…) và một số Không Đoàn phụ thuộc như sau:

• 1 Không Đoàn Bảo Trì & Tiếp Liệu, mang phiên hiệu như sau:

- Sư Đoàn 1: Không Đoàn 10 Bảo Trì & Tiếp Liệu, tại Căn Cứ Đà Nẵng, với Không Đoàn Trưởng cuối cùng là Đại Tá Nguyễn Bình Trứ (mất tích vào lúc Đà Nẵng thất thủ)

- Sư Đoàn 2: Không Đoàn 20 Bảo Trì & Tiếp Liệu tại Căn Cứ Nha Trang

- Sư Đoàn 3: Không Đoàn 30 Bảo Trì & Tiếp Liệu, tại Căn Cứ Biên Hòa, với Không Đoàn Trưởng là Đại Tá Hoành (không rõ họ)

- Sư Đoàn 4: Không Đoàn 40 Bảo Trì & Tiếp Liệu, tại Căn Cứ Bình Thủy (Cần Thơ)

- Sư Đoàn 5: Không Đoàn 50 Bảo Trì & Tiếp Liệu, tại Căn Cứ Tân Sơn Nhứt

- Sư Đoàn 6: Không Đoàn 60 Bảo Trì & Tiếp Liệu, tại Căn Cứ Cù Hanh (Pleiku), với Không Đoàn Trưởng là Trung Tá Đỗ Hữu Sung

• 1 (hoặc 2) Không Đoàn Yểm Cứ, tùy theo số căn cứ có trong khu vực trách nhiệm của Sư Đoàn:

- Sư Đoàn 1: Không Đoàn Yểm Cứ Đà Nẵng

- Sư Đoàn 2: Không Đoàn Yểm Cứ Nha Trang, và Không Đoàn Yểm Cứ Phan Rang với Không Đoàn Trưởng cuối cùng là Đại Tá Trần Đình Giao

- Sư Đoàn 3: Không Đoàn Yểm Cứ Biên Hòa, với Không Đoàn Trưởng cuối cùng là Đại Tá Phùng Văn Chiêu

- Sư Đoàn 4: Không Đoàn Yểm Cứ Bình Thủy (Cần Thơ), với Không Đoàn Trưởng là Trung Tá (sau lên Đại Tá) Bùi Quan Khương

- Sư Đoàn 5: Không Đoàn Yểm Cứ Tân Sơn Nhứt, với Không Đoàn Trưởng cuối cùng là Đại Tá Nguyễn Trung Sơn

- Sư Đoàn 6: Không Đoàn Yểm Cứ Pleiku, với Không Đoàn Trưởng cuối cùng là Trung Tá Phạm Bá Mạo (cùng bị địch bắt làm tù binh cùng với Chuẩn Tướng Phạm Ngọc Sang tại Phan Rang) và Không Đoàn Yểm Cứ Phù Cát với Không Đoàn Trưởng là Đại Tá Phạm Hữu Phương.

Mỗi Không Đoàn Bảo Trì & Tiếp Liệu sẽ có một số Liên Đoàn về Bảo Trì, Tiếp Liệu và Vũ Khí Đạn Dược. Mỗi Không Đoàn Yểm Cứ sẽ có một số Liên Đoàn Trợ lực và Phòng Thủ.

Sơ đồ tổ chức của Sư Đoàn 3 KQ được trình bày sau đây để minh họa cho cơ cấu tổ chức của một Sư Đoàn KQ của VNCH:

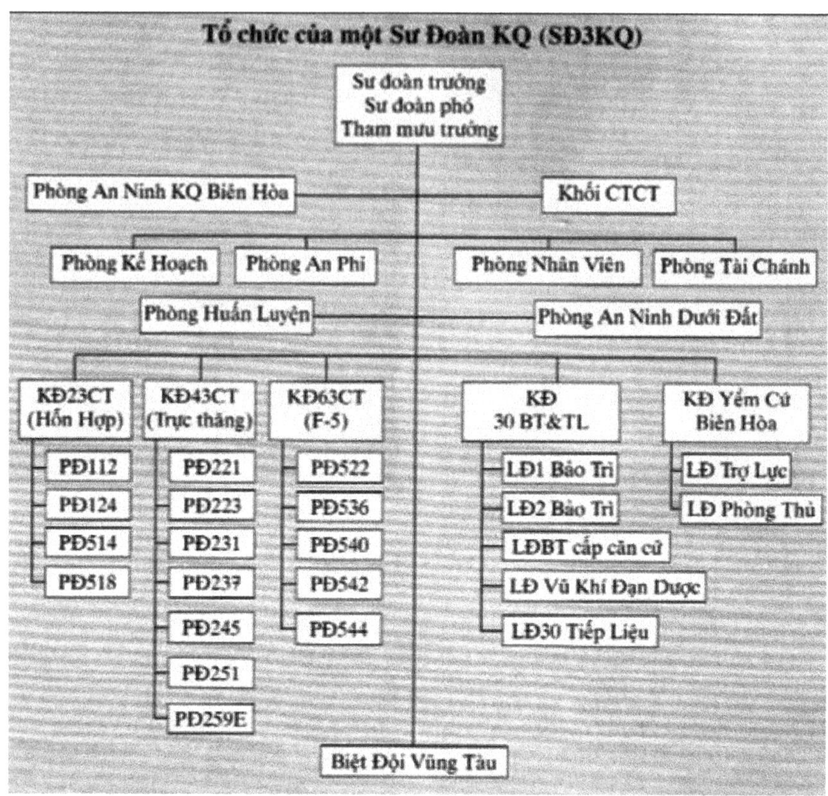

Sơ đồ tổ chức Sư Đoàn 3 KQ VNCH
(Nguồn: Quân sử Không Quân Việt Nam Cộng Hòa, tr.165)

Ngoài các đại đơn vị là 6 Sư Đoàn KQ vừa trình bày bên trên, Không Lực VNCH còn có 3 đại đơn vị tương đương cấp sư đoàn nữa là:

- Bộ Chỉ Huy Kỹ Thuật & Tiếp Vận Không Quân, đồn trú tại Căn Cứ Không Quân Biên Hòa, với Chỉ Huy Trưởng (từ đầu đến cuối) là Chuẩn Tướng Từ Văn Bê.

- Trung Tâm Huấn Luyện Không Quân Nha Trang, tại Căn Cứ Không Quân Nha Trang, với Chỉ Huy Trưởng cuối cùng là Chuẩn Tướng Nguyễn Ngọc Oánh (Chuẩn Tướng Oánh cũng chính là vị Chỉ Huy Trưởng đầu tiên của Trung Tâm khi người Pháp giao lại cho Không Quân VN vào ngày 1-7-1955, lúc ông còn mang cấp bậc Đại Úy).

- Bộ Chỉ Huy Hành Quân Không Quân, tại Căn Cứ Không Quân Tân Sơn Nhứt, với Chỉ Huy Trưởng sau cùng là Đại Tá Vũ Văn Ước.

Thay Lời Kết

Không Quân là một quân chủng rất quan trọng của QLVNCH và đã tham gia chiến đấu rất tích cực cũng như đóng góp không ít xương máu trong cuộc chiến bảo vệ tự do cho Miền Nam trong suốt 20 năm. Cùng với các quân chủng khác của QLVNCH, với viện trợ của Hoa Kỳ, KQ đã phát triển thành một lực lượng hùng hậu, đáng kể so với các nước trên thế giới. Rất tiếc, vào những năm tháng cuối của cuộc chiến, vì quân viện từ phía Hoa Kỳ bị cắt giảm nghiêm trọng, các Sư Đoàn KQ đã không còn đủ khả năng yểm trợ tích cực cho các đơn vị của QLVNCH như trước nữa. Việc hy sinh vào những ngày cuối cùng của cuộc chiến của một phi hành đoàn AC-119K của Phi Đoàn 821 Tinh Long tại Tân Sơn Nhứt (29-4-1975) và việc bị địch quân bắt làm tù binh (trong khi ông có thừa phương tiện để thoát thân) của Chuẩn Tướng Phạm Ngọc Sang Sư Đoàn Trưởng Sư Đoàn 6 KQ tại Phan Rang (16-4-1975) là những điểm son tiêu biểu cho tinh thần cùng chiến đấu và cùng hy sinh với các lực lượng bạn của các chiến sĩ KQVNCH.

CHƯƠNG HAI
"Nhứt Thắng, nhì Chinh, tam Thanh, tứ Trưởng"

Trong thập niên 1960, tại Miền Nam, trong dân gian đã truyền tụng câu ***"Nhứt Thắng, nhì Chinh, tam Thanh, tứ Trưởng,"*** nói lên lòng ngưỡng mộ của người dân đối với bốn vị tướng lãnh trong sạch, thanh liêm của QLVNCH trong một đất nước mà chuyện tham nhũng đã trở thành như một chuyện bình thường trong giới lãnh đạo về chính trị và quân sự.

Nhứt Thắng

Vị tướng được kể tên trước nhứt là Trung Tướng Nguyễn Đức Thắng (1930-).

Hình 2.1. Trung Tướng Nguyễn Đức Thắng

Ông sinh vào tháng 1-1930 tại tỉnh Cao Bằng, Bắc Việt, theo hoc Khóa I Trường Sĩ Quan Trừ Bị Nam Định khai giảng ngày 1-10-1951 nhưng sau 2 tuần lễ được chuyển vào Trường Sĩ Quan Trừ Bị Thủ Đức, và tốt nghiệp ngày 11-6-1952 với cấp bậc Thiếu Úy ngành Pháo Binh (PB).

Ông lần lượt thăng cấp như sau: [1]

- Thăng cấp Trung Úy vào tháng 2-1953
- Thăng cấp Đại Úy vào tháng 10-1954
- Thăng cấp Thiếu Tá vào năm 1955
- Thăng cấp Trung Tá tạm thời vào năm 1958
- Thăng cấp Trung Tá thực thụ vào ngày 26-10-1959
- Thăng cấp Đại Tá tạm thời vào tháng 2-1961
- Thăng cấp Chuẩn Tướng vào ngày 11-8-1964
- Thăng cấp Thiếu Tướng nhiệm chức vào ngày 1-11-1965
- Thăng cấp Trung Tướng nhiệm chức vào ngày 3-6-1968

Tướng Thắng đã từng được bổ nhiệm vào chức vụ Tư Lệnh của một số đại đơn vị của QLVNCH như sau:

- Sư Đoàn 1 Bộ Binh: từ ngày 1-1-1961 đến ngày 15-10-1961
- Sư Đoàn 5 Bộ Binh: từ ngày 16-10-1961 đến ngày 19-12-1962
- Quân Đoàn IV: từ ngày 29-2-1968 đến ngày 1-7-1968

Ông cũng từng tham chính trong hai chính phủ liên tiếp:

- Chính phủ Nguyễn Cao Kỳ: Ủy Viên Xây Dựng Nông Thôn, từ ngày 1-10-1965 đến ngày 8-11-1967
- Chính phủ Nguyễn Văn Lộc: Tổng Trưởng Xây Dựng Nông Thôn từ ngày 9-11-1967 đến ngày 23-2-1968

Trong dân chúng VNCH đã truyền tụng khá nhiều câu chuyện, giai thoại về tính cương trực, thanh liêm của ông. Một số giai thoại về đức tính trong sạch, thanh liêm và yêu lính, yêu dân của ông đã được kể lại như sau:

"Có lần tướng Thắng đã cầm đầu một phái đoàn đi tham quan ngoại quốc. Trên nguyên tắc, tùy thời hạn, mỗi sĩ quan trong phái đoàn đều được đổi mỗi người một ít ngoại tệ để tiêu xài và chánh phủ cho riêng một ít tiền túi. Còn ông tướng trưởng phái đoàn thì có thêm một ngân khoản gọi là «ngân sách tiếp tân.***" Khi ra nước ngoài, tướng Thắng đã không xử dụng số tiền tiếp tân của chánh phủ cấp phát.*** Lúc về nước, ông đã đem trả đủ số tiền không chi tiêu ấy vào ngân sách cho chánh phủ***… Vốn là một sĩ quan to con, khoẻ mạnh, hiếu động, tướng Thắng thích tự thân xông pha với các chiến sĩ của ông trong những cuộc hành quân bình định đại qui mô. Những dịp này, nếu có đồng bào hay thường dân từ trong những vùng quê xa xôi, hẻo lánh, mất an ninh, bồng bế, dắt díu nhau đi ra, tướng Thắng thường làm gương cho binh sĩ là đi bộ, nhường xe vận tải chở thường dân, nhất là đàn bà và trẻ thơ… Hôm ấy là dịp tướng Thắng, tư lệnh vùng, đi thị sát lãnh thổ trách nhiệm và hội họp bộ tham mưu tại tiểu khu Rạch Giá. Như thế, tất nhiên vị tiểu khu trưởng kiêm tỉnh trưởng địa phương, theo lệ thường, phải khoản đãi quan khách một bữa ăn thịnh soạn. Bữa ăn đó thường diễn ra trong tỉnh đường và do công quỹ đài thọ. Nhưng tướng Thắng đã không dự tiệc, mà lại ra ngồi ngoài xe Jeep, gân cổ lên "quạp" ổ bánh mì thịt to tổ nái."*** [2]

Người Mỹ cũng nghe danh ông là một vị Tướng lãnh trong sạch, thanh liêm, và làm việc đàng hoàng, nghiêm túc, nên họ rất kính phục, ngưỡng mộ ông. Chính vì vậy các giới chức quân sự và dân sự Hoa Kỳ tại Việt Nam rất tích cực ủng hộ ông. Một tác giả Mỹ đã ghi nhận như sau: ***"Thang had a reputation for honesty and hard work, which won him not only the respect of his American civilian and military advisors but also substantial American support for his revolutionary development campaign."*** [3] (Xin tạm dịch sang Việt ngữ như sau: *"Thắng nổi tiếng lương thiện và làm việc tích cực, điều này giúp ông có được không những sự kính trọng của các cố vấn dân sự và quân sự của ông mà còn cả sự hỗ trợ đáng kể của Hoa Kỳ đối với công cuộc vận động xây dựng nông thôn của ông.")*.

Cơ Quan Trung Ương Tình Báo của Hoa Kỳ (Central Intelligence Agency = CIA), trong nhiều báo cáo hàng tuần của họ về tình hình tại VNCH (Weekly report on the Situation in South Vietnam) cũng đã có những nhận xét rất tốt về con người, tác phong làm việc cũng như những suy nghĩ của ông về vấn đề xây dựng nông thôn.

Báo cáo hàng tuần của CIA, đề ngày 24-10-1966, ghi nhận như sau trong phần II, Revolutionary Development (xây dựng nông thôn):

"He was particularly critical of the "new life hamlet program" which was designed to provide security from Viet Cong incursions and to provide a "new life" to the peasant. Thang maintains that the latter goal of the program has not been successfully achieved and in his words, "has not provided a new life for the people in the hamlets." There has been no true social revolution, he asserted and "the Communists… have not been wiped out." Thang implied that government interference in the life of the peasants must be minimal and that hamlet residents should control their own programs. The Revolutionary Development Cadres, which he claims have started to take hold in the provinces, should act mainly as an "emotional bridge" between the peasant and the government, according to Thang." [4]

(Xin tạm dịch sang Việt ngữ như sau: *"Ông đặc biệt chỉ trích "chương trình ấp tân sinh" được thiết kế nhằm đem lại an ninh chống lại các xâm nhập của Việt Cộng và tạo ra "một đời sống mới" cho nông dân. Thắng tin rằng mục tiêu thứ nhì của chương trình đã không được thực hiện thành công và, theo lời ông, "đã không đem lại một đời sống mới cho dân chúng trong các ấp." Ông cũng xác nhận "Đã không có một cuộc cách mạng xã hội, và, bọn Cộng sản đã không bị tiêu diệt." Thắng ngụ ý rằng sự can thiệp chính phủ vào cuộc sống của nông dân nên giữ ở mức tối thiểu và nên để cho người dân trong các ấp quyền kiểm soát các chương trình sinh hoạt của họ. Theo ông các Cán Bộ Xây Dựng Nông Thôn, mà ông tin là đã bắt đầu bám rễ* được tại các tỉnh, chỉ nên giữ vai trò làm "nhịp cầu giao cảm" giữa nông dân và chính quyền mà thôi.")

Vì bản tính trong sạch, thanh liêm, vì cách làm việc thẳng thắn, nghiêm túc, với những tư tưởng về xây dựng nông thôn tích cực đó, lại được sự ủng hộ mạnh mẽ của các giới chức Hoa Kỳ như vậy, Tướng Thắng không thể tránh khỏi bị các tướng lãnh khác của VNCH nghi ngờ và ganh ghét, khiến cho ông có lúc đã nghĩ đến việc từ chức. Một báo cáo hàng tuần của CIA đã ghi nhận điều này như sau:

"There is some indication that Minister of Revolutionary Development General Nguyen Duc Thang may be thinking of resigning his post because of criticism from other members of the Directorate… Part of the difficulty in Thang's relationship with other members of the Directorate may stem from the fact that he has received a great deal of support and praise from American advisers, which has probably generated envy and suspicion." [5]

(Xin tạm dịch sang Việt ngữ như sau: *"Có một số dấu hiệu cho thấy Ủy Viên Xây Dựng Nông Thôn Tướng Nguyễn Đức Thắng có thể đang nghĩ đến việc từ chức vì sự chỉ trích từ các thành viên khác của Ủy Ban Lãnh Đạo Quốc Gia... Một phần của khó khăn trong mối quan hệ của Thắng với các thành viên khác của Ủy Ban Lãnh Đạo Quốc Gia có thể bắt nguồn từ việc ông nhận được rất nhiều ủng hộ và ca ngợi từ các cố vấn Mỹ, một điều có thể đã tạo ganh tỵ và nghi ngờ.")*.

Đầu năm 1968, ông bàn giao Bộ Xây Dựng Nông Thôn cho Trung Tướng Nguyễn Bảo Trị, và ngày 29-2-1968 ông nhận chức Tư Lệnh Quân Đoàn IV thay cho Thiếu Tướng Nguyễn Văn Mạnh. Tổng Thống Nguyễn Văn Thiệu, vốn dĩ không thích Tướng Thắng từ khi Tướng Thắng đại diện cho các tướng lãnh thuộc phe Thiếu Tướng Nguyễn Cao Kỳ đã khuyên ông Thiệu rút lui đừng ra tranh cử tổng thống hồi giữa năm 1967,[6] đã bị áp lực từ phía Hoa Kỳ phải chấp nhận việc bổ nhiệm Tướng Thắng là một tướng lãnh được tiếng thanh nliêm làm Tư Lệnh Quân Đoàn IV để thay thế cho Tướng Mạnh đã bị tiếng tăm quá nặng nề về tham nhũng. Vì vậy, Tướng Thắng đã không giữ được chức vụ này lâu. Tướng Thắng phải bàn giao chức Tư Lệnh Quân Đoàn IV cho Thiếu Tướng Nguyễn Viết Thanh vào ngày 1-7-1968. Sau đó ông giữ chức vụ Chỉ Huy Trưởng PB (Pháo Binh) một thời gian ngắn trước khi về Bộ Tổng Tham Mưu ngồi chơi xơi nước trong chức vụ Phụ Tá Kế Hoạch cho Tổng Tham Mưu Trưởng Cao Văn Viên. Năm 1973 ông xin nghỉ dài hạn không ăn lương để đi học lại và cuối năm đó ông được cho giải ngũ. Cuối tháng 4-1975, ông được tái trưng dụng nhưng chưa kịp được bổ nhiệm chức vụ gì trong quân đội thì VNCH đã sụp đổ. Sau ngày 30-4-1975, ông định cư tại tiểu bang Connecticut, Hoa Kỳ.

Nhì Chinh

Vị tướng được kể tên thứ nhì là Trung Tướng Phan Trọng Chinh (1930-2014)

Hình 2.2. Trung Tướng Phan Trọng Chinh

Ông sinh ngày 1-2-1931 tại tỉnh Bắc Ninh, Bắc Việt, theo học Khóa 5 Trường Võ Bị Liên Quân Đà Lạt, mãn khóa ngày 24-4-1952 với cấp bậc Thiếu Úy, và lần lượt thăng cấp như sau: [7]

- Thăng cấp Trung Úy vào tháng 1-1954
- Thăng cấp Đại Úy ngày 29-9-1954
- Thăng cấp Thiếu tá vào tháng 9-1956
- Thăng cấp Trung Tá vào tháng 12-1963
- Thăng cấp Đại Tá nhiệm chức vào ngày 6-3-1965
- Thăng cấp Đại Tá thực thụ vào ngày 1-11-1965
- Thăng cấp Chuẩn Tướng nhiệm chức năm 1966
- Thăng cấp Chuẩn Tướng thực thụ năm 1967
- Thăng cấp Thiếu Tướng nhiệm chức năm 1968
- Thăng cấp Trung Tướng thực thụ năm 1973

Trong thời gian 1954-1956, ông là vị Tiểu Đoàn Trưởng đầu tiên của Tiểu Đoàn 3 ND (Nhảy Dù). Cuối tháng 9-1956, ông thăng cấp Thiếu Tá và đảm nhận chức vụ Tham Mưu Trưởng Liên Đoàn ND (đến năm 1959 đổi tên thành Lữ Đoàn ND). Ngày 26-10-1960, ông rời Lữ Đoàn ND và đảm nhận chức vụ Chỉ Huy Trưởng BĐQ (Biệt Động Quân). Ngày 11-11-1960, ông tham gia cuộc đảo chánh của lực lượng nhảy dù dưới sự lãnh đạo của Đại Tá Tư Lệnh Nguyễn Chánh Thi. Cuộc đảo chánh thất bại, ông bị bắt giam và bị Tòa án mặt trận Sài Gòn xử 18 năm khổ sai và đày ra Côn Đảo.

Sau khi cuộc đảo chánh ngày 1-11-1963 thành công, lật đổ được chế độ Ngô Đình Diệm, ông được Hội Đồng Quân Nhân Cách Mạng trả lại tự do, xóa bản án, thăng cấp cho ông lên Trung Tá, và bổ nhiệm ông làm Tỉnh Trưởng Pleiku. Ngày 6-3-1965, ông thăng cấp Đại Tá nhiệm chức và được bổ nhiệm vào chức vụ Tư Lệnh Sư Đoàn 25 Bộ Binh.

Chính trong thời gian nắm giữ chức vụ Tư Lệnh Sư Đoàn 25 Bộ Binh này, Tướng Chinh đã để lại những dấu ấn rõ rệt về các đức tính tốt đẹp của ông: trong sạch thanh liêm, không bao giờ lợi dụng chức vụ để lo cho gia đình, tận tâm trong công việc và nhiệm vụ, thương yêu, gần gũi và chia xẻ mọi hiểm nguy với binh sĩ dưới quyền. Dưới đây là một số giai thoại về các đức tính đó của ông đã được truyền tụng trong dân gian:

"Trong suốt mấy năm liền đảm nhiệm trọng trách đó, tôi thấy tướng Chinh không mấy khi về Sài Gòn thăm gia đình vợ con và bạn bè. Ông bận lo thị sát chiến trường, thanh tra các địa phương. ***Một đặc điểm đáng nêu lên đây là tướng Chinh đi thanh sát toàn bằng xe, di chuyển trên đường bộ, mặc dù vùng ông trấn đóng rất nguy hiểm. Bọn CS địa phương thường hay đặt mìn, bắn sẻ và phục kích từng toán lẻ tẻ. Thỉnh thoảng về thăm gia đình, vợ con, ông cũng dùng xe chớ không bao giờ dùng trực thăng như đa số các vị tướng lãnh khác. Đoàn xe của tướng Chinh di chuyển thường chỉ gồm có một chiếc Dodge 4x4 trí súng đại liên với mấy tay xạ thủ, một jeep ông ngồi cùng với tài xế và đại úy Đoàn, sĩ quan tùy viên của ông."*** [8]

"Khoảng năm 1966-67, đường Saigon – Đức Hòa còn là đường đất bụi. Hôm đó, tôi trên xe cứu thương, trương cờ Hồng Thập Tự mà chạy. Xe tôi đi sau một đoàn xe của quân đội, tôi bóp kèn, thì tất cả đều dạt vào trong. Nhưng đến xe đầu tiên thì tôi biết là xe của ông Tướng (vì có gắn ngôi sao), xe tôi không dám vượt qua. Nhưng tôi thấy Tướng Chinh vỗ vai người tài xế, và xe ông dạt vào trong cho xe tôi chạy. Đến tối, tôi xin gặp Trung Tướng và xin lỗi. ***Nhưng Tướng Chinh nói: "NGÔI SAO CỦA TÔI KHÔNG THỂ BẰNG SINH MẠNG CỦA MỘT THƯƠNG BINH". Câu nói đó đã chạm vào tim tôi, nước mắt tự rơi không kềm được. Một câu nói thật ngắn, gọn, nhưng sao hay trong văn chương, đẹp trong tình người đến như vậy???. Sau đó ông hỏi tôi: "Cô có biết tại sao Trung Tướng Chinh là ông Tướng duy nhất không dùng trực th***ăng khi đi hành quân hay không? ***Dạ, lúc đó cháu còn nhỏ nên không biết điều đó ạ! Tại vì ông muốn chia sẻ tất cả những nguy hiểm, gian khổ cùng chiến sĩ, chứ không như các ông***

Tướng khác cô à. Nước mắt tôi lại rơi cho điều vô cùng tốt đẹp ấy. Có người còn kể: "Tướng Chinh thường nói: "Là lãnh đạo, lúc nào cũng phải đi tiên phong." [9]

Với bản chất cương trực như thế, ông không tránh khỏi đã có những đụng chạm với một số cố vấn Mỹ khi những vị cố vấn này có những cử chỉ hay hành động có tính cách khinh thường hay nhục mạ QLVNCH. Vì những đụng chạm này, các giới chức Hoa Kỳ tỏ ra không thích Tướng Chinh, và vì vậy trong các báo cáo, tài liệu của Hoa Kỳ, Tướng Chinh không được đánh giá tốt. Sau đây là một bằng chứng về nhận xét lệch lạc của CIA về Tướng Chinh:

"The controversial commander of the ARVN 25th Division, General Phan Trong Chinh has stepped-up the tempo of hamlet construction to one month, and consolidation phases to one and one-half months. Chinh's order has been issued in an apparent attempt to make the pacification effort in his area look good." [10]

(Xin tạm dịch sang Việt ngữ như sau: *"Viên tư lệnh gây tranh cãi này của Sư Đoàn 25 QLVNCH, Tướng Phan Trọng Chinh, đã tăng nhịp độ xây dựng các ấp lên một tháng, và các giai đoạn củng cố các ấp lên một tháng rưỡi. Lệnh của Chinh đã được ban hành thấy rõ là nhằm giúp cho cố gắng bình định trong khu vực của ông ta có vẻ tốt đẹp.")*.

Dĩ nhiên, nhận xét như vậy của người Mỹ về Tướng Chinh chắc chắn đã có ảnh hưởng không tốt đến cấp lãnh đạo của VNCH. Sau đây là một bằng chứng rõ rệt về việc Tổng Thống Nguyễn Văn Thiệu đã quyết định không bổ nhiệm Tướng Chinh vào chức vụ Tư Lệnh Quân Đoàn II vào tháng 4-1972:

"MR 2 commander Gen. Ngo Dzu simply panicked and fled from Corps headquarters at Pleiku to coastal Nha Trang, leaving the de facto leadership of ARVN forces in the interior to MR 2 senior adviser John Paul Vann… Thieu was considering replacing him with a known incompetent named Phan

Trong Chinh. Acting on an ostensibly spontaneous impulse, Bunker sent Thieu a list of candidates on which Chinh's name did not appear. Thieu picked one that did, that of Gen. Nguyen Van Toan." [11]

(Xin tạm dịch sang Việt ngữ như sau: *"Tư Lệnh Vùng II Tướng Ngô Dzu hoảng hốt bỏ bộ tư lệnh Quân Đoàn ở Pleiku chạy về Nha Trang ở duyên hải, trên thực tế giao quyền chỉ huy các lực lượng của QLVNCH trong nội địa lại cho cố vấn trưởng Vùng II Jean Paul Vann... Thiệu đang tính thay thế hắn* [tức là Tướng Ngô Dzu] *bằng Phan Trọng Chinh, một người đã được biết là không có khả năng. Hành động theo phản ứng liền lập tức, Bunker* [đại sứ Mỹ tại VNCH lúc đó] gửi đến Thiệu một danh sách của những ứng viên trong đó không có tên của Chinh. Thiệu chọn một tên có trong danh sách, đó là Tướng Nguyễn Văn Toàn.").

Sau khi rời chức vụ Tư Lệnh Sư Đoàn 25 Bộ Binh, Tướng Chinh đã liên tục đảm nhận các chức vụ sau đây:

- Tư Lệnh Phó Quân Đoàn III, 1968
- Tổng Cục Trưởng Tổng Cục Quân Huấn, 1969-1973
- Chỉ Huy Trưởng Trường Chỉ Huy và Tham Mưu, 1974-1975

Sau ngày 30-4-1975, ông định cư tại thành phố Rockville, tiểu bang Maryland, Hoa Kỳ. Ông qua đời ngày 17-11-2014 tại thành phố Vienna, tiểu bang Virginia, Hoa kỳ, hưởng thọ 85 tuổi. Lễ an táng của ông đã được cử hành rất trọng thể và theo đúng lễ nghi quân cách dành cho một tướng lãnh của QLVNCH.

Tam Thanh

Vị tướng được kể tên thứ ba là Trung Tướng Nguyễn Viết Thanh (1931-1970)

Hình 2.3. Thiếu Tướng Nguyễn Viết Thanh

Ông sinh ngày 31-3-1931 tại Tân An, Long An, theo học Khóa 4 Trường Võ Bị Liên Quân Đà Lạt, mãn khóa ngày 1-12-1951 với cấp bậc Thiếu Úy, và lần lượt thăng cấp như sau: [12]

- Thăng cấp Trung Úy tháng 12-1953
- Thăng cấp Đại Úy năm 1955
- Thăng cấp Thiếu Tá tạm thời ngày 26-10-1959
- Thăng cấp Trung Tá nhiệm chức năm 1964
- Thăng cấp Đại Tá nhiệm chức ngày 9-10-1965
- Thăng cấp Đại Tá thực thụ tháng 12-1965
- Thăng cấp Chuẩn Tướng nhiệm chức ngày 19-6-1966
- Thăng cấp Chuẩn Tướng thực thụ ngày 19-6-1967
- Thăng cấp Thiếu Tướng nhiệm chức ngày 19-6-1968

Ông cũng đã chỉ huy các đơn vị tác chiến sau đây:

- Trung Đội Trưởng, Trung Đội 12, Đại Đội 51, Tiểu Đoàn 15 Việt Nam vào tháng 12-1951
- Đại Đội Trưởng, Tiểu Đoàn 15 cuối năm 1952
- Tiểu Đoàn Trưởng, Tiểu Đoàn 707 Địa Phương vào năm 1953

- Trung Đoàn Trưởng, Trung Đoàn 12, Sư Đoàn 7 Bộ Binh năm 1962
- Tư Lệnh Sư Đoàn 7 Bộ Binh ngày 9-10-1965
- Tư Lệnh Quân Đoàn IV ngày 1-7-1968

Tướng Thanh nổi tiếng trong QLVNCH là một sĩ quan gương mẫu và trong sạch, thanh liêm với khá nhiều giai thoại về đức tính liêm khiết và tận tụy với quân vụ của ông, như trong lời kể lại sau đây:

"Vào giữa năm 1968, Thiếu Tướng Nguyễn Viết Thanh được bổ nhiệm làm Tư Lệnh Quân Đoàn IV, Quân Khu IV. Lúc đó tôi làm Tổng Thư Ký Hội Đồng Tái Thiết Phát Triển kiêm Trung Tâm Trưởng Trung Tâm Điều Hợp Tỉnh Kiên Giang. Hàng tháng tôi thường về họp tại Trung Tâm Điều Hợp Quân Khu do Đại Tá Phạm Văn Út làm Trung Tâm Trưởng và thỉnh thoảng có ghé qua thăm Thiếu Tướng Thanh. Nhân một buổi họp cuối năm, tôi có chở theo vài món đặc sản Rạch Giá như nước mắm nhĩ Phú Quốc, khô cá thiều và một ít bánh ú lá dừa biếu gia đình ông. Vì biết tôi có quà cho Tướng Thanh nên Trung Tá Tỉnh Trưởng Kiên Giang cũng nhờ tôi chở theo một số quà biếu Tư Lệnh. Ông nghe tiếng Thiếu Tướng Thanh rất thanh liêm, không ưa vụ biếu xén quà cáp, nên ông không dám đích thân đi biếu mà nhờ tôi là chỗ thày trò cũ, may ra được nhận chăng? ***Hôm đó sau buổi họp ở văn phòng Đại Tá Út, tôi qua thăm Tư Lệnh. Thiếu Tướng Thanh niềm nở tiếp tôi, hỏi thăm chuyện vợ con, hỏi thăm Thiếu Tướng Khuyên, rồi ông nói: "Bây giờ cũng trưa rồi, Quý qua bên nhà ăn cơm với vợ chồng tôi nhé, ăn chay đó." Tôi thưa: "Cám ơn Thiếu Tướng, hôm nay đàn em không xin được trực thăng, phải đi đường bộ, về trễ sợ nguy hiểm, lần sau sẽ xin ghé tư dinh thăm chị luôn." Tôi tranh thủ trình bày vụ biếu quà, ông bảo: "Thôi được, món nào của anh thì tôi nhận, nhưng chỉ lần này thôi nhé.*** Còn của anh Tỉnh Trưởng thì anh đem về nói là tôi rất cám ơn, nên đem mấy món quà đó tặng cho anh em thương bệnh binh nhân dịp Tết cho họ mừng. Đó là điều mà cấp chỉ huy nên làm.» Bất giác tôi chợt nhớ đến cái Tết 10 năm trước ở Vĩnh Bình. Sáng mồng một Tết, ông cùng Thiếu Tá Khuyên vào bệnh viện tỉnh thăm thương bệnh binh. ***Rồi suốt ngày mồng hai Tết, ông hết đứng lại ngồi đăm chiêu trước bản đồ hành quân để nghiên cứu địa hình và tình hình địch. Hình như ông nóng lòng trông cho mau đến ngày mồng 3, hết hạn hưu chiến để tổ chức hành quân Bình Định. Cuộc đời của ông chỉ biết phục vụ, phục vụ và phục vụ, chí công vô tư, xả thân vì nước.”*** [13]

Ngoài đức tính cương trực và thanh liêm giống như hai Tướng Thắng và Chinh, Tướng Thanh còn một đặc điểm nữa là gần gũi và chăm lo cho dân rất nhiều trong thời gian ông đảm nhiệm chức vụ Tỉnh Trưởng tại 2 tỉnh Long An (1961) và Gò Công (1963). Do đó mới có một chuyện xảy ra như sau ngoài sức tưởng tượng của mọi người như trong lời kể lại của chính Chuẩn Tướng Hoa Kỳ William R. Desobry (1918-1996), Cố Vấn Trưởng Vùng IV:

“Vị Tướng Cố Vấn Quân Đoàn IV đã kể chuyện Tướng Thanh được ái mộ như thế nào: Trong một dịp, lúc đó Tướng Thanh còn làm Tư Lệnh Quân Đoàn IV ở Cần thơ, ông cùng vị Tướng Cố Vấn bay lên Bản Doanh BTL Sư Đoàn 7 Bộ Binh ở Mỹ Tho. Hai vị Tướng ăn cơm trưa một cách kín đáo trong một nhà hàng ở Thị Xã; người ta xầm xì rỉ tai và mọi người cuối cùng rồi cũng hay tin. Dân chúng và binh sĩ ùn ùn kéo đến chào mừng vị Tư Lệnh cũ của họ. Trong suốt cả tiếng đồng hồ, Tướng Thanh phải gật đầu, bắt tay liên tục cả trăm người.” [14]

Ngoài đức tính cương trực, thanh liêm, lúc nào cũng chăm lo cho đời sống của binh sĩ và dân chúng trong vùng trách nhiệm của mình, Tướng Thanh còn được cấp dưới kính trọng vì sự dũng cảm gần như huyền thoại của ông trong trận mạc. Ông là một trong số rất ít những tướng lãnh của VNCH được Chính phủ Hoa Kỳ ban thưởng huy chương cao quý Silver Star khi đã là một tướng tư lệnh vùng như chúng ta thấy trong bản tuyên dương sau đây:

Nguyen Viet Thanh

AWARDS AND CITATIONS

Silver Star

See more recipients of this award

Awarded for actions during the Vietnam War

The President of the United States of America, authorized by Act of Congress, July 9, 1918, takes pleasure in presenting the Silver Star to Major General Nguyen Viet Thanh, Army of the Republic of Vietnam, for exceptional gallantry in action on 24 February 1969, near Tan-Chau, while serving as Commanding General, Fourth Corps Tactical Zone, Army of the Republic of Vietnam. On that date A Troop, 1st Squadron, 12th Cavalry and the 226th Regional Force Company were in heavy contact with the Muoi Tri Battalion. The Viet Cong had just initiated a strong and vicious assault supported by rocket, mortar and automatic small arms fire against the right flank of the armored cavalry troop. General Thanh reacted immediately by setting up a base of fire and then directing the left flank to attack and restore the front line position. The enemy renewed his assault and again drove the friendly forces back. With complete disregard for his own safety, General Thanh moved through the area rallying and inspiring the friendly forces, then using one armored personnel carrier he proceeded to the 226th Regional Force Company where he rallied the soldiers to resume the attack. General Thanh from atop the command vehicle personally directed a vigorous assault against the enemy. The enemy suffered numerous casualties, was driven back and the lost terrain was regained. His presence on the battlefield, at the most decisive point of contact, was directly responsible for completely restoring the aggressiveness of the Army of the Republic of Vietnam forces. General Thanh's conspicuous gallantry in action reflects great credit upon himself and the Army of the Republic of Vietnam.

General Orders: Department of the Army, General Orders No. 50 (September 8, 1970)

Action Date: February 24, 1969

Bản Tuyên Dương Kèm Theo Huy Chương Silver Star
Trao Tặng Thiếu Tướng Nguyễn Viết Thanh Tư Lệnh Quân Đoàn 4
Do Hành Động Dũng Cảm Phi Thường
Ngày 24-2-1969 Tại Tân Châu

(Xin tạm dịch sang Việt ngữ như sau: *"Tổng Thống Hoa Kỳ, được phép do Đạo Luật của Quốc Hội ngày 9-7-1918, hân hạnh ban thưởng huy chương Ngôi Sao Bạc cho Thiếu Tướng Nguyễn Viết Thanh, Quân Lực Việt Nam Cộng Hòa, vì sự dũng cảm phi thường trong hành động vào ngày 24-2-1969, gần Tân Châu, trong lúc đang phục vụ với tư cách Tướng Tư Lệnh Quân Đoàn IV, Quân Lực Việt Nam Cộng Hòa. Vào ngày hôm đó, Chi Đội A, thuộc Chi Đoàn 1 của Thiết Đoàn 12 Kỵ Binh và Đại Đội 226 Địa Phương Quân đụng nặng với Tiểu Đoàn Mười Trí. Việt Cộng đã bắt đầu cuộc tấn công ác liệt với rốc-kết, bích kích pháo, và các súng liên thanh nhỏ vào cánh phải của đơn vị kỵ binh. Tướng Thanh phản ứng ngay lập tức bằng cách thiết lập liền một căn cứ yểm trợ hỏa lực và sau đó ra lệnh cho cạnh trái phản công để tái lập thế trận. Địch quân phản công và đẩy lui quân bạn. Hoàn toàn bất kể sự an nguy của bản thân, Tướng Thanh xông lên giữa trận, kêu gọi và cỗ vũ binh sĩ của mình, tiếp đó ông sử dụng một thiết vận xa để tiến về phía Đại Đội 226*

Địa Phương Quân, tập họp họ lại và ra lệnh phản công. Tướng Thanh từ trên nóc chiến xa chỉ huy cuộc phản công mãnh liệt vào địch quân. Địch quân bị đẩy lui với rất nhiều thương vong, và quân ta chiếm lại trận địa. Sự hiện diện của ông tại mặt trận, vào lúc quyết định nhứt của trận đánh, là tác nhân trực tiếp khôi phục lại sức chiến đấu của Quân Lực Việt Nam Cộng Hòa. Sự anh dũng nổi bật trong hành động của Tướng Thanh phản ánh rõ rệt công trạng của ông cũng như của Quân Lực Việt Nam Cộng Hòa.")

Ngày 2-5-1970, lúc 1 giờ 40 trưa, trong khi đang thị sát mặt trận tại biên giới Việt-Miên, ông đã tử nạn khi chiếc trực thăng chở ông bị rớt vì đụng phải một chiếc trực thăng Cobra. Ông được Tổng Thống VNCH Nguyễn Văn Thiệu truy thăng lên cấp Trung Tướng và truy tặng Đệ Nhị Đẳng Bảo Quốc Huân Chương.

Tứ Trưởng

Vị tướng được kể tên thứ tư là Trung Tướng Ngô Quang Trưởng (1929-2007)

Hình 2.4. Trung Tướng Ngô Quang Trưởng

Ông sinh ngày 13-12-1929 tại tỉnh Bến Tre (sau đổi tên là Kiến Hòa), theo học Khóa 4 Trường Sĩ Quan Trừ Bị Thủ Đức, mãn khóa ngày 1-6-1954 với cấp bậc Thiếu Úy, tình nguyện vào Binh chủng ND, và là một Trung Đội Trưởng của Tiểu Đoàn 5 ND. Ông đã lần lượt thăng cấp như sau:[15]

- Thăng cấp Trung Úy ngày 1-12-1955
- Thăng cấp Đại Úy năm 1961
- Thăng cấp Thiếu Tá năm 1964
- Thăng cấp Trung Tá tháng 4-1965
- Thăng cấp Đại Tá nhiệm chức ngày 19-6-1966
- Thăng cấp Chuẩn Tướng nhiệm chức ngày 4-2-1967
- Thăng cấp Thiếu Tướng nhiệm chức ngày 3-6-1968
- Thăng cấp Trung Tướng nhiệm chức ngày 1-11-1971

Ông nổi tiếng là một tướng lãnh rất gương mẫu về quân phong, quân kỷ, rất tận tụy với trách nhiệm, và luôn luôn có mặt tại những điểm nóng trong khu vực thuộc trách nhiệm của mình, như đoạn văn mô tả sau đây:

"Tư-Lệnh Quân-Đoàn I & Quân-Khu I Ngô Quang Trưởng được hầu hết mọi người khâm-phục. Ông đã dành nhiều tâm-trí, công-sức, và thì-giờ vào các cuộc hành-quân hơn là vào công việc văn-phòng. Ông thường-xuyên mặc chiến-phục, đội mũ sắt, mang áo giáp, bay đến tận từng đồn + chốt khắp Quân-Khu, để quan-sát, nghiên-cứu tình-hình tại chỗ, và kiểm-tra tác-phong, kỷ-luật của các cấp quân-nhân. Bản-thân ông ít thích truy-hoan, nên cấm sĩ-quan thuộc quyền đến khiêu-vũ ở các nhà hàng ca + vũ + nhạc, khiến các Tỉnh-Trưởng và Thị-trưởng cấm luôn cả các phòng trà ca-nhạc tổ chức khiêu-vũ cho bất cứ giới khách hàng nào." [16]

Ông cũng nổi tiếng là một tướng lãnh trong sạch, thanh liêm, và không dung túng cho cấp dưới làm bậy, xâm phạm tài sản của dân chúng, như trong giai thoại sau đây:

"Trong giữa năm 1974, Ông đã có một hành động rất ngoạn mục. Lính của một sư đoàn tại vùng I đã lùa một đàn bò của dân chúng, đem cất giấu tại thung lũng Quế Sơn. Khi nghe dân chúng tố cáo, ông đích thân bay đi tìm và đem trao trả cho khổ chủ. Số bò còn thiếu, ông trừ lương từ Trung Đoàn Trưởng đến binh sĩ, lấy tiền mua bò trả đủ số cho dân, không dung dưỡng bao che các việc làm mờ ám của thuộc cấp, như một số các vị chỉ huy khác." [17]

Ông cũng là một trong số rất ít các tướng lãnh hoàn toàn không có tham vọng chính trị và không bao giờ dính líu vào các âm mưu, biến cố chính trị. Ông dành toàn thời gian cho quân vụ. Cũng như Tướng Thanh, Tướng Trưởng là một trong số ít các vị tướng lãnh của QLVNCH đã chỉ huy các đơn vị tác chiến từ cấp thấp nhứt đến cấp cao nhứt:

- Trung đội trưởng: tháng 7-1954 (một trung đội của Tiểu Đoàn 5 ND)
- Đại đội trưởng: đầu năm 1955 (Đại Đội 1, Tiểu Đoàn 5 ND)
- Tiểu đoàn trưởng: năm 1961 (Tiểu Đoàn 5 ND)
- Tư lệnh sư đoàn: năm 1966 (Sư Đoàn 1 Bộ Binh)
- Tư lệnh quân đoàn: năm 1972 (Quân Đoàn IV và Quân Đoàn I)

Ông đã tham dự nhiều trận đánh quan trọng khi còn phục vụ trong Binh chủng ND, nhưng nổi tiếng nhất là trận Hắc Dịch vào tháng 2-1965. Lúc đó ông còn mang cấp bậc Thiếu Tá và là Tiểu Đoàn Trưởng Tiểu Đoàn 5 ND. Hắc Dịch là một mật khu của Công Trường 7 (tức Sư Đoàn 7) của Việt Cộng nằm trong một khu rừng ở phía Bắc Núi Ông Trịnh thuộc tỉnh Phước Tuy (Bà Rịa). Cuộc hành quân tấn công vào Hắc Dịch do Bộ Tư Lệnh Vùng III tổ chức để càn quét các lượng Cộng quân đã gây thiệt hại nặng cho Tiểu Đoàn 4 TQLC (Thủy Quân Lục Chiến) trong trận Bình Giã (gần khu vực mật khu Hắc Dịch, vào cuối năm 1964 đầu năm 1965). Cuộc hành quân này được đặt tên là Chiến dịch Nguyễn Văn Nho (đặt theo tên của vị Tiểu Đoàn Trưởng

Tiểu Đoàn 4 TQLC đã tử trận trong trận Bình Giã) và bắt đầu vào ngày 9-2-1965. Tham gia cuộc hành quân có Chiến Đoàn 2 ND dưới quyền chỉ huy của Trung Tá Trương Quang Ân (về sau thăng cấp Chuẩn Tướng, làm Tư Lệnh Sư Đoàn 23 Bộ Binh, và tử nạn trực thăng vào ngày 8-9-1968). Chiến Đoàn 2 ND gồm 3 tiểu đoàn trong đó Tiểu Đoàn 5 của Thiếu Tá Ngô Quang Trưởng là chủ lực. Tiểu Đoàn 5 đã gây thiệt hại rất nặng nề cho 2 Trung Đoàn Q761 và Q762 của Công Trường 7, với ***"hằng trăm xác cộng quân tràn ngập chung quanh tuyến phòng thủ, đầy dẫy hằng trăm vũ khí đủ loại từ AK47, súng trường CKC, súng chống chiến xa B40, B41 đến trung liên nồi, đại liên 12.8 ly, cối 61 ly, đạn dược quân trang quân dụng nhiều vô kể."*** [18] Thiếu Tá Ngô Quang Trưởng được vinh thăng lên Trung Tá đặc cách tại mặt trận và được ban thưởng Đệ Tứ Đẳng Bảo Quốc Huân Chương. Sau trận này, ông rời Tiểu Đoàn 5 về làm Tham Mưu Trưởng Lữ Đoàn ND, và qua năm sau, 1966, khi Lữ Đoàn ND được nâng lên thành Sư Đoàn, ông được bổ nhiệm vào chức vụ Phó Tư Lệnh.

Tuy nhiên, đối với gần như tất cả quân dân VNCH, ông nổi tiếng nhứt về chiến công giữ vững được Huế và tái chiếm Quảng Trị trong trận Tổng Tấn Công của Cộng sản vào Mùa Hè năm 1972 khi ông được Tổng Thống Nguyễn Văn Thiệu bổ nhiệm vào chức vụ Tư Lệnh Quân Đoàn I thay thế Trung Tướng Hoàng Xuân Lãm.

Giữa trưa ngày Thứ Năm, 30-3-1972, trong Mùa Lễ Phục Sinh, Cộng quân bắt đầu cuộc Tổng Tấn Công trên khắp lãnh thổ của VNCH. Riêng tại vùng giới tuyến ngay phía Nam vĩ tuyến 17, sau một loạt pháo kích dữ dội, 3 sư đoàn chủ lực của Bắc Việt (các Sư Đoàn 304, 308, và 320B), vượt Vùng Phi Quân Sự, tấn công vào phía Bắc và phía Tây của tỉnh Quảng Trị. Phòng thủ lãnh thổ của tỉnh Quảng Trị là trách nhiệm của Sư Đoàn 3 BB (Bộ Binh) dưới quyền tư lệnh của Chuẩn Tướng Vũ Văn Giai (tốt nghiệp Khóa 10 Trường Võ Bị Liên Quân Đà Lạt), gồm có 3 trung đoàn (2, 56 và 57) và được tăng viện với

2 Lữ Đoàn TQLC (Lữ Đoàn 147 và Lữ Đoàn 258). Tất cả các căn cứ đóng quân và căn cứ hỏa lực của Sư Đoàn 3 lần lượt thất thủ rất bi thảm, trong đó có vụ đầu hàng của cả Trung Đoàn 56 tại Trại Carroll dưới quyền chỉ huy của Trung Tá Phạm Văn Đính (tốt nghiệp Khóa 9, Trường Sĩ Quan Trừ Bị Thủ Đức, năm 1960) làm chấn động QLVNCH và Đồng Minh. Ngày 1-5-1972, tỉnh Quảng Trị thất thủ, Sư Đoàn 3 BB tan rã, tháo chạy về Huế ở phía Nam, dân chúng thạy theo, bị địch quân truy kích rất tàn bạo, tạo ra ***"Đại Lộ Kinh Hoàng"*** trên đoạn Quốc Lộ 1 giữa Quảng Trị và Thừa Thiên (Huế), và kế tiếp gây ra cảnh hỗn loạn ngay trong thành phố Huế, với một số binh sĩ QLVNCH rời bỏ đơn vị, vô kỷ luật, cướp bóc và hiếp dân. Trong cảnh hỗn loạn này, người dân Huế còn có thêm nỗi lo sợ Huế có thể sẽ lại rơi vào tay Cộng quân và họ nhớ lại trong kinh hoàng vụ tàn sát hồi Tết Mậu Thân 1968, và họ không còn cách nào khác hơn là tìm mọi cách thoát ra khỏi Huế, làm cho tình hình rối loạn tại Huế càng tệ hại thêm.

Ngày 3-5-1972, Tổng Thống Nguyễn Văn Thiệu bổ nhiệm Trung Tướng Ngô Quang Trưởng làm Tư Lệnh Quân Đoàn I thay cho Trung Tướng Hoàng Xuân Lãm. Ngay buổi chiều hôm đó, Tướng Trưởng cùng bộ tham mưu của ông bay ra Huế liền lập tức. Ngày hôm sau, ông ban hành 2 lệnh quan trọng: 1) Thiết lập Bộ Tư Lệnh Tiền Phương của Quân Đoàn I ngay tại phía Bắc thành phố Huế với nhiệm vụ chặn đứng tất cả các cuộc tấn công của Cộng quân; và, 2) Tất cả quân nhân, lạc đơn vị, bỏ đơn vị, hay không còn đơn vị nữa đều phải lập tức trình diện tại những nơi có các cấp thẩm quyền quân sự; quân nhân nào bất tuân lệnh này sẽ bị bắn bỏ tại chỗ. Trật tự lập tức được vãn hồi ngay. Đồng thời, dân chúng Huế rỉ tai nhau là ***"Tướng Trưởng đã về"*** và tất cả mọi người yên tâm không bỏ chạy nữa. Chuyện này không có gì lạ vì người dân Huế hết sức tin tưởng Tướng Trưởng vì họ đã biết quá rõ tính cương quyết và tài dụng binh của ông trong Trận Mậu Thân 1968 khi gần như toàn thành phố Huế đã lọt vào tay Cộng quân ông vẫn tiếp tục chiến đấu cùng với quân nhân các cấp của Sư Đoàn 1 BB mà ông là Tư Lệnh và giữ vững được tổng hành dinh tại Mang Cá trong Thành Nội Huế, và sau đó phản công giải phóng Huế. Trong suốt lịch sử của VNCH và Chiến Tranh Việt Nam, chưa bao giờ có hiện tượng này: ***một cá nhân có thể làm thay đổi diễn tiến của cuộc chiến một cách rõ rệt như vậy.***

Sau khi ổn định tình hình và chặn đứng được cuộc tấn công của Cộng quân vào tỉnh Thừa Thiên và thành phố Huế, Tướng Trưởng lập tức lên kế hoạch phản công để chiếm lại Quảng Trị.[19] Địch quân cố thủ trong Cổ Thành Quảng Trị chống trả mãnh liệt. Tướng Trưởng phải sử dụng đến 2 đại đơn vị thiện chiến nhứt của QLVNCH là Sư Đoàn ND và Sư Đoàn TQLC để tấn công tái chiếm Cổ Thành Quảng Trị. Trận đánh này trở thành trận đánh gây thương vong nhiều nhứt cho cả 2 phía trong Chiến Tranh Việt Nam. Sau cùng chính các binh sĩ của Đại Đội 2, Tiểu Đoàn 3, Lữ Đoàn 147 TQLC đã thượng kỳ VNCH trên Cổ Thành Quảng Trị ***"vào lúc 12 giờ 45 ngày 16/9/1972 sau 51 ngày đêm nhận lãnh trách nhiệm mà Sư Đoàn Dù giao lại và sau 78 ngày cuộc Hành quân tái chiếm Quảng trị được khởi sư."***[20]

Khả năng lãnh đạo và điều quân ở cấp đại đơn vị của Tướng Trưởng không phải chỉ nổi tiếng trong hàng tướng lãnh của QLVNCH mà nay cả các cấp tướng lãnh của quân đội Hoa Kỳ đã từng tham chiến tại VNCH cũng đều khâm phục. Lời phẩm bình sau đây của một tác giả Mỹ đã mô tả một cách ngắn gọn nhưng vô cùng chính xác về con người và tài năng quân sự của Tướng Trưởng:

"He was considered one of the most honest and capable generals of the South Vietnamese army during the long war in Southeast Asia. General Bruce Palmer described him in his book The 25-Year War as a "tough, seasoned, fighting leader" and "probably the best field commander in South Vietnam."[21]

(Xin tạm dịch sang Việt ngữ như sau: *"Ông được xem như là một trong những vị tướng lãnh lương thiện nhứt và có khả năng nhứt của quân đội Nam Việt Nam trong cuộc chiến dài tại Đông Nam Á. Trong tác phẩm "Cuộc chiến tranh 25 năm" của ông, Tướng Bruce Palmer* [là Trung Tướng Phó Tư Lệnh MACV dưới quyền tư lệnh của Đại Tướng Westmoreland] *mô tả Tướng Trưởng như là một nhà lãnh đạo cứng cỏi, dày kinh nghiệm, và, có lẽ là vị tướng cầm quân giỏi nhứt của Nam Việt Nam.")*.

Sau ngày 30-4-1975, Tướng Trưởng định cư tại tiểu bang Virginia, Hoa Kỳ. Ông mất ngày 22-1-2007 tại thành phố Fairfax, tiểu bang Virginia, Hoa Kỳ và tang lễ của ông đã được cộng đồng người Việt trong vùng tổ chức rất trọng thể với đầy đủ lễ nghi quân cách dành cho một tướng lãnh của QLVNCH. Theo ý nguyện của ông, tro hài cốt của tướng quân Ngô Quang Trưởng đã được gia đình ông mang về Việt Nam và rải trên Đèo Hải Vân.[22]

Thay Lời Kết

Lịch sử VNCH chỉ khoảng 20 năm và gần như lúc nào cũng ở trong tình trạng chiến tranh. Trong dân chúng, gần như không có gia đình nào không có con em trong quân đội. Càng gần cuối cuộc chiến, vai trò của các tướng lãnh ngày càng quan trọng hơn. Một số không nhỏ các tướng lãnh đã tham nhũng và làm giàu, nhiều khi là trên xương máu của chính binh sĩ dưới quyền mình. Dân chúng rất bất mãn với tình trạng tham nhũng này. Do đó họ đặc biệt quan tâm theo dõi các vị tướng trong sạch thanh liêm, và, sau cùng, đã "xếp hạng" 4 vị tướng trong sạch nhứt của QLVNCH: ***'Nhứt Thắng, nhì Chinh, tam Thanh, tứ Trưởng."*** Cả 4 vị tướng được dân chọn đều rất xứng đáng với lòng tin của dân chúng VNCH.

CHƯƠNG BA

Tử Thủ An Lộc Mùa Hè Năm 1972

Mùa Hè 1972 chứng kiến một cuộc Tổng Tấn Công dữ dội của các lực lượng Cộng sản (CS) tại Miền Nam với 3 mặt trận: 1) Quảng Trị ở ngay phía Nam Khu Phi Quân Sự tại Vùng I; 2) Kontum trên Cao Nguyên Trung Phần thuộc Vùng II; và, 3) Bình Long thuộc Vùng III. Chương Ba này chỉ trình bày cuộc tử thủ của Quân Lực Việt Nam Cộng Hòa (QLVNCH) tại An Lộc, tỉnh lỵ của tỉnh Bình Long.

Các đơn vị tham chiến của hai bên

Về phía CS, có sự tham dự của các đơn vị sau đây:

- 3 Công Trường (tức là sư đoàn) 5, 7 và 9; mỗi công trường gồm có 3 trung đoàn: Công Trường 5 với 3 Trung Đoàn E6, 174 và 275; Công Trường 7 với 3 Trung Đoàn 141, 165, và 209; Công Trường 9 với 3 Trung Đoàn 271, 272, và 95C
- 2 Trung Đoàn độc lập 101 và 205
- Sư Đoàn pháo binh 69 gồm 2 trung đoàn 42 và 208
- Trung Đoàn phòng không 271
- Trung Đoàn thiết giáp 203
- Trung Đoàn vũ khí đặc biệt 202
- Toán đặc công 429

Về phía QLVNCH, có sự tham dự của các đơn vị sau đây:

- Sư đoàn 5 BB gồm 2 Trung Đoàn 7, 8 (Trung Đoàn 9 đã

bị xóa sổ sau trận Lộc Ninh)

- Trung Đoàn 52 của Sư Đoàn 18 BB
- Liên Đoàn 3 BĐQ, gồm 3 Tiểu Đoàn 31, 36, và 52
- Các đơn vị Địa Phương Quân (ĐPQ) và Nghĩa Quân của Tiểu Khu Bình Long
- Về sau có thêm sự tăng viện của: Lữ Đoàn 1 Nhảy Dù (ND; 3 Tiểu Đoàn 5, 6, và 8), Liên Đoàn 81 Biệt Cách Dù, toàn bộ Sư Đoàn 21 BB, và Trung Đoàn 15 của Sư Đoàn 9 BB

Sơ lược về Vùng III, Tỉnh Bình Long và Thị Trấn An Lộc

Vùng III Chiến Thuật có lãnh thổ bao gồm 11 tỉnh của Miền Đông Nam Phần thuộc trách nhiệm phòng thủ của Quân Đoàn III với 3 Sư Đoàn BB được phân bố như sau:

- Sư Đoàn 5 BB: với Bộ Tư Lệnh đặt tại Lai Khê, chịu trách nhiệm 3 tỉnh Bình Dương, Bình Long và Phước Long
- Sư Đoàn 18 BB: với Bộ Tư Lệnh đặt tại Xuân Lộc, chịu trách nhiệm 5 tỉnh Biên Hòa, Bình Tuy, Gia Định, Long Khánh, Phước Tuy, và Đặc Khu Vũng Tàu
- Sư Đoàn 25 BB với Bộ Tư Lệnh đặt tại Đồng Dù (Củ Chi), chịu trách nhiệm 3 tỉnh Hậu Nghĩa, Long An, và Tây Ninh

Tại thời điểm tháng 4-1972, Tư Lệnh Quân Đoàn III là Trung Tướng Nguyễn Văn Minh.[1] Tướng Minh được bổ nhiệm vào chức vụ này trước đó hơn 1 năm vào ngày 23-2-1971 sau khi Trung Tướng (truy thăng Đại Tướng) Đỗ Cao Trí bị tử nạn trực thăng.

Hình 3.1. Trung Tướng Nguyễn Văn Minh, Tư Lệnh Quân Đoàn III

Sư Đoàn 5 BB, chịu trách nhiệm tỉnh Bình Long, dưới quyền Tư Lệnh của Chuẩn Tướng Lê Văn Hưng,[2] với Tư Lệnh Phó là Đại Tá Lê Nguyên Vỹ,[3] gồm có 3 Trung Đoàn là:

- Trung Đoàn 7, với Trung Đoàn Trưởng là Trung Tá Lý Đức Quân, có Bộ Chỉ Huy đóng tại Phú Giáo
- Trung Đoàn 8, với Trung Đoàn Trưởng là Đại Tá Mạch Văn Trường,[4] có Bộ Chỉ Huy đóng tại Dầu Tiếng
- Trung Đoàn 9, với Trung Đoàn Trưởng là Đại Tá Nguyễn Công Vĩnh, có Bộ Chỉ Huy đóng tại Lộc Ninh

Hình 3.2. Chuẩn Tướng Lê Văn Hưng, Tư Lệnh Sư Đoàn 5 BB

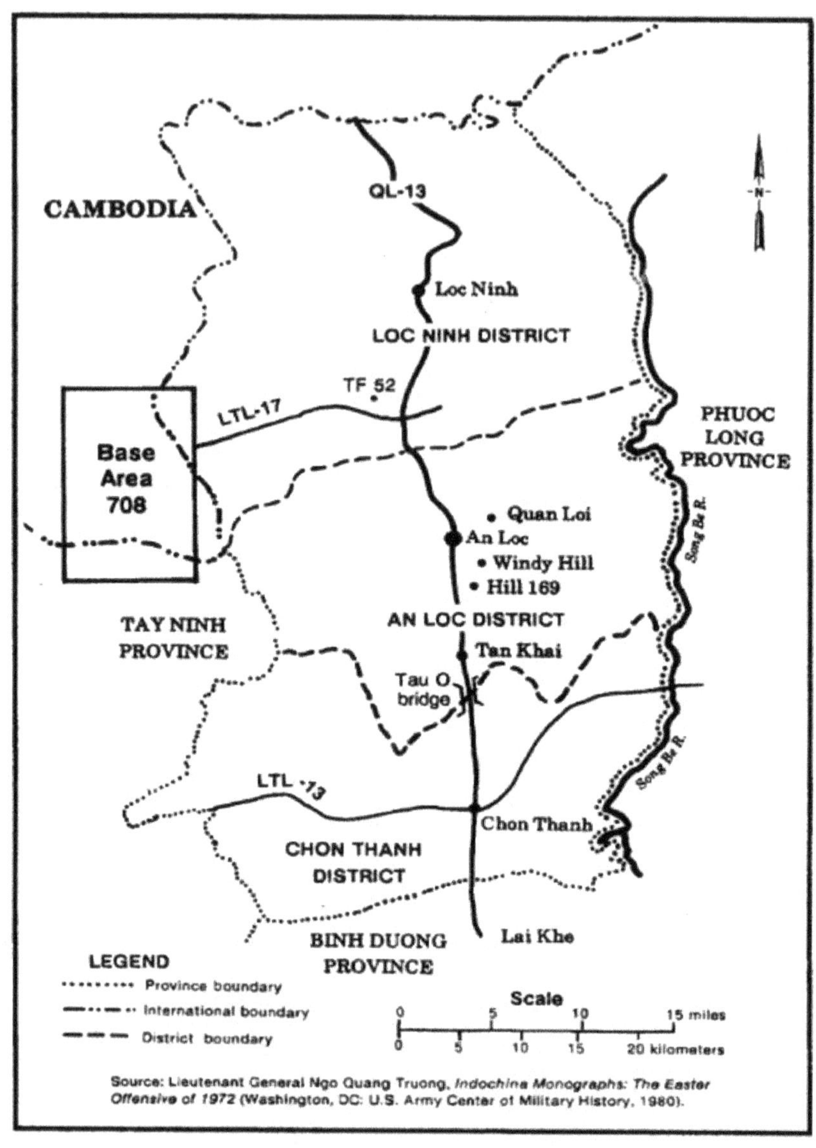

Hình 3.3. Bản đồ Tỉnh Bình Long

Hình 3.4. Chuẩn Tướng Lê Nguyên Vỹ, Tư Lệnh Sư Đoàn 5 BB - Trong thời gian Trận An Lộc, ông là Đại Tá, Tư Lệnh Phó, Sư Đoàn 5 BB

Tỉnh Bình Long là một tỉnh nằm về góc Tây Bắc của Vùng III Chiến Thuật, với dân số khoảng 60.000, phía Bắc và Tây Bắc giáp với Campuchia, phía Đông giáp với Tỉnh Phước Long, phía Nam giáp với Tỉnh Bình Dương, và phía Tậy Nam giáp với Tỉnh Tây Ninh. Bình Long gồm có 3 quận: phía Bắc là quận Lộc Ninh, ở giữa là quận An Lộc, và phía Nam là quận Chơn Thành. Thị trấn An Lộc, nằm trong quận An Lộc, là tỉnh lỵ của Tỉnh Bình Long, với dân số vào khoảng 15.000, cách Sài Gòn ở phía Nam vào khoảng 100 Km. Trục giao thông chính của Bình Long là Quốc Lộ 13, chạy theo hướng Bắc Nam, từ biên giới Campuchia, xuyên qua các thị trấn Lộc Ninh, An Lộc, Tân Khai, Cầu Tàu Ô, Chơn Thành, và Lai Khê (thuộc tỉnh Bình Dương) để về Sài Gòn. Chung quanh thị trấn An Lộc phần lớn là các đồn điền cao su chiếm một tổng diện tích khoảng 75.000 mẫu. Tỉnh Trưởng Bình Long vào thời gian trận An Lộc là Đại Tá Trần Văn Nhựt,[5] một sĩ quan gốc TQLC, với nhiều kinh nghiệm chiến trường. Về sau, Đại Tá Nhựt vinh thăng Chuẩn Tướng, và được bổ nhiệm làm Tư Lệnh Sư Đoàn 2 BB.

Hình 3.5. Chuẩn Tướng Trần Văn Nhựt, Tư Lệnh Sư Đoàn 2 BB - Trong thời gian Trận An Lộc, ông là Đại Tá, Tỉnh Trưởng kiêm Tiểu Khu Trưởng Bình Long

Sau khi được tin tình báo về các hoạt động mới nhứt của các sư đoàn 5, 7, và 9 của CS cho thấy phe CS có ý đồ mở một cuộc tấn công với quy mô lớn vào tỉnh Bình Long, Chuẩn Tướng Lê Văn Hưng (vừa được Tổng Thống Nguyễn Văn Thiệu thăng cấp từ Đại Tá lên Chuẩn Tướng vào ngày 9-3-1972), Tư Lệnh Sư Đoàn 5 BB của QLVNCH đã quyết định di chuyển bản doanh của Sư Đoàn 5 BB từ Phú Lợi lên Lai Khê ở phía Bắc tỉnh Bình Dương, gần ranh giới phía Nam của tỉnh Bình Long, đồng thời cho đặt Bộ Tư Lệnh Tiền Phương của Sư Đoàn 5 BB ngay tại An Lộc dưới quyền chỉ huy của Tư Lệnh Phó Sư Đoàn 5 BB là Đại Tá Lê Nguyên Vỹ.

Các đơn vị chính và tăng phái của Sư Đoàn 5 BB được bố trí như sau: [6]

"- Trung Đoàn 7 Bộ Binh tại Phú Giáo do Trung Tá Lý Đức Quân chỉ huy, hoạt động dọc theo hành lang sông Bé ngăn chặn đường xâm nhập của Cộng Sản Bắc Việt vào chiến khu D.

- Trung Đoàn 8 Bộ Binh tại Dầu Tiếng (Quận Trị Tâm) do Đại Tá Mạch Văn Trường chỉ huy hoạt động ngăn chặn các đoàn xâm nhập Cộng Sản Bắc Việt từ biên giới Việt Miên theo hành lang sông Sài Gòn tiến vào Bình Dương.

- Trung Đoàn 9 Bộ Binh (trừ 1 Tiểu Đoàn) do Đại Tá Nguyễn Công Vĩnh chỉ huy, được tăng phái Thiết Đoàn 1 Kỵ Binh (trừ 1 Chi Đoàn) do Trung Tá Kỵ Binh Nguyễn Đức Dương chỉ huy, và Tiểu Đoàn 74 Biệt Động Quân Biên Phòng, hợp thành Chiến Đoàn 9 Bộ Binh, trú đóng tại Quận Lộc Ninh tổ chức phòng thủ ngăn chặn địch từ Snoul (đất Miên) tiến đánh Việt Nam theo đường tiến sát Quốc Lộ 13.

- Trung Đoàn 52 Bộ Binh (trừ 1: gồm Tiểu Đoàn 2/52 và Tiểu Đoàn 1/48) do Sư Đoàn 18 Bộ Binh tăng phái và 1 Pháo Đội hỗn hợp (105 ly và 155 ly) do Trung Tá Nguyễn Bá Thịnh chỉ huy thiết lập căn cứ hoả lực tại Cầu Cần Lê (cách An Lộc 15 cây số, trên Quốc Lộ 13) để yểm trợ hoả lực cho An Lộc, Lộc Ninh và Căn Cứ Tống Lê Chân.

- Bộ Tư Lệnh Sư Đoàn 5 Bộ Binh đóng tại Lai Khê. Bộ Chỉ Huy Tiền Phương Sư Đoàn 5 Hành Quân đặt tại Tỉnh Lỵ Bình Long do Đại Tá Tư Lệnh Phó Lê Nguyên Vỹ chỉ huy."

Hình 3.6. Chuẩn Tướng Mạch Văn Trường, Tư Lệnh Sư Đoàn 21 BB – Trong thời gian Trận An Lộc, ông là Đại Tá, Trung Đoàn Trưởng Trung Đoàn 8, Sư Đoàn 5 BB

Lý do An Lộc được chọn làm mục tiêu của trận đánh

Câu hỏi được đặt ra là: Tại sao An Lộc, tỉnh lỵ của Tỉnh Bình Long, một tỉnh nhỏ, dân số ít và không có tiềm năng lớn về kinh tế lại dã được phe CS chọn làm một trong 3 mục tiêu chính cho cuộc Tổng Tấn Công mùa Hè 1972. Câu trả lời là: Hòa Đàm Paris, bắt đầu họp từ năm 1968 giữa các phe liên hệ sắp đi đến giai đoạn phải kết thức. Phe CS đã thành lập Chánh Phủ Cách Mạng Lâm Thời Cộng Hòa Miền Nam Việt Nam (CP-CMLTCHMNVN) để đại diện cho Mặt Trận Giải Phóng Miền Nam tại bàn hội nghị. Chánh Phủ này cần phải có một thủ đô, và họ đã chọn An Lộc làm thủ đô, đồng thời từ đó có thể dễ dàng tiến đánh vào Sài Gòn.[7] Do đó phe CS đã huy động một lực lượng rất lớn, quyết chiếm cho được An Lộc. Và cũng vì vậy, QLVNCH, bằng mọi giá, phải giữ cho được An Lộc.

Sau đây là Bảng ước tính quân số của các đơn vị phe CS đã tham chiến trong thời gian trận tấn công vào An Lộc, tổng cộng vào khoảng trên 35.000 quân:

Unit	Strength
5th VC Division	
HQ & Support	4,680
E6 Regiment	1,500
174th Regiment	1,500
275th Regiment	1,500
Total	9,180
7th NVA Division	
HQ & Support	4,100
141st Regiment	1,500
165th Regiment	1,500
209th Regiment	1,500
Total	8,600
9th VC Division	
HQ & Support	4,680
271st Regiment	2,000
272nd Regiment	2,000
95C Regiment	2,000
Total	10,680

Unit	Strength
69th Artillery Division	
HQ & Support	1,395
42nd Artillery Regiment	800
208th Rocket Regiment	835
271st Anti-Aircraft Regiment	800
Total	3,830
Other Forces	
205th NVA Regiment	1,250
101st NVA Regiment	760
203rd Tank Regiment Incl 202nd Special Weapons Regiment	800
429th Sapper Group (–)	320
Total	3,130

<u>Nguồn:</u> ***The Battle of An Loc*** / James H. Willbanks, tr. 33

Các trận đánh mở màn

Thật ra, trước khi Trận An Lộc bắt đầu vào đầu tháng 4-1972, tin tình báo được cung cấp cho MACV của Hoa Kỳ (MACV = Military Assistance Command – Vietnam = Bộ Tư Lênh Viện Trợ Quân Sự – Việt Nam) và Bộ Tổng Tham Mưu QLVNCH cũng như Bộ Tư Lệnh Quân Đoàn III (và từ đó chuyển đến Bộ Tư Lệnh Sư Đoàn 5 BB) đều cho rằng Tỉnh Tây Ninh sẽ là nơi mà phe CS muốn chiếm làm thủ đô cho CPCM-LTCHMNVN.

Ở cấp vùng chiến thuật, Thiếu Tướng James F. Hollingsworth, Cố Vấn Trưởng Hoa Kỳ tại Vùng III, chỉ huy TRAC (Third Regional Assistance Command = Bộ Tư Lệnh Viện Trợ Quân Sự của Vùng III), trực tiếp cố vấn cho Trung Tướng Nguyễn Văn Minh, Tư Lệnh Vùng III. Đại Tá William H. Miller là Cố Vấn Trưởng Hoa Kỳ bên cạnh Chuẩn Tướng Lê Văn Hưng, Tư Lệnh Sư Đoàn 5 BB. Vào đầu tháng 2-1972, tình báo Hoa Kỳ nói chung và TRAC nói riêng đều nghĩ và tin rằng Tây Ninh sẽ là mục tiêu của một cuộc tấn công lớn của phe CS tại Vùng III.[8]

Vì thế, trước khi mở màn trận An Lộc, **"ngày 02 tháng 04 năm 1972, hai Trung Đoàn Cộng Sản có chiến xa và trọng pháo yểm trợ từ phần đất Miên xâm nhập đánh phá liên tục vào các căn cứ Lạc Long (cách Tây Ninh 35 cây số về phía Tây Bắc) và căn cứ Thiện Ngôn khiến quân trú phòng thuộc Sư Đoàn 25 Bộ Binh phải lui quân. Họ tung tin sẽ đánh chiếm Tây Ninh làm thủ phủ cho Mặt Trận Giải Phóng Miền Nam, khiến Quân Khu III phải điều toàn bộ Sư Đoàn 25 Bộ Binh phòng thủ giữ Tây Ninh và Sư Đoàn này mặc nhiên bị cầm chân tại đây."** [9]

Chỉ sau khi phe CS mở cuộc tân công Lộc Ninh với quy mô lớn thì các cấp chỉ huy của QLVNCH và MACV, TRAC mới thay đổi cách nhận định về ý đồ của Cộng quân là quyết chiếm cho được An Lộc.

Sáng sớm ngày 5-4-1972, các đơn vị pháo của Công Trường 5 CS đồng loạt pháo kích dữ dội các vị trí phòng thủ của Trung Đoàn 9 thuộc Sư Đoàn 5 BB của QLVNCH cũng như trụ sở quận lỵ của quận Lộc Ninh. Tiếp theo trận pháo mở màn, 2 Trung Đoàn 174 và 275 của Công Trường 5 cùng với 25 chiến xa tiến vào Lộc Ninh từ phía Tây, tập trung tấn công vào bộ chỉ huy của Trung Đoàn 9 BB tại đầu phía nam của phi trường. Các lực lượng của Trung Đoàn 9 BB đã chống trả mãnh liệt các đợt tấn công của CS, bắn cháy được 1 chiến xa địch; có lúc các pháo thủ của lực lượng phòng thủ Lộc Ninh đã hạ nòng súng của các khẩu pháo 105 ly và trực xạ vào các lực lượng bộ binh của địch xông ra từ các vườn cao su.

Trong lúc trận chiến đang xảy ra ác liệt tại Lộc Ninh thì tại Bộ Tư Lệnh Vùng III tại Biên Hòa, cả 2 tướng Minh và Hollingsworth đều đã thấy rõ là mục tiêu của cuộc tổng tấn công này là Bình Long rồi, hoàn toàn không còn nghĩ và tin rằng Tây Ninh là mục tiêu nữa. Lập tức, việc yểm trợ bằng không quân được thực hiện ngay. Các phi cơ của Hoa Kỳ, gồm các phản lực cơ A-37 của Phi Đoàn Đặc Vụ 8 (8th Special Operations Squadron) từ Biên Hòa, các phi cơ khu trục phản lực của Hải Quân Hoa Kỳ từ Hàng Không Mẫu Hạm Constellation, các phản lực cơ F-4 và oanh kích AC-130 từ Thái Lan, cũng như các phi cơ khu trục A-1 và phản lực F-5 của Không Quân VNCH được điều động đến yểm trợ liên tục cho các đơn vị QLVNCH đang chống trả cuộc tấn công dữ dội của các đơn vị CS tại mặt trận Lộc Ninh. Việc yểm trợ mặt trận Lộc Ninh còn được thực hiện bằng các phi vụ trực thăng Cobra của Trung Đoàn 9 thuộc Sư Đoàn 1 Kỵ Binh Không Vận (9th Cavalry, 1st Cavalry Division – CSBV gọi là Sư Đoàn Anh Cả Đỏ).[10]

Chuẩn Tướng Hưng và Đại Tá Cố Vấn Miller cũng lập tức lên trực thăng rời Bộ Tư Lệnh Sư Đoàn 5 BB tại Lai Khê bay lên phía Bắc. Khi đến gần Chơn Thành thì họ đã liên lạc được với các cố vấn Hoa Kỳ tại mặt trận Lộc Ninh. Các vị cố vấn này báo cáo là các đơn vị của Chiến Đoàn 9 tại Lộc Ninh, mặc dù đã được các phi tuần khu trục và trực thăng của không quân Hoa Kỳ và VNCH tích cực yểm trợ, đã bị thương vong rất nhiều do pháo binh và chiến xa của Cộng quân, và tình hình rất là nghiêm trọng. Đơn vị thiết giáp phòng thủ ở phía Bắc Lộc Ninh đã hàng địch, các đơn vị Biệt Động Quân và Tiểu Đoàn 2 của Trung Đoàn 9 đã mở đường máu rút về Lộc Ninh. Trong thời gian này, các đơn vị thuộc Chiến Đoàn 9 phòng thủ Lộc Ninh, với sự yểm trợ tối đa của không quân Mỹ-Việt, đã chống trả mãnh liệt các đợt tấn công của các đơn vị bộ binh của Công Trường 5 CS.

Tướng Hưng ra lệnh cho Trung Tá Nguyễn Bá Thịnh điều động Trung Đoàn 52 (do Sư Đoàn 18 tăng phái, đóng tại cầu Cần Lê ở phía Bắc An Lộc) lên cứu viện cho Lộc Ninh. Trung Tá Thịnh truyền lệnh ngay cho Tiểu Đoàn 2, là đơn vị đang đóng quân ở phía Bắc, tiến lên tiếp viện cho Lộc Ninh, nhưng đơn vị này bị địch phục kích tại một địa điểm gần giao lộ giữa Liên Tỉnh Lộ 17 và Quốc Lộ 13. Vì lúc đó tất cả các hoạt động không yểm đều tập trung tại Lộc Ninh, Tiểu Đoàn 2 đã không được không yểm và sau cùng phải rút về địa điểm xuất phát. Ngày hôm sau, 6-4-972, Bộ Chỉ Huy của Trung Đoàn 52 cũng bị địch tấn công, pháo kích, và bao vây. Để bảo toàn đơn vị này cần thiết cho việc phòng thủ An Lộc trong những ngày sắp tới, Tướng Hưng ra lệnh cho Trung Tá Thịnh rút bỏ căn cứ hỏa lực tại cầu Cần Lê, đưa Trung Đoàn 52 về An Lộc. Tất cả các đơn vị nặng, cơ giới và pháo binh bỏ lại hết, chỉ có bộ binh mở đường máu, băng rừng; khi về đến An Lộc chỉ còn lại khoảng 600 quân nhân trên tổng số hơn 1000 của Trung Đoàn 52.[11, 12]

Sau nhiều đợt tấn công, và mặc dù bị thiệt hại rất nặng nề do sự chống trả rất mãnh liệt của các đơn vị phòng thủ Lộc Ninh cũng như do các phi vụ yểm trợ của Không Quân Mỹ-Việt, kể cả các phi vụ của phi cơ cường kích Mỹ AC-130, và sức tàn phá khủng khiếp của bom CBU-55 (CBU = Cluster Bomb Unit = Bom chùm), sau cùng, các lực lượng của Công Trường 5 CS cũng phá được các tuyến phòng thủ của Trung Đoàn 9 BB và tràn ngập Lộc Ninh. Đại Tá Nguyễn Công Vĩnh, Trung Đoàn

Trưởng Trung Đoàn 9 BB, và Trung Tá Nguyễn Đức Dương, Thiết Đoàn Trưởng Thiết Đoàn 1 Kỵ Binh bị địch bắt làm tù binh.[13] Tất cả 7 cố vấn Mỹ được ghi nhận là mất tích (MIA = Missing In Action); thật ra, trừ Trung Tá Richard S. Schott bị thương nặng đã hy sinh bằng cách tự sát để cho các thuộc hạ dễ dàng đào thoát, trước sau, tất cả đều bị bắt làm tù binh, gồm có Thiếu Tá Albert E. Carlson, Thiếu Tá Thomas Davidson, Đại Úy Mark A. Smith, Đại Úy George Wanat, Trung Sĩ Howard B. Lull, và Trung Sĩ Kenneth Wallingford. Về phía QLVNCH, hơn một ngàn quân nhân cũng đã bị bắt làm tù binh tại Lộc Ninh; chỉ có khoảng độ 50 quân nhân vượt thoát được về đến An Lộc.[14] Trung Đoàn 9 của Sư Đoàn 5 BB coi như đã bị xóa sổ.

Các trận tấn công của Cộng quân tại An Lộc
Các chuẩn bị của QLVNCH để phòng thủ An Lộc

Như đã trình bày bên trên, khi trận Lộc Ninh nổ ra, Trung Tướng Nguyễn Văn Minh, Tư Lệnh Vùng III, đã thấy ngay ý đồ thật của phe CS tại Vùng III là đánh chiếm Bình Long, chứ không phải là đánh chiếm Tây Ninh. Ông lập tức ra lệnh cho trực thăng vận lên An Lộc ngay đơn vị trừ bị cuối cùng còn lại của Quân Đoàn III là Liên Đoàn 3 Biệt Động Quân (BĐQ) [15] vào ngày 5-4-1972. Ngày hôm sau, 6-4-1972, trong khi trận Lộc Ninh còn đang diễn ra ác liệt, Tướng Minh đã về Sài Gòn dự một phiên họp quan trọng tại Dinh Độc Lập. Hiện diện tại phiên họp này gồm có: Tổng Thống Nguyễn Văn Thiệu, Đại Tướng Cao Văn Viên, Tổng Tham Mưu Trưởng, Trung Tướng Đặng Văn Quang, Cố Vấn An Ninh của Tổng Thống Thiệu, và tất cả 4 tướng Tư Lệnh Vùng. Tướng Minh đã trình bày quan điểm của ông về tình hình nghiêm trọng tại Vùng III, nếu An Lộc bị địch chiếm làm thủ đô cho CPCMLTCHMNVN thì ảnh hưởng chính trị vô cùng bất lợi cho VNCH, do đó cần phải giữ An Lộc bằng mọi giá, và, vì quân trừ bị của Vùng III không còn nữa, ông đề nghị tìm mọi cách tăng viện cho Vùng III. Tổng Thống Thiệu và Trung Tướng Quang đều ủng hộ quan điểm này. Vì các đơn vị tổng trừ bị quan trọng là Sư Đoàn Dù và Sư Đoàn TQLC đã được tăng viện cho Vùng I và Vùng II hết rồi, sau cùng phiên họp quyết định tăng phái cho Vùng III Lữ Đoàn 1 Dù đang phụ trách phòng thủ Sài Gòn, Liên Đoàn 81 Biệt Cách Dù, và 1 sư đoàn của Vùng IV. Khi được hỏi ý kiến, Trung Tướng Ngô Quang Trưởng, lúc đó đang là Tư Lệnh Vùng IV, đề nghị sử dụng Sư Đoàn 21 vì 2 lý do: 1) Sư Đoàn 21 có nhiều kinh nghiệm về tác chiến cơ động; 2) Sư Đoàn 21 vốn trước đây đã từng do Tướng Minh chỉ huy. Sau khi thảo luận, các tướng đồng ý với đề nghị của Tướng Trưởng.[16] Sau đó, Tổng Thống Nguyễn Văn Thiệu đã gửi điện văn ra lệnh cho các sĩ quan cao cấp của QLVNCH tại An Lộc là phải giữ An Lộc ***"bằng mọi giá."***

Về phía Sư Đoàn 5 BB, Tướng Hưng ra lệnh cho Trung Tá Lý Đức Quân lập tức rút Trung Đoàn 7 BB đang đóng quân tại Phú Giáo để bảo vệ hành lang sông Bé về phòng thủ An Lộc. Ông cũng quyết định chuyển Bộ Tư Lệnh của Sư Đoàn, đã di chuyển từ Phú Lợi lên Lai Khê, nay chuyển lên đặt ngay tại An Lộc. Ngày 7-4-1972, trước khi bay vào An Lộc, ông đáp xuống Dầu Tiếng, họp với Đại Tá Mạch Văn Trường, Trung Đoàn Trưởng Trung Đoàn 8, và thông báo cho Đại Tá Trường về tình hình nghiêm trọng cần phải chống giữ An Lộc bằng mọi giá, về quyết định của ông đưa Bộ Tư Lệnh Sư Đoàn 5 lên An Lộc, và cho biết Sư Đoàn 5 không còn khả năng yểm trợ Trung Đoàn 8 nữa, nhưng yêu cầu Đại Tá Trường cố gắng giữ vững vị trí đang đóng quân để tiếp tục án ngữ hành lang sông Sài Gòn. Ông cũng cho Đại Tá Trường biết là kể từ giờ phút đó, Trung Đoàn 8 BB của Đại Tá Trường sẽ trực thuộc Quân Đoàn III. Sau khi tiễn Tướng Hưng lên trực thăng để bay vào An Lộc, Đại Tá Trường lập tức họp các đơn vị trưởng của Trung Đoàn 8 BB để thông báo các quyết định quan trọng của Tướng Hưng và ra lệnh cho các đơn vị kiểm tra lại ngay quân số và trang bị, đặc biệt chú trọng đến các súng cộng đồng như đại bác 57 không giật và súng cối 81 ly. Trong một cuộc tuần tiễu, lục soát một căn cứ cũ của Sư Đoàn I BB của Hoa Kỳ (đã được rút về Mỹ), Tiểu Đoàn

I của Trung Đoàn 8 BB may mắn tìm được một hầm đạn đủ loại và 2000 súng M-72 LAW (Light Antitank Weapon = Vũ khí nhẹ chống chiến xa) còn nguyên vẹn trong bao giấy dầu. Số súng chống chiến xa này lập tức được phân phối cho tất cả các đơn vị của toàn Trung Đoàn. Ba ngày sau, 10-4-1972, Tướng Minh, Tư Lệnh Quân Đoàn III, gọi Đại Tá Trường về Trung Tâm Hành Quân Quân Đoàn III tại Biên Hòa và, sau khi thông báo cho Đại Tá Trường về tình hình nghiêm trọng tại An Lộc, cho biết quyết định của ông là giao trả Trung Đoàn 8 lại cho Sư Đoàn 5 BB, và sẽ cho trực thăng vận Trung Đoàn 8 từ Dầu tiếng về An Lộc ngay ngày hôm sau, 11-4-1972.[17]

Như vậy, trước khi cuộc tấn công vào An Lộc lần đầu tiên nổ ra vào ngày 14-4-1972, lực lượng phòng thủ An Lộc gồm có các đơn vị được bố trí như sau:

- Trung Đoàn 8 BB giữ phía Bắc
- Liên Đoàn 3 BĐQ giữ phía Đông
- Trung Đoàn 7 BB giữ phía Tây
- Trung Đoàn 52 (của Sư Đoàn 18 BB tăng phái cho Sư Đoàn 5 BB) và các đơn vị địa phương của Tiểu Khu Bình Long giữ phía Nam

Lúc đó, các lực lượng mà phiên họp ngày 6-4-1972 tại Dinh Độc Lập đã quyết định tăng viện cho An Lộc, gồm Lữ Đoàn 1 Dù, Liên Đoàn 81 Biệt Cách Dù, và Sư Đoàn 21 BB, vẫn chưa đến được An Lộc.

Các chuẩn bị của Cộng quân để tấn công An Lộc

Về phía các đơn vị CS, sau khi chiếm xong Lộc Ninh, mục tiêu của họ bây giờ là tiến đánh An Lộc, thị trấn tỉnh lỵ của Tỉnh Bình Long. Để chuẩn bị cho trận tấn công sắp tới vào An Lộc họ phải thực hiện 2 chuyện: 1) bao vây An Lộc; và 2) cắt các đường tiếp tế và tiếp viện cho An Lộc.

Các đơn vị của Công Trường 5 CS được lệnh tiến về phía Nam để bao vây mặt Bắc của An Lộc. Phi trường của tỉnh Bình

Long ở phía Bắc An Lộc và phi trường tại Quản Lợi (cách An Lộc 5 km về phía Đông Bắc), hai đường hàng không cần thiết cho việc liên lạc và tiếp tế cho An Lộc, bị pháo kích liên tục. Trung Đoàn 7 BB, từ Phú Giáo rút về, đã giao cho một tiểu đoàn nhiệm vụ phòng thủ phi trường Quản Lợi. Đêm 8-4-1972, một số đơn vị của Công Trường Bình Long CS đã tấn công và tràn ngập phi trường này. Tiểu đoàn này của Trung Đoàn 7 bị thiệt hại rất nặng đã phải rút lui về An Lộc. Sau khi chiếm được Quản Lợi, các đơn vị pháo của Cộng quân đã chiếm giữ được những cao điểm thuận lợi cho việc điều chỉnh tọa độ pháo kích vào các mục tiêu trong thị trấn An Lộc trong thời gian sắp tới.

Về phía Nam, các đơn vị của Công Trường 7 CS đã cắt đứt hoàn toàn Quốc Lộ 13 từ Chơn Thành lên. Ngày 7-4-1972, Lữ Đoàn 1 Dù được lệnh di chuyển từ Lai Khê lên Chơn Thành, với nhiệm vụ giải tỏa Quốc Lộ 13. Khi qua khỏi Chơn Thành độ 6 km, còn cách An Lộc độ 15 km, Lữ Đoàn 1 Dù đã bị các chốt của một trung đoàn thuộc Sư Đoàn 7 CS chận đứng lại tại một địa điểm gần Cầu Tàu Ô, không cách nào tiến lên được nữa.

An Lộc đã hoàn toàn bị bao vây, tất cả các đường bộ và hàng không dùng để liên lạc và tiếp tế, tiếp viện cho An Lộc đã hoàn toàn bị địch cắt đứt hết. Từ sau ngày 7-4 cho đến ngày 12-4, mọi tiếp tế và tản thương cho An Lộc đều phải thực hiện bằng các phi vụ trực thăng và phi cơ C-123 của Không Quân VNCH. Trận tấn công của Cộng quân vào An Lộc nhất định sẽ xảy ra trong một thời gian ngắn sắp tới.

Đợt tấn công đầu tiên: 13-15/4/1972

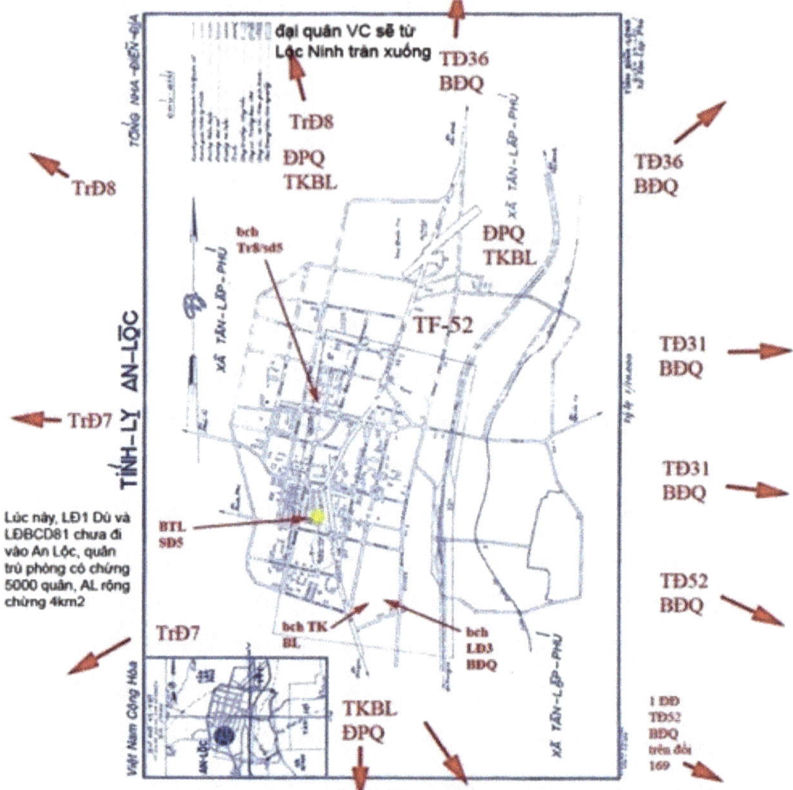

Hình 3.7. Bản đồ phòng thủ của QLVNCH tại An Lộc

Nguồn: Tài liệu trực tuyến ***Trận đánh An Lộc, Bình Long, ngày 13 tháng 4, 1972***, **… tại địa chỉ INTERNET sau đây:** https://kientruc5sj.wordpress.com/2014/08/18/tran-danh-an-loc-binh-long-ngay-13-thang-tu-1972-tran-bo-chien-cung-chien-xa-tien-cong-lan-dau-tien-cua-vc-vao-thi-xa-an-loc-bai-thu-5-by-duongtiden/

Đêm 12-4, để chuẩn bị cho cuộc tấn công của bộ binh và chiến xa vào sáng ngày hôm sau, Cộng quân đã pháo kích khoảng 6000 quả đạn đủ loại vào các vị trí phòng thủ trong thị trấn An Lộc. Đúng 6 giờ sáng ngày Thứ Năm 13-4-1972, các đơn vị bộ binh và chiến xa của Cộng quân bắt đầu tiến vào thị trấn. Đây là một trận đánh lớn đầu tiên mà phía Cộng quân đã sử dụng một số lượng lớn chiến xa. Chính vì vậy, cả 2 phe đều chưa có kinh nghiệm nhiều về sử dụng chiến xa (CS) cũng như đối phó với chiến xa (QLVNCH). Về phía QLVNCH, binh sĩ phòng thủ An Lộc, lúc đầu, rất hoảng sợ khi thấy chiến xa xuất hiện vì vũ khí cá nhân và cộng đồng của họ hoàn toàn vô dụng. Nhưng chỉ một thời gian ngắn sau khi một binh sĩ địa phương quân dùng súng M-72 bắn cháy được chiếc xe tăng T-54 đầu tiên, và tin nầy nhanh chóng loan truyền đi trong hàng ngũ quân phòng thủ An Lộc, thì tất cả mọi người không còn sợ xe tăng của địch nữa. Về phía Cộng quân, vì chưa có kinh nghiệm hợp đồng tác chiến giữa bộ binh và chiến xa, chiến xa thường tiến quá nhanh nên rơi vào thế không còn bộ binh tùng thiết để được che chở nữa, và trở thành những miếng mồi ngon cho quân phòng thủ An Lộc. Do đó, nội trong ngày đầu tiên của trận tấn công vào An Lộc, Cộng Quân đã bị thiệt hai nặng với 15 xe tăng T-54 bị bắn cháy trong các đường phố của An Lộc, trong số này 12 chiếc là do các binh sĩ của Trung Đoàn 8 BB sử dụng súng M-72 bắn cháy và 3 chiếc là do thực thăng Cobra của Hoa Kỳ tiêu diệt. Sau đó, Tướng Hưng đã ra lệnh cho tất cả các đơn vị tại An Lộc phải thành lập các "Tổ diệt tăng" trang bị M-72 chọn trong số các binh sĩ lanh lẹ và biết rõ địa thế trong khu vực phòng thủ của mình.

Trận đánh sáng ngày 13-4 với mũi tấn công chính diễn ra ở phía Bắc An Lộc. Một đoàn chiến xa T-54 mấy chục chiếc sắp hàng một tiến từ phía Bắc xuống phía Nam trên Quốc Lộ 13, hai bên đường là các toán bộ binh của Sư Đoàn 5 CS dàn hàng ngang, với khí thế cực kỳ đe dọa, coi như họ đã hoàn toàn làm chủ tình hình, đã chiếm được thượng phong. Họ không bao giờ ngờ họ đang đi vào chỗ chết.

Những người lính Địa Phương Quân của Tiểu Khu Bình Long cũng như các binh sĩ của các tiểu đoàn thuộc Trung Đoàn 8 BB đang phòng thủ ở phía Bắc An Lộc đã chuẩn bị từ mấy ngày qua để chống trả cuộc tấn công mà họ đã biết chắc sẽ xảy ra. Các cổ đại bác 105 ly của Tiểu Đoàn 52 Pháo Binh (Tiểu Đoàn Trưởng là Thiếu Tá Hoàng Trung Liêm) thuộc Trung Đoàn 8 BB đã thiếp lập xong các tọa độ hỏa tập cho các điểm dọc theo

Quốc Lộ 13 đi vào An Lộc. Bích kích pháo 81 ly của các đơn vị của Trung Đoàn cũng đã được chuẩn bị với các tọa độ đó.

Khi bộ binh và chiến xa của địch đã tiến vào đúng các vị trí tọa độ đó, các đại bác 105 ly và bích kích pháo 81 ly của các đơn vị phòng thủ phía Bắc An Lộc đã đồng loạt khai hỏa dữ dội. Binh sĩ bộ binh địch hoảng sợ, bỏ chạy lán loạn, một xe tăng T-54 trúng pháo nổ tung, quay ngang làm cản đường khiến các chiến xa ở phía sau phải trở lui. Khoảng 15 chiếc ở phía trước không thể trở lui được đành phải liều tiếp tục tiến vào trong thị xã An Lộc, và lần lượt trước sau đều bị các chiến sĩ phòng thủ An Lộc bắn cháy hết bằng súng M-72, như trong tấm ảnh bên dưới đây:

Hình 3.8. Xe tăng T-54 bị bắn cháy trong Thị Xã An Lộc
Nguồn: Sách ***America's Last Vietnam Battle*****, tr. 392.**

Sau khi chỉnh đốn lại hàng ngũ, vào khoảng 10 giờ sáng, Cộng quân mở đợt tấn công thứ nhì cũng vẫn bằng chiến xa và bộ binh vào An Lộc từ hướng Tây Bắc. Lần này, mặc dù cũng có bị mất 1 xe tăng T-54 bị bắn cháy, Cộng quân đã đạt được một kết quả khả quan hơn, và vào lúc 11:30 họ đã chiếm được phi trường Bình Long và một phần phía Bắc của An Lộc. Vào khoảng giữa trưa, An Lộc đã bi chia cắt làm đôi: phía Bắc đã lọt vào tay Cộng quân, phía Nam vẫn còn nằm trong tay các đơn vị phòng thủ, và, dĩ nhiên, phần giữa của thị trấn tiếp tục là địa bàn giao tranh ác liệt giữa hai phe, giành nhau từng ngôi nhà, từng khu phố.[18]

Suốt ngày 13-4 và cả 2 ngày sau, cuộc giao tranh gần như liên tục giữa hai phe tấn công và phòng thủ. Phe tấn công, tuy quân số đông hơn rất nhiều, đã không thể làm chủ được trận địa vì 2 lý do chính sau đây:

• Sự chống trả mãnh liệt và rất hiệu quả của ***tất cả*** các đơn vị phòng thủ trong thị trấn, từ các binh sĩ Nghĩa Quân và Địa Phương Quân của Tiểu Khu Bình Long cho đến các binh sĩ thuộc 2 Trung Đoàn 7 và 8 của Sư Đoàn 5 BB, Trung Đoàn 52 của Sư Đoàn 18 BB và các binh sĩ thiện chiến của Liên Đoàn 3 BĐQ, nhứt là sau khi Chuẩn Tướng Lê Văn Hưng, Tư Lệnh Sư Đoàn 5 BB và cũng là Tư Lệnh Mặt Trận, tuyên bố " ÔNG NHẤT QUYẾT TỬ THỦ AN LỘC VÀ SẼ NHẤT ĐỊNH CHẾT Ở ĐÓ NẾU THÀNH PHỐ NẦY BỊ CỘNG SẢN CHIẾM" [19]

• Sự yểm trợ phi pháo vô cùng hữu hiệu của Không Quân Hoa Kỳ và VNCH. Về phía Không Quân VNCH, các phi đoàn 221, 223, và 231 sử dụng trực thăng Huey UH-1, Phi Đoàn 237 sử dụng trực thăng Chinook CH-47, và Phi Đội tải thương 259E của Không Đoàn 43, đã tích cực tham gia vào việc đổ quân, chuyển vận, tiếp tế và tải thương hàng ngày cho mặt trận An Lộc. Về mặt yểm trợ chiến thuật cho các đơn vị bộ binh đang giao tranh với địch, các Phi Đoàn quan sát 112 và 124, các Phi Đoàn khu trục A-1 Skyraider 514 và 518 của Không Đoàn 23, và Phi Đoàn 522 phản lực F-5 Freedom Fighter của Không Đoàn 63 (tất cả đều thuộc Sư Đoàn 3 Không Quân tại Biên Hòa), đã thực hiện các phi vụ oanh kích các đơn vị địch ngay trong lúc giao tranh tại mặt trận An Lộc. Tất cả các phi vụ yểm trợ cho mặt trận An Lộc này đều đã được thực hiện trong điều kiện vô cùng nguy hiểm vì hệ thống pháo phòng không dày đặc của địch. Một số trực thăng Chinook CH-47 đã bị thiệt hại tại mặt trận An Lộc, như lời tường thuật sau đây của một phi công thuộc Phi Đoàn 237:

"Tình hình chiến sự mỗi lúc một gia tăng và mãnh liệt nhất là trận An Lộc, mùa Hè 72. Mỗi sáng, chúng tôi tất cả các trực thăng thuộc KĐ43CT đều sang standby tại Lai Khê chờ lệnh, UH-1 vào trước với các binh sĩ tinh nhuệ Nhảy Dù, Chinook vào sau với các khẩu trọng pháo 105 ly ở Đồi Gió, Tàu Ô, Tân Khai, bay cao, bay thấp đều bị bắn bằng đủ loại đạn, nhưng chúng tôi vẫn thi hành các phi vụ được giao phó. Hai Chinook đã tổn thất tại Tân Khai và Tàu Ô là PHĐ của Th/Tá Nguyễn Hữu Nhàn + Th/Úy Đặng Thiên Hiền, cơ phi Ch/Úy Kim, áp tải, xạ thủ đều hy sinh, Đ/Úy Trọng + Th/Úy Thanh bị bắt và được trao trả năm 73 nhưng cơ phi, xạ thủ và áp tải hy sinh.

Một Chinook của Tr/Úy Lê Quang Tiên và Đặng Đức Cường bị bắn cháy trên không, phải đáp khẩn cấp xuống phi trường An Lộc và được gunship bốc cứu. Phi cơ của Tr/Úy Son và tôi bị trúng một viên 12,7ly thủng bình xăng trái nhưng vô sự vì không phải đạn lửa và nhiều phi cơ khác bị đạn nhưng không đáng kể." [20]

Về phía Không Quân Hoa Kỳ, sự yểm trợ cho mặt trận An Lộc có thể nói là chưa từng có và với hiệu quả rất cao bằng đủ loại phi cơ và với số lượng phi vụ rất lớn. Oanh tạc cơ chiến lược B-52, xuất phát từ các căn cứ Không Quân Mỹ U Tapao (52 chiếc) tại Thái Lan và Andersen (31 chiếc) trên đảo Guam, hàng ngày thực hiện các phi vụ ***"trải thảm"*** trên các khu vực tập trung quân của địch chung quanh An Lộc. Mỗi phi vụ B-52 luôn luôn gồm 3 chiếc, mỗi chiếc có thể mang một số lượng bom lên đến 70.000 cân Anh (pound), tổng cộng vào khoảng 100 tấn bom. Khi một phi tuần gồm 3 chiếc B-52 ***"trải thảm"*** thì một khu vực có chiều ngang nửa dặm Anh (mile) và chiều dài 2 dặm Anh sẽ bị hoàn toàn hủy diệt.[21] Một điều cần được ghi nhận thêm là tính cách bất ngờ và kinh hoàng của việc B-52 ***"trải thảm"*** vì B-52 bay rất cao (30.000 feet = 10.000 m = 10 km) nên địch quân hoàn toàn không nghe, không thấy; khi đã nghe bom nổ thì không còn đường nào chạy thoát được nữa hết, chỉ có nằm chịu trận, phó mặc cho số mạng mà thôi. Phía Cộng sản cũng công nhận mức độ tàn phá của phi cơ B-52 như sau:

"Không quân Hoa Kỳ đã dùng B-52 để ném bom rải thảm dọn đường, ném bom tạo bãi đáp đổ quân cho các cuộc hành quân của kỵ binh bay, đánh vào các khu nghi ngờ tập trung quân và vào các khu hậu cần kho tàng của Quân đội Nhân dân Việt Nam và Quân Giải phóng Miền Nam Việt Nam và đã gây ra các huỷ diệt rất lớn, gây cảm giác rất ghê sợ, hãi hùng trong hàng ngũ đối phương và những người đã từng trải qua các trận bom B-52." [22]

Ngoài phi cơ B-52, Không Lực Hoa Kỳ cũng sử dụng nhiều loại phi cơ khác để yểm trợ cho mặt trận An Lộc như sau:

- Phi cơ phản lực khu trục A-37 Dragonfly,
- Phi cơ yểm trợ hỏa lực (gunship) AC-119 Stinger
- Phi cơ yểm trợ hỏa lực (gunship) AC-130 Spectre
- Phi cơ trực thăng tấn công Cobra

Các loại phi cơ này đã đóng một vai trò yểm trợ chiến thuật vô cùng hiệu quả cho mặt trận An Lộc. Chính các trực thăng Cobra, trong ngày đầu tiên của đợt tấn công này, đã bắn cháy 3 chiếc tăng T-54 bằng hỏa tiễn HEAT (**H**igh-**E**xlosive **A**nti**t**ank).

Sáng ngày 15-4, Cộng quân cố gắng tái diễn một cuộc tấn công "tiền pháo hậu xung" với bộ binh và chiến xa vào An Lộc một lần nữa nhưng kết quả cũng như trong hai ngày trước, đã bị chặn đứng bởi sức chống trả mãnh liệt của quân phòng thủ với sự yểm trợ áp đảo của không quân Việt-Mỹ. Mức độ giao tranh trong thị trấn giảm dần và đến tối thì ngưng hẳn, kết thúc đợt tấn công đầu tiên giữa tháng 4-1972. Cộng quân đã chiếm được phần phía Bắc của thị trấn An Lộc, và QLVNCH vẫn còn giữ được phần phía Nam của thị trấn.

Để đạt được thế trận tạm thời nầy, Cộng quân đã bị thiệt hại rất nặng về quân số và vũ khí. Riêng về lực lượng chiến xa, quân phòng thủ An Lộc đã bắn cháy được tất cả là 23 xe tăng, phần lớn là T-54 của Liên Xô. Về phía QLVNCH, toàn bộ đại pháo 105 ly trong thị trấn đã bị phá hủy.

Tăng viện cho An Lộc trong vòng vây

Con đường Nguyễn Trung Trực, một trong các con đường chính ở phía Bắc của thị trấn An Lộc, chạy từ Đông sang Tây, là ranh giới giữa 2 lực lượng tấn công và phòng thủ. Từ các vị trí đóng quân ở hai phía Bắc Nam con đường đó, binh sĩ hai bên có thể nhìn thấy và theo dõi hoạt động của đối phương trong một tình thế hết sức căng thẳng. Quân phòng thủ biết chắc chắn đối phương sẽ lại tấn công, chỉ không biết chắc ngày giờ nào mà thôi. Phần cấp chỉ huy của hai phe thì đây là thời gian để chuẩn bị cho cuộc giao tranh kế tiếp.

Về phía Cộng quân, họ phê bình kiểm điểm diễn tiến và thành quả của cuộc tấn công 3 ngày vừa qua. Họ ghi nhận tác động với hiệu quả cao của việc không quân Việt-Mỹ yểm trợ chiến trường An Lộc, nhất là việc oanh kích vào các địa điểm tập trung quân trước cuộc tấn công. Họ cũng thấy rõ khuyết điểm lớn trong kế hoạch tấn công đợt một này là việc thiếu phối hợp chặt chẽ giữa bộ binh và thiết giáp. Và trên hết, họ tập hợp lại lực lượng cho đợt tấn công kế tiếp.[23]

Về phía QLVNCH, đây cũng là thời gian chấn chỉnh lại đội hình, sửa sang lại các công sự phòng thủ, và, dĩ nhiên, mang viện quân vào An Lộc để tăng cường lực lượng phòng thủ.

Ngay từ đầu tháng 4-1972, khi trận Lộc Ninh nổ ra, Trung Tướng Nguyễn Văn Minh, Tư Lệnh Vùng III, sau phiên họp khẩn tại Dinh Độc Lập, đã ra lệnh cho Lữ Đoàn 1 Dù, đang phụ trách bảo vệ thủ đô Sài Gòn, với Lữ Đoàn Trưởng là Đại Tá Lê Quang Lưỡng [24] (về sau thăng lên Chuẩn Tướng và là Tư Lệnh cuối cùng của Sư Đoàn Dù), gồm 3 Tiểu Đoàn 5, 6, và 8, lập tức di chuyển lên Lai Khê. Ngày 7-4-1972, Lữ Đoàn 1 Dù bắt đầu cuộc hành quân từ Lai Khê lên Chơn Thành, dọc theo Quốc Lộ 13, với mục tiêu là nhổ các chốt của Công Trường 7 CS từ Chơn Thành lên An Lộc. Khi qua khỏi Chơn Thành độ 6 km về hướng

Bắc, còn cách An Lộc khoảng 15 km, thì lực lượng Dù bị chặn đứng lại tại Suối Tàu Ô bởi cả một trung đoàn của Công Trường 7 với công sự hầm hố phòng thủ kiên cố đã được chuẩn bị sẵn.

Hình 3.9. Chuẩn Tướng Lê Quang Lưỡng, Tư Lệnh Sư Đoàn ND – Trong thời gian Trận An Lộc, ông là Đại Tá, Lữ Đoàn Trưởng Lữ Đoàn 1 ND

Ngày 14-4-1972, Trung Tướng Minh, sau cuộc họp tại Lai Khê với Trung Tướng Dư Quốc Đống, Tư Lệnh Sư Đoàn ND, và Đại Tá Lê Quang Lưỡng, Lữ Đoàn Trưởng Lữ Đoàn 1 ND, quyết định cho Lữ Đoàn 1 ND vào tăng viện cho An Lộc. Đại Tá Lưỡng bay lên An Lộc ngay để họp bàn với Tướng Hưng về phương án đưa Lữ Đoàn 1 ND vào An Lộc. Phương án của ông đề nghị được Tướng Hưng chấp thuận và cho thi hành ngay. Sau đó, Đại Tá Lưỡng đã bàn chi tiết kế hoạch đổ quân này với Thiếu Tá Nguyễn Văn Ức, Phi Đoàn Trưởng Phi Đoàn 221 trực thăng, của Không Đoàn 43 Chiến Thuật, thuộc Sư Đoàn 3 Không Quân.[25, 26] Cuộc đổ quân toàn bộ Lữ Đoàn 1 Dù hoàn thành tốt đẹp trong 2 ngày 14 và 15-4 như tường thuật sau đây:

"Sau cuộc họp, Đại Tá Lưỡng bay quan sát vị trí trận địa để chọn bãi đổ quân. Sau năm vòng bay, vị sĩ quan Lữ Đoàn Trưởng quyết định đổ quân xuống ấp Srok Ton Cui, cách An Lộc 4 cây số về phía Đông. Theo kế hoạch, Tiểu Đoàn

6 Nhảy Dù sẽ xuống trước để khai quang bãi đáp. Rồi ngày hôm sau, 15 tháng 04/1972, hai Tiểu Đoàn 5 và 8 cùng Bộ Chỉ Huy Lữ Đoàn 1 Nhảy Dù sẽ được trực thăng vận xuống khu vực này. Sau khi đã hoàn tất cuộc đổ quân, hai Tiểu Đoàn 5 và 8 sẽ chia làm hai cánh tiến quân vào An Lộc."[27]

Sau khi Lữ Đoàn 1 ND đã vào được An Lộc xong thì đến phiên Liên Đoàn 81 Biệt Cách Dù, với Liên Đoàn Trưởng là Trung Tá Phan Văn Huấn (sau Trận An Lộc được thăng cấp Đại Tá), cũng được Tướng Minh cho trực thăng vận vào tăng viện cho mặt trận An Lộc. Cuộc hành quân trực thăng vận này diễn ra ngày 16-4-1972, cũng do Phi Đoàn 221 trực thăng thực hiện, với diễn tiến như sau:

"Đến ngày 16 tháng 04 năm 1972, Liên Đoàn 81 Biệt Cách Dù, được tăng viện cho An Lộc, và khởi phát cuộc phản công tái chiếm lại ½ lãnh thổ phía Bắc An Lộc.

Từng đoàn trực thăng HU-1D cất cánh từ căn cứ Lai Khê vào trưa ngày 16 tháng 04 năm 1972 đưa 550 Biệt Cách Nhảy Dù đến chiến trường An Lộc một cách an toàn.

Bãi đổ quân được chọn trên một khoảng ruộng trống, về phía Tây, Tỉnh lộ 245, cách Đồi Gió 1 cây số về phía Đông Bắc.

Hợp đoàn trực thăng từng đợt 30 chiếc HU-1D cho mỗi đợt đổ quân, có 4 trực thăng võ trang hộ tống bao vùng. Đợt đầu thả Bộ Chỉ Huy Liên Đoàn, do Trung Tá Phan Văn Huấn chỉ huy và 4 toán trinh sát của Liên Đoàn 81 Biệt Cách, do Trung Úy Lê Văn Lợi chỉ huy, cùng Đại Đội 1 do Đại Úy Nguyễn Ích Đoàn chỉ huy và Đại Đội 2 do Đại Úy Nguyễn Sơn chỉ huy; **chuyến thứ nhì gồm có Liên Đoàn Phó, Thiếu Tá Nguyễn văn Lân, cùng Đại Đội 3 do Đại Úy Phạm Châu Tài (có biệt danh là Hổ Xám) chỉ huy, và Đại Đội 4 do Đại Úy Đào Minh Hùng chỉ huy.**

Sau khi được an toàn nhảy xuống trận địa, kiểm điểm quân đầy đủ, Trung Tá Huấn liền cho lệnh các đơn vị di

chuyển đến chiếm cứ Ấp Srok Gòn, cận kề bên bãi đổ quân, bố trí xong xuôi, Trung Tá Huấn mở tần số truyền tin, liên lạc được với Tướng Hưng (Bộ Chỉ Huy Mặt Trận) và Đại Tá Lưỡng (Lực Lượng Dù) ở phía Nam để được hướng dẫn lộ trình an toàn cũng như tránh ngộ nhận giữa quân bạn trước khi tiến quân vào thành phố." [28]

Đại tá Phan Văn Huấn
CHT/ LĐ 81/ BCD
từ 1970- 1975

Hình 3.10. Đại Tá Phan Văn Huấn, Chỉ Huy Trưởng, Liên Đoàn 81 Biệt Cách Dù

Với các tăng viện này, quân số phòng thủ An Lộc tăng lên thêm được gần 3.000 quân, và quan trọng nhứt là giúp cho lực lượng phòng thủ tại đây lên tinh thần rất nhiều vì cả 2 đơn vị vừa được tăng viện đều là những đơn vị thiện chiến nhứt của QLVNCH. Ngoài ra, Lữ Đoàn 1 Dù còn tạo ra được 2 điều rất quan trọng cho An Lộc: 1) Thiết lập được một bãi đổ quân (LZ = Landing Zone) an toàn không những giúp cho việc tải thương mà còn tạo điều kiện tốt cho việc tiếp tế lương thực, đạn dược, và đổ quân tiếp viện; và, 2) Mang được vào cho mặt trận An Lộc 6 khẩu đại pháo 105 rất cần thiết để yểm trợ cho các đơn vị phòng thủ vì vào thời điểm đó tất cả các khẩu pháo của quân phòng thủ An Lộc đã bị thiêu hủy hết rồi. Các đơn vị của QLVNCH đã sẵn sàng chờ đợi đợt tấn công mới của Cộng quân. Họ không phải chờ lâu.

Đợt tấn công thứ nhì: 19-22/4/1972

Cũng giống như tất cả mọi cuộc tấn công của Cộng quân từ trước, luôn luôn áp dụng chiến thuật ***"tiền pháo hậu xung,"*** đêm 18-4 rạng sáng 19-4, các đơn vị pháo của Công Trường 9 đã rót hàng ngàn quả đại pháo và hỏa tiễn vào các vị trí của quân phòng thủ An Lộc, và cuộc tấn công bằng chiến xa và bộ binh bắt đầu ngay vào sáng sớm ngày 19-4.

Có mấy điều cần ghi nhận về đợt tấn công này. Điều thứ nhứt là, vì đã chiếm được nửa phía Bắc của thị trấn trong đợt một, phe Cộng sản nghĩ và tin chắc là với đợt tấn công lần thứ nhì nầy họ sẽ nuốt trọn An Lộc. Vì vậy, đài phát thanh Hà Nội đã công bố là An Lộc đã được hoàn toàn "giải phóng" và CPC-MLTCHMNVN sẽ chính thức ra mắt tại An Lộc vào ngày 20-4-1972.[29] Điều thứ nhì là đợt tấn công này, tuy cũng xảy ra tại nhiều địa điểm trong thị trấn An Lộc, nhưng rõ ràng là tập trung vào các địa điểm đóng quân của lực lượng mới tăng viện cho An Lộc là Lữ Đoàn 1 ND, với mục tiêu là diệt cho được đơn vị thiện chiến này để làm mất tinh thần của quân phòng thủ An Lộc.

Trung Đoàn 275 của Công Trường 5 và Trung Đoàn 141 của Công Trường 7, với sự hỗ trợ của 6 chiến xa, đã đồng loạt tấn công vào các vị trí đóng quân của Lữ Đoàn 1 ND tại Đồi Gió, Đồi 169 và ấp Srok Ton Cui. Đơn vị chịu áp lực nặng nề nhứt của Lữ Đoàn 1 ND là Tiểu Đoàn 6 tại Đồi Gió với Tiểu Đoàn Trưởng là Trung Tá Nguyễn Văn Đĩnh. Đồi Gió cũng chính là căn cứ hỏa lực với 6 khẩu đại bác 105 ly của Lữ Đoàn 1 ND.

"Trước áp lực quá nặng của địch quân, Đại Tá Lưỡng cho phép Trung Tá Nguyễn Văn Đĩnh, Tiểu Đoàn Trưởng Tiểu Đoàn 6 Nhảy Dù, được toàn quyền quyết định về kế hoạch triệt thoái.

Trung Tá Đĩnh cùng với hai Đại Đội 60 và 62 di chuyển theo ngọn đồi xuống ấp Srok Ton Cui, nơi đóng quân của Đại Đội 61. Trong khi đó, hai Đại Đội 63 và 64 còn lại do Thiếu Tá Phạm Kim Bằng chỉ huy vẫn tiếp tục án ngữ cao địa. Cánh

quân do Trung Tá Đĩnh chỉ huy bị Cộng quân chặn đánh. Những binh sĩ Nhảy Dù này đổi hướng và triệt thoái về hướng Nam. Sau đó, họ được trực thăng của Không Quân Việt Nam bốc về Lai Khê. Cánh quân còn lại của Tiểu Đoàn 6 Nhảy Dù và Bộ Chỉ Huy Lữ Đoàn rút vào An Lộc. Riêng pháo đội đại bác 105 ly với 6 khẩu được lệnh phá hủy tất cả súng trước khi rút lui." [30]

Mặc dù đạt được một phần mục tiêu là triệt tiêu được căn cứ hỏa lực của Lữ Đoàn 1 ND với 6 khẩu 105 ly và buộc Tiểu Đoàn 6 phải rút khỏi Đồi Gió, nhưng Cộng quân đã không tiêu diệt được Lữ Đoàn 1 ND. Lữ Đoàn 1 ND đã bảo toàn được lực lượng và di chuyển an toàn vào bên trong An Lộc. Ngoài ra, trong cuộc giao tranh tại khu vực này, toàn bộ 6 chiến xa của Cộng quân đã bị lực lượng Dù bắn cháy hết.

Trong thời gian này, các cuộc tấn công của các đơn vị của Công Trường 9, tại các địa điểm khác bên trong An Lộc, đều bị các lực lượng phòng thủ đẩy lui. Phần phía Nam của thị trấn An Lộc vẫn hoàn toàn nằm trong sự kiểm soát của các đơn vị phòng thủ. Ngày 20-4 qua đi. Mục tiêu của đợt tấn công lần thứ nhì này của Cộng Quân, chiếm An Lộc để làm thủ đô cho CPCMLTCHMNVN, đã thất bại. Ngày 21-4, Cộng quân còn cố gắng tấn công một lần nữa từ phía Nam nhưng cũng hoàn toàn thất bại do sự chống trả mãnh liệt của 2 Tiểu Đoàn 5 và 8 của Lữ Đoàn 1 ND. Đợt tấn công An Lộc lần thứ nhì này kết thúc vào tối ngày 22-4-1972.

Địa ngục trần gian tại An Lộc

An Lộc, trong suốt thời gian bị Cộng quân bao vây, đã được một ký giả Mỹ mô tả như là một địa ngục trần gian trong bài báo của tờ báo quân dội, ***Pacific Stars and Stripes***, số ra ngày 1-5-1972, với tựa đề như sau: ***"An Lộc: a battlefield in Hell."*** [31] An Lộc, với một diện tích khoảng 4 km vuông, đã phải gánh chịu mỗi ngày trên một ngàn quả đạn dủ loại, từ dại bác 105 ly, 155 ly, bích kích pháo, và hỏa tiễn 122 ly. Đó là không kể có những ngày, luôn luôn xảy ra trước những đợt tấn công dữ dội của chiến xa và bộ binh, mức độ pháo kích lên đến 5 hay 6 ngàn quả, và đặc biệt, vào ngày 11-5-1972, An Lộc phải chịu một trận mưa pháo trên 8.000 quả,[32] được các phóng viên chiến trường quốc tế mô tả là khốc liệt nhứt trong toàn bộ cuộc chiến tranh Đông Dương.

Với mức độ pháo kích như vậy, cộng thêm vào các trận đánh ác liệt ngay trong thị trấn, có chiến xa tham dự bên phe tấn công và có đủ loại phi cơ yểm trợ bên phe phòng thủ, gần như không có một ngôi nhà nào còn nguyên vẹn, nếu không bị sụp đổ tan nát thì cũng bị thiệt hại rất nặng nề, như trong bức ảnh bên dưới đây:

Hình 3.11. Trung tâm thị trấn An Lộc sau đợt tấn công đầu tiên

Vì họ đã chiếm được những vị trí cao điểm chung quanh thị trấn, như phi trường Quản Lợi, đồi Đồng Long ở phía Bắc, Đồi Gió và Đồi 169 ở phía Đông Nam, pháo binh của Cộng Quân đã pháo vào thị trấn rất chính xác. Một sĩ quan cố vấn Hoa Kỳ có mặt tại An Lộc đã cho rằng khả năng sống sót nếu ở ngoài trời trong vòng 5 phút là vào khoảng 50%.[33] Trong điều kiện chiến trường như vậy, tất cả mọi người trong thị trấn An Lộc, cả quân lẫn dân, đều phải sống trong hầm, đủ loại hầm, từ các hầm thật kiên cố như hầm của các bộ chỉ huy trung đoàn, lữ đoàn, sư đoàn, cho đến các hầm thật sơ sài của thường dân. Mặc dù vậy, số thương vong của thường dân và binh sĩ do pháo kích cũng không phải là nhỏ. Xác chết, kể cả xác súc vật, ngổn ngang khắp nơi, tay chân bị đứt lìa do các mảnh pháo chặt đứt văng tứ tung, một số nằm vương vãi ngay cả trên các cành cây còn chưa bị gãy đổ trong thị trấn. Một phần khá lớn những xác chết này không được chôn cất nên, sau một thời gian, đã xình thúi, gây ô nhiễm không khí rất khủng khiếp.

Trước khi xảy ra trận đánh, An Lộc có một dân số khoảng 15.000. Sau khi Lộc Ninh thất thủ, với cư dân của Lộc Ninh thoát chạy được về phía Nam, người ta ước lượng dân số của An Lộc, trong thời gian bị bao vây, có thể lên gần 20.000. Dĩ nhiên, người dân cũng biết rằng An Lộc sẽ là mục tiêu tấn công kế tiếp của Cộng quân, nhưng họ không thể thoát ra khỏi An Lộc được vì Quốc Lộ 13 đã bị cắt đứt rồi. Trong thời gian hai bên giao tranh, các vị lãnh đạo Công Giáo và Phật Giáo đã có mấy lần tìm cách đưa giáo dân rời khỏi An Lộc nhưng lần nào cũng vậy, Cộng quân đều pháo kích vào đoàn người di tản, gây thương vong rất lớn. Ta hãy nghe một sĩ quan của Liên Đoàn 3 BĐQ tả lại cảnh tượng kinh hoàng này:

"Có một ngày vào buổi sáng, khi ngớt pháo, tôi vừa chui lên nóc trung tâm hành quân để quan sát chung quanh thì thình lình… tôi nghe tiếng loa phóng thanh phát lên yêu cầu hai bên ngưng chiến. Loa phóng thanh được phát ra từ một đoàn người rất đông và rất dài, dẫn đầu bởi các nhà sư và các cha Công Giáo với cờ trắng trên tay phất qua phất lại. Lúc đó, Thiếu Tá Lạc, tiểu đoàn trưởng 36 BĐQ vừa gặp Trung Tá LĐT xong, nghe la hét cũng đến gần tôi trên nấp hầm trung tâm hành quân để quan sát.

Đoàn người đi trên con đường trước mặt và hướng đông BCH/LĐ tiến về hướng Nam định rẽ qua QL.13 để di tản về hướng Nam. Khi đoàn người đi về hướng gần phòng tuyến tiểu khu thì bỗng nghe tiếng pháo nổ ầm ầm hướng đó. Quan

sát kỹ thì tôi thấy đích thị địch đã không ngưng pháo, mà còn cố tình pháo thẳng vào đoàn người di tản trên. Đoàn người trúng đạn pháo kêu la thảm thiết, tiếng khóc của trẻ con vang dội đến khu tôi đang đứng.

Thiếu Tá Lạc thấy cảnh tượng kinh hoàng vì Việt Cộng quá dã man đối với người dân. Ông nói cả Cha, Thầy, lẫn đàn bà con nít bọn chúng vẫn không tha thì quả thật là man rợ. Lần pháo này dường như chúng có điềm chỉ nên đạn pháo rót chính xác vào đoàn người làm thân xác họ văng tung tóe, tay chân văng máng trên các cành cây ven đường bởi dân chúng trên đường không có gì tránh né. Một số họ chỉ chạy nằm sát gần những gốc cây lớn mà thôi. Sau đợt pháo đó, dân chúng và cả Cha lẫn Thầy đều tan hàng trở về chốn cũ của mình."[34]

Người dân An Lộc cũng như người tỵ nạn từ Lộc Ninh chạy về không còn cách nào khác, đành phải tìm mọi cách sống còn cùng với các binh sĩ phòng thủ trong địa ngục trần gian này.

Vì đường giao thông và tiếp tế chính cho An Lộc là Quốc Lộ 13 đã bị cắt đứt ở phía Nam, và các phi trường cũng đã lọt vào tay địch, An Lộc chỉ còn được tiếp tế bằng cách thả dù. Tuy nhiên, vì hệ thống phòng không dày đặc của địch, việc tiếp tế bằng cách thả dù do các phi cơ vận tải đã gặp rất nhiều khó khăn, phải thả các kiện hàng tiếp tế từ cao độ 5.000 bộ hay có khi còn cao hơn nữa. Trong đợt tấn công đầu tiên, sau khi thực hiện tất cả 27 phi vụ trong vòng 48 giờ, chỉ có 34 trong số 135 tấn tiếp tế lọt được vào tay quân phòng thủ mà thôi.[35] Tình trạng thiếu thốn lương thực và mọi thứ là một thực trạng kéo dài suốt thời gian mấy tháng của trận đánh. Dân và quân An Lộc cùng sống chung với nhau trong hầm và cùng chia xẻ với nhau từng miếng ăn thức uống. Chưa bao giờ, trong suốt thời gian 20 năm của cuộc chiến, tình quân dân cá nước thắm thiết như vậy. Việc chữa trị thương tích cho thường dân và chiến sĩ mỗi ngày mỗi thêm khó khăn vì không những bệnh viện của Tiểu Khu Bình Long đã bị pháo kích phá hủy hoàn toàn mà ngay cả thuốc men, vật dụng, y cụ cũng đều khan hiếm. Các bác sĩ phải sử dụng đến cả các sợi nylon rút ra từ bao cát, sau đó cho đun nước sôi khử trùng, để làm chỉ khâu may các vết thương sau khi giải phẫu. Lâu lâu, lợi dụng lúc địch quân ngưng pháo kích, quân phòng thủ phải sử dụng các bulldozer để đào các hố to để chôn tập thể (từ 300 đến 500 xác) các xác chết của cả binh sĩ và thường dân.

"Kiểm tra tình trạng quân số và thương binh thì từ ngày 13-04-72 bắt đầu cuộc chiến đến nay, tổn thất thương vong các tiểu đoàn gần phân nửa. Số người tử thương thì đã giải quyết chôn tại chỗ. Số bị thương thì tồn đọng rất nhiều vì ngày nào cũng có nhiều thương binh nhưng không tản thương được. Vì thế, quân y tạm thời giải quyết như sau: số người bị thương nhẹ còn đi đứng được thì sau khi băng bó xong cho trở về đơn vị, địch vào cầm súng bắn nữa. Do đó có người bị thương 2 hoặc 3 lần hoặc nhiều lần. Có người lần trước bị thương nhẹ, lần sau bị thương nặng. Cũng có những thương binh nhẹ sau đó lại tử thương! Còn những thương binh nặng để nằm đó chờ tản thương sống thoi thóp rồi có người mòn mỏi chết dần. Đại Đội 52 Quân Y báo cáo khu vực Trung Đoàn 8 có cả ngàn quân nhân và thường dân bị thương nặng chờ tản thương nằm chật cả một dãy phố Đại Lộ Hoàng Hôn. Những người còn lành mạnh thì rất mệt mỏi và gầy ốm vì phải chiến đấu hết ngày này sang ngày khác, không thì giờ nghỉ ngơi, thiếu ngủ, thiếu ăn, tinh thần lúc nào cũng căng thẳng, sinh mạng không biết sẽ chết lúc nào. Lại nữa mùi hôi thối từ xác chết rất khó thở, ruồi lằn sinh sản nhanh kinh khủng! Nước không đủ uống, lấy đâu mà tắm giặt, dơ bẩn, khó chịu, nhưng họ cũng phải ráng chịu, phấn đấu sống để mà chiến đấu, để bảo vệ quê hương và dân tộc không lọt vào tay Cộng Sản." [36]

Đợt tấn công lần thứ ba: 11-15/5/1972

Sau khoảng hơn 2 tuần lễ chấn chỉnh hàng ngũ, bổ sung quân số, và tái trang bị, tiếp tế, Cộng quân lại tung ra một đợt tấn công nữa vào sáng ngày 11-5-1972. Một ngày trước đó, về phía cố vấn Mỹ có một thay đổi quan trọng: Đại Tá Miller, Cố Vấn Trưởng bên cạnh Tướng Hưng, hết nhiệm kỳ phục vụ tại Việt

Nam và được thay thế bởi Đại Tá Walter Ulmer, một sĩ quan tốt nghiệp Trường Võ Bị West Point nổi tiếng, có kinh nghiệm và đã từng phục vụ 2 nhiệm kỳ một năm tại Việt Nam. Việc thay đổi này có ảnh hưởng tốt cho mối quan hệ với Tướng Hưng vì, khác với Đại Tá Miller, Đại Tá Ulmer là một người bình tĩnh hơn, tế nhị hơn, và thông cảm hơn.

Đúng 4:30 sáng ngày 11-5-1972, trận pháo kích dữ dội vào An Lộc suốt từ 1 giờ sáng đột ngột chấm dứt: quân phòng thủ biết ngay là cuộc tấn công bằng bộ binh sắp sửa bắt đầu. Và đúng như vậy, các đơn vị bộ binh của Công Trường 5 khởi sự tấn công từ phía Bắc, trong khi bộ binh của Công Trường 9 tấn công từ phía Tây, với sự yểm trợ của 40 chiến xa.[37] Cuộc giao tranh lại tái diễn với hình thức và cường độ như hai lần trước. Một chuyện mới trong đợt tấn công này là Cộng quân bắt đầu sử dụng hỏa tiễn tầm nhiệt địa không SA-7 Strela do Liên Xô chế tạo để chống lại các phi cơ yểm trợ chiến thuật của Không Quân Việt-Mỹ, đặc biệt là nhắm bắn hạ các trực thăng gunship Cobra.

Ở phía Bắc, Trung Đoàn 8 BB và Liên Đoàn 81 Biệt Cách Dù bị áp lực rất nặng từ các đơn vị của Công Trường 5, nhưng họ vẫn bám trận địa, chống trả dữ dội. Về phía Tây, Trung Đoàn 7 BB cũng bị các đơn vị của Trung Đoàn 272 của Công Trường 9 tấn công dữ dội. Lực lượng phòng thủ bắn cháy được 2 chiến xa, nhưng bộ binh địch vẫn tràn tới, tiến gần đến Bộ Chỉ Huy của Sư Đoàn 5 BB của Tướng Hưng Tiểu Đoàn 3 của Trung Đoàn 7 BB phải rút lui để bảo toàn lực lượng. Tình hình An Lộc lúc đó thật là nguy ngập. Tướng Hưng ra lệnh cho Tiểu Đoàn 5 Dù từ phía Nam tiến lên để giải vây cho Bộ Chỉ Huy Sư Đoàn 5. Trong cuộc điện đàm ngay lúc đó với Đại Tá Trường, Trung Đoàn Trưởng Trung Đoàn 8 BB ở phía Bắc, Tướng Hưng đã nói như sau:

"Nếu địch tràn ngập Bộ Tư Lệnh Sư Đoàn 5 trước khi tiểu đoàn Dù tới thì tôi sẽ tự sát chớ không để cho địch bắt. Vậy khi tôi chết rồi thì anh dắt Trung Đoàn 8 đi theo Liên Đoàn 81 Biệt Cách Dù rút về Chơn Thành." [38]

Thật vô cùng may mắn, ngay lúc đó, lực lượng tấn công đã phạm một sai lầm lớn. Các đơn vị của Trung Đoàn 272, Công Trường 9, thay vì tràn xuống phía Đông Nam, họ lại đã tiến lên phía Đông Bắc, tấn công, tràn ngập, và chiếm được trụ sở của Ty Công Chánh tỉnh Bình Long.[39] Sau đó, nhờ Tiểu Đoàn 5 Dù từ phía Nam lên, một tiểu đoàn BĐQ từ phía Đông sang, và Đại Đội 8 Trinh Sát của Trung Đoàn 8 BB từ phía Bắc xuống, Bộ Chỉ Huy Sư Đoàn 5 đã được an toàn.

Trong thời gian này, dưới sự điều động của tân Cố Vấn Trưởng Đại Tá Ulmer, các phi vụ yểm trợ chiến thuật cho An Lộc đã được gia tăng lên rất nhiều. Nội trong ngày 11-5, đã có tất cả 297 phi vụ yểm trợ chiến thuật được thực hiện trên không phận An Lộc. Sau đó, trong 4 ngày kế tiếp, mỗi ngày đều có khoảng 260 phi vụ yểm trợ cho An Lộc. Về máy bay chiến lược B-52, nội trong 24 giờ của ngày 11-5 đã có tất cả 30 phi vụ, trong đó bao gồm cả 5 phi vụ B-52 mà Tướng Hollingsworth đã "vay mượn" từ Vùng II. Lần này, các phi vụ B-52 đã ***"trải thảm"*** một cách chính xác ngoài sức tưởng tượng, có khi chỉ cách các lực lượng phòng thủ chừng vài trăm mét mà thôi. Một trong các phi vụ B-52 này đã kịp thời giải nguy cho Liên Đoàn 81 Biệt Cách Dù ở phía Đông Bắc khi Liên Đoàn sắp bị một trung đoàn của Công Trường 5 tràn ngập: B-52 đã ***"trải thảm"*** lên trung đoàn này chỉ cách vị trí của Liên Đoàn 81 có khoảng 500 m (600 yards). Trung đoàn này của Công Trường 5 CS coi như đã bị xóa sổ.[40]

Đến chiều ngày 11-5 thì có thể xem như đợt tấn công vào An Lộc lần thứ ba này của Cộng Quân đã hoàn toàn thất bại: họ đã không thể chiếm được An Lộc. Phần lớn số 40 chiến xa của họ đã bị tiêu hủy bên trong thị trấn, với một số vẫn còn nguyên, nhưng các binh sĩ thiết giáp đã bỏ chạy thoát thân. Các đơn vị bộ binh đã bị các đơn vị phòng thủ và các phi vụ yểm trợ chiến thuật đánh tan tác. Số tàn binh hoảng sợ cực điểm trước các trận bom của không quân Việt-Mỹ đã hoàn toàn mất tinh thần, bỏ hàng ngũ, chạy tán loạn vào các khu rừng cao su chung quanh thành phố, và một số lại làm mồi cho các phi vụ ***"trải thảm"*** của máy bay B-52. Những ngày sau đó, Cộng quân vẫn còn tiếp tục mở những cuộc tấn công vào An Lộc nữa nhưng họ đã hoàn toàn mất đà rồi. Tối ngày 15-5, toàn bộ các lực lượng tấn công còn lại của Cộng quân rút hết ra khỏi An Lộc.

Đợt tấn công lần thứ ba này đã hoàn toàn bị bẻ gãy, nhưng trận chiến vẫn chưa tàn vì Cộng quân vẫn còn bám trụ tại những phần đất họ đã chiếm được chung quanh thị trấn An Lộc.

QLVNCH phản công và phá vòng vây An Lộc

Về phía Bắc, ngày 10-6, Liên Đoàn 81 Biệt Cách Dù, mặc dù có tỷ lệ thương vong khá cao, đã tiến hành việc lục soát và tiêu diệt tất cả các ổ kháng cự của Cộng quân trong các khu phố đã bị họ chiếm giữ trước đây. Hai ngày sau, khi đã kiểm soát xong và làm chủ được tình hình tại đây, Liên Đoàn 81 Biệt Cách Dù bắt đầu thực hiện việc tái chiếm đồi Đồng Long, cách An Lộc khoảng nửa cây số về phía Bắc, mà Cộng quân đã chiếm giữ từ hai tháng nay. Ta hãy nghe một người trong cuộc, Đại Úy Lê Đắc Lực của Liên Đoàn 81 Biệt Cách Dù, kể lại như sau:

"Đích thân Trung Tá Chỉ Huy Trưởng Phan Văn Huấn đã điều động Đại Đội 2 và Đại Đội 3 chia làm hai cánh, Đại Đội 3 do Đại Úy Phạm Châu Tài chỉ huy, sẽ tiến quân từ hướng Đông và Đại Đội 2 do Đại Úy Nguyễn Sơn chỉ huy, phối hợp cùng hai Toán Thám Sát do Thiếu Úy Lê Văn Lợi chỉ huy, sẽ tiến quân từ hướng Nam, tất cả lợi dụng vào nửa đêm trời tối, âm thầm, kín đáo bò sát lên đỉnh đồi, nằm ém quân tại chỗ, đợi cho đến khi trời vừa hừng sáng, sau khẩu lệnh xung phong của Đại Úy Sơn, tất cả đã đồng loạt nổ súng xối xả, tấn công vào các pháo tháp, hầm trú ẩn của địch quân, bọn địch dù đông, công sự phòng thủ vững chắc, nhưng quá bất ngờ, không kịp trở tay trước lối đánh thần tốc, táo bạo của Biệt Cách Dù, nên một số đã bị sát hại, số còn lại vừa định thần đã phản ứng chống trả, nhưng không ngăn cản được quyết tâm tái chiếm đồi Đồng Long của các Chiến sĩ Biệt Cách Dù, cuối cùng chúng cũng đã bị tiêu diệt, hay đã phải buông súng đầu hàng.

Hai Toán Thám Sát đã không chậm trễ, khai triển đội hình công hãm và thanh toán cứ điểm cuối cùng của địch trên chóp đỉnh, bốn tên địch quân ngoan cố cầm cự trong tuyệt vọng, để rồi phải phơi thây thảm khốc. Thiếu Úy Lợi và các Toán viên đã mừng rơi nước mắt, cùng cầm Quốc Kỳ Việt Nam Cộng Hòa cắm xuống ngay trên đỉnh Đồi Đồng Long." [41]

Với việc tái chiếm đồi Đồng Long, thị trấn An Lộc có thể xem như đã được giải tỏa. Ngày 16-6-1972, Trung Tướng Nguyễn Văn Minh, Tư Lệnh Quân Đoàn III, đã bay lên An Lộc và thăng cấp Đại Tá tại mặt trận cho Trung Tá Phan Văn Huấn, Chỉ Huy Trưởng Liên Đoàn 81 Biệt Cách Dù.[42]

Hình 3.12. Nghĩa trang tạm
dành cho **các chiến sĩ Liên Đoàn 81 Biệt Cách Dù**
(Nguồn: ***Tàn cơn binh lửa (10): An Lộc Địa*** của Lê Đắc Lực)

Hình 3.13. Nghĩa trang xây lại sau trận đánh cho các tử sĩ của Liên Đoàn 81 Biệt Cách Dù tại An Lộc

(**Nguồn:** cùng một nguồn với ảnh trên)

Chính tại đây, trên bia chung của nghĩa trang, đã ghi lại hai câu thơ của cô giáo Nguyễn Thị Pha của Thị trấn An Lộc đã đi vào lịch sử của Miền Nam:

An Lộc địa sử ghi chiến tích
Biệt Cách Dù vị quốc vong thân

Về phía Nam, việc giải tỏa Quốc Lộ 13 từ Chơn Thành lên An Lộc gặp khó khăn hơn rất nhiều vì các chốt chặn của Công Trường 7 cắt đứt nhiều đoạn giữa Lai Khê – Chơn Thành, và giữa Chơn Thành – Tân Khai, như có thể thấy trong tấm ảnh bên dưới đây:

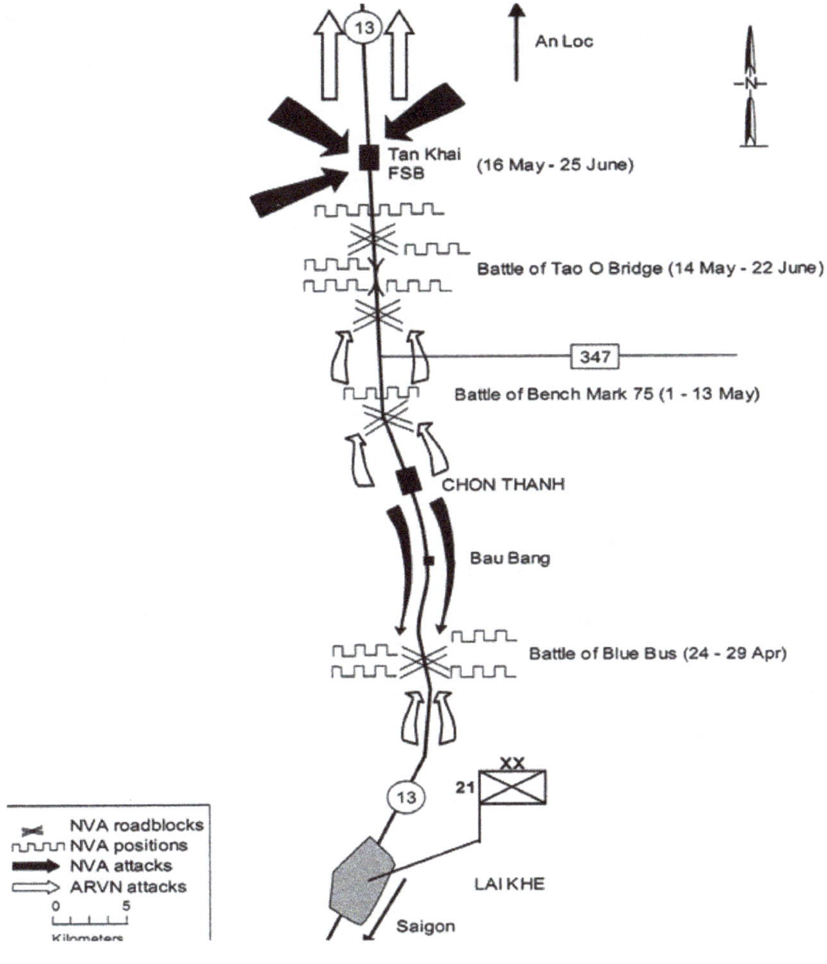

Hình 3.14. Bản đồ Quốc Lộ 13 với các "chốt" của Công Trường 7 (CS) giữa Lai Khê và Tân Khai

Sau buổi họp ngày 6-4-1972 tại Dinh Độc Lập, Sư Đoàn 21 BB, với Tư Lệnh là Thiếu Tướng Nguyễn Vĩnh Nghi,[43] được lệnh di chuyển ngay từ Vùng IV lên tăng viện cho Vùng III. Toàn bộ Sư Đoàn đã có mặt tại Lai Khê từ ngày 12-4 và phân ra đóng quân như sau: 1) Trung Đoàn 31 ở khu vực Ấp Suối Tre; 2) Trung Đoàn 32 ở phía Nam Chơn Thành; 3) Trung Đoàn 33 ở phía Bắc Lai Khê; và 4) Thiết Đoàn 9 Kỵ Binh ngay tại Lai Khê.

Với quyết tâm khóa chặt Quốc Lộ 13 từ Lai Khê lên An Lộc, ngăn chặn không cho Sư Đoàn 21 BB tiến lên tăng viện và giải vây cho An Lộc, các đơn vị của 2 Trung Đoàn 165 và 209, thuộc Công Trường 7 (từ giữa tháng 5-1972 có thêm một số đơn vị của Công Trường 9 tăng viện) đã đặt rất nhiều chốt chặn khiến cho Sư Đoàn 21 BB đã gặp rất nhiều khó khăn, phải đánh nhiều trận lớn dọc theo Quốc Lộ 13 trong 3 tháng 4-5-6/1972 (xem bản đồ bên trên). Cả 2 bên đều bị thiệt hại nặng với số thương vong rất cao: 1) về phía Sư Đoàn 21 BB, tính đến ngày 26-5-1972, trên quân số 12.000, số thương vong đã đạt đến khoảng 50%, trong đó có 1 sĩ quan cao cấp là Đại Tá Trương Hữu Đức (truy thăng Chuẩn Tướng), Chiến Đoàn Trưởng, Chiến Đoàn Đặc Nhiệm 52, tử trận tại Chơn Thành vì trúng đạn của Cộng quân khi đang bay trực thăng chỉ huy ; 2) về phía Cộng quân, nhiều đại đội (quân số thường khoảng 150-200) của Trung Đoàn 209 chỉ còn 10 người.[44] Từ giữa tháng 5-1972, với tình hình Sư Đoàn 21 gặp khó khăn lớn trên Quốc Lộ 13, Trung Đoàn 15, thuộc Sư Đoàn 9 BB (Trung Đoàn Trưởng là Đại Tá Hồ Ngọc Cẩn [45]), được lệnh di chuyển từ Vùng IV lên tăng viện cho Sư Đoàn 21.

Tân Khai là một xã cách An Lộc về phía Đông Nam độ 9 km với địa thế trống trải không thuận lợi cho việc đặt các chốt chặn nên Cộng quân không đóng quân ở đó. Nhận ra lợi điểm này, ngày 15-5, Trung Tướng Minh cho thành lập một Chiến Đoàn Đặc Nhiệm (Task Force) dưới quyền chỉ huy của Đại Tá Cẩn, gồm Thiết Đoàn 9 Kỵ Binh, 1 tiểu đoàn bộ binh lấy từ Trung Đoàn 15 của Sư Đoàn 9 BB, và Pháo Đội C gồm 3 khẩu 105 ly lấy từ Tiểu Đoàn 93 Pháo Binh. Chiến Đoàn này đi vòng, bỏ qua chốt chặn của Cộng quân tại Suối Tàu Ô, tiến lên chiếm Tân Khai. Cùng lúc một tiểu đoàn thứ hai, cũng của Trung Đoàn 15, Sư Đoàn 9, được trực thăng vận lên một địa điểm cách Tân Khai khoảng 1,5 km về phía Đông, lục soát, bảo vệ an ninh để chuẩn bị cho các đợt chuyển quân kế tiếp lên Tân Khai. Các ngày kế tiếp, các đơn vị còn lại của Trung Đoàn 15 được trực thăng vận lên Tân Khai, cùng lúc với các trực thăng Chinook của Không Quân VNCH và trực thăng Sikorsky của Hoa Kỳ mang các cỗ đại bác 105 ly và 155 ly để thiết lập căn cứ hỏa lực Long Phi tại Tân Khai với nhiệm vụ yểm trợ cho An Lộc. Đến ngày 18-5, Trung Đoàn 15 đã hoàn toàn kiểm soát được khu vực chung quanh căn cứ hỏa lực Long Phi tại Tân Khai

Nhận ra sơ hở để mất Tân Khai, Cộng quân lập tức phản công. Sáng ngày 20-5, Trung Đoàn 141 của Công Trường 7, có chiến xa yểm trợ, lập tức tấn công căn cứ hỏa lực Tân Khai. Cuộc giao tranh tại Tân Khai kéo dài cả mấy tuần lễ và mang lại thương vong rất cao cho cả 2 phe.

Sáng ngày 4-6-1972, Tiểu Đoàn 6 ND, sau khi đã bổ sung quân số và tái trang bị, được trực thăng vận lên Tân Khai, cùng với các tiểu đoàn của Trung Đoàn 15, chia làm 2 cánh, hành quân giải tỏa Quốc Lộ 13 từ Tân Khai lên An Lộc. Sau 4 ngày chiến đấu ác liệt, Tiểu Đoàn 6 ND đã nhổ xong được hết tất cả các chốt của Công Trường 7, và:

"đúng 17 giờ 15 ngày 8 tháng 6, Đại Úy Ngô Xuân Vinh, Đại Đội Trưởng Đại Đội 62, đứng lên mặt đường nhựa, ngã ba vào xã Thanh Bình (đồn điền Xa Cam), bắt tay với Đại Úy Trương Ngọc Ni, Đại Đội Trưởng 81 Nhảy Dù, đơn vị cực Nam của An Lộc, để đánh dấu một chiến thắng quan trọng ngày giải tỏa AN LỘC." [46]

Việc liên kết được giữa hai tiểu đoàn Dù, cũng như giữa các đơn vị của Trung Đoàn 15 với các đơn vị phòng thủ phía Nam của An Lộc, khởi đầu cho việc giải tỏa hoàn toàn An Lộc. Vòng đai phòng thủ An Lộc được mở rộng, các phi vụ trực thăng đã có thể đáp an toàn để thực hiên các công tác tải thương, tiếp tế, thay quân cho An Lộc. Ngày 13-6, Trung Đoàn 48 thuộc Sư Đoàn 18 BB được trực thăng vận từ Lai Khê lên An Lộc để bắt đầu thay thế cho các đơn vị đã bị thiệt hại quá nặng và quá mệt mỏi, gần như kiệt sức, của Sư Đoàn 5 BB. Ngày 17-6, các đơn vị của Trung Đoàn 48 đã hành quân, tiến chiếm các ngọn đồi ở phía Nam An Lộc và, từ các vị trí cao điểm thuận lợi này, đã hướng dẫn cho các phi tuần không quân Mỹ-Việt oanh kích các vị trí còn sót lại của Cộng quân ở phía Bắc và phía Tây của thị trấn. Nhờ vậy Liên Đoàn 81 Biệt Cách Dù và Liên Đoàn 3 Biệt Động Quân đã chiếm lại được toàn bộ phía Bắc của An Lộc, và Trung Đoàn 7 của Sư Đoàn 5 cũng đã chiếm lại được phần phía Tây của An Lộc mà Cộng quân đã chiếm giữ từ ngày 11-5.[47] Mặc dù vẫn còn những vụ pháo kích lẻ tẻ của Cộng quân vào thị trấn, với An Lộc đã trở thành bình địa, nhưng toàn bộ thị trấn đã hoàn toàn nằm trong sự kiểm soát của các đơn vị QLVNCH.

Hình 3.15. Không ảnh cho thấy Thị trấn An Lộc đã trở thành bình địa

Ngày 18-6, Trung Tướng Nguyễn Văn Minh, Tư Lệnh Quân Đoàn III, sau khi cùng với Cố Vấn Trưởng là Thiếu Tướng Hollingsworth bay lên An Lộc trước đó 2 ngày, đã tuyên bố là cuộc bao vây An Lộc của Cộng quân đã bị bẻ gãy hoàn toàn. Ngày 24-6, Liên Đoàn 81 Biệt Cách Dù và Lữ Đoàn 1 ND được lệnh rời khỏi An Lộc để ra Vùng I tăng viện cho mặt trận Quảng Trị.

Ngày 7-7-1972, Tổng Thống Nguyễn Văn Thiệu đã đích thân bay vào An Lộc, thăm viếng, ủy lạo, gắn huy chương và thăng cấp tại mặt trận cho một số các vị chỉ huy lực lượng phòng thủ An Lộc. Đồng thời, ông cũng ra quyết định, lần đầu tiên trong lịch sử của QLVNCH, thăng lên một cấp cho ***tất cả*** mọi quân nhân đã có mặt tại đây trong thời gian cuộc tử thủ diễn ra.

Hình 3.16. Ảnh chụp ngày 7-7-1972 khi Tổng Thống Nguyễn Văn Thiệu đến thăm An Lộc

Từ trái qua phải: Trung Tướng Nguyễn Văn Minh, Tư Lệnh Quân Đoàn III, Đại Tá Bùi Đức Điềm, Phụ Tá Hành Quân Sư Đoàn 5 BB, Đại Tướng Cao Văn Viên, Tổng Tham Mưu Trưởng QLVNCH, Chuẩn Tướng Lê Văn Hưng, Tư Lệnh Sư Đoàn 5 BB, Tổng Thống Nguyễn Văn Thiệu, và Đại Tá Trần Văn Nhựt, Tỉnh Trưởng kiêm Tiểu Khu Trưởng Bình Long.

Thay Lời Kết

Trận An Lộc, diễn ra trong 3 tháng 4-5-6 năm /1972 với cường độ ác liệt chưa từng có trước đó, đã kết thúc với chiến thắng anh dũng, oai hùng, và rất đáng được ca ngợi của các đơn vị của QLVNCH đã tử thủ tại đó. Cả 2 phe lâm chiến đều phải trả một giá rất đắt với tỷ lệ thương vong rất cao và thiệt hại về chiến cụ rất lớn. Điều đau thương nhứt của trận đánh này là thiệt hại về nhân mạng và tài sản vô cùng lớn lao của người dân địa phương bị kẹt lại tại An Lộc trong suốt thời gian của trận chiến, thể hiện qua câu chuyện nhỏ rất thương tâm và kinh hoàng sau đây của hai bé gái đã sống sót qua suốt thời gian của trận đánh:

"Để chuẩn bị cho cuộc tấn công tái chiếm Đồi Đồng Long, trong lúc khai triển đội hình khi đến gần chân đồi với đầy dẫy cây rừng hoang dại, các Chiến Sĩ Đại Đội 2 Biệt Cách Dù đã phát hiện một căn hầm, nằm khuất lấp dưới những tấm ván gỗ và những cỏ cây xác xơ vì bom đạn. Các Binh sĩ áp sát đến miệng hầm, họ nghe vài ba tiếng động sột soạt nhỏ phát

ra từ bên trong. Rất thận trọng, họ chưa vội nổ súng hay tung lựu đạn mà chỉ phát lời kêu gọi đầu hàng, đồng thời cấp báo ngay về Bộ Chỉ Huy Hành Quân, Trung Tá Chỉ Huy Trưởng Phan Văn Huấn ra lệnh Đại Úy Sơn cho Binh sĩ quan sát kỹ càng, có thể là địch quân mà cũng có thể là đồng bào, nhưng bất kể họ là ai, với hơn hai tháng chiến trận xảy ra nơi đây, không lương thực, nước uống, thì đâu còn sức đề kháng để chống cự, phải tìm mọi cách đưa họ ra khỏi căn hầm đó. Và thật không thể tưởng tượng được, chỉ vài ba phút sau đó, có hai em bé gái khoảng chừng 6, 7 tuổi bò ra, trên người chỉ còn những mảnh vải rách nát, tả tơi che thân, đất bùn, ghét bẩn bám đen xì trên thân thể khô cằn, còm cõi, chỉ còn da bọc xương, hai mắt sâu hoắm trên một khuôn mặt hốc hác, ngây dại, thờ thẫn, giọng nói khàn đục, thiểu não, nhìn hai bé chẳng khác gì hai bộ xương biết đi, thật quá đổi thương tâm, đau lòng, không ai có thể cầm được nước mắt.

Trung Tá Chỉ Huy Trưởng đã mang hai bé về Bộ Chỉ Huy Hành Quân và giao cho Ban Quân Y của Bác Sĩ Nguyễn Thành Châu khám nghiệm, chữa trị, chăm sóc cho đến khi hai bé tạm bình phục và hai bé đã kể lại mọi sự việc như sau: "Hai cháu tên là Hà Thị Loan và Hà Thị Nở, con của Trung Sĩ Hà Văn Hiến, phục vụ tại Tiểu Khu. Khi Việt Cộng tấn công, pháo kích vào An Lộc, Mẹ cổng em trai 4 tuổi và dắt hai cháu chạy giặc, thì bất ngờ Mẹ bị trúng đạn pháo chết ngay tại chổ, em trai bị thương nặng ở chân. Chúng cháu liền cổng em trai chạy xuống ẩn trú trong một cái hầm kế cận chân đồi Đồng Long, trong đêm hôm đó em trai cháu chết, qúa khó khăn để chôn cất, nên chúng cháu để xác em trai nằm bên cạnh cho đến thối rửa chỉ còn bộ xương. Chúng cháu trốn ở đó suốt hơn hai tháng, lúc đầu may nhờ có một số cơm gạo sấy của ai bỏ lại đã ăn dần, về sau ăn sống luôn mấy con gà con lạc mẹ đang trốn chung trong hầm. Cạn kiệt lương thực, đói qúa ban đêm khi không còn nghe tiếng đạn pháo kích, thì mò ra khỏi hầm kiếm rau cỏ mà ăn. May nhờ đến ngày hôm nay được các bác tìm thấy mà cứu sống các cháu." [48]

CHƯƠNG BỐN
Tái Chiếm Quảng Trị: Trận Đánh Đẫm Máu Nhứt Trong Chiến Tranh Việt Nam

Ngày 30-3-1972, 3 sư đoàn Cộng Sản Bắc Việt (CSBV) vượt Khu Phi Quân Sự (tiếng Anh gọi là DeMilitarized Zone, viết tắt là DMZ), tấn công vào các căn cứ phòng thủ của Quân Lực Việt Nam Cộng Hòa (QLVNCH) ở phía Bắc và phía Tây của tỉnh Quảng Trị thuộc Vùng I. Cuộc Tổng Tấn Công 1972, mà giới truyền thông Hoa Kỳ gọi là ***The Easter Offensive*** thật sự bắt đầu. Ba ngày sau, 3 sư đoàn khác của CSBV tấn công vào An Lộc, tỉnh lỵ của tỉnh Bình Long ở Vùng III, cách Sài Gòn 60 km về hướng Bắc. Và ngày 14-4-1972, tỉnh Kontum thuộc Vùng II cũng bị 2 sư đoàn CSBV tấn công. Tại vùng I, ngày 2-5-1972, tỉnh Quảng Trị lọt vào tay quân CSBV sau khi Chuẩn Tướng Vũ Văn Giai, Tư Lệnh Sư Đoàn 3 Bộ Binh của QLVNCH, quyết định rút khỏi căn cứ Cổ Thành Quảng Trị (có tên là Cổ Thành Đinh Công Tráng). ***Phía Bắc tỉnh Thừa Thiên và thành phố Huế bị đe dọa nặng nề.*** Ngày hôm sau, 3-5-1972, Tổng Thống Nguyễn Văn Thiệu bổ nhiệm Trung Tướng Ngô Quang Trưởng,[1] đang là Tư Lệnh Quân Đoàn IV, thay thế Trung Tướng Hoàng Xuân Lãm trong chức vụ Tư Lệnh Quân Đoàn I. Ngay chiều hôm đó, cùng với một số sĩ quan thân cận trong bộ tham mưu của mình, Tướng Trưởng bay ngay ra Huế. Từ phi trường Phú Bài, tin ***"Tướng Trưởng đã về"*** loan truyền đi nhanh chóng và thành phố Huế như được hồi sinh. Sau một thời gian cấp tốc ổn định tình hình tại Huế, Tướng Trưởng tổ chức cuộc hành quân lấy tên là ***Chiến Dịch Lam Sơn 72*** nhằm phản công để tái chiếm Quảng Trị. Chiến Dịch Lam Sơn 72 chính thức kết thúc khi QLVNCH đã toàn thắng và chiếm lại được Cổ Thành Quảng Trị vào ngày 15-9-1972. Chương Bốn này cố gắng ghi lại phần nào diễn tiến của trận đánh này: trận đánh đẫm máu nhứt trong suốt thời gian kéo dài 20 năm của Chiến Tranh Việt Nam.

Tầm Quan Trọng về Chính Trị của Trận Đánh

Khi ông Richard M. Nixon nhậm chức Tổng Thống Hoa Kỳ vào tháng 1-1969, Hoa Kỳ đang có trên nửa triệu quân tại VNCH, với 31.000 quân đã tử trận, và Chiến Tranh Việt Nam đã trở thành mối chia rẽ trầm trọng nhứt trong dân chúng Mỹ kể từ khi cuộc Nội Chiến (Civil War, 1861-1865) chấm dứt cách đó hơn một trăm năm. Tổng Thống Nixon phải tìm cách làm thế nào để Hoa Kỳ có thể rút ra khỏi cuộc chiến mà không mang tiếng là bỏ rơi đồng minh VNCH. Giải pháp ông tìm ra được gọi là chính sách Việt-Nam-hóa chiến tranh (Vietnamization of the War): rút quân Mỹ ra khỏi Miền Nam từ từ, theo từng đợt, có kế hoạch, song song với việc chuẩn bị cho QLVNCH có thể tự đảm nhận hoàn toàn trách nhiệm trong cuộc chiến tự vệ này. Cuộc thử lửa đầu tiên của chính sách này là cuộc Hành Quân Lam Sơn 719 (tháng 2 và 3-1971) của QLVNCH tấn công sang Lào, nhắm phá hủy các căn cứ hậu cần trên đường mòn Hồ Chí Minh của CSBV. QLVNCH có đạt được một số mục tiêu của cuộc hành quân này nhưng cũng đã phải trả một giá khá đắt với nhiều tổn thất nặng nề. Miền Bắc thì cho rằng họ đã đánh bại QLVNCH và, như vậy, chính sách Việt Nam hóa chiến tranh của Nixon đã thất bại. Cuộc Tổng Tấn Công Mùa Hè 1972 lần này của Bắc Việt là để cho cả thế giới thấy rõ sự thất bại hoàn toàn, không thể chối cãi được, của chính sách Việt Nam hóa chiến tranh của Mỹ.

Từ giữa năm 1968, sau cuộc Tổng Tấn Công Tết Mậu Thân, Mỹ và Bắc Việt, và sau đó cả VNCH và Mặt Trận Giải Phóng Miền Nam, đã bắt đầu hòa đàm tại Paris. Cuộc thương thuyết đã kéo dài 4 năm và đang đi đến giai đoạn phải kết thúc. Cả 2 phe lâm chiến đều muốn chiếm thế thượng phong trên mặt trận quân sự để có lợi thế trong mặt trận ngoại giao. Trận Quảng Trị trở thành một ván bài hết sức quan trọng mà cả hai phe đều muốn thắng.

Về phía VNCH và Hoa Kỳ, bằng mọi giá, phải tái chiếm Quảng Trị. Trung Tướng Ngô Quang Trưởng, Tư Lệnh Quân Đoàn I, đã được giao cho sử dụng những đơn vị thiện chiến nhứt của QLVNCH. Hoa Kỳ cũng muốn thấy QLVNCH tái chiếm Quảng Trị, nên đã cố gắng hết sức hỗ trợ phi pháo cho QLVNCH trên chiến trường. Chưa bao giờ sự yểm trợ phi pháo của Hoa Kỳ được thực hiện với một cường độ ác liệt như vậy. Ngoài việc yểm trợ tối đa bằng đại pháo cũng như phi cơ oanh kích từ các chiến hạm của Hạm Đội Thái Bình Dương ở ngoài khơi Biển Đông còn có cả những phi vụ "trải thảm" liên tục bằng phi cơ chiến lược B-52 xuất phát từ căn cứ Andersen ở đảo Guam và căn cứ U-Tapao ở Thái Lan. Thống kê của Không Quân Mỹ cho thấy, chỉ nội trong 3 tháng 4-5-6/1972, tại mặt trận Quảng Trị, đã có tất cả 2.700 phi vụ B-52, với tổng số bom đã trải thảm là 57.000 tấn.[2] Về Hải Quân Hoa Kỳ, lực lượng tham chiến lúc đó là Hải Đoàn Đặc Nhiệm 77 (Task Force 77) thuộc Đệ Thất Hạm Đội, với 2 hàng không mẫu hạm Hancock và Coral Sea (về sau tăng cường thêm 4 hàng không mẫu hạm nữa là Kitty Hawk, Constellation, Midway và Saratoga) và rất nhiều khu trục hạm và tuần dương hạm. Mỗi hàng không mẫu hạm đều có 1 không đoàn (air wing) với khoảng 90 phi cơ phản lực thuộc các loại F-4 (Phantom), A-7 (Corsair) và A-6 (Intruder).[3] Dĩ nhiên, số thương vong của quân Bắc Việt do những vụ yểm trợ phi pháo này của Hoa Kỳ lên đến mức kinh hoàng.

Hình 4.1. Một phi tuần B-52 đang "trải thảm" tại mặt trận Quảng Trị
Nguồn: Internet

Về phía Bắc Việt, để chứng tỏ là chính sách Việt Nam hóa hoàn toàn thất bại, bằng mọi giá, phải giữ cho được Quảng Trị; lệnh ***tử thủ*** Quảng Trị được Hà Nội áp đặt lên các cấp chỉ huy các lưc lượng đang chiếm giữ Quảng Trị. Khi Tướng Trưởng ra lệnh bắt đầu Chiến Dịch Lam Sơn 72 để phản công nhằm tái chiếm Quảng Trị vào ngày 28-6-1972 thì Thị xã Quảng Trị và Cổ Thành Đinh Công Tráng đã nằm trong tay địch gần 2 tháng trời. Các lực lượng Bắc Viêt đã có quá dư thì giờ để thực hiện và tổ chức các công sự cần thiết cho việc tử thủ này, từ hầm hố, giao thông hào, chướng ngại vật cho đến việc bố trí các trận địa pháo, hỏa tiễn, phòng không, vv… Các đơn vị của Sư Đoàn ND (Nhảy Dù) và Sư Đoàn TQLC (Thủy Quân Lục Chiến) của QLVNCH phải trả giá bằng máu cho từng thước đất, từng con đường, từng ngôi nhà mà họ chiếm lại. Chưa bao giờ hai lực lương tổng trừ bị thiện chiến nhứt của QLVNCH đã có số thương vong cao như vậy trong suốt thời gian gần 20 năm của Chiến Tranh Việt Nam.

Tương Quan Lực Lượng Hai Bên

Các lực lượng CSBV bảo vệ Quảng Trị gồm các đơn vị sau đây:

- 2 Trung Đoàn của Sư Đoàn 320 B: Trung Đoàn 48 và Trung Đoàn Triệu Hải
- 1 Trung Đoàn của Sư Đoàn 325: Trung Đoàn 95
- 1 Trung Đoàn của Sư Đoàn 308: Trung Đoàn 88
- 2 Tiểu đoàn địa phương của Quảng Trị
- về sau, khi trận đánh đã diễn ra ác liệt, còn có thêm sự chi viện của các đơn vị còn lại của Sư Đoàn 325 và Sư Đoàn 312

Về phía QLVNCH, lực lượng tấn công tái chiếm Quảng Trị gồm có các đơn vị sau đây:

- 2 Lữ Đoàn của Sư Đoàn Dù: các Lữ Đoàn 2 và 3
- 3 Lữ Đoàn của Sư Đoàn TQLC: các Lữ Đoàn 147, 258 và 369
- Liên Đoàn 81 Biệt Cách Dù
- 2 Thiết Đoàn 7 và 18 của Binh Chủng Thiết Giáp
- các tiểu đoàn pháo binh của hai Sư Đoàn Dù và TQLC

Về phía Hoa Kỳ, hoàn toàn không có sự tham dự của các lực lượng bộ chiến (ground combat troops) nhưng có sự yểm trợ rất lớn về phi pháo, kể cả B-52.

Kế Hoạch Phản Công của Tướng Trưởng

Kế hoạch phản công để tái chiếm Quảng Trị của Trung Tướng Ngô Quang Trưởng, Tân Tư Lệnh Quân Đoàn I, gồm 2 phần chánh:

- Phần I: ổn định tình hình tại Huế
- Phần II: tấn công lên phía Bắc để tái chiếm Quảng Trị

Giữ vững Huế

Hình 4.2. Trung Tướng Ngô Quang Trưởng, Tư Lệnh Quân Đoàn I

Sau khi Quảng Trị thất thủ, cùng với việc CSBV truy kích các đơn vị của QLVNCH triệt thoái giữa Quảng Trị và Thừa Thiên, tạo ra ***Đại Lộ Kinh Hoàng*** trên Quốc Lộ 1, thành phố Huế vừa phải gánh chịu áp lực rất nặng của địch từ bên ngoài vừa phải đối phó với tình hình khó khăn bên trong thành phố do việc hàng vạn dân tỵ nạn từ Quảng Trị kéo vào và các tệ nạn do binh sĩ vô kỷ luật của các đơn vị triệt thoái gây nên.

Để ổn định tình hình và lòng dân tại thành phố Huế, hành động đầu tiên của Tướng Trưởng là ban ra 2 lệnh hết sức quan trọng:1) Thiết lập Bộ Tư Lệnh Tiền Phương của Quân Đoàn I tại phía Bắc thành phố Huế với nhiệm vụ chặn đứng tất cả các cuộc tấn công của quân CSBV; và, 2) Ra lệnh cho tất cả các quân nhân đã bỏ đơn vị, hay lạc đơn vị, hoặc không còn đơn vị, phải lập tức trình diện với các cấp thẩm quyền quân sự trong thành phố; những quân nhân không tuân theo lệnh này sẽ bị bắn bỏ ngay tại chỗ. Chỉ trong vài ngày tình hình an ninh và lòng dân của thành phố Huế được ổn định ngay.

Tướng Trưởng quyết định giao việc phòng thủ phía Bắc của tỉnh Thừa Thiên và thành phố Huế cho 2 đơn vị thiện chiến của Bộ Tư Lệnh Tiền Phương của Quân Đoàn I. Sư Đoàn TQLC, với Tư Lệnh mới là Đại Tá Bùi Thế Lân,[4] được giao nhiệm vụ phòng thủ phía Bắc và phía Tây Bắc của Huế. Sư Đoàn 1 Bộ Binh, với Tư Lệnh là Thiếu Tướng Phạm Văn Phú [5], chịu trách nhiệm phòng thủ hướng Nam và Tây Nam của Huế, ngăn chận tấn công của quân CSBV từ thung lũng A Shau.[6]

Về phía Bắc của Huế, tuyến phòng thủ của TQLC chạy dài theo bờ Nam của sông Mỹ Chánh với Lữ Đoàn 147 bên tả và Lữ Đoàn 369 bên hữu. Lữ Đoàn 147, với Lữ Đoàn Trưởng là Trung Tá Nguyễn Năng Bảo (về sau thăng cấp lên Đại Tá), gồm 3 tiểu đoàn tác chiến là các Tiểu Đoàn 1 (Quái Điểu), Tiểu Đoàn 4 (Kình Ngư), Tiểu Đoàn 7 (Hùm Xám), và Tiểu Đoàn 1 Pháo Binh TQLC (Lôi Hỏa). Lữ Đoàn 369, với Lữ Đoàn Trưởng là Trung Tá Nguyễn Thế Lương (về sau cũng thăng cấp lên Đại Tá), gồm 3 tiểu đoàn tác chiến là các Tiểu Đoàn 3 (Sói Biển), Tiểu Đoàn 6 (Thần Ưng), Tiểu Đoàn 9 (Mãnh Hổ), và Tiểu Đoàn 3 Pháo Binh TQLC (Nỏ Thần). Hai lữ đoàn TQLC này có nhiệm vụ ngăn chận tất cả các cuộc tấn công xuống phía Nam của các đơn vị thuộc 3 sư đoàn CSBV là các Sư Đoàn 304, Sư Đoàn 325 và Sư Đoàn 308.

Về phía Tây và Tây Nam của Huế, các đơn vị của Sư Đoàn 1 BB của Tướng Phú có nhiệm vụ chặn đứng tất cả các cuộc tấn công của các đơn vị của Sư Đoàn 324B của CSBV từ Thung lũng A Shau.

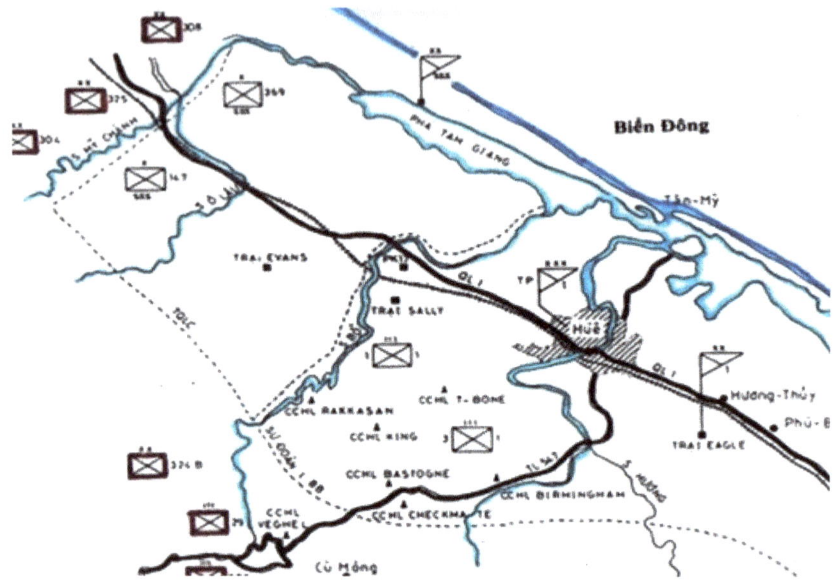

Hình 4.3. Bản đồ phòng thủ Quảng Trị – Thừa Thiên đầu tháng 5-1972

Sau gần 2 tháng tổ chức phòng thủ và ổn định hoàn toàn tình hình mặt trận Huế, Tướng Trưởng chuyển sang thế phản công với mục tiêu tái chiếm Quảng Trị.

Phản công tái chiếm Quảng Trị

Các chuẩn bị trước khi Lam Sơn 72 bắt đầu

Cuộc hành quân tái chiếm Quảng Trị mang tên là ***Chiến dịch Lam Sơn 72***, chính thức khởi sự vào ngày 28-6-1972, và chấm dứt vào ngày 16-9-1972 sau khi TQLC của QLVNCH đã cắm cờ VNCH trên Cổ Thành Quảng Trị.

Vì tầm quan trọng rất lớn của cuộc hành quân phản công này, các cuộc chuẩn bị cho chiến dịch này được thực hiện rất kỹ lưỡng, bao gồm tất cả 3 giai đoạn: [7]

- 10 ngày đầu của tháng 6-1972: tất cả các đơn vị được rà soát, sắp xếp lại trên toàn mặt trận
- Từ ngày 11 đến ngày 18-6-1972: ở phía Tây, Sư Đoàn 1 BB mở một cuộc tấn công về hướng căn cứ hỏa lực Veghel; về

phía Bắc, các đơn vị ND và TQLC mở những cuộc hành quân phía Bắc sông Mỹ Chánh để thăm dò lực lượng địch

• Từ ngày 19 đến 27-6-1972: mở 2 cuộc hành quân nhằm mục tiêu đánh lừa địch, ND tấn công vào Cam Lộ, và TQLC đổ bộ vào Cửa Việt

Hai ngày trước khi Chiến dịch Lam Sơn 72 bắt đầu, Tướng Trưởng ra lệnh phát động một cuộc oanh kích rất dữ dội vào các địa điểm đóng quân, các vị trí pháo, cũng như các khu vực hậu cần của địch. Ngoài các đơn vị phi pháo cơ hữu của QLVNCH, còn có sự tham dự tích cực của các đơn vị phi pháo của Hoa Kỳ, bao gồm cả các pháo hạm ngoài khơi và oanh tạc cơ chiến lược B-52 xuất phát từ Thái Lan (căn cứ U- Tapao) và đảo Guam, như chúng ta thấy trong bản đồ bên dưới đây:

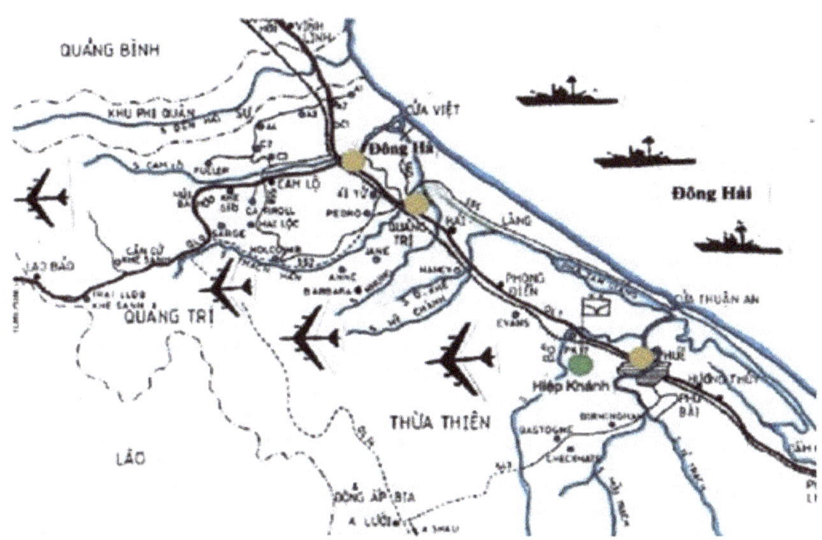

Hình 4.4. Bản đồ Quảng Trị Mùa Hè 1972
Nguồn: Internet

Chiến dịch Lam Sơn 72 thật sự bắt đầu

Ngày 28-6-1972 ***Chiến dịch Lam Sơn 72*** chính thức bắt đầu, với 2 mũi tấn công chính về hướng Bắc, phối hợp với một mũi phụ về hướng Tây Nam Huế. Vì xuất thân là một sĩ quan ND (chức vụ đầu tiên trong binh nghiệp của ông, vào tháng 7-1954, là một Thiếu Úy Trung Đội Trưởng của Tiểu Đoàn 5 ND [8]), Tướng Trưởng quyết định giao cho Sư Đoàn ND làm mũi tấn công chính trong cuộc hành quân quan trong này. Hướng tấn công của Sư Đoàn ND là phía Tây Nam Quốc Lộ 1, tiến về phía La Vang. Mũi tấn công thứ nhì ở phía Bắc được giao cho Sư Đoàn TQLC, dọc theo hương lộ 555, tiến về phía Triệu Phong. Mũi tấn công phía Tây Nam Huế là trách nhiệm của Sư Đoàn 1 BB. Phía Nam đèo Hải Vân, trách nhiệm bảo vệ Đà Nẵng được giao cho Sư Đoàn 3 BB đang được tái thiết và tái huấn luyện dưới quyền chỉ huy của Tư Lệnh mới là Chuẩn Tướng Nguyễn Duy Hinh.[9]

Cuộc phản công hướng về phía Bắc với hai Sư Đoàn ND và TQLC, với mục tiêu là chiếm lại cho được Quảng Trị, có thể được xem như gồm 2 đợt:

- Đợt 1: từ ngày 28-6-1972 đến ngày 27-7-1972 với Sư Đoàn Dù là lực lượng chính

- Đợt 2: từ ngày 27-7-1972 đến ngày 16-9-1972 khi toàn thắng, chiếm lại được Cổ Thành Đinh Công Tráng (Quảng Trị), với Sư Đoàn TQLC là lực lượng chính.

Đợt 1 của cuộc tấn công với Sư Đoàn Dù

Sau khi nhận nhiệm vụ tại Quân Đoàn 1, Tướng Trưởng đã yêu cầu Bộ Tổng Tham Mưu tăng viện cho ông để trám vào sự mất mát của Sư Đoàn 3 BB, và đã được tăng viện 2 Lữ Đoàn của Sư Đoàn Dù. Lữ Đoàn 2, với Lữ Đoàn Trưởng là Đại Tá Trần Quốc Lịch (về sau thăng lên Chuẩn Tướng, làm Tư Lệnh Sư Đoàn 5 Bộ Binh[10]), đến Huế vào ngày 8-5-1972 và được Tướng Trưởng điều động lên ngay mặt trận phía Bắc, trấn giữ phòng tuyến dọc bờ Nam của sông Mỹ Chánh, cùng với Lữ Đoàn 258 (với Lữ Đoàn Trưởng là Đại Tá Ngô Văn Định) của Sư Đoàn TQLC. Lữ Đoàn 3, với Lữ Đoàn Trưởng là Đại Tá Trương Vĩnh Phước, cũng được tăng viện cho Vùng I vào ngày 22-5-1972. Ngay sau đó, Bộ Chỉ Huy của Sư Đoàn Dù, với Tư

Lệnh là Trung Tướng Dư Quốc Đống, cũng bay ra Vùng I, và đặt tại bãi đổ quân Sally (Landing Zone (LZ) Sally) ở phía Nam Sông Bồ, ngay bên cạnh Quốc Lộ 1.[11]

Hình 4.5. Bản đồ vị trí của LZ Sally tại Quảng Trị
Nguồn: Internet

3 giờ sáng ngày 28-6-1972, Đại Tá Trần Quốc Lịch điều động 3 tiểu đoàn của Lữ Đoàn 2 ND vượt sông Mỹ Chánh tấn công lên phía Bắc: Tiểu Đoàn 2 do Thiếu Tá Nguyễn Đình Ngọc làm Tiểu Đoàn Trưởng đi cánh trái, Tiểu Đoàn 1 do Thiếu Tá Lê Hồng làm Tiểu Đoàn Trưởng đi giữa, và Tiểu Đoàn 3 do Thiếu Tá Trần Văn Sơn làm Tiểu Đoàn Trưởng đi cánh phải. Nhờ yếu tố bất ngờ, các tiểu đoàn Dù này đã đạt được những kết quả rất khích lệ, phá được phòng tuyến của quân Bắc Việt, tấn công thẳng vào Bộ Chỉ Huy của Trung Đoàn chiến xa 203 của địch, tịch thu được nhiều vũ khí nặng (như súng cối 61 và 82 ly, súng phòng không 37 và 57 ly) và luôn cả 3 chiến xa T54 của địch. Các lực lượng Dù tiếp tục tiến lên phía Bắc, và sau đó Tiểu Đoàn 3 mở mũi dùi tấn công về phía Đông nhằm tái chiếm quận Hải Lăng. Rạng sáng cùng ngày, thêm hai Tiểu Đoàn ND nữa là Tiểu Đoàn 9 (với Tiểu Đoàn Trưởng là Trung Tá Trần Hữu Phú) và Tiểu Đoàn 11 (với Tiểu Đoàn Trưởng là Thiếu Tá Lê

Văn Mễ) được trực thăng vận đổ xuống phía Bắc sông Nhùng. Hai tiểu đoàn này cùng đi song song, tiến lên phía Bắc và nhổ hết tất cả các chốt của địch. Chắc chắn đã đoán được mục tiêu của cuộc phản công này của QLVNCH là nhắm vào việc chiếm lại Quảng Trị, địch quân đã chống cự rất mãnh liệt, với những cuộc pháo kích liên tục bằng đại pháo 122 ly và 130 ly cũng như hỏa tiễn 107 ly, gây thương vọng rất nặng nề cho các tiểu đoàn ND. Một thí dụ điển hình là trong trận đánh tại thôn Tân Lệ, xã Phước Môn, tất cả 4 đại đội trưởng của Tiểu Đoàn 9 ND đều bị thương, với Đại Úy Ngưu, Đại Đội Trưởng của Đại Đội 94 bị tử thương. Sau nhiều trận kịch chiến với quân Bắc Việt trong khoảng 10 ngày, Tiểu Đoàn 3 ND chiếm lại được quận Hải Lăng vào 4 giờ chiều ngày 7-7-1972. Trong trận này, Thiếu Tá Tiểu Đoàn Trưởng Trần Văn Sơn bị thương nặng và được thay thế bởi Thiếu Tá Võ Thanh Đồng, Tiểu Đoàn Phó của Tiểu Đoàn 9 ND.[12] Với Hải Lăng được tái chiếm, con đường tiến lên phía Bắc hướng về Cổ Thành Quảng Trị của các đơn vị QLVNCH đã được rút ngắn rất nhiều nhưng việc tiến quân hoàn toàn không dễ dàng hơn một chút nào hết. Còn ngược lại nữa là khác. Lý do thật đơn giản: các lực lượng địch chiếm giữ Quảng Trị đã nhận được lệnh tử thủ. Trọn 3 tuần lễ, từ ngày 7-7 đến ngày 27-7-1972, các tiểu đoàn ND (tăng cường thêm với Tiểu Đoàn 5 vừa giải tỏa xong An Lộc) đã tiến rất chậm trong phần đất rất ngắn giữa sông Nhùng và sông Thạch Hãn vì sự chống trả mãnh liệt của địch. Chỉ sau khi phi cơ B-52 trải thảm dọc bờ Bắc sông Thạch Hãn, Tiểu Đoàn 5 mới vượt được sông Thạch Hãn, tiến vào đóng quân tại khu vực của thôn An Thái, chỉ còn cách Cổ Thành Đinh Công Tráng độ 3 km về phía Tây Nam. Trận đánh tái chiếm Thị xã Quảng Trị và Cổ Thành Đinh Công Tráng của các tiểu đoàn ND thật sự bắt đầu vào ngày 17-7-1972 với các cánh quân được bố trí như sau:

- Tiểu Đoàn 7 phía Tây Thị xã
- Tiểu Đoàn 11 từ bờ sông Thạch Hãn đến ngã ba Long Hưng

• Tiểu Đoàn 9 phía Nam Thị xã

• Tiểu Đoàn 6 phía Đông Thị xã

• Tiểu Đoàn 5 là lực lượng chính tấn công vào Cổ Thành Đinh Công Tráng

Trung Tá Nguyễn Chí Hiếu, Tiểu Đoàn Trưởng, Tiểu Đoàn 5 Dù, quyết định ngày hôm sau, 18-7-1972, toàn bộ tiểu đoàn sẽ đồng loạt tấn công vào Cổ Thành, với mục tiêu là nội trong 2 ngày phải chiếm cho được ít nhứt là phân nửa chu vi bờ thành.

Cổ Thành Đinh Công Tráng được xây dựng vào năm 1823 thời vua Minh Mạng. Lúc mới xây thành làm bằng đất; đến năm 1838 thì mới được xây lại bằng gạch. Thành hình vuông, mỗi cạnh dài khoảng 500 m, nên chu vi của thành gần 2000 m. Tường thành cao 9,4 m, dưới chân dày 12 m. Bao quanh thành có hào rộng 4 m, sâu 8 m, bốn góc thành là 4 pháo đài cao nhô hẳn ra ngoài. Khi trận Quảng Trị bắt đầu vào ngày 30-3-1972 thì trong Cổ Thành là bản doanh của tiểu khu Quảng Trị và Bộ Tư lệnh Sư đoàn 3 Bộ Binh của QLVNCH (Bộ chỉ huy Tiền phương của Sư Đoàn 3 thì đóng ở căn cứ Ái Tử). [13]

Hình 4.6. Không ảnh Cổ Thành Đinh Công Tráng năm 1967

Nguồn: Internet

Với quy mô kiên cố của thành như vậy, với quyết tâm tử thủ của các lực lượng địch chống giữ thành, cùng với sự yểm trợ tối đa của các đơn vị chiến xa, pháo binh, và phòng không của địch, các cánh quân ND đã bị tổn thất rất nặng nề với những số thương vong rất lớn. Nhưng ngược lại với các đợt oanh kích phi pháo của hải quân và không quân Hoa Kỳ (máy bay B-52 trải thảm), quân Bắc Việt cũng phải trả giá rất đắt trong việc chống giữ Cổ Thành Đinh Công Tráng.

Trung Tá Nguyễn Chí Hiếu, Tiểu Đoàn Trưởng Tiểu Đoàn 5 ND, lực lượng tấn công chính, chỉ định Đại Đội 51, với Đại Úy Trương Đăng Sỹ làm Đại Đội Trưởng, và Đại Đội 52, với Trung Úy Hồ Tường làm Đại Đội Trưởng, cùng song song tiến lên trước. Cuộc tiến quân vô cùng khó khăn vì sự chống trả quyết liệt của địch. Ta hãy nghe lời kể lại cuộc tiến quân của chính Đại Úy Sỹ (về sau thăng cấp lên Thiếu Tá) như sau:[14]

"Từ làng Trí Bưu, về hướng Tây Bắc, mục tiêu kế tiếp là Nhà Thờ Trí Bưu. Tôi và Hồ Tường song song bung đội hình từng bước tiến lên, nhường làng Trí Bưu lại cho Bộ Chỉ huy Tiểu đoàn. Đoạn đường từ đây đến Nhà Thờ Trí Bưu khoảng vài trăm thước cũng không phải dễ đi…

Tôi đã sử dụng tất cả hỏa lực yểm trợ: 18 khẩu 105 ly, cơ hữu Nhảy Dù, 4 khẩu 155 ly, 2 khẩu 175 ly của Quân đoàn 1…

Ngày nào cũng có ít nhất hai phi tuần oanh tạc. Ban đêm, thỉnh thoảng còn được hải pháo từ Đệ Thất hạm đội bắn yểm trợ. Nếu cần thiết, còn được 18 khẩu 105 ly của Thủy quân Lục chiến tăng cường. Ngày nào ít lắm cũng có một hay hai lần bắn "T.O.T". [Time On Target = Pháo yểm trợ có phối hợp trước để diễn ra cùng một lúc]

Có lúc chúng tôi phải tiến quân trong mưa bụi của pháo binh, mục đích không cho địch quân ngóc đầu khỏi hố. Tôi áp dụng chiến thuật từng bước nhảy vọt. Hồ Tường tiến tới từ 50m đến 100m thì dừng lại bố trí, 51 tiến lên qua mặt 52,

rồi lại tiến lên 50m đến 100m dừng lại hầm hố bố trí, cứ thế tiến dần …

Nhưng sức kháng cự của địch quân còn quá mạnh, nhất là bên cánh phải còn khu làng nhỏ sát bờ sông Thạch Hãn, địch bắn qua quá rát. Ban đêm đôi lúc chúng tôi còn nghe cả tiếng chiến xa địch."

Trước thực tế chiến trường như vậy, nhiều đơn vị đã được tăng phái cho mũi dùi tấn công của hai Đại Đội 51 và 52 của Tiểu Đoàn 5 Dù:

• Đại Đội 2 Trinh Sát của Sư Đoàn Dù

• 1 đại đội của Tiểu Đoàn 11 Dù (Tiểu Đoàn ***"Song Kiếm Trấn Ải"***)

• 2 đại đội của Lữ Đoàn 81 Biệt Cách Dù (vừa giải vây An Lộc xong, nổi tiếng với 2 câu thơ ca tụng của người dân An Lộc như sau: ***"An Lộc địa sử ghi chiến tích, Biệt Cách Dù vị quốc vong thân"***)

Mặc dù đã được tăng viện như thế, mũi dùi tấn công Cổ Thành Đinh Công Tráng của các đơn vị Nhảy Dù vẫn tiếp tục gặp nhiều khó khăn vì sức chống trả điên cuồng của địch. Đại Úy Sỹ đã 2 lần cố gắng tạo cơ hội cho đơn vị của mình dựng quốc kỳ VNCH trên Cổ Thành nhưng cả 2 lần đều không kéo dài được lâu. Lần thứ nhứt, ông sử dụng một toán cảm tử gồm 8 binh sĩ, với Hạ sĩ nhứt Trần Tâm làm trưởng toán, và Binh nhứt Hồ Khang, một người sinh trưởng và lớn lên tại Quảng Trị, sẽ có nhiệm vụ dựng cờ. Toán cảm tử xuất phát lúc nửa đêm, và đến sáng sớm thì họ thành công dựng được quốc kỳ VNCH, nhưng lập tức địch tập trung pháo dữ dội vào địa điểm dựng cờ. Hai Đại Đội 51 và 52 tiến lên ngay để tiếp cứu toán cảm tử. Khi đến gần bờ thành, họ không thể tiến được nữa vì bị hào thành rộng gần 10 m ngăn chặn. Đêm hôm đó, Đại Úy Sỹ được trinh sát báo cho biết 4 binh sĩ trong toán cảm tử đã bị tử thương, số còn lại bị mất tích. Sáng hôm sau, ông cho gọi một phi tuần máy bay khu trục A1 Skyraider của Không Quân VNCH đến dội bom, đánh sập được một góc tường thành, lấp được khoảng hào thành đó. Các đơn vị Dù vượt qua hào, tiến vào chiếm và bám chặt góc tường thành đã bị đánh sụp đó. Đại Úy Sỹ cho dựng cờ VNCH lần thứ hai, nhưng ngay lúc đó một phi tuần phản lực cơ A37 oanh kích lầm vào các đon vị Dù gây thương vong cho hơn phân nửa các dơn vị Dù. Cuộc tấn công của Tiểu Đoàn 5 Dù vào Cổ Thành Đinh Công Tráng phải tạm ngưng. Ngày hôm sau, 26-7-1972, có lệnh từ Trung Tướng Ngô Quang Trưởng cho Sư Đoàn Dù bàn giao việc tấn công Cổ Thành lại cho Sư Đoàn TQLC.[15]

Đợt 1 của cuộc tấn công với Sư Đoàn TQLC

Trở lại thời gian đầu tháng 5-1972, sau khi cử Trung Tướng Ngô Quang Trưởng thay Trung Tướng Hoàng Xuân Lãm làm Tư Lệnh Quân Đoàn I vào ngày 2-5-1972, thì 2 ngày sau, vào ngày 4-5-1972, Tổng Thống Nguyễn Văn Thiệu cũng cử Đại Tá Bùi Thế Lân, lúc đó đang là Tư Lệnh Phó lên thay Trung Tướng Lê Nguyên Khang làm Tư Lệnh Sư Đoàn TQLC. Đến cuối tháng, vào ngày 28-5-1972, Đại Tá Lân vinh thăng Chuẩn Tướng nhiệm chức, do chính Tổng Thống Nguyễn Văn Thiệu đích thân gắn sao cho ông ngay Bộ Chỉ Huy của Sư Đoàn TQLC tại Huế.

Ngay từ ngày đầu của Chiến dịch Lam Sơn 72, 28-6-1972, thi hành lệnh của Trung Tướng Ngô Quang Trưởng, Chuẩn Tướng Bùi Thế Lân, tân Tư Lệnh của Sư Đoàn TQLC, đã điều động ngay 4 tiểu đoàn tác chiến là các Tiểu Đoàn 3,5,7 và 8 tiến lên phía Bắc, dọc theo bờ biển, bên phía Đông của Quốc Lộ 1, song song với Sư Đoàn Dù. Các tiểu đoàn TQLC đã gặp sự kháng cự mãnh liệt của các đơn vị của Sư Đoàn 304 Bắc Việt đóng chốt trong hàng loạt các công sự bê tông vững chắc (bunkers).

Ngày 29-6-1972, 2 Tiểu Đoàn 1 và 4, với tổng số 1.450 quân, được trực thăng vận (bằng các trực thăng CH-46 và CH-53 của TQLC Hoa Kỳ) đổ xuống phía Đông Bắc Thị xã Quảng

Trị, dọc theo Hương Lộ 555 tại 2 bãi đổ quân (LZ = Landing Zone) Flamingo và Hawk. Nhờ các oanh kích bằng phi pháo, kể cả B-52 trải thảm, các tiểu đoàn TQLC không gặp sự kháng cự mạnh mẽ của địch tại các LZ. Tuy nhiên, sau đó, địch quân đã nhiều lần sử dụng bộ binh có chiến xa yểm trợ tìm cách bao vây các đơn vị TQLC nhưng đều bị tiêu diệt bằng hải pháo từ các chiến hạm Hoa Kỳ ở ngoài khơi, cách bờ biển khoảng 4 km. Tổng kết vào cuối tháng 6, riêng các tiểu đoàn TQLC đã gây tổn thất đáng kể cho địch quân như sau: 1.515 chết, 15 bị bắt làm tù binh, và 18 chiến xa bị phá hủy.[16]

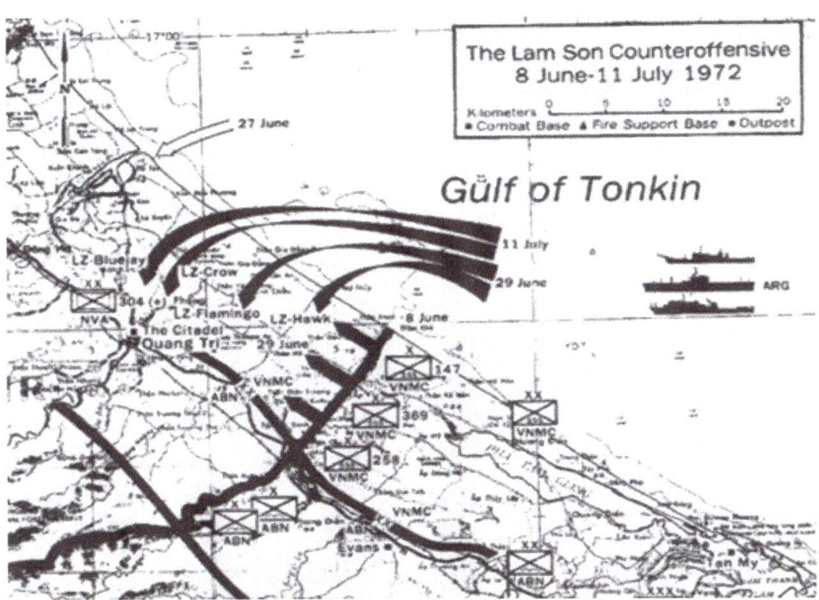

Hình 4.7. Bản đồ hành quân tái chiếm Quảng Trị (1)
Nguồn: *U.S. Marines in Vietnam: the war that would not end, 1971-1973*, tr. 109.

Trong hai tuần lễ đầu của tháng 7-1972, các tiểu đoàn TQLC được lệnh củng cố các vị trí đã chiếm được của địch. Tướng Lân thấy cần phải thực hiện thêm một cuộc hành quân nữa, nhằm đưa một tiểu đoàn lên xa hơn phía Bắc để ngăn chận viện quân của địch. Mục tiêu của cuộc hành quân này là cắt đứt Hương Lộ 560, dài khoảng 17 km, từ căn cứ Cửa Việt (một căn cứ cũ của QLVNCH) cho đến Thị Xã Quảng Trị, con đường huyết mạch tiếp tế cho các lực lượng của địch cố thủ trong Thị Xã Quảng Trị và Cổ Thành Đinh Công Tráng. Ngày 11-7, Tướng Lân ra lệnh bắt đầu một cuộc hành quân trực thăng vận mới này, đưa Tiểu Đoàn 1 (danh hiệu Quái Điểu, với Tiểu Đoàn Trưởng là Thiếu Tá Nguyễn Đăng Hòa) đổ xuống Triệu Phong, tại các bãi đổ quân Blue Jay và Crow. Đây cũng là một cuộc đổ quân vô cùng nguy hiểm vì là nhảy thẳng vào lòng địch, và chắc chắn sẽ gặp sự kháng cự mạnh mẽ của địch. Do đó, đích thân Tướng Trưởng và Tướng Lân đã đến tận nơi xuất phát, bắt tay tiễn đưa trước khi Thiếu Tá Hòa bước lên trực thăng. Mặc dù các bãi đáp đã được "dọn cỏ" trước bằng phi pháo và B-52, đoàn trực thăng 32 chiếc (cũng của TQLC Hoa Kỳ, gồm 17 chiếc CH-53, mỗi chiếc chở được 60 binh sĩ, và 15 chiếc CH-46, mỗi chiếc chở được 20 binh sĩ) của cuộc hành quân đã được địch quân dàn chào thật kỹ bằng các dàn phòng không 23 và 37 ly. Chiếc trực thăng của Thiếu Tá Hòa bị trúng dạn phòng không nhưng may mắn không bị rớt, nhưng khi vừa nhảy ra khỏi trực thăng, Thiếu Tá Hòa đã bị trúng ngay một mãnh đạn pháo 57 ly của địch và bị thương ở đùi phải. Sau khi được băng bó vết thương, ông vẫn ở lại mặt trận và tiếp tục chỉ huy tiểu đoàn. Một chiếc trực thăng CH-53 bị trúng phòng không và nổ tung trên trời, 60 người trên máy bay chỉ còn 12 người sống sót. Sau khi cuộc đổ quân hoàn tất, Tiểu Đoàn 1 có số tổn thất là trên 100 người, vừa chết vừa bị thương. Sau 3 ngày giao tranh liên tục và ác liệt với các đơn vị địch luôn luôn có chiến xa yểm trợ, Tiểu đoàn 1, đã chận đứng tất cả các cuộc phản công, bắn cháy nhiều chiến xa của địch bằng súng M72, và giữ vững được phòng tuyến, hoàn thành tốt đẹp mục tiêu của cuộc hành quân. Sau đó, Tiểu Đoàn 1 được Tiểu Đoàn 2 (danh hiệu Trâu Điên, với Tiểu Đoàn Trưởng là Thiếu Tá Trần Văn Hợp) tiến lên thay thế, mở rộng phòng tuyến ra đến cầu Ba Bến, giúp cho Công Binh TQLC bắt được cầu phao qua sông Vĩnh Định để cho các chiến xa M48 đầu tiên của Thiết Đoàn 20 tiến vào phòng thủ các vùng lãnh thổ mà trước đó Tiểu Đoàn 1 đã chiếm giữ được. Sau khi hoàn thành nhiệm vụ, ngày 14-7-1972, Tiểu Đoàn 1 được lệnh rút về Huế để dưỡng quân và bổ sung quân số.[17]

Ngày 22-7-1972, Tướng Lân lại cho mở một cuộc hành quân mới ở phía Bắc và phía Đông của Thị Xã Quảng Trị, nhằm cắt đứt toàn bộ các đường tiếp tế và truyền tin của địch. Đây là một cuộc hành quân hỗn hợp giữa hai tiểu đoàn của Lữ Đoàn 147 TQLC với các đơn vị thiết kỵ và bộ binh. Các đại đội của Tiểu Đoàn 5 được trực thăng vận đổ xuống hai bãi đổ quân Lima và Victor (xem bản đồ bên dưới), cách thị xã khoảng 3 km về phía Đông Bắc, chỉ gặp kháng cự tương đối yếu ớt của địch, nhưng, ngược lại, các đơn vị bộ binh và thiết kỵ thì bị địch chống cự mãnh liệt trước khi kết nối được với các đơn vị TQLC. Đến giữa trưa thì cả hai tiểu đoàn của Lữ Đoàn 147 đã kết nối được với nhau và địch quân bị đẩy lùi về phía sông Cửa Việt. Trong các cuộc giao tranh trong hai ngày kế tiếp, các đơn vị TQLC đã thanh toán xong tất cả các chốt của địch, với 133 địch quân tử trận, 5 chiến xa bị bắn cháy, và một bệnh viện dã chiến với 100 giường của địch đã bị san bằng.[18] Cuộc hành quân này kết thúc Đợt 1 của Chiến Dịch Lam Sơn 72 mà Sư Đoàn TQLC chỉ giữ vai trò phụ. Theo quyết định của Tướng Trưởng, từ ngày 27-7-1972, Sư Đoàn Dù bàn giao lại cho Sư Đoàn TQLC vai trò lực lượng tấn công chính với mục tiêu là, bằng mọi giá, phải chiếm cho bằng được Thị Xã Quảng Trị với biểu tượng là Cổ Thành Đinh Công Tráng.

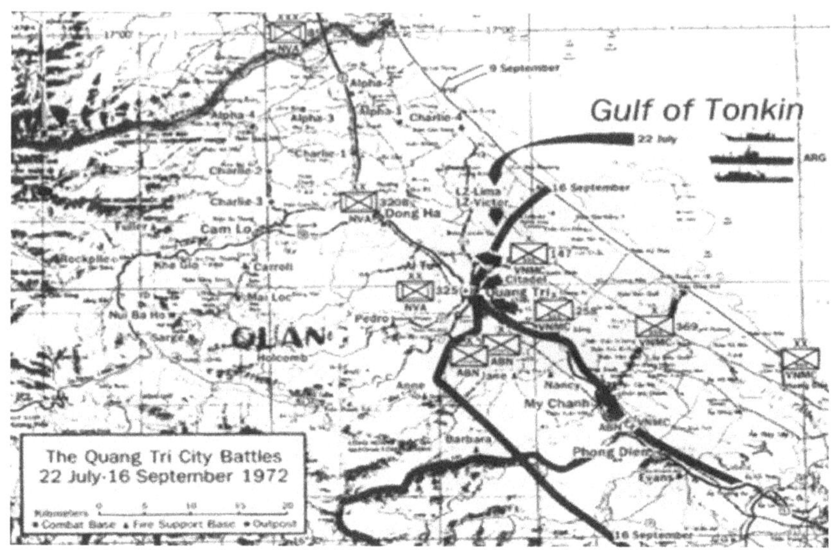

Hình 4.8. Bản đồ hành quân tái chiếm Quảng Trị (2)
Nguồn: *U.S. Marines in Vietnam: the war that would not end, 1971-1973*, tr. 120.

Đợt 2 của cuộc tấn công với Sư Đoàn TQLC

Ngày 27-7-1972, Chuẩn Tướng Bùi Thế Lân đưa ra kế hoạch hành quân tấn công tái chiếm Cổ Thành Đinh Công Tráng như sau:

- Lữ Đoàn 258, với Lữ Đoàn Trưởng là Đại Tá Ngô Văn Định, trước sau đã sử dụng tất cả 7 tiểu đoàn tác chiến của TQLC là các Tiểu Đoàn 1,2,3,5,6,8,9, Tiểu Đoàn 1 Pháo Binh 105 ly của Sư Đoàn TQLC, Thiết Đoàn 17 (thuộc Lữ Đoàn 1 Kỵ Binh, với các thiết vận xa M-113, Chỉ Huy Trưởng là Trung Tá Nguyễn Viết Thạnh), và 1 Chi đoàn chiến xa M48, chịu trách nhiệm khu vực phía Tây Nam của Cổ Thành, sẽ là lực lượng tấn công chính vào Cổ Thành; ngoài ra, tại Bộ Chỉ Huy của Lữ Đoàn 258 TQLC lúc nào cũng có sự hiện diện của một toán gồm 10 cố vấn Hoa Kỳ, dưới quyền chỉ huy của Thiếu Tá Gordon Keiser, TQLC Hoa Kỳ, Cố Vấn Trưởng của Lữ Đoàn 258, "chuyên đảm nhiệm thiết lập kế hoạch hoả lực yểm trợ của Không Quân và Hải Quân Hoa Kỳ từ Hải Đoàn Đặc Nhiệm 77 của Hạm Đội 7 ngoài Thái Bình Dương và các phi vụ phi cơ chiến lược B52 từ Guam và Thái Lan."[19]

• Lữ Đoàn 147, với Lữ Đoàn Trưởng là Trung Tá Nguyễn Năng Bảo, sử dụng 3 tiểu đoàn tác chiến và Tiểu Đoàn 2 Pháo Binh của TQLC, phụ trách khu vực phía Đông Bắc của Cổ Thành, là lực lương tấn công phụ vào Cổ Thanh và ngăn chặn viện quân của địch từ phía Bắc kéo xuống.

• Lữ Đoàn 369, với tân Lữ Đoàn Trưởng là Đại Tá Nguyễn Thế Lương (thay thế Đại Tá Phạm Văn Chung lên làm Tham Mưu Trưởng Sư Đoàn TQLC), làm lực lượng trừ bị

Hình 4.9. Đại Tá Ngô Văn Định (bên trái) và Chuẩn Tướng Bùi Thế Lân (bên phải)

Về mặt chiến thuật, Tướng Lân quyết định áp dụng xa luân chiến. ***"Các Tiểu Đoàn TQLC từ 1 đến 9 thay phiên nhau trực thuộc Lữ Đoàn lên tuyến đầu chiến đấu, rồi lui về sau bổ sung nghỉ ngơi. Nhờ vậy các Tiểu Đoàn TQLC đều được bổ sung đều đặn, khả năng chiến đấu không quá suy giảm vì tổn thất."*** [20]

Cuộc hành quân phản công tái chiếm Quảng Trị của Lữ Đoàn 258 TQLC được chia ra làm 3 giai đoạn:

• Giai đoạn 1: từ ngày 27-7-1972 đến ngày 29-8-1972

• Giai đoạn 2: từ ngày 29-8-1972 đến ngày 9-9-1972

• Giai đoạn 3: từ ngày 9-9-1972 đến ngày 16-9-1972

Giai đoạn 1: từ 27-7 đến 29-8

Trong giai đoạn này, Lữ Đoàn 258 sử dụng 3 Tiểu Đoàn 3, 5 và 9. Đại Tá Ngô Văn Định quyết định dàn quân như sau:

• Tiểu Đoàn 3 của Thiếu Tá Nguyễn Văn Cảnh phụ trách phía Đông Nam Cổ Thành, tại khu vực Nhà thờ Trí Bưu

• Tiểu Đoàn 9 của Trung Tá Nguyễn Kim Để phụ trách phía Nam Thị xã Quảng Trị, tại khu vực Ngã ba Long Hưng

• Tiểu Đoàn 5 của Thiếu Tá Hồ Quang Lịch làm trừ bị cho Lữ Đoàn, cũng đóng tại Ngã ba Long Hưng

Sáng ngày 27-7-1972, Tiểu Đoàn 3 TQLC tiến vào thay thế các đơn vị của Tiểu Đoàn 5 Dù ở phía Nam Cổ Thành, cách bờ thành vào khoảng 200 m. Khi các đơn vị của Tiểu Đoàn 3 TQLC tiến lên thì cũng bị địch chống trả mãnh liệt như đối với Tiểu Đoàn 5 Dù trước đây. Sau 2 tuần lễ giao tranh, với tỷ lệ thương vong gần 50% (400/700), Tiểu Đoàn 3 được lệnh rút về gần Bộ Chỉ Huy của Lữ Đoàn 258 ở Cù Hoan để dưỡng quân và bổ sung quân số. Tiểu Đoàn 8 tiến vào thay thế Tiểu Đoàn 3. Sau hơn 2 tuần giao tranh với địch, Tiểu Đoàn 8 cũng bị tổn thất rất nặng, lại phải rút ra và Tiểu Đoàn 3, sau khi đã được bổ sung, lại tiến lên thay thế Tiểu Đoàn 8, cố gắng nhổ các chốt còn lại của địch và mở rộng khu vực kiểm soát của Tiểu Đoàn 3 tới sát bờ thành.

Trong thời gian của giai đoạn 1 này, các đại đội của Tiểu Đoàn 9 thay phiên nhau tấn công, nhổ các chốt của địch tại khu vực Ngã ba Long Hưng, khu Bệnh viện, và trường Bồ Đề, sát bờ sông Thạch Hãn, dọc theo đường Trần Hưng Đạo dẫn vào Thị xã Quảng Trị. Tổn thất của Tiểu Đoàn 9 cũng rất nặng với số thương vong lên đến khoảng 300. Sau đó, Tiểu Đoàn 9 rút về khu vực Gia Đẳng để dưỡng quân và bổ sung quân số vũ khí và được Tiểu Đoàn 1 tiến lên thay thế.

Với các thành quả đạt được bằng xương máu này của Tiểu Đoàn 3 và Tiểu Đoàn 9, đường vào Thị xã Quảng Trị và Cổ Thành Đinh Công Tráng đã được mở toang ra cho các đơn vị của TQLC. Nhưng trận chiến vẫn chưa chấm dứt và máu của các chiến sĩ TQLC còn phải đổ thêm nhiều nữa.

Giai đoạn 2: từ 29-8 đến 9-9

Trong giai đoạn 2 này, Lữ Đoàn 258 đã được tăng cường và sử dụng đến 5 tiểu đoàn tác chiến là các Tiểu Đoàn 1,3,5,6, và 8.

Cuộc chiến đấu đầy cam go với tổn thất không kém trong giai đoạn 1 của các tiểu đoàn TQLC lần này diễn ra ngay bên trong Thị xã Quảng Trị. Mục tiêu của các tiểu đoàn TQLC là diệt tất cả các chốt của địch, chiếm giữ các cơ sở hành chánh trong Thị Xã, chuẩn bị cho trận đánh cuối cùng: tấn công và chiếm lại Cổ Thành Đinh Công Tráng.

Đại Tá Định phân công cho các tiểu đoàn như sau:

- Tiểu Đoàn 1, thay thế Tiểu Đoàn 9, sẽ từ khu Bệnh Viện tấn công lên phía Bắc, chiếm lại Ty Cảnh Sát, nhà máy điện, trường nữ tiểu học, và doanh trại của Cảnh Sát Dã Chiến.

- Tiểu Đoàn 3, thay thế Tiểu Đoàn 8, tiếp tục chiếm giữ phía Đông Nam Cổ Thành

- Tiểu Đoàn 5 chịu trách nhiệm khu Đông Nam của Ngã Ba Long Hưng

- Tiểu Đoàn 6 (với Trung Tá Đỗ Hữu Tùng là Tiểu Đoàn Trưởng) chịu trách nhiệm càn quét địch ở phía Bắc Ngã Ba Long Hưng và tiến về phía Tây Nam Cổ Thành

- Tiểu Đoàn 8 (với Thiếu Tá Nguyễn Văn Phán là Tiểu Đoàn Trưởng), sau khi bàn giao khu vực cho Tiểu Đoàn 3, được lệnh rút về phía sau làm trừ bị.

Trong suốt 2 tuần lễ của giai đoạn 2 này, các tiểu đoàn TQLC đã luôn luôn gặp sự kháng cự rất mãnh liệt của địch. Chiến thuật tác chiến trong thành phố (đã từng được các đơn vị TQLC áp dụng nhuần nhuyễn tại Huế và Sài Gòn trong Trận Tết Mậu Thân 1968) đã lại được 4 Tiểu Đoàn TQLC 1,3,5 và 6 đem ra sử dụng một lần nữa. Họ đánh cận chiến với địch để giành lại từng khu phố, từng con đường, từng ngôi nhà. Thêm vào đó, các đơn vị pháo binh của địch đóng bên ngoài thị xã, vẫn tiếp tục pháo vào, gây khó khăn và tổn thất khá nặng cho các đơn vị TQLC. Tuy vậy, sau cùng, các tiểu đoàn TQLC cũng đã hoàn thành nhiệm vụ, tiến sát vào các bờ thành của Cổ Thành Đinh Công Tráng.

Giai đoạn 3: từ 9-9 đến 16-9

Đây là giai đoạn cuối cùng của Chiến Dịch Lam Sơn 72, với mục tiêu là tái chiếm Cổ Thành Đinh Công Tráng. Tướng Lân quyết định dùng 2 Lữ Đoàn, 147 ở phía Đông Bắc (với 2 Tiểu Đoàn 3 và 7; Lữ Đoàn Trưởng 147 là Trung Tá Nguyễn Năng Bảo và Lữ Đoàn Phó là Trung Tá Nguyễn Xuân Phúc) và 258 ở phía Tây Nam (với 4 Tiểu Đoàn 1,2,5 và 6), cùng một lúc tấn công vào Cổ Thành.

Mục tiêu chính của Lữ Đoàn 258, là Dinh Tỉnh Trưởng Quảng Trị (MT 90; MT = Mục Tiêu) và Tòa Hành Chánh Tỉnh Quảng Trị (MT 28), được giao cho Tiểu Đoàn 2, với Thiếu Tá Trần Văn Hợp là Tiểu Đoàn Trưởng và Đại Úy Phạm Văn Tiền là Tiểu Đoàn Phó, có Bộ Chỉ Huy đóng ở Ngã Ba Long Hưng, tại góc đường Lê Huấn và Quốc Lộ 1.

Việc tấn công và chiếm giữ hai Mục Tiêu 28 và 90 này được Thiếu Tá Hợp giao cho Đại Đội 4 với Đại Úy Lê Quang Liễn là Đại Đội Trưởng, và Đại Đội 5 với Trung Úy Huỳnh Văn Trọn là Đại Đội Trưởng. Chắc chắn cũng đã biết được ý đồ của các đơn vị TQLC đã có mặt trong Thị Xã nên từ sáng sớm ngày 14-9-1972, địch đã "dàn chào" 2 Đại Đội 4 và 5 của Tiểu Đoàn 2 bằng một trận pháo 130 ly rất dữ dội nhưng không gây được tổn thất gì nghiêm trọng. Sau khi trận pháo chấm dứt, Đại Đội

4 tiến chiếm mục tiêu đầu tiên là Trường Phước Môn, và sau đó là Trường Trung Học Teresa, và bắt được một số tù binh. Khai thác các tù binh, Đại Úy Liễn biết được họ thuộc một một đơn vị của Sư Đoàn 320 B vừa vượt sông Thạch Hãn tối hôm trước để tăng viện cho các đơn vị của địch còn đang cố thủ trong Thị Xã. Đêm hôm đó, cùng với Đại Đội Phó là Trung Úy Nguyễn Hữu Hào và Đại Đội Trưởng Đại Đội 5 là Trung Úy Trọn, Đại Úy Liễn thảo luận và lên kế hoạch thật tỉ mỉ cho cuộc tấn công vào MT 28 vào sáng hôm sau, 15-9-1972. Với sự yểm trợ của 2 chiến xa M48 và 2 thiết vận xa M113, hai Đại Đội 4 và 5 của Tiểu Đoàn 2 TQLC, tuy gặp sự chống trả mãnh liệt của các chốt địch, đã hoàn thành nhiệm vụ, chiếm lại được Tòa Hành Chánh Tỉnh Quảng Trị (tức MT 28) vào lúc 8 giờ 30 sáng ngày 15-9-1972, với kết quả vô cùng rực rỡ như sau:

"Riêng Đại Đội 4 đã tịch thu được một số lớn chiến lợi phẩm và một kho tiếp liệu gồm:

- ***412 súng cá nhân***
- ***102 súng cộng đồng***
- ***40 thùng lương khô do Trung Cộng sản xuất***
- ***23 máy truyền tin của Trung Cộng***
- ***18 tù binh***
- ***Nhiều hố chôn tập thể và xác quanh khu vực Tòa Hành Chánh và khu hầm ngầm bên trái Tòa Hành Chánh, khoảng 30 xác.***

Bộ Chỉ Huy Tiểu Đoàn 2 Thủy Quân Lục Chiến phải dùng 6 đợt thiết vận xa M113 để chuyển tù binh và chiến lợi phẩm về Bộ Chỉ Huy." [21]

Về phần Lữ Đoàn 147, phụ trách tấn công từ hướng Đông Bắc, mục tiêu chính là thanh toán nốt các chốt của địch còn cố tử thủ trong tòa Cổ Thành Đinh Công Tráng đã đổ nát vì bom đạn trong hơn hai tháng đã qua. Nhiệm vụ chính này được Lữ Đoàn 147 giao cho Tiểu Đoàn 3, với Thiếu Tá Nguyễn Văn Cảnh làm Tiểu Đoàn Trưởng và Thiếu Tá Trần Kim Đệ là Tiểu Đoàn Phó.

Thiếu Tá Cảnh phân công cho 2 đại đội của Tiểu Đoàn 3 là Đại Đội 2 của Đại Úy Giang Văn Nhân và Đại Đội 3 của Đại Úy Nguyễn Văn Thạch nhiệm vụ nhổ những chốt này. Sáng sớm ngày 15-9-1972, Đại Đội 3 tiến lên trước, phá vỡ được phòng tuyến của địch nơi cửa Hữu của Cổ Thành, các Trung Đội của Đại Đội 2 lập tức tràn lên bờ thành, tỏa ra tấn công vào tất cả các cửa thành. Trung Đội 22 chiếm cổng chính cửa Tiền đường Lê Văn Duyệt. Các chốt của địch quân kháng cự yếu ớt, rút về cố thủ ở cửa Tả đường Phan Đình Phùng, nhưng đã quá trễ. Tất cả các cánh quân của cả hai Đại Đội 2 và 3 của Tiểu Đoàn 3 đồng loạt xung phong, tràn vào tất cả các ngõ ngách của khu vực này của Cổ Thành. Tiếng súng kháng cự của địch thưa dần và sau cùng tắt hẳn. Tiểu Đoàn 3 TQLC đã hoàn thành nhiệm vụ một cách xuất sắc. Cổ Thành Đinh Công Tráng trong phạm vi của Thị Xã Quảng Trị đã hoàn toàn nằm trong sự kiểm soát của các đơn vị TQLC của QLVNCH. Cổ Thành với tường thành cao 9,4 m, dưới chân dày đến 12 m, đã bị các trận phi pháo kinh khủng của QLVNCH và Hoa Kỳ phá tan nát, chỉ còn là đống gạch vụn, giống như một phế tích, như trong hình bên dưới đây:

Hình 4.10. Bờ thành kiên cố của Cổ Thành Đinh Công Tráng chỉ còn là đống gạch vụn

Nguồn: Sách *U.S. Marines in Vietnam* (Ghi chú số 16, tr. 119)

"Sau gần 24 giờ chiến đấu không nghỉ, những người lính của Đại Đội 2 Tiểu Đoàn 3 TQLC đã dựng ngọn cờ trên cổng thành cửa Tả vào mờ sáng ngày 15 tháng 9 năm 1972." [22]

Hình 4.11. Binh sĩ Tiểu Đoàn 3 TQLC dựng cờ VNCH Cổ Thành Đinh Công Tráng (Quảng Trị)
Nguồn: Bài viết của Đại Tá Ngô Văn Định (Ghi chú số 18)

Lễ thượng cờ VNCH được cử hành chính thức ngày hôm sau, lúc 12 giờ 45 trưa ngày 16-9-1972. Chiến Dịch Lam Sơn 72, khởi sự ngày 28-6-1972, đã chấm dứt với chiến công rực rỡ của Sư Đoàn TQLC, QLVNCH, chiếm lại được tỉnh Quảng Trị đã lọt vào tay quân địch từ ngày 1-5-1972.

Thay Lời Kết

Trong trận đánh quyết liệt và đẫm máu này, ***"bên thắng cuộc,"*** tức Miền Bắc Cộng sản (theo cách gọi của nhà văn Huy Đức của Miền Bắc trong tác phẩm có cùng tên), đã thua đậm, và ***"bên thua cuộc,"*** tức Miền Nam Tự do, lại thắng lớn, nhưng cả 2 bên đều phải chịu những tổn thất rất lớn. Thống kê chính thức về tổng số thương vong của cả hai phe trong trận đánh tái chiếm Quảng Trị, từ ngày 28-6-1972 cho đến ngày 16-9-1972, rất khó có thể biết một cách thật chính xác, nhứt là đối với quân Bắc Việt đã tử thủ và bị chôn vùi trong những đổ nát của Thị Xả Quảng Trị và Cổ Thành Đinh Công Tráng do các trận oanh kích của phi cơ và hải pháo từ Hạm Đội 7 của Hoa Kỳ, của Không Lực VNCH cũng như các phi vụ trải thảm của B-52.

Về phía QLVNCH, chỉ riêng đối với Lữ Đoàn 258 TQLC, từ ngày 29-3 đến ngày 16-9-1972, tổng số thương vong chính thức là 3.911 gồm 637 tử thương và 3.274 bị thương:

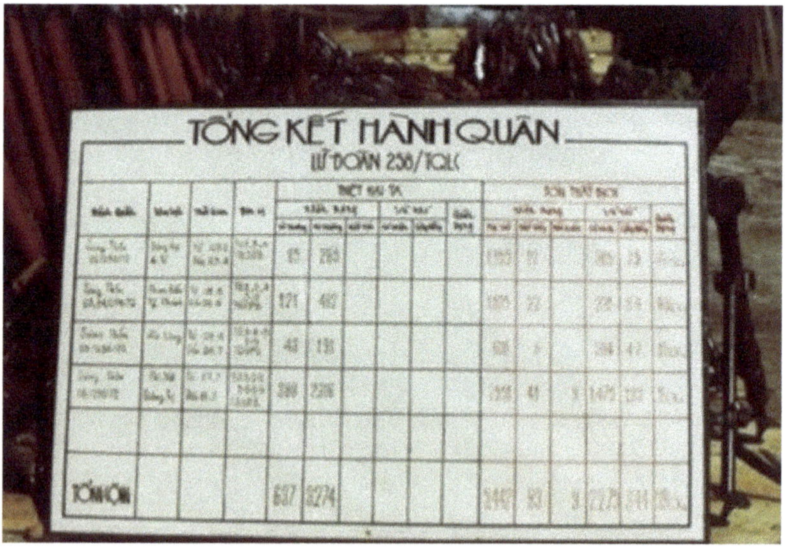

Hình 4.12. Báo Cáo Thương Vong của Lữ Đoàn 258 TQLC
Nguồn: Bài viết của Đại Tá Ngô Văn Định (Ghi chú số 18)

Dĩ nhiên, các con số này ***không bao gồm*** thương vong của 2 Lữ Đoàn 147 và 369 của Sư Đoàn TQLC, cũng như của các đơn vị của Sư Đoàn Dù, và các binh chủng khác của QLVNCH đã có tham gia trận đánh (Biệt Động Quân, Biệt Cách Dù, Thiết Giáp, vv). Trong tác phẩm của mình, tác giả Dale Andradé (Ghi chú số 18; tr. 196), đã viết như sau: ***"… the South Vietnamese marines suffered more than 5,000 casualties since June, 3,658 of them during the seven-week battle to recapture the citadel. Almost one out of every four marines in the entire division was wounded or killed."*** (Xin tạm dịch sang Việt ngữ như sau: "... *Thủy Quân Lục Chiến của Nam Việt Nam đã có tổng số thương vong hơn 5.000 từ tháng 6, trong đó có 3.658 là trong thời gian trận đánh 7 tuần lễ tái chiếm cổ thành. Gần như là một phần tư binh sĩ của sư đoàn đã bị thương hoặc tử trận").*

Về phía quân Bắc Việt, tổng số thương vong chính thức cũng khó có thể biết chính xác được. Một điều gần như chắc chắn là 2 Trung Đoàn 48 và Triệu Hải của Sư Đoàn 320 B, đã tử thủ trong Thị Xã và Cổ Thành, đã bị tổn thất rất nặng, gần như đã bị xóa sổ. Trong tài liệu chính thức của Việt Nam cộng sản gần đây, ***"công bố tại mít tinh kỷ niệm 40 năm"*** của trận đánh, Miền Bắc công nhận họ đã tổn thất 36.000 quân, và quả thật, 2 Trung Đoàn 48 và Triệu Hải đã bị xóa sổ. Trung Đoàn Triệu Hải từ 1.500 quân chỉ còn lại không tới 1 tiểu đội (khoảng 12 người), và Trung Đoàn 48 đã bị tổn thất hơn 80% quân số.[23] Về hồi ức cá nhân, Đại Tá Vũ Trung Thướng, trong trận Quảng Trị năm 1972 là Chính Trị Viên của Đại Đội 5, Tiểu Đoàn 2, Trung Đoàn 48, Sư Đoàn 320B quân Bắc Việt, đã kể lại như sau: ***"…từ ngày 28/6 đến ngày 16/9/1972, Đại đội 5 của tôi từ 120 quân, nhưng sau đó chỉ còn 17 người sống sót."*** [24] Mới đây nhứt, ngày 16-1-2018, Đội Quy Tập Hài Cốt Liệt Sĩ 584 của Bộ Chỉ Huy Quân Sự tỉnh Quảng Trị đã cho biết vừa tìm thấy thêm 12 hài cốt tại thôn Tân Mỹ, xã Hải Lệ, Thị xã Quảng Trị.[25] Chắc chắn, trong tương lai, sẽ còn có thêm nhiều, rất nhiều, những vụ tìm thấy và khai quật được hài cốt của các binh sĩ Bắc Việt đã bị chôn vùi tại khu vực Thị Xã Quảng Trị và Cổ Thành Đinh Công Tráng trong trận đánh đẫm máu nhứt trong Chiến Tranh Việt Nam này.

CHƯƠNG NĂM

Minh Oan và Vinh Danh Quân Lực Việt Nam Cộng Hòa

Chiến Tranh Việt Nam đã kết thúc vào ngày 30-4-1975, cách đây đã hơn 46 năm rồi. Việt Nam Cộng Hòa (VNCH) cùng với Quân Lực Việt Nam Cộng Hòa (QLVNCH) đã bị khai tử. Trong khoảng thời gian đó, phần lớn các công trình nghiên cứu nhằm đánh giá cuộc chiến của các sử gia Hoa Kỳ thuộc nhóm ***"chính thống"*** (orthodox) đều cho rằng Hoa Kỳ đã thua trận vì rất nhiều lý do, mà một trong những lý do đó là vì đồng minh của quân đội Mỹ, QLVNCH, là một quân đội hèn nhát và không có khả năng chiến đấu. Quan điểm sai lầm và có tính nhục mạ QLVNCH này gần đây đã bị chính một thế hệ mới của các sử gia và nhà nghiên cứu Hoa Kỳ, được mệnh danh là nhóm ***"xét lại"*** (revisionist) bác bỏ hoàn toàn. Chương Năm này là một cố gắng nhỏ trong việc ghi lại một vài nhận định và kết luận của các sử gia Hoa Kỳ thuộc thế hệ mới này, nhằm minh oan và vinh danh QLVNCH.

Nhận Định Sai Lầm Về Bản Chất Của QLVNCH

Trong một bài viết về hai nhóm "chính thống và xét lại," tác giả Mark Moyar, thuộc nhóm "xét lại," đã nhận định là một trong những khuyết điểm tệ hại nhứt của các sử gia Hoa Kỳ thuộc phe "chính thống" là đã chịu ảnh hưởng quá nặng nề của những bài báo và tác phẩm rất đáng nghi ngờ của bộ ba Halberstam + Sheehan + Karnow là những ký giả Mỹ nổi tiếng trong thập niên 1960. Nhận định của nhóm "chính thống về VNCH và

QLVNCH là như sau:

> ***"America's South Vietnamese allies were corrupt and cowardly, in contrast to the patriotic and dedicated North Vietnamese and Viet Cong."*** [1] (Xin tạm dịch sang Việt ngữ như sau: *Đồng minh Nam Việt Nam của Hoa Kỳ thì tham nhũng và hèn nhát, ngược hẳn với quân Bắc Việt và Việt Cộng thì yêu nước và tận tụy).*

QLVNCH bị xem là hèn nhát và không có khả năng chiến đấu chỉ vì đã thua Trận Ấp Bắc (tháng 1-1963), đã được bộ ba ký giả nói trên mô tả tỉ mỉ trong các tác phẩm ăn khách của họ, nhứt là cuốn ***A Bright shining lie*** của Sheehan.[2, 3, 4] Trong cuốn sách này, Sheehan dành hẳn ra một chương, mà ông ta gọi là ***Book III: The Battle of Ap Bac***, từ trang 201 đến trang 265, để nói về trận đánh này, trong đó Sheehan không bỏ qua bất cứ cơ hội nào để khen ngợi các cấp chỉ huy của Việt Cộng và ngược lại nói xấu, chê bai các cấp chỉ huy của quân đội VNCH. Xin đơn cử một thí dụ điển hình:

> ***"... the captain in charge of the M-113s, [ám chỉ Đại Úy Lý Tòng Bá, chỉ huy Đại Đội 7 Cơ Giới M-113] who had been one of the few decent officers of this stinking army, was behaving like the rest of the cowardly bastards."*** [5] *(*Xin tạm dịch sang Việt ngữ như sau: ... *viên đại úy chỉ huy các thiết-vận-xa M-113, mà trước đây đã từng là một trong số rất hiếm những sĩ quan đàng hoàng, đúng đắn của cái quân đội thối tha này, nay lại đang hành xử cũng giống như cái bọn con hoang hèn nhát kia).*

Trong cuốn ***Vietnam, a history: the first complete account of Vietnam at war***, tác giả Karnow, tuy chỉ dành cho Trận Ấp Bắc có 3 trang trong Chương 7***, Vietnam is the place***, cũng đã không tiếc lời chê bai quân đội VNCH ngay trong phần mở đầu như sau:

> ***"The Diem's army's shortcomings became dramatically apparent in January 1963 near Ap Bac, a village in the Mekong delta forty miles southwest of Saigon, where an inferi-***

or Vietcong contingent mauled a South Vietnamese division that could have scored a victory had it not been led by pusillanimous officers.” [6] (Xin tạm dịch sang Việt ngữ như sau: *Những khuyết điểm của quân đội của ông Diệm đã hiện rõ trong Tháng Giêng năm 1963 tại Ấp Bắc, một ngôi làng trong vùng châu thổ sông Cửu Long cách Sài Gòn 40 dặm về hướng tây nam, nơi mà một đơn vị nhỏ của Việt Cộng đã xé nát một sư đoàn của Nam Việt Nam, mà lẽ ra đã thắng nếu không phải đã được chỉ huy bởi những tên sĩ quan hèn nhát).*

Đoạn văn này của tác giả Karnow, ngoài việc sử dụng những ngôn từ có tính cách chê bai, mạ lỵ quân đội VNCH, còn chứa đựng một cụm từ cường điệu, sai lạc và gây hiểu lầm rất lớn cho độc giả. Cuộc hành quân Ấp Bắc đúng là do Bộ Tư Lệnh Sư Đoàn 7 BB tổ chức, nhưng các đơn vị tham chiến chỉ là ở cấp tiểu đoàn, chưa đến cấp trung đoàn, chớ đâu phải là ***“một sư đoàn”*** như Karnow đã viết.

Tác giả Halberstam, trong tác phẩm ***The Making of a quagmire: America and Vietnam during the Kennedy era***, cũng dành ra nguyên một chương, Chương 6: ***Disaster: The Battle of Ap Bac***, từ trang 77 đến trang 92, để nói về Trận Ấp Bắc. Tuy không sử dụng nhiều từ ngữ có tính cách chê bai, mạ lỵ quân đội VNCH như Sheehan và Karnow, Halberstam cũng gây ra nhiều ngộ nhận về vai trò của Đại Úy Lý Tòng Bá trong trận đánh, thí dụ như không chịu tấn công, không tuân lệnh Đại Tá Bùi Đình Đạm (Tư Lệnh Sư Đoàn 7 BB). Halberstam đã viết như sau ở trang 85:

> ***“… at this moment he refused to move his APC’s … Colonel Vann, circling in a light spotter plane, radioed Ba’s unit that Dam had ordered it to advance. But Ba refused to move…”*** [7] (Xin tạm dịch sang Việt ngữ như sau: ... *lúc đó ông ta* [chỉ Đại Úy Bá] *từ chối không cho các thiết vận xa tiến lên... Trung Tá Vann, đang lượn vòng trên một phi cơ quan sát nhỏ, đã điện xuống cho đơn vị của ông Bá là ông Đạm đã ra lệnh tấn công. Nhưng ông Bá vẫn không tiến lên ...*).

Từ cổ chí kim, đối với binh gia, thắng thua là chuyện bình thường, có khi ta thắng địch thua, và ngược lại, cũng có khi ta thua địch thắng. Nguyên nhân thắng hay thua đều có thể tìm ra được trong các yếu tố quan trọng như: tình báo, chiến thuật, tiếp vận, vv. Trong khoảng thời gian 6 tháng cuối năm 1962 (từ ngày 1-7-1962 đến ngày 31-12-1962), theo tác phẩm biên niên sử ***Hai mươi năm qua: việc từng ngày (1945-1954)*** của tác giả Đoàn Thêm, đã có hàng mấy chục trận đánh giữa quân đôi VNCH và Việt Cộng mà kết quả thường là quân đội VNCH đã thắng với thống kê chung (do chính tác giả của bài viết này thực hiện bằng cách cộng lại tất cả các con số thương vong của hai bên trong suốt từ trang 324 đến trang 338) về số thương vong như sau:

- VNCH: 94 tử thương và 119 bị thương
- Việt Cộng: 2413 tử thương và 438 bị bắt làm tù binh

Trong số các trận đánh đó, riêng trong cuộc Hành quân "BìnhTây" vào ngày 21-8-1962, tại Bàu Sáng, Gia Rai (thuộc tỉnh Ba Xuyên), Tiểu Đoàn Phú Lợi của Việt Công đã bị đánh tan nát với 166 tử thương và 25 cán binh bị bắt tại trận.[8] Các tác phẩm của bộ ba ký giả Mỹ nói trên hoàn toàn không đề cập gì đến các trận đánh đó cả. nhưng đã mô tả thật tỉ mỉ, ***nhưng không hoàn toàn đúng sự thật***, Trận Ấp Bắc vào ngày 2-1-1963, là một trận đánh mà quân đội VNCH đã có tổn thất khá lớn với 83 tử thương và hơn 100 bị thương (về phía Hoa Kỳ thì có 3 tử thương, 8 bị thương với 5 phi cơ trực thăng H-21 bị bắn hạ; về phía Việt Cộng là 18 tử thương và 39 bị thương).[9] Nội sự việc này thôi cũng đã đủ cho thấy sự thiên lệch rất nặng nề của 3 ký giả. Hơn nữa, họ hoàn toàn không có mặt tại trận đánh, chỉ viết lại qua lời kể của các sĩ quan cố vấn Mỹ. Người sĩ quan VNCH có mặt tại trận Ấp Bắc là Đại Úy Lý Tòng Bá, một sĩ quan Thiết Giáp can trường, luôn sát cánh cùng binh sĩ dưới quyền, về sau trở thành một tướng lãnh, Tư Lệnh Sư Đoàn 25 Bộ Binh, đã không đào ngũ, bỏ đơn vị và binh sĩ của mình, mà trái lại, đã chiến đấu đến giờ phút cuối cùng và bị bắt làm tù binh vào ngày 29-4-1975 khi Sư Đoàn 25 BB của ông bị địch đánh tan rã. Chúng ta hảy nghe những lời tâm sự sau đây của Chuẩn Tướng Bá ghi lại trong hồi ký của ông:

> ***"Đến đây, tôi tưởng cần nói rõ sự thật trận đánh diễn tiến của nó không giống như NEIL SHEEHAN viết kể trong quyển sách của anh – cuốn "A BRIGHT SHINING LIE" xuất bản năm 1988. Những điểm chính yếu cùng lý do chính đáng từng diễn tiến của trận đánh không được trình bày, mà tác giả chỉ viết phần tổng quát theo lời kể, lời tường thuật một cách hời hợt và thiếu sót của JAMES SCANLON – Đại Úy Cố Vấn đơn vị.*** [tr. 65] ***... Tôi xin đặt một câu hỏi theo lời trình bày của Neil Sheehan trong "A BRIGHT SHINING LIE," làm sao tôi dám cãi lệnh Tư Lệnh Sư Đoàn*** [là Đại Tá Bùi Đình Đạm, Tư Lệnh Sư Đoàn 7 BB] ***để thi hành lệnh của Trung Tá*** [Chuẩn Tướng Bá đã nhớ sai, lúc đó ông Thơ mới mang lon Thiếu Tá] ***Tỉnh Trưởng Mỹ Tho Lâm Quang Thơ không chịu vượt kinh truy kích địch.*** [tr. 68]***"*** [10]

Tác giả Mark Moyar, trong một tác phẩm quan trọng của ông, ***Triumph forsaken: the Vietnam War, 1954-1965***, đã viết rõ như sau:

> ***"Colonel John Paul Vann, a U.S. Army advisor and the central figure in Sheehan's book A Bright Shining Lie, was more dishonest in dealing with the press than Sheehan ever acknowledged. Vann fed the journalists an extremely misleading version of the Battle of Ap Bac, one that the journalists transformed into the accepted version of the battle."*** [11] (Xin tạm dịch sang Việt ngữ như sau: *Trung Tá* [đúng ra tác giả Moyar nên ghi là Lieutenant-Colonel cho rõ, vì lúc đó ông Vann chỉ mới mang cấp bậc Trung Tá; đây thật ra không phải là một lỗi, vì thông thường người Mỹ thường gọi chung hai cấp bậc Lieutenant-Colonel và Full Colonel là Colonel] *John Paul Vann, một cố vấn của Lục Quân Mỹ và là nhân vật chánh trong cuốn sách A Bright Shining Lie của Sheehan, đã thiếu thành thật nhiều hơn là Sheehan đã công nhận. Vann đã cung cấp cho các nhà báo một báo cáo cực kỳ sai lạc về Trận Ấp Bắc, một báo cáo đã được các nhà báo biến thành báo cáo được chấp nhận về trận đánh).*

Tuy nhiên, vì bản thân họ đều đã từng là những nhà báo được giải thưởng Pulitzer cao quý của Hoa Kỳ, tác phẩm của 3 ký giả nói trên đã trở thành những cuốn sách bán chạy nhứt (best-sellers), và đã được cả một thế hệ các sử gia và nhà nghiên cứu Hoa kỳ dùng làm tài liệu tham khảo chính trong các tác phẩm thuộc nhóm "chính thống" của họ. Điều này có nghĩa là những nhận định tiêu cực của họ về khả năng chiến đấu của QLVNCH đã trở thành khuôn sáo, được các tác giả "chính thống" tiếp tục lập đi lập lại và được các thành viên của phong trào phản chiến sử dụng triệt để. Một điều nữa cũng đáng lưu ý là đa số các tác giả "chính thống" này lại là giáo sư tại các trường đại học. Một số sinh viên của họ sau đó cũng trở thành giáo sư đại học và chính những người này lại tiếp tục truyền bá các nhận định tiêu cực đó cho các thế hệ sinh viên kế tiếp. Trong thời gian mấy chục năm đó, giới truyền thông và điện ảnh của Hoa Kỳ cũng tiếp tay trong việc nói xấu, chê bai QLVNCH này. Kết quả là đối với một bộ phận rất lớn của người dân Mỹ, trong một thời gian khoảng mấy thập niên, QLVNCH đã bị xem như là một quân đội hèn nhát và không có khả năng chiến đấu cao. Sự thật thì sao?

Bản Chất Anh Hùng và Khả Năng Chiến Đấu Cao Của QLVNCH

Sự thật, mà ngày nay không còn ai có thể chối bỏ được nữa, đã thể hiện qua hai trận Tổng Tấn Công lớn của phe Cộng Sản trong hai năm 1968 (Tết Mậu Thân) và 1972 (Mùa Hè Đỏ Lửa), đặc biệt là năm 1972, khi đại đa số bộ quân chiến đấu của Mỹ (US ground combat troops) đã triệt thoái, và QLVNCH đã phải chiến đấu đơn độc.

Trong trận Tổng Tấn Công năm 1972 của phe Cộng sản, mà giới truyền thông và, sau này, tất cả các tài liệu của Hoa Kỳ đều gọi là ***The Easter Offensive***, QLVNCH đã chiến đấu vô cùng anh dũng tại tất cả 3 mặt trận là Quảng Trị ở Vùng I, Kontum ở Vùng II, và An Lộc ở Vùng III. QLVNCH đã thắng và đã gây ra những tổn thất rất nặng nề cho phe Cộng Sản. Nhưng, dĩ nhiên, QLVNCH cũng đã phải trả một giá rất đắt cho những chiến thắng lớn đó.

Khi viết về trận tái chiếm Quảng Trị, tác giả Mỹ Dale Andradé đã viết như sau:

> ***"... the South Vietnamese marines suffered more than 5,000 casualties since June, 3,658 of them during the seven-week battle to recapture the citadel. Almost one out of every four marines in the entire division was wounded or killed."*** [12] (Xin tạm dịch sang Việt ngữ như sau: "... *Thủy Quân Lục Chiến của Nam Việt Nam đã có tổng số thương vong hơn 5.000 từ tháng 6, trong đó có 3.658 là trong thời gian trận đánh 7 tuần lễ tái chiếm cổ thành. Gần như là một phần tư binh sĩ của sư đoàn đã bị thương hoặc tử trận").*

Tái chiếm một thành phố mà địch quân đã chiếm đóng trong gần 2 tháng, có đủ thì giờ để tổ chức các công sự phòng thủ thật vững chắc và với quyết tâm tử thủ, QLVNCH, với một số thương vong cao như vậy, đã chứng minh một cách rõ rệt bản chất anh hùng của mình, dứt khoát không phải là một quân đội hèn nhát như các tác giả Mỹ trong nhóm "chính thống" đã rêu rao trong mấy chục năm qua. Trận đánh đẫm máu tái chiếm Quảng Trị *đã được trình bày chi tiết trong Chương Bốn* của cuốn sách này.

Trong trận đánh tử thủ An Lộc, tình hình còn khó khăn hơn rất nhiều. Thị trấn An Lộc đã bị bao vậy hoàn toàn bởi một lực lượng rất lớn của Cộng quân gồm 3 sư đoàn bộ binh (các Công Trường 5, 7 và 9), một sư đoàn pháo binh (Sư Đoàn Pháo Binh 69), nhiều trung đoàn trợ chiến như phòng không, thiết giáp, vũ khí đặc biệt, đặc công, vv. QLVNCH, với một lực lượng phòng thủ bên trong nhỏ hơn rất nhiều (ngay Sư Đoàn 5 BB cũng chỉ còn có 2 Trung Đoàn thôi) đã anh dũng chống cự với quyết tâm tử thủ các đợt tấn công dữ dội của địch quân có chiến xa yểm trợ. Trong suốt thời gian của trận đánh, các đơn vị của QLVNCH đã phải gánh chịu những trận pháo kích kinh hồn, có ngày lên đến hàng ngàn quả trọng pháo. Tác giả James

H. Willbanks, trong tác phẩm của ông ***The Battle of An Loc***, đã ghi rõ như sau:

> ***"The ceaseless shelling, estimated at over 78,000 rounds during the three-month period, had reduced the city to almost total ruins. ... The ARVN defenders in the city had sustained 5,400 casualties, including 2,300 killed or missing. One battalion of the 5th ARVN was down to 26 effectives from an original strength of 300 soldiers."*** [13] (Xin tạm dịch sang Việt ngữ như sau: *Việc pháo kích liên tục, ước tính lên đến 78.000 quả đạn trọng pháo trong thời gian ba tháng, đã làm cho thị trấn hoàn toàn đổ nát. ... Các chiến sĩ phòng thủ của QLVNCH đã gánh chịu một số thương vong là 5.400 binh sĩ, trong đó có đến 2.300 tử trận hay mất tích. Một tiểu đoàn của Sư Đoàn 5 Bộ Binh chỉ còn 26 người còn khả năng tác chiến từ một quân số 300 chiến sĩ lúc ban đầu).*

Trận đánh oai hùng tử thủ Thị Trấn An Lộc (Bình Long) *đã được trình bày chi tiết trong Chương Ba của cuốn sách này.*

Tính cách anh hùng và khả năng chiến đấu cao QLVNCH đã được chứng minh thêm một lần nữa, và cũng là lần sau cùng trong Chiến Tranh Việt Nam, tại thị trấn Xuân Lộc, cửa ngõ vào thủ đô Sài Gòn của VNCH, vào trung tuần tháng 4-1975. Sau khi đã chiếm được cả Vùng I và Vùng II của VNCH, và phá tan phòng tuyến Phan Rang của Bộ Tư Lệnh Tiền Phương của Quân Đoàn III, quân Bắc Việt tiến về hướng Sài Gòn trong thế mạnh gần như chẻ tre. Thị trấn Xuân Lộc là phòng tuyến cuối cùng của QLVNCH trước ngưỡng cửa vào Sài Gòn. Phe Cộng Sản nghĩ rằng họ sẽ chiếm Xuân Lộc một cách dễ dàng. Nhưng họ đã lầm. Nguyên cả một quân đoàn Bắc Việt, Quân Đoàn 4, dưới quyền tư lệnh của Tướng Hoàng Cầm, gồm 3 Sư Đoàn 6, 7 và 341, đã bị một sư đoàn duy nhứt của QLCVNCH là Sư Đoàn 18 Bộ Binh, dưới quyền tư lệnh của Tướng Lê Minh Đảo, chận đứng tại Xuân Lộc trong gần hai tuần lễ, từ ngày 9 đến ngày 21-4-1975.

Với chiến thuật quen thuộc "tiền pháo hậu xung," các đơn

vị pháo binh của quân Bắc Việt đã pháo kích vào thị trấn Xuân Lộc rất dữ dội và biến thị trấn này thành một đống gạch vụn. Ta hãy nghe lại lời kể của một ký giả Mỹ:

> ***"Almost every building has been damaged, and the town center reduced to rubble. The streets are pocked with 130-millimeter shells that come whistling in from the green, brooding hills to the north. What were once houses are now heaps of pulverized stone and charred timbers. The market, its tin-roofed stalls twisted into weird shapes, looks like a junk yard, and the bus station, where the initial fighting took place, is recognizable as such only by the blackened skeletons of a few buses..."*** [14] (Xin tạm dịch sang Việt ngữ như sau: *Gần như tất cả các tòa nhà đều bị phá hủy, và trung tâm thị trấn đã biến thành một đống gạch vụn. Các con phố đầy các hố đạn đại bác 130 ly đã được bắn vào từ những ngọn đồi xanh ở hướng bắc. Những gì trước đây là những ngôi nhà bây giờ chỉ còn là những đống đá nát vụn và những thanh gỗ cháy đen. Còn cái chợ, mà các gian hàng lợp tôn đã bị bóp méo thành những hình thù kỳ dị, thì giống như một khu bỏ đồ phế thải, và cái bến xe đò, nơi trận đánh đầu tiên đã diễn ra, thì chỉ còn nhìn ra được nhờ mấy cái sườn cháy đen của một vài chiếc xe đò...)*

Mặc dù vậy, cũng giống như các đơn vị của QLVNCH đã tử thủ ở An Lộc vào mùa Hè 1972, các đơn vị của Sư Đoàn 18 BB đã can trường chịu đựng các trận pháo kinh hoàng đó, và chờ khi địch quân bắt đầu tấn công vào thị trấn, đã chống trả mãnh liệt và gây cho chúng những tổn thất rất nặng nề. Hai tác giả Mỹ, George J. Veith và Merle L. Pribbenow, đã viết một bài báo thật dài, gồm tất cả 51 trang, gần như là một cuốn sách nhỏ, mô tả thật chi tiết trận Xuân Lộc. Hai tác giả đã trích dẫn chính hồi ký của Tướng Hoàng Cầm như sau:

> ***"During the first three days of the battle 7th Division suffered 300 casualties and the 341st Division suffered 1,200 casualties... Virtually all of our 85 mm and 57 mm artillery pieces had been destroyed."*** [15] (sau đây là nguyên văn tiếng Việt của

Ghi chú số 9, Chương 20, của quyển hồi ký của Tướng Hoàng Cầm, ***Chặng đường 10.000 ngày: hồi ký của Thượng Tướng Hoàng Cầm (phần 2)***, tài liệu trực tuyến, có thể đọc toàn văn tại địa chỉ Internet sau đây: https://lichsuhuyenbivietnam.blogspot.com/2012/11/chang-uong-10000-ngay-hoi-ky-cua-thuong_15.html: *Ba ngày đầu chiến đấu, sư đoàn 7 bị thương vong 300 cán bộ, chiến sĩ, sư đoàn 341 bị thương vong 1.200. Chín xe tăng bị địch bắn cháy 3, hỏng 3. Pháo 85 ly và 57 ly hỏng gần hết."*

Thay Lời Kết

Qua các tác giả Mỹ, thuộc nhóm "xét lại," ngày nay người Mỹ đã có một cái nhìn đúng đắn hơn về QLVNCH, đồng minh của Hoa Kỳ trong Chiến Tranh Việt Nam. Họ đã biết rõ là QLVNCH ***tuyệt đối không phải là một quân đội hèn nhát và không có khả năng chiến đấu cao.*** Chương Năm này chỉ điểm qua một vài bài viết của các tác giả thuộc nhóm "xét lại", vì công tâm của đa số người Mỹ lương thiện, đã minh oan và vinh danh QLVNCH, một quân đội anh hùng đã đi vào lịch sử. Trong phần kết của bài viết dài về Trận Xuân Lộc đã nói đến bên trên, hai tác giả Veith và Pribbenow đã ghi lại câu trả lời sau đây của Thiếu Tướng Lê Minh Đảo, Tư Lệnh Sư Đoàn 18 BB:

> ***"Please do not call me a hero. My men who died at Xuan Loc and a hundred battles before are the true heroes."*** [16] (Xin tạm dịch sang Việt ngữ như sau: *"Xin đừng gọi tôi là một anh hùng. Các binh sĩ dưới quyền tôi đã hy sinh tại Xuân Lộc và trong hàng trăm trận đánh trước đó mới thật là những vị anh hùng"*).

Phần Thứ Nhì

Một Quân Đội Bị Bức Tử

CHƯƠNG SÁU

"Chiến Tranh Việt Nam Là Một Cuộc Chiến Không Thể Thắng Được": Nhận Định Nầy Đúng Hay Sai ?

Có thể nói không sợ sai lầm là chính người Mỹ, chớ không phải người Việt Nam, kể cả người Việt trong nước và người Việt ở hải ngoại, đã viết nhiều nhứt về Chiến Tranh Việt Nam (CTVN). Số lượng tài liệu về CTVN của người Mỹ viết bằng tiếng Anh là một con số khổng lồ. Sự đóng góp của các tác giả Việt chỉ rất là khiêm tốn. Hiện nay, các tác giả Mỹ đã được phân chia thành hai phe rất rõ rệt: 1) phe đa số được xem là phe "chính thống = orthodox," và, 2) phe thiểu số được gọi là phe "xét lại = revisionist." Nói một cách tổng quát, lập trường của hai phe hoàn toàn trái ngược nhau như sau: phe chính thống cho rằng Chiến Tranh Việt Nam là ***"một cuộc chiến không thể thắng được"*** (an unwinnable war), trong khi phe xét lại cho rằng Hoa Kỳ đã có thể thắng, và có thể thắng với một chi phí thấp hơn rất nhiều, nếu đã áp dụng một chiến lược đúng hơn.

Chương Sáu này cố gắng tìm hiểu, phân tích, và đánh giá nhận định của phe chính thống là ***"CTVN là một cuộc chiến không thể thắng được."***

Nguồn Gốc Của Cụm Từ "An Unwinnable War"

Về cụm từ "an unwinnable war," mà sau này một số tác giả thuộc phe chính thống đã sử dụng ngay trong nhan đề của các tác phẩm của họ (thí dụ như cuốn ***Autopsy of an unwinnable war: Vietnam*** của 2 tác giả William C. Haponski và Jerry J. Burcham, do nhà xuất bản Casemate xuất bản năm 2019 và cuốn ***Vietnam: the history of an unwinnable war, 1945-1975*** của tác giả John Prados do nhà xuất bản của Viện Đại Học Kansas xuất bản năm 2009), có lẽ đã được sử dụng lần đầu tiên bởi ông George Ball (1909-1994), Thứ Trưởng Ngoại Giao trong chính phủ của Tổng Thống Lyndon B. Johnson. Ông Ball là người duy nhứt, trong số các cố vấn cao cấp của Tổng Thống Johnson, đã khuyên ông Johnson nên tìm cách giải quyết CTVN bằng thương thuyết vì ông không tin rằng Hoa Kỳ có thể thắng được trong cuộc chiến đó. Trong văn thư đề ngày 1-7-1965, gởi cho Tổng Thống Johnson, ông trình bày rất rõ ràng và đầy đủ những suy nghĩ của ông về CTVN, với mục đích là khuyên can Tổng Thống đừng leo thang chiến tranh tại Việt Nam. Ngay trong phần mở đầu của văn thư này, dưới tiêu đề ***"A Losing War"*** (tạm dịch: *"Một Cuộc Chiến Mà Ta Đang Thua"*), ông đã viết rõ như sau:

> ***"… No one can assure you that we can beat the Viet Cong or even force them to the conference on our terms, no matter how many hundred thousand white, foreign (US) troops we deploy."*** [1] (Xin tạm dịch sang Việt ngữ như sau: *"… Không ai có thể bảo đảm với Tổng Thống rằng chúng ta có thể đánh bại được Việt Cộng hay ngay cả buộc họ đến bàn hội nghị theo điều kiện của chúng ta, cho dù chúng ta có dàn ra cả trăm ngàn quân da trắng, ngoại quốc* [ám chỉ quân Mỹ]. *")*

Lúc đó, Tổng Thống Johnson đã không nghe lời khuyên can này, mà vẫn quyết định leo thang chiến tranh. Về sau này, sau khi Tổng Thống Johnson đã qua đời và Thư Viện Lyndon B. Johnson đã được xây dựng, trong một cuộc phỏng vấn trực tiếp có ghi âm (oral interview) do chính Thư viện này thực hiện, ông Ball đã lần đầu tiên sử dụng cụm từ "unwinnable war":

> ***"… But each one was addressed at some particular proposal for escalation, challenging the proposal and arguing that we***

were losing the war, that it was an unwinnable war, that we could commit any number of – 500,000 I think the figure I used at one point in a memorandum – and that we still would not win." [2] (Xin tạm dịch sang Việt ngữ như sau: "... *Nhưng mỗi một văn thư* [các văn thư mà ông Ball gởi cho Tổng Thống Johnson] *đều nhắm vào một đề nghị leo thang đặc biệt nào đó, thách thức đề nghị đó và tranh luận rằng chúng ta đang thua trận, rằng đó* ***là một cuộc chiến không thể thắng được****, rằng dầu cho chúng ta có thể sử dụng bất cứ một quân số nào – tôi nghĩ rằng đã có lúc tôi đã đưa ra con số 500.000 trong một văn thư – thì chúng ta cũng vẫn sẽ không thể thắng được."*

Luận Cứ Của Nhận Định

Để có thể thật sự hiểu rõ quan điểm này, chúng ta cần phải trở về giai đoạn người Mỹ quyết định leo thang CTVN. Đó là vào đầu năm 1965, hai năm sau vụ đảo chánh lật đổ chế độ Ngô Đình Diệm, với sự tranh giành quyền lực giữa các tướng lãnh của VNCH tạo ra một sự hỗn loạn về chính trị, khiến cho lực lượng Cộng sản phát triển quá mạnh và đe dọa Miền Nam rất nặng nề và đẩy Hoa Kỳ đến chỗ phải quyết định đưa quân sang tham chiến hầu lật ngược lại tình thế nguy ngập đó.[3, 4] Lúc đó, ngoại trừ ông George Ball như đã trình bày bên trên, gần như tất cả các cố vấn thân cận của Tổng Thống Johnson, đặc biệt là Tổng Trưởng Quốc Phòng Robert S. McNamara, đều đồng ý với chủ trương leo thang chiến tranh tại Miền Nam. Việc leo thang CTVN được thực hiện bằng hai chủ trương cùng một lúc: 1) Ồ ạt đổ quân bộ chiến (combat ground troops) vào Miền Nam; và, 2) Oanh tạc liên tục Miền Bắc với Chiến Dịch Sấm Rền (RollingThunder) bằng các máy bay phản lực từ các căn cứ không quân tại Miền Nam (Đà Nẵng là quan trọng nhứt), các hàng không mẫu hạm ngoài khơi Biển Đông, và bằng các máy bay oanh tạc chiến lược B-52 từ các căn cứ ngoài đảo Guam hay tại Thái Lan. Và trong khoảng thời gian 3 năm, 1965-1967, cường độ ác liệt của CTVN đã gia tăng đến mức khủng khiếp. Chúng ta hãy nghe ông McNamara kể lại trong cuốn hồi ký của ông như sau:

> ***"Between 1965 and 1967, U.S. and South Vietnamese air forces dropped over a million tons of bombs on the South, more than twice the tonnage dropped on the North. ... Sorties against North Vietnam grew from 25,000 in 1965 to 79,000 in 1966 to 108,000 in 1967, and the tonnage of bombs dropped rose from 63,000 to 136,000 to 226.000."*** [5] (Xin tạm dịch sang Việt ngữ như sau: *"Giữa 1965 và 1967, không quân Mỹ và Nam Việt Nam đã thả trên một triệu tấn bom tại Miền Nam, hơn gấp đôi số lượng bom thả ở Miền Bắc. ... Số phi vụ oanh tạc Miền Bắc đã tăng từ 25.000 năm 1965 lên 79.000 năm 1966 và lên đến 108.000 năm 1967, và số lương bom thả tăng từ 63.000 tấn lên 136.000 tấn và lên đến 226.000 tấn")*

Quyết định tham chiến và leo thang chiến tranh của Hoa Kỳ, ngoài mục tiêu lật ngược lại tình thế nguy ngập tại Miền Nam vào đầu năm 1965, còn có một mục tiêu chiến lược nữa là cho Miền Bắc thấy rõ quyết tâm bảo vệ Miền Nam của Hoa Kỳ, gây thiệt hại nặng nề cho Miền Bắc để Hà Nội phải từ bỏ chính sách thôn tính Miền Nam bằng quân sự. Hoa Kỳ hoàn toàn không đạt được mục tiêu thứ nhì này. Cũng trong cuốn hồi ký của mình, ông McNamara đã nhận ra sự thất bại của ***Chiến Dịch Sấm Rền*** như sau:

> ***"... as Rolling Thunder intensified, U.S. intelligence estimated that infiltration increased from about 35,000 men in 1965 to as many as 90,000 in 1967, while Hanoi's will to carry on the fight stayed firm."*** [6] (Xin tạm dịch sang Việt ngữ như sau: *"... trong khi Chiến Dịch Sấm Rền gia tăng cường độ, tình báo Hoa Kỳ ước lượng số quân xâm nhập đã tăng từ 35.000 năm 1965 lên đến 90.000 năm 1967, trong lúc đó ý chí tiếp tục cuộc chiến của Hà Nội vẫn vững chắc.")*

Từ lúc đó trở đi, ông McNamara bắt đầu có chuyển biến lớn về tư tưởng, ông bắt đầu hoài nghi khả năng thắng trận của Hoa Kỳ. Giữa ông và các tướng lãnh cao cấp của Hoa Kỳ trong Bộ Tham Mưu Liên Quân (Joint Chiefs of Staff, thường ghi tắt là JCS),[7] bắt đầu có sự bất đồng ý kiến về đường lối cho CTVN, nhứt là về chủ trương oanh tạc Miền Bắc. Ngày 2-5-

1967, ông đề nghị Tổng Thống Johnson bác bỏ yêu cầu của JCS tăng cường và mở rộng Chiến Dịch Sấm Rền. Ngày 19-5-1967, trong một văn thư đệ trình Tổng Thống Johnson, ông đã cho thấy tư tưởng bi quan của ông về Việt Nam như sau:

> ***" ... Continuation of our present moderate policy, while avoiding a larger war, will not change Hanoi's mind, so is not enough to satisfy the American people; increased force levels and actions against the North are likewise unlikely to change Hanoi's mind, and are likely to get us in even deeper in Southeast Asia and into a serious confrontation, if not war, with China and Russia; and we are not willing to yield. So we must choose among imperfect alternatives."*** [8] (Xin tạm dịch sang Việt ngữ như sau: "*... Tiếp tục chính sách dung hòa hiện nay của chúng ta, trong khi tránh được một cuộc chiến tranh rộng lớn hơn, sẽ không thay đổi được cách suy nghĩ của Hà Nội, cũng như không đủ để thỏa mãn người dân Mỹ; tăng quân và đánh mạnh hơn ở Miền Bắc cũng không làm thay đổi được cách suy nghĩ của Hà Nội, lại rất có thể làm chúng ta lún sâu hơn vào Đông Nam Á và vào một cuộc đụng đầu nghiêm trọng, nếu không phải là chiến tranh, với Tàu và Nga; và chúng ta cũng không muốn nhượng bộ. Vì vậy chúng ta phải lựa chọn giữa những giải pháp bất toàn.")*

Sự bất đồng ý kiến giữa JCS và ông McNamara càng ngày càng trở nên nghiêm trọng. Chỉ một ngày sau văn thư đề ngày 19-5-1967 kể trên, tức là ngày 20-5-1967, JCS đã gửi cho ông McNamara một văn thư trong đó họ đề cập ngay đến việc sử dụng vũ khí hạt nhân. Ông McNamara kể lại trong hồi ký của ông như sau:

> ***"On May 20, they sent me another memo repeating their views that invasions of North Vietnam, Laos, and Cambodia might become necessary, involving the deployment of U.S. forces to Thailand, and, quite possibly, the use of nuclear weapons in South China. All of this, they emphasized, highlighted the need to mobilize U.S. reserves. Their continued willingness to risk a nuclear confrontation appalled me."*** [9]

(Xin tạm dịch sang Việt ngữ như sau: "Vào ngày 20 Tháng 5, họ [chỉ JCS] *gửi cho tôi thêm một văn thư nữa, lập lại các quan điểm của họ rằng có thể cần phải đổ quân tấn công vào Bắc Việt, Lào, và Cao Miên, cũng như dàn quân sang cả Thái Lan, và, rất có thể, phải sử dụng vũ khí hạt nhân tại Hoa Nam. Tất cả các việc đó, họ nhấn mạnh, cho thấy rõ cần phải động viên quân trừ bị của Hoa Kỳ. Việc họ tiếp tục sẵn sàng chấp nhận một cuộc đụng đầu hạt nhân làm tôi kinh hoàng")*

Mất tin tưởng vào cách suy nghĩ của JCS, ông McNamara quay sang CIA (Central Intelligence Agency = Cơ Quan Trung Ương Tình Báo của Hoa Kỳ) và nhờ CIA đánh giá việc oanh tạc Miền Bắc. CIA đã báo cáo thẳng thừng như sau:

"We do not believe that any of the programs ... is capable of reducing the flow of military and other essential goods sufficiently to affect the war in the South or to decrease Hanoi's determination to persist in the war." [10] (Xin tạm dịch sang Việt ngữ như sau: *"Chúng tôi không tin rằng bất cứ một chương trình nào trong các chương trình ... có đủ khả năng làm suy giảm mức độ vận chuyển chiến cụ và các tiếp liệu cần thiết để có thể ảnh hưởng đến cuộc chiến ở Miền Nam hay làm suy giảm quyết tâm của Hà Nội tiếp tục cuộc chiến.")*

McNamara còn tiến thêm một bước nữa trong việc đánh giá lại tình hình CTVN. Ông và Bộ Trưởng Hải Quân Paul Nitze cho thành lập, một cách bán chính thức, một nhóm nghiên cứu đặc biệt trong Hải Quân gọi là ***Navy Vietnam Appraisal Group***, gồm 10 vị đề đốc của Hải Quân và 1 vị chuẩn tướng của Thủy Quân Lục Chiến, do Đề Đốc Gene R. LaRocque đứng đầu, sang Việt Nam, nghiên cứu tình hình tại chỗ. Trong thời gian sáu tháng, nhóm này đã tìm hiểu, nghiên cứu và đánh giá một loạt các chương trình, kế hoạch, khả năng có thể áp dụng (options) cho CTVN, trong đó có cả khả năng quân đội Hoa Kỳ sẽ đổ bộ và tấn công thẳng vào Bắc Việt. Kết luận sau cùng của nhóm nghiên cứu này là Hoa Kỳ sẽ không thể thắng được về quân sự. Ông McNamara ghi lại như sau trong hồi ký của ông:

> ***"These and other options examined were evaluated as insufficient to achieve a military victory."*** [11] (Xin tạm dịch sang Việt ngữ như sau: *"Các khả năng đó cùng những khả năng khác đã được khảo sát đều được đánh giá là không đủ để đưa đến một chiến thắng quân sự."*)

Với tư tưởng bi quan đã ăn sâu vào đầu rồi, cộng thêm với những kết luận cũng hoàn toàn bi quan của CIA và nhóm nghiên cứu của Hải Quân vừa kể trên, ông McNamara đã đi đến kết luận là Hoa Kỳ đã thất bại trong CTVN rồi. Ông viết như sau trong cuốn hồi ký:

> ***"By now it was clear to me that our policies and programs in Indochina had evolved in ways we had neither anticipated nor intended, and that the costs—human, political, social, and economic—had grown far farther than anyone had imagined. We had failed."*** [12] (Xin tạm dịch sang Việt ngữ như sau: *"Tới đây thì đối với tôi đã quá rõ rằng những chính sách và chương trình của chúng ta tại Đông Dương đã tiến triển đến mức mà chúng ta đã không có tiên liệu hay có ý định, và rằng những cái giá mà chúng ta phải trả--về con người, về chính trị, xã hội, và kinh tế--đã vượt xa hơn mức mà bất cứ ai đã có thể tưởng tượng. Chúng ta đã thất bại."*)

Cuộc Tổng Tấn Công Tết Mậu Thân của phe Cộng Sản (khởi sự vào ngày 30-1-1968), mặc dù là một thất bại rất nặng nề về quân sự của phe Cộng Sản, càng làm cho McNamara tin chắc là ông đã suy nghĩ đúng: phe Cộng Sản đã thắng. McNamara từ chức Tổng Trưởng Quốc Phòng vào cuối tháng 2-1968. Quyết định cuối cùng của ông trước khi từ chức là bác bỏ yêu cầu của Tướng Westmoreland tăng thêm 200.000 quân cho lực lượng Hoa Kỳ tại Việt Nam vào ngày 27-2-1968.[13]

Ngày 31-3-1968, Tổng Thống Johnson tuyên bố không ra ứng cử nữa, ngưng oanh tạc Bắc Việt và kêu gọi Hà Nội đến bàn hội nghị. Sau khi lên cầm quyền, tân Tổng Thống Richard M. Nixon bắt đầu thực hiện ***Việt Nam Hóa Chiến Tranh***, khởi sự rút quân, và tiến hành hòa đàm với Bắc Việt, và ký Hiệp Định

Paris ngày 27-1-1973. Quốc Hội Mỹ bắt đầu thực hiện các biện pháp trói tay Hành pháp, cắt giảm và sau cùng là cắt bỏ quân viện cho VNCH. Ngày 30-4-1975, VNCH đầu hàng. Phe Cộng Sản đã thắng cuộc CTVN.

Phát Triển Của Nhận Định

Từ sau năm 1975, mặc cảm thua trận tại Việt Nam, ***Vietnam syndrome***, đã dằn vặt người Mỹ trong mấy thập niên. Năm 1995, ông McNamara cho xuất bản cuốn hồi ký của ông. Cuốn hồi ký này đã gây rất nhiều tranh luận trong các giới học giả, sử gia Mỹ nghiên cứu về CTVN, và, dĩ nhiên, khen chê đều có. Ông McNamara cho rằng dù gì đi nữa, cuốn hồi ký của ông chỉ cho thấy một phía của việc đánh giá CTVN. Ông muốn nghe phía bên kia (tức phe Cộng sản) đã nhìn và nghĩ về CTVN ra sao. Ông đã nhờ ông Leslie Gelb, lúc đó là Chủ Tịch của Hội Đồng Ngoại Giao (Council on Foreign Relations –CFR),[14] một cơ quan nghiên cứu bất vụ lợi (non-profit think tank) chuyên về chính sách ngoại giao và các vấn đề bang giao quốc tế, thăm dò xem Hà Nội có muốn trao đổi kinh nghiệm về CTVN với Hoa Kỳ hay không. Thời điểm này rất thuận tiện vì Hoa Kỳ đã bãi bỏ lệnh cấm vận đối với Việt Nam vào tháng 2-1994, tái lập bang giao giữa hai nước vào năm 1995, và đến ngày 11-4-1997, ông Douglas "Pete" Peterson, một cựu phi công Mỹ bị bắn rơi tại Bắc Việt, bị bắt làm tù binh và giam giữ tại Hỏa Lò, Hà Nội hơn 6 năm, được Tổng Thống Bill Clinton bổ nhiệm làm Đại Sứ Hoa Kỳ đầu tiên (sau CTVN) tại Việt Nam.

Trong khoảng thời gian từ tháng 11-1995 cho đến tháng 2-1998, đã có tất cả 6 đợt gặp gỡ tại Hà Nội, giữa các học giả và cựu viên chức dân sự và quân sự của Hoa Kỳ và Việt Nam, trong đó, quan trọng nhứt, về phía Hoa Kỳ là cưu Tổng Tưởng Quốc Phòng Robert S. McNamara, và về phía Việt Nam là Đại Tướng Võ Nguyên Giáp. Nhiều tài liệu đã được soạn thảo để chuẩn bị cho các đề tài thảo luận trong các cuộc gặp gỡ đó. Sau đó, tất cả được đúc kết lại thành một tập tài liệu dùng làm căn bản để thảo luận tại một hội nghi quốc tế mang tên là ***"The Vietnam***

War Re-examined: Its History and Lessons" do Rockefeller Foundation tổ chức tại Bellagio, Ý Đại Lợi, từ ngày 27 đến 31 tháng 7 năm 1998, có sự tham dự của các viên chức và học giả Mỹ-Việt cùng một số học giả quốc tế. Sau hội nghị, năm 1999, tập tài liệu này được Nhà xuất bản Public Affairs tại New York in thành sách với nhan đề ***"Argument without end: in search of answers to the Vietnam tragedy."*** [15] Cuốn sách này gồm tất cả 8 chương trình bày những kết luận rút ra từ các đề tài đã thảo luận trong các buổi họp tại Hà Nội. Chương Bảy, dưới tiêu đề ***U.S. Military Victory in Vietnam: A Dangerous Illusion?*** từ trang 313 đến trang 371, sẽ giúp chúng ta hiểu thật rõ luận cứ căn bản của nhận định tiêu cực này của ông McNamara và những người cùng phe với ông về CTVN. Toàn bộ Chương Bảy này, ngoại trừ phần Introduction (tr. 313-317) do ông McNamara viết, hoàn toàn do cựu Đại Tá Herbert Y. Schandler phụ trách.

Ông Herbert Y. Schandler (1928-2015) là một cựu chiến binh và là một nhà nghiên cứu về CTVN. Ông tốt nghiệp Trường Võ Bị Westpoint của Hoa Kỳ vào năm 1952, đã phục vụ hai nhiệm kỳ tại Việt Nam trong Lực Lượng Đặc Biệt và giải ngũ với cấp bậc Đại Tá của Lục Quân Hoa Kỳ. Ông đậu Tiến Sĩ về Hành Chánh Công Quyền (PhD in Public Administration) tại Viện Đại Học Harvard, và là tác giả của 2 cuốn sách nổi tiếng sau đây về CTVN:

- ***The Unmaking of a president: Lyndon Johnson and Vietnam***, do Nhà Xuất Bản Đại Học Princeton xuất bản năm 1977

- ***America in Vietnam: the war that couldn't be won***, do Nhà Xuất Bản Rowman & Littlefield xuất bản năm 2009

Tiến sĩ Schandler được ông McNamara giao cho nhiệm vụ trả lời câu hỏi chánh đã được dùng làm tiêu đề cho Chương Bảy: ***Chiến thắng về quân sự của Hoa Kỳ tại Việt Nam có phải là một ảo tưởng nguy hiểm không?*** Và câu trả lời của ông Schandler là như sau:

"The achievement of a military victory by U.S. forces in Vietnam was indeed a dangerous illusion." [16] (Xin tạm dịch sang Việt ngữ như sau: *"Việc thực hiện được một chiến thắng quân sự của Hoa Kỳ tại Việt Nam quả thật là một ảo tưởng nguy hiểm.")*

Khi giải thích tại sao ông nghĩ rằng chiến thắng quân sự của Hoa Kỳ tại Việt Nam chỉ là một ***ảo tưởng***, Tiến sĩ Schandler đã viết rõ ràng như sau:

"The heart of the illusion is the failure of the U.S. military and civilian leaders alike to understand the nature of the war in which they became involved in Vietnam. It was a people's war – a civil war. Fundamentally, therefore, it was not simply a war of North Vietnamese aggression, as we viewed it at the time." [17] (Xin tạm dịch sang Việt ngữ như sau: *"Tâm điểm của ảo tưởng này là sự thất bại của các nhà lãnh đạo quân sự và dân sự Hoa Kỳ không hiểu được bản chất của cuộc chiến tranh mà họ đã dính líu vào tại Việt Nam. Nó là một* ***cuộc chiến tranh nhân dân****, một cuộc nội chiến. Vì thế, trên căn bản, nó không phải đơn thuần là một cuốc chiến tranh xâm lược của Bắc Việt, như cách chúng ta đã nhìn nó vào lúc đó")*

Phản Biện Lại Các Luận Cứ Của Nhận Định

Căn bản quan trọng nhứt của luận cứ cho nhận định tiêu cực về CTVN nầy xuất phát từ sự thất bại của quân đội viễn chinh Pháp trong Chiến Tranh Đông Dương (CTĐD, 1945-1954) tức là cuộc kháng chiến của người Việt Nam chống lại dã tâm muốn đặt lại ách thống trị của người Pháp. Các tác giả thuộc phái chính thống đều đã nhìn CTVN như là một sự tiếp nối của CTĐD, và quân đội Mỹ cũng giống như quân đội Pháp là một quân đội ngoại nhập và vì thế sẽ bị dân chúng Việt Nam chống đối và sau cùng cũng sẽ thất bại như quân đội viễn chinh Pháp. Quan điểm này chính là nguồn gốc của tất cả mọi lập luận sai lầm của phe chính thống về bản chất của CTVN. Phe chính thống đã dựa vào những suy nghĩ và kết luận của ông McNamara, người chủ trương và thực hiện đường lối quân sự của Hoa Kỳ tại Việt Nam, là Hoa Kỳ đã làm hết tất cả những gì Hoa Kỳ có thể làm được về quân sự rồi mà vẫn không thể thắng được, vậy CTVN đúng là ***"một cuộc chiến tranh không thể thắng được."*** Chúng ta sẽ đánh giá từng luận cứ của nhận định tiêu cực này.

Luận Cứ Về Bản Chất Của CTVN

Trước hết chúng ta hãy thảo luận về khẳng định của Tiến sĩ Schandler rằng CTVN là một cuộc ***"chiến tranh nhân dân,"*** và vì vậy nó là một cuộc ***"chiến tranh không thể thắng được."*** Luận cứ này cho thấy tác giả Schandler đã chịu ảnh hưởng khá nhiều bởi lý luận của phe Cộng sản. Quan niệm chiến tranh nhân dân do Tướng Cộng sản Võ Nguyên Giáp đúc kết từ kinh nghiệm chống ngoại xâm trong cả ngàn năm của dân tộc Việt Nam. Nó hoàn toàn đúng khi nói về CTĐD khi toàn dân Việt Nam đứng lên chống lại quân đội viễn chinh Pháp. Nhưng hoàn toàn sai khi nói về CTVN với chủ ý gán ghép cho quân đội Mỹ vai trò tương tự như quân đội Pháp, và xem dân chúng Miền Nam như dân chúng Việt Nam trong thời gian CTĐD. ***Người Mỹ rõ ràng là không hiểu gì hết về lịch sử Việt Nam trong thời cận đại.*** Các tác giả phe chính thống thường cho rằng các nhà lãnh đạo chính trị và quân sự của Mỹ không hiểu Bắc Việt (chính vì vậy mà McNamara đã phải sang Hà Nội nhiều lần, trong khoảng thời gian 1995-1998, chịu bị sĩ nhục để tìm hiểu ***quá muộn màng*** về Bắc Việt, như đã trình bày bên trên) nhưng họ không biết rằng, thật ra, ***họ cũng không hiểu luôn cả đồng minh của họ là VNCH.***

Có thể nói mà không sợ sai lầm rằng phần đông những người Mỹ có tìm hiểu về Việt Nam, trong đó có các tác giả phe chính thống, cũng như các nhà lãnh đạo chính trị và quân sự của Mỹ, đều tin rằng Bắc Việt, và biểu hiện cụ thể là Đảng Cộng Sản Việt Nam (ĐCSVN), là đại diện chính thống duy nhứt của dân tộc Việt Nam và chính họ cũng đã từng là những người có công đánh đuổi quân đội viễn chinh Pháp để giành độc lập cho Việt Nam. Chính vì cách suy nghĩ rất sai lầm này, mặc dù VNCH là đồng minh của mình trong cuộc Chiến Tranh Lạnh chống lại sự bành trướng của phe Cộng sản tại Đông Nam Á, người Mỹ vẫn có phần nào không thành thật tôn trọng VNCH, nếu không muốn nói là có nhiều lúc khinh khi ra mặt. ***Họ đã không chịu tìm hiểu cho thật rõ VNCH từ đâu mà ra và tại sao VNCH, từ chánh phủ cho đến dân chúng, đã không thể nào chấp nhận sống chung với người Cộng Sản.*** Phần trình bày ngay bên dưới đây cho thấy rõ những diễn tiến của lịch sử cận đại của Việt Nam đưa đến sự thành lập của quốc gia mang tên Việt Nam Cộng Hòa.

> ***"Từ sau khi Pháp đặt ách thống trị tại Việt Nam, về tổ chức và đảng phái, ĐCSVN không phải là đảng phái chính trị đầu tiên và duy nhứt chống lại thực dân Pháp. Ngay từ cuối thế kỷ 19 đã có nhiều tổ chức, phong trào kháng Pháp như Văn Thân, Cần Vương, Đông Kinh Nghĩa Thục, Đông Du, vv… Sang đầu thế kỷ 20 đã xuất hiện khá nhiều chính đảng chống Pháp như Việt Nam Quốc Dân Đảng (VNQDĐ), Đại Việt, Duy Dân, Tân Việt Cách Mạng Đảng, vv. Cuộc khởi nghĩa của VNQDĐ năm 1927 đã xảy ra ngay cả trước khi ĐCSVN ra đời (1930). Về cá nhân thì HCM cũng không phải là nhà ái quốc đầu tiên và duy nhứt chống Pháp: người Việt Nam không ai là không biết tên các nhà ái quốc chống Pháp như sau: cuối thế kỷ 19 là các vị như Nguyễn Trung Trực, Thủ Khoa Nghĩa, Thủ Khoa Huân, Phan Đình Phùng, Nguyễn Thiện Thuật, Hoàng Hoa Thám; sang thế kỷ 20 là các vị như Phan Bội Châu, Phan Châu Trinh, Kỳ Ngoại Hầu Cường Để, Tạ Thu Thâu, Nguyễn An Ninh, Phan Văn Hùm, vv..."*** [18]

Ngay cả trước khi ĐCSVN thực hiện thành công Cuộc Cách Mạng Tháng Tám tại Hà Nội (14 đến 30-8-1945), dân chúng tại Miền Nam Việt Nam (lúc đó còn gọi là Nam Kỳ hay Nam Bộ) đã nô nức tham gia vào các tổ chức và phong trào đấu tranh giành độc lập.

> ***"Ngày 18 tháng 3, 1945 tức hơn một tuần sau ngày Nhật đảo chánh 9 tháng 3, lần đầu tiên ở Sài Gòn đã có một cuộc biểu tình khổng lồ, công khai, trên 50.000 người ở sân thể thao Vườn Ông Thượng. Dân chúng Sài Gòn đã nô nức hưởng ứng lời kêu gọi của Hồ Văn Ngà tham dự lễ tưởng niệm các nhà ái quốc Hoàng Hoa Thám, Phan Đình Phùng, Phan Châu Trinh, Nguyễn Thái Học, Nguyễn An Ninh, Dương Bá Trạc. Hài cốt hỏa thiêu của Dương Bá Trạc đã được ông Trần Văn Ân gởi về từ Chiêu Nam (Singapour). Một bàn thờ Tổ Quốc với một đại kỳ màu vàng trên có khắc hai chữ Việt Nam đỏ chói được dựng lên giữa sân, khói trầm nghi ngút. Lần lượt lên diễn đàn có: Hồ Văn Ngà chủ tịch Việt Nam Quốc gia Độc lập Đảng, Trần Quang Vinh đại biểu Cao Đài, Nguyễn Vĩnh Thạnh đoàn trưởng Cận vệ quân và Nội ứng Nghĩa binh (đã cộng tác với quân đội Nhật trong ngày đảo chánh Pháp), luật sư Diệp Ba... Những lời kêu gọi dân chúng tham gia cùng đứng lên củng cố hàng ngũ quyết tâm xóa tan tàn tích thực dân Pháp, những lời tha thiết tưởng niệm các nhà ái quốc đã từng hy sinh cho đại cuộc chống ngoại xâm, đã được hùng hồn nói lên trong bầu không khí tự do, phấn khởi của một dân tộc không còn e dè, lo ngại kẻ thù như trước."*** [19]

Và sau đó, một lần nữa, sau khi Nhựt đầu hàng Đồng Minh, khi quân Anh vào Miền Nam để giải giới quân đội Nhựt, người Pháp lợi dụng cơ hội mang quân vào với ý định chiếm lại Việt Nam, dân chúng Nam Bộ, đủ mọi thành phần, già trẻ bé lớn, với vũ khí thô sơ, tầm vông vạt nhọn, một lần nữa lại đi trước Miền Bắc, tổ chức kháng chiến chống Pháp ngay lập tức từ ngày 23-9-1945 (Hà Nội chỉ chính thức đánh Pháp từ ngày 19-12-1946). Cuốn hồi ký, Tập 2 (1945-1954) của ký giả Nam Đình Nguyễn Kỳ Nam ghi lại tình hình lúc đó như sau:

> ***"Tức thì, hôm sau*** [tức là ngày 24-9-1945], ***súng nổ khắp nơi : Cầu Mac-Mahon*** [tức cầu Công Lý, trên đường dẫn ra phi trường Tân Sơn Nhứt] ***bị dân-quân giàn trận đánh quân Anh-Ấn giữ cầu rồi đến cầu Bông, cầu Thị Nghè, cầu Kiệu*** [cuối đường Hai Bà Trưng dẫn sang Phú Nhuận] ***đâu đâu***

cũng có trận đánh kịch-liệt. Dân-quân rút ra khỏi Saigon, tổ-chức lại: hễ đêm đến, là đột-nhập châu thành đánh phá khắp nơi.” [20]

Từ lúc đó trở đi, Việt Minh, do ĐCSVN lãnh đạo, dùng mọi thủ đoạn tiêu diệt một số khá đông những người yêu nước không-cộng-sản, đủ mọi thành phần và thuộc đủ các chính đảng, để nắm giữ độc quyền lãnh đạo cuộc kháng chiến chống Pháp. Ngay tại Sài Gòn, Việt Minh cũng không ngần ngại thủ tiêu một số các nhà yêu nước này.

> ***“Bà Nguyễn Ngọc Sương*** [Thủ Lãnh Phụ Nữ Tiền Phong], ***y khoa bác sĩ tốt nghiệp từ Pháp, và chồng là luật sư Hồ Vĩnh Ký, khoảng một tháng sau ngày mở màn Nam bộ Kháng chiến, đã bị bộ hạ của Trần Văn Giàu*** [cán bộ Cộng Sản, thủ lãnh Việt Minh] ***xử bắn ở Bến Súc cùng nhiều đồng chí khác, ngày 23 tháng 10-1945, khi quân đội Anh-Ấn tiến chiếm Thủ Dầu Một. Những người bị Trần Văn Giàu bắt ở Thủ Đức trong đó có Trần Văn Thạch (người đã hỏi Trần Văn Giàu trong buổi họp có báo chí tham dự ngày 30 tháng 8-1945, năm ngày sau khi Lâm ủy Hành chánh ra mắt: “Ai đã cử anh làm Chủ tịch Ủy Ban Hành Pháp?”), tất cả đã bị bọn cai ngục được lịnh phải thủ tiêu.”*** [21]

Trong giai đoạn đầu này của Nam Bộ Kháng Chiến, mặt trận Việt Minh, với cơ quan Quốc Gia Tự Vệ Cuộc dưới sự chỉ đạo của các cán bộ Cộng sản như Dương Bạch Mai, Nguyễn Văn Trấn (nổi danh là hung thần Chợ Đệm), đã thủ tiêu không biết bao nhiêu nhà yêu nước không cộng sản như Đức Huỳnh Giáo Chủ của Phật Giáo Hòa Hảo, hoặc Cộng sản nhưng thuộc Đệ Tứ Quốc Tế như các ông Phan Văn Hùm, Tạ Thu Thâu, Trần Văn Thạch, vv… Trong lúc đó, ở ngoài Bắc thì rất nhiều đảng viên thuộc các chính đảng quốc gia không-cộng-sản, nhứt là Việt Nam Quốc Dân Đảng, cũng đã bị phe Cộng sản truy sát và thủ tiêu. Khái Hưng, một nhà văn nổi tiếng trong nhóm Tự Lực Văn Đoàn, vì là một đảng viên của Việt Nam Quốc Dân Đảng, cũng đã phải chịu chung số phận.[22] Thấy rõ bộ mặt thật của ĐCSVN, các nhà yêu nước quốc gia không-cộng-sản bắt đầu rời bỏ hàng ngũ kháng chiến, tìm mọi cách rời các chiến khu để trở về thành phố. Ở ngoài Bắc, dân chúng gọi phong trào đó là ***"dinh tê,"*** ở trong Nam thì gọi là ***"về thành."*** Xin đơn cử ra đây hai trường hợp điển hình của hai chính khách nổi tiếng của Miền Nam: 1) Giáo sư Trần Văn Hương, khi Kháng Chiến Nam Bộ bắt đầu, là Chủ Tịch Ủy Ban Hành Kháng (Hành Chánh Kháng Chiến) của tỉnh Tây Ninh, về sau đã hai lần làm Đô Trưởng Sài Gòn, hai lần làm Thủ Tướng, sau đó là Phó Tổng Thống rồi Tổng Thống; 2) Bác sĩ Nguyễn Lưu Viên, trong thời gian kháng chiến là Quân Y Trưởng của Sư Đoàn 320,[23] về sau tham chính nhiều lần với các chức vụ Tổng Ủy Viên, Tổng Trưởng, Phó Thủ Tướng. Phần đông các vị này hoàn toàn không có về thành để hợp tác với Pháp, thí dụ: ông Trần Văn Hương chỉ tham chính với chức vụ Đô Trưởng Sài Gòn sau khi Thủ Tướng Ngô Đình Diệm về nước vào tháng 7-1954. Tuy nhiên, việc rời bỏ kháng chiến này chỉ mới liên hệ đến các cá nhân thôi. Phải đợi đến khi ĐCSVN bắt đầu thi hành chương trình Cải Cách Ruộng Đất, khởi sự từ năm 1953, giết hại hàng trăm ngàn người dân vô tội, thì dân chúng mới thấy rõ sự độc ác, tàn bạo và vô luân của họ,[24] và việc rời bỏ kháng chiến mới thật sự trở thành một phong trào quần chúng.

Đến đây thiết tưởng chúng ta cũng nên bàn qua về tính chính thống của chính quyền Bắc Việt. Vấn đề này đã từng được một tác giả nhận định như sau:

> ***"Phải thành thật mà nhận rằng, do hoàn cảnh lịch sử đưa đẩy, nhà nước Việt Nam Dân Chủ Cộng Hòa (VNDCCH) lúc mới thành lập đã hội đủ phần nào các điều kiện để mang tính chính thống và được hậu thuẫn của nhân dân. Điểm quan trọng cần ghi nhận ngay ở đây là sự hậu thuẫn này nhân dân Việt Nam dành cho một chính quyền đại diện cho toàn dân để tranh đấu cho độc lập và tự do của đất nước, chớ không phải dành cho một nhà nước Cộng sản để xây dựng chủ nghĩa xã hội. Cuộc kháng chiến thần thánh của nhân dân ta chống thực dân Pháp cũng đặt trên cơ sở này. Chính quyền VNDCCH đã tự động và đơn phương thay đổi***

điều kiện trong bản hợp đồng với nhân dân. Năm 1951, khi ĐCSVN tái sinh dưới danh hiệu Đảng Lao Động VN và trực tiếp nắm quyền lãnh đạo kháng chiến, đẩy nhân dân vào chỗ giết nhau trong các vụ đấu tố cải cách ruộng đất (trong khi miệng vẫn hô hào đoàn kết toàn dân) thì cũng chính năm đó phải được xem là thời điểm chấm dứt tính chính thống của nhà nước VNDCCH. Phân tích đến cùng, ta phải thấy rõ là thật ra chính ĐCSVN đã bức tử nhà nước chính thống VNDCCH. Và hành động bất hợp pháp này, ngay lập tức, đã bị nhân dân phản kháng và chống đối. Sự gia tăng rõ rệt của những vụ liều chết tìm cách rời bỏ chiến khu để trở về thành sau năm 1952 của nhiều phần tử yêu nước đã từng thực sự đóng góp cho kháng chiến và của đông đảo đồng bào nông thôn đã nói lên sự phản đối này. Tiếp theo đó, với sự chia cắt đất nước, trắng trợn phản bội quyền lợi của đất nước và với sự quyết liệt chối bỏ và xa lánh của hàng triệu ngườ di cư vào Nam, sự chính thống của nhà nước VNDCCH vĩnh viễn chấm dứt." [25]

Cũng trong thời gian này, quân đội viễn chinh Pháp ngày càng sa lầy trong cuộc chiến, bắt buộc chính phủ Pháp phải tìm một giải pháp chính trị. Các chính đảng quốc gia chống Cộng nhân cơ hội đã mời Cựu hoàng Bảo Đại về nước lập chính phủ:

"Ngày 9-9-1947, 24 đại diện các đảng phái và đoàn thể sang Hong Kong gặp C.H. Bảo Đại." [26]

Họ trình bày nguyên vọng chung là:

"... yêu cầu Cựu hoàng Bảo Đại, người đại diện độc nhất, đủ tư cách của dân tộc Việt Nam ra chấp chính và mở cuộc đàm phán với nước Pháp, hầu tái lập hòa bình ở Việt Nam và thực hiện hòa bình và độc lập." [27]

Sau khi chính phủ Pháp thỏa mãn những yêu cầu của Ngài, trong đó điều kiện tiên quyết quan trọng nhứt là Pháp phải trả Nam Kỳ về cho Việt Nam, Cựu Hoàng mới lên đường về Việt Nam và thành lập Chính phủ đầu tiên của Quốc Gia Việt Nam vào ngày 1-7-1949 do chính Cựu Hoàng làm Thủ Tướng. [28] Quốc Gia Việt Nam này chính là tiền thân của VNCH được thành lập vào ngày 26-10-1955 với ông Ngô Đình Diệm làm Tổng Thống đầu tiên.

Tất cả những diễn tiến lịch sử cận đại của Việt Nam vừa trình bày bên trên cho thấy rất rõ ràng việc các tác giả phe chính thống cho rằng Bắc Việt là chính quyền chính thống của dân tộc Việt Nam cũng như cho rằng VNCH là do Hoa Kỳ tạo ra sau Hiệp Định Genève 1954 đều là hoàn toàn sai lầm. Việc đổ lỗi cho VNCH đã vi phạm Hiệp Định Genève 1954 vì không chịu tổ chức tổng tuyển cử vào năm 1956 (lý do chánh khiến cho Bắc Việt phải gây chiến để thống nhứt Việt Nam) cũng hoàn toàn không có cơ sở pháp lý vì Chính phủ Quốc Gia Việt Nam (mà VNCH kế thừa) đã ***không có ký và công nhận Hiệp Định đó.*** Bác sĩ Trần Văn Đỗ, Ngoại Trưởng và Trưởng Phái Đoàn Quốc Gia Việt Nam tại Hội Nghị Genève, đã phát biểu như sau:

> ***"Việc ký hiệp định giữa Pháp và Việt Minh có những điều khoản gây nguy hại nặng nề cho tương lai chính trị của Quốc gia Việt Nam. Hiệp định đã nhường cho Việt Minh những vùng mà quân đội quốc gia còn đóng quân và tước mất của (Quốc gia) Việt Nam quyền tổ chức phòng thủ. Bộ Tư lệnh Pháp đã tự ấn định ngày tổ chức tuyển cử mà không có sự thỏa thuận với phái đoàn quốc gia Việt Nam... chính phủ Quốc gia Việt Nam yêu cầu Hội nghị ghi nhận một cách chính thức rằng Việt Nam long trọng phản đối cách ký kết Hiệp định cùng những điều khoản không tôn trọng nguyện vọng sâu xa của dân Việt. Chính phủ Quốc gia Việt Nam yêu cầu Hội nghị ghi nhận rằng Chính phủ tự dành cho mình quyền hoàn toàn tự do hành động để bảo vệ quyền thiêng liêng của dân tộc Việt Nam trong công cuộc thực hiện Thống nhất, Độc lập, và Tự do cho xứ sở."***[29]

Sau khi Hiệp Định Genève được ký kết vào ngày 20-7-1954 đã có một khoảng thời gian 300 ngày cho dân chúng được hoàn toàn tự do di chuyển để thay đổi nơi sinh sống. Và kết quả cho thấy trong khoảng thời gian đó chỉ có 4.269 người chọn đi ra Miền Bắc sinh sống so với tổng số 892.876 người đã chọn lựa di chuyển vào sinh sống tại Miền Nam.[30]

Như vậy, rõ ràng CTVN không phải là một cuộc ***chiến tranh nhân dân*** như tác giả Schandler đã khẳng định. Nó phải được xem là một cuộc ***chiến tranh xâm lược***. Các lý do rất rõ ràng như sau:

- Cả VNCH và Việt Nam Dân Chủ Cộng Hòa (tức Bắc Việt) đều là những quốc gia với đầy đủ tất cả các yếu tố do công pháp quốc tế quy định theo ***Điều Ước Montevideo về Quyền và Trách Nhiệm của Quốc Gia (1933)***:
    - Có một lãnh thổ được xác định
    - Có một dân cư được xác định
    - Có một chính phủ có năng lực kiểm soát hiệu quả
    - Có năng lực tham gia vào điều ước với quốc gia khác
- ***"Hành vi dùng vũ lực quân sự để tước đoạt chính quyền, lãnh thổ của một quốc gia khác, theo định nghĩa của Điều 1, Nghị quyết 3314 năm 1974 của Đại Hội Đồng Liên Hiệp Quốc, là hành vi xâm lược theo công pháp quốc tế."*** [31]

Có điều cần ghi nhận thêm rằng đây không phải chỉ là một cuộc chiến tranh xâm lược bình thường mà là một cuộc chiến tranh xâm lược mang màu sắc ý thức hệ rất phức tạp mà hai phe đều là những người cùng một dòng máu, tương tự như cuộc Chiến Tranh Triều Tiên (1951-1953) mà chính Liên Hiệp Quốc đã lên án và cho phép mang quân sang chống lại quân xâm lược Bắc Triều Tiên.

Luận Cứ Về Chiến Lược Quân Sự Của Hoa Kỳ Tại Việt Nam

Luận cứ này gồm hai điểm chính sau đây:

- Hoa Kỳ đã sử dụng hết sức mạnh quân sự của mình rồi mà vẫn không làm cho Bắc Việt từ bỏ ý định thôn tính Miền Nam

- Nếu leo thang nữa thì sẽ không tránh được một cuộc đụng độ hạt nhân

Chúng ta sẽ lần lượt xem xét từng điểm của luận cứ này

Hoa Kỳ Đã Sử Dụng Hết Sức Mạnh Quân Sự Của Mình

Luận điểm này vừa nói lên phương tiện vừa cho thấy mục tiêu của việc Mỹ tham chiến tại Việt Nam: phương tiện là dùng hết sức mạnh quân sự của Mỹ, mục tiêu là làm cho Bắc Việt thấy rõ lợi hại mà từ bỏ ý định thôn tính Miền Nam.

Trước hết hãy xét về mục tiêu. Luận điểm này cho thấy rõ cái giới hạn của việc Mỹ tham chiến: chỉ muốn Bắc Việt ngừng lại việc tấn công Miền Nam, nghĩa là trở lại tình trạng hai nước Việt Nam chia cắt tại vĩ tuyến 17 (giống như ở Đức và Triều Tiên). Chính vì thế rất nhiều người đã chỉ trích rất đúng là Mỹ đánh giặc mà chỉ muốn hòa, chớ không muốn thắng, trong khi địch thì nhất định phải thắng bằng mọi giá, thế nên Mỹ thua là chuyện đương nhiên. Cũng chính vì mục tiêu giới hạn này mà chính phủ Mỹ, tức là phe dân sự, đã đặt ra không biết bao nhiêu hạn chế, gọi là ***"rules of engagement,"*** đối với giới quân sự. Trong việc oanh tạc Miền Bắc, tức là Chiến Dịch Sấm Rền (Rolling Thuncder), các mục tiêu rất hạn chế và hoàn toàn do phe dân sự chọn lựa và chỉ định, với kết quả vô cùng tai hại, như nhận định sau đây của Tướng Bruce Palmer, Jr., Tư Lệnh Quân Đoàn II của Hoa Kỳ tại Việt Nam (II Field Force, Vietnam) trong thời gian 1967-1968:

> ***"In the end, these limited strikes had little effect on the enemy buildup culminating in the massive Easter Offensive across the DMZ in late March 1972. This buildup, inciden-***

tally, should have warned the allies of the strong probability of an attack launched directly from the DMZ." [32] (Xin tạm dịch sang Việt ngữ như sau: *"Sau cùng, những cuộc oanh kích giới hạn đó đã không ngăn chận được việc tăng cường lực lương của địch mà đỉnh cao là cuộc tổng tấn công Mùa Phục Sinh tiến hành vượt ngang qua Khu Phi Quân Sự vào cuối tháng 3 năm 1972. Tiện đây phải nói là việc tăng cường lực lượng đó đã có thể báo động cho quân đồng minh về khả năng lớn của một cuộc tấn công của địch từ Khu Phi Quân Sư.")*

Cũng chính vì mục tiêu giới hạn như thế mà Mỹ đã áp dụng chiến lược leo thang từng bước (gradual escalation). Phương thức leo thang từng bước có thể đem lại hiệu quả tốt trong đấu tranh chính trị hay ngoại giao, nhưng, trong chiến tranh, nó là một sự sai lầm, có thể đem lại tai họa không nhỏ bởi vì cách đánh như vậy giúp cho kẻ đich có thời gian bổ sung, tăng cường và trở lại tấn công. Nói cho đúng, thật ra, chiến lược của Mỹ còn tệ hơn nhiều, cứ đánh rồi ngừng, ngừng rồi đánh, rõ ràng là không tìm cách đánh cho dứt điểm. Nhìn lại các diễn tiến của cuộc chiến, chúng ta có thể thấy rất rõ ràng là phe Công sản đã có được những khoảng thời gian 3 hay 4 năm để bổ sung lực lượng cho một đợt tổng tấn công mới: 1968 (Tết Mậu Thân = Tet Offensive), 1972 (Mùa Hè Đỏ Lửa = Easter Offensive), và 1975 (Chiến Dịch Hồ Chí Minh). Trong tác phẩm ***The real lessons of the Vietnam War***, hai soan giả John Norton Moore và Robert F. Turner đã phê bình rất nặng về chiến lược này của Mỹ như sau:

"In fact, our policy was not even gradual escalation; that is, progressive and increasing application of force to strangle the enemy. Instead, our policy was escalation and de-escalation, an "on again, off again" knee-jerk reaction that varied with the intuitive whims of President Johnson and his advisors." [33] (Xin tạm dịch sang Việt ngữ như sau: *"Thật ra, chính sách của chúng ta cũng không phải là leo thang từng bước; nghĩa là, từ từ tăng cường lực lượng để bóp nghẹt kẻ thù. Thay vì vậy, chính sách của chúng ta là leo thang và xuống thang,* *phản ứng "khi đánh, khi không" một cách máy móc tùy theo các nổi hứng theo trực giác của Tổng Thống Johnson và các cố vấn của ông ấy.")*

Nói tóm lại, về mục tiêu, rõ ràng là Mỹ không có chủ trương tiêu diệt kẻ địch là Bắc Việt, nghĩa là không muốn có một chiến thắng hoàn toàn và tuyệt đối trong CTVN. Đó là một sách lược chiến tranh hoàn toàn đi ngược tư tưởng quân sự của các tướng lãnh từ xưa tới nay, phản ảnh qua câu nói để đời của Thống Tướng (tướng 5 sao) Hoa Kỳ Douglas MacArthur: ***"In war there is no substitute for victory"*** (Tạm dịch: Trong chiến tranh không có gì thay thế được cho chiến thắng).

Xét về mặt phương tiện, luận điểm của phe "chính thống" cho rằng Hoa Kỳ đã sử dụng hết sức mạnh quân sự của mình rồi. Sự thật có đúng như vậy hay không?

Nói chung chiến lược quân sự của Hoa Kỳ tại Việt Nam gồm 2 bộ phận: 1) Đưa bộ binh tác chiến (ground combat troops) vào Miền Nam để tiêu diệt các đơn vị của quân đội Mặt Trận Giải Phóng Miền Nam (tức là Việt Cộng) và các đơn vị của quân đội Miền Bắc sử dụng đường mòn Hồ Chí Minh xâm nhập vào; và 2) Dùng Không Quân để ngăn chặn việc quân Bắc Việt sử dụng Đường mòn Hồ Chí Minh và oanh kích Miền Bắc để làm cho Bắc Việt phải từ bỏ ý định thôn tính Miền Nam.

Về sự hiện diện của quân đội Hoa Kỳ ở Miền Nam, phải công nhận rằng tại thời điểm đầu năm 1968, Hoa Kỳ đã có tại Miền Nam một lực lượng quân sự rất đáng kể, gần nửa triệu quân (497.498 người) gồm đủ tất cả các quân binh chủng và các đơn vị thiện chiến, trong đó đáng kể nhứt là các đơn vị sau đây:

• Lục Quân (U.S. Army):

○ Sư Đoàn 1 Kỵ Binh Không Vận (1st Cavalry Division - Airmobile), tức là Sư Đoàn 1 Anh Cả Đỏ, theo cách gọi của quân Bắc Việt

○ Các Sư Đoàn Bộ Binh 1, 9, và 25 (1st, 9th, 25th Infantry Division)

○Sư Đoàn 23 Bộ Binh (23rd Infantry Division, cũng có tên là Americal Division)

○Sư Đoàn Dù 101 (101st Airborne Division)

○Lữ Đoàn 3 Sư Đoàn Dù 82 (3rd Brigade, 82nd Airborne Division)

• Thủy Quân Lục Chiến (U.S. Marine Corps):

○Sư Đoàn 1 (1st Marine Division) đóng tại Chu Lai, Quảng Ngãi

○Sư Đoàn 3 (3rd Marine Division) đóng tại Đà Nẵng, Quảng Nam

○Sư Đoàn 5 (5th Marine Division) đóng tại Khe Sanh, Quảng Trị

• Hải Quân (U.S. Navy):

○Đã có tất cả 20 Hàng Không Mẫu Hạm (Aircraft Carriers) đã từng được điều động tham chiến tại Việt Nam, thí dụ như Constellation, Coral Sea, Enterprise, Hancock, Hornet, Midway, vv. Mỗi hàng không mẫu hạm này đều chở được hàng trăm phi cơ khu trục phản lực như A-4 Skyhawk, A-6 Intruder, A-7 Corsair II, vv…

• Không Quân (U.S. Air Force):

○Sư Đoàn 7 Không Quân (Seventh Air Force) với Bộ Tư Lệnh đóng tại Tân Sơn Nhứt và các phi đoàn đóng rải rác tại 10 căn cứ không quân trên khắp lãnh thổ của VNCH; phi cơ phần lớn là khu trục phản lực mà nổi tiếng nhứt là F-4 Phantom (Bắc Việt gọi là Con Ma), F-105 Thunderchief (Bắc Việt gọi là Thần Sấm), vv.

Vấn đề cần phải được thảo luận ở đây là Hoa Kỳ đã sử dụng lực lượng quân sự hùng hậu này như thế nào, với chiến lược gì và với hiệu quả ra sao. Bộ Tư Lệnh của lực lượng này thường được gọi tắt là MACV (Military Assistance Command, Vietnam) và người chỉ huy là Đại Tướng (General, tướng 4 sao)

William C. Westmoreland (1914-2005), thường được giới báo chí Hoa Kỳ gọi tắt là Westy. Tướng Westmoreland tốt nghiệp Trường Võ Bị West Point vào năm 1936 và khởi nghiệp là một sĩ quan pháo binh, tham dự Đệ Nhị Thế Chiến tại các mặt trận ở Bắc Phi, Ý, Pháp và Đức, lập được nhiều chiến công, thăng cấp rất nhanh và trở thành Đại Tá, Tham Mưu Trưởng của Sư Đoàn 9 Bộ Binh Hoa Kỳ. Sau khi Đệ Nhị Thế Chiến chấm dứt, ông theo học khóa nhảy dù của Bộ Binh, được bổ nhiệm làm Trung Đoàn Trưởng Trung Đoàn 504 của Sư Đoàn Dù 82, và sau đó là Tham Mưu Trưởng của Sư Đoàn Dù này. Năm 1952, vào lúc 38 tuổi, ông thăng cấp Chuẩn Tướng (Brigadier-General, tướng 1 sao) và trở thành vị Chuẩn Tướng trẻ tuổi nhứt của Lục Quân Hoa Kỳ. Trong Chiến Tranh Triều Tiên, ông là Tư Lệnh Trung Đoàn Dù 187. Sau Chiến Tranh Triều Tiên, ông lần lượt đảm nhận các chức vu Tư Lệnh Sư Đoàn Dù 101 (1958-1960), Chỉ Huy Trưởng Trường Võ Bị West Point (1960-1963), thăng lên cấp Trung Tướng (Lieutenant-General, tướng 3 sao, tháng 7-1963), và Tư Lênh Quân Đoàn Dù 18 (XVIII Airborne Corps). Tháng 1-1964, ông được cử sang Việt Nam làm Tư Lệnh Phó của MACV và đến tháng 6-1964 ông được thăng cấp lên Đại Tướng và được Tổng Thống Johnson bổ nhiệm làm Tư Lệnh MACV.

Tướng Westmoreland áp dụng một chiến lược gọi là ***"Lùng và Diệt" (Search and Destroy)***, thực hiện một hình thức chiến tranh tiêu hao (war of attrition) với mục đích làm tiêu hao tối đa lực lượng của địch để đạt đến một ***"điểm vượt" (crossover point)*** được định nghĩa là điểm mà số quân bổ sung của địch không thể bù đắp được cho số thương vong của địch. Vì vậy, Westmoreland đã ra lệnh tổ chức các cuộc hành quân đại quy mô, rất tốn kém, sử dụng một lực lượng rất lớn ở cấp lữ đoàn hoặc sư đoàn và đánh vào các căn cứ và mật khu quan trọng của địch, thí dụ như Hành Quân Attleboro tại Dầu Tiếng, tỉnh Bình Dương, từ ngày 14-9 đến ngày 25-11-1966, Hành Quân Cedar Falls tại khu Tam Giác Sắt, từ ngày 8 đến 26-1-1967, và Junction City tại Chiến Khu C, từ ngày 22-2 đến ngày 14-5-1967.

Trong khoảng thời gian 3 năm, với quân số gia tăng từ 184.300 (1965) lên đến 485.600 (1967), Westmoreland vẫn không thể nào đạt được "điểm vượt" như mong muốn, ngay cả với cách tính trận liệt (order-of-battle hay thường được viết tắt là OB) có lợi cho báo cáo của ông bằng cách giảm thiểu con số du kích và dân quân của phe Cộng sản, đưa đến mâu thuẫn rất trầm trọng giữa MACV và CIA (Central Intelligence Agency = Cơ Quan Trung Ương Tình Báo của Hoa Kỳ), phản ảnh qua vụ bản báo cáo về tình báo SNIE14.3-67.[34] Trong năm 1967, một số người trong và ngoài chính quyền của Mỹ bắt đầu hoài nghi, công kích và sau cùng đề nghị Tổng Thống Johnson từ bỏ chiến lược "Lùng và Diệt" của Tướng Westmoreland. Nhưng Tổng Thống Johnson vẫn không nghe, vẫn tin tưởng Tướng Westmoreland. Cuối năm 1967, ngày 21-11, tại Câu Lạc Bộ Báo Chí Quốc Gia ở Washington, D.C., Tướng Westmoreland vẫn còn lạc quan tuyên bố như sau:

> *"We have reached an important point where the end begins to come into view."* [35] (Xin tạm dịch sang Việt ngữ như sau: *"Chúng ta đã đạt đến một điểm quan trọng cho thấy kết thúc bắt đầu hiện ra.")*

Chỉ hơn 2 tháng sau, ngày 31-1-1968, trận Tổng Tấn Công Tết Mậu Thân diễn ra một cách ác liệt tại thủ đô Sài Gòn, các thành phố lớn và gần như tất cả các tỉnh lỵ của VNCH. Chiến lược "Lùng và Diệt" của Tướng Westmoreland hoàn toàn bị phá sản. Yêu cầu tăng thêm 200.000 quân của ông bị Tổng Thống Johnson thẳng tay bác bỏ. Ông được triệu hồi về Mỹ giữ chức Tham Mưu Trưởng Lục Quân Hoa Kỳ (U.S. Army Chief of Staff) và Phó Tướng của ông là Đại Tướng Creighton Abrams (1914-1974) được cử lên thay ông làm Tư Lệnh MACV.

Một điều hết sức quan trọng cần phải được lưu ý ngay. Trận Mậu Thân là một thất bại quân sự hết sức lớn, chưa từng có đối với Việt Cộng. Sau đây là những con số thống kê về thương vong chính thức do chính ĐCSVN xác nhận:

"111.306 cán bộ, chiến sĩ lực lượng vũ trang và chính trị ở miền Nam đã hy sinh và bị thương; trong đó, 44.824 cán bộ và chiến sĩ lực lượng vũ trang đã hy sinh." [36]

Nhưng thật trớ trêu, chính người Mỹ lại xem đây là một thất bại lớn của phe Tự Do, và từ đó họ quyết định tìm mọi cách xuống thang chiến tranh, thương thuyết với phe Cộng sản để rút quân về nước. Tổng Thống Johnson ra lệnh ngưng oanh tạc Miền Bắc và tuyên bố không ra tái cử nữa. Sau khi đắc cử, Tổng Thống Nixon thực hiện việc rút quân trong chương trình Việt-Nam-Hóa (Vietnamization).

Phần lớn các tác giả thuộc phái chính thống đều sử dụng mốc thời gian 1968 của trận Mậu Thân, xem đó là thời điểm Chính phủ Mỹ đã dứt khoát nhận ra là không thể nào thắng được tại Việt Nam. Ba tác phẩm quan trọng của nhóm tác giả chính thống nầy là: ***Vietnam: a history*** của Stanley Karnow, ***America's longest war*** của George Herring, và ***A Bright shining lie*** của Neil Sheehan đều dành một đa số trang rất lớn để nói về CTVN cho tới năm 1968, phần thời gian còn lại của CTVN (nhiều hơn gấp đôi, từ 1968 đến 1975) chỉ được đề cập đến rất sơ sài như sau:

- ***Vietnam: a history***:

o Từ trang đầu đến trang 567: cho đến 1968

o Từ trang 568 đến trang 670 (102 trang): thời gian còn lại của CTVN, 1968-1975

- ***America's longest war***:

o Từ trang đầu đến trang 221: cho đến 1968

o Từ trang 222 đến trang 282 (60 trang): thời gian còn lại của CTVN, 1968-1975

- ***A Bright shining lie***:

o Từ trang đầu đến trang 725: cho đến 1968

o Từ trang 726 đến trang 791 (65 trang): thời gian còn lại của CTVN, 1968-1975

Trong khi đó, rõ ràng là từ sau trận Mậu Thân (1968), VNCH và các nước Đồng Minh đã đạt được nhiều thắng lợi rất lớn, có lúc đã làm lệch cán cân CTVN, gây rất nhiều khó khăn cho phe Cộng Sản.

Không kể hai chiến thắng lớn của QLVNCH vào các năm 1968 (Tết Mậu Thân) và 1972 (Mùa Hè Đỏ Lửa, Tử thủ An Lộc, Tái chiếm Quảng Trị, và giữ vững Kontum), quân đội Mỹ, dưới quyền Tư Lệnh của Tướng Abrams, đã áp dụng một chiến lược mới gọi là ***"Clear and Hold = Quét và Giữ."*** Chiến lược này đặt trọng tâm vào vấn đề bình định. Một nhân viên CIA cao cấp, ông William Colby (trước đã từng là Trưởng Trạm CIA tại Việt Nam), được bổ nhiệm phụ trách cơ quan CORDS (Civil Operations and Revolutionary Development Support) để thực hiện một kế hoạch mới về bình định gọi tắt là APC (Accelerated Pacification Campaign = Chiến dịch Bình Định Nhanh), mà cốt lõi là Chiến Dịch Phượng Hoàng (Phoenix Program), nhằm tiêu diệt ha tầng cơ sở của Việt Cộng (tức Mặt Trận Giải Phóng) để tái lập an ninh cho các thôn ấp dưới sự kiểm soát của chính quyền VNCH. Kế hoạch APC đưa ra chỉ tiêu đầu tiên là trong vòng 3 tháng (90 ngày) sẽ vô hiệu hóa hạ tầng cơ sở của Việt Công (Viet Cong Infrastructure, gọi tắt là VCI) và lập lại an ninh hoàn toàn cho 1.000 ấp xôi đậu. Kế hoạch này được thực hiện thành công tốt đẹp, vượt hơn chỉ tiêu 1.000 ấp đã đề ra. Trên thực tế, vào đầu tháng 1-1969, VNCH đã kiểm soát hoàn toàn được 1.320 ấp.[37] Chiến Dịch Phượng Hoàng đã gây tổn thất rất nặng nề cho VCI như sau:

> ***"Between 1968 and 1972, Phoenix "neutralized" 81,740 people suspected of VC membership, of whom 26,369 were killed. A significant number of VC were killed, and between 1969 and 1971 the program was quite successful in destroying VC infrastructure in many important areas."*** [38] (Xin tạm dịch sang Việt ngữ như sau: *"Giữa 1968 và 1972, Chiến Dịch Phượng Hoàng "đã vô hiệu hóa" 81.740 người tình nghi là Việt Cộng, trong đó có 26.369 người đã bị giết. Một số lớn Việt Cộng đã bị giết, và giữa 1969 và 1971, chương trình đã thành*

công trong việc tiêu diệt hạ tầng cơ sở của Việt Cộng tại nhiều khu vực quan trọng.")

Hơn nữa, một số những hạn chế quan trọng của thời Tổng Thống Johnson đã bị hủy bỏ. Sau khi Tướng Lon Nol đảo chánh, lật đổ chính quyền thân Cộng sản của Sihanouk đầu năm 1970, Tổng Thống Nixon, vào cuối tháng 4-1970, đã ra lệnh cho quân đội Mỹ, cùng với QLVNCH, vượt biên giới, tiến vào lãnh thổ Miên, tấn công phá hủy những mật khu an toàn của phe Cộng sản đã được Sihanouk cho phép đóng dọc theo biên giới từ bao nhiêu năm trước đó. Chiến dịch này đã đạt những thành quả quan trọng như sau:

> ***"Major General Nguyen Duy Hinh, author of a postwar monograph, summed up results of the incursion overall, tabulating 9,300 tons of weapons, ammunition, and supplies seized, plus 7,000 tons of rice, altogether constituting enemy requirements for at least six months of operations in the COSVN area."*** [39] (Xin tạm dịch sang Việt ngữ như sau: *"Thiếu Tướng Nguyễn Duy Hinh, tác giả của một tập sách chuyên đề xuất bản sau chiến tranh, đã tóm lược một cách tổng quát những thành quả của chiến dịch như sau: tịch thu được 9.300 tấn vũ khí, đạn dược và tiếp liệu cùng với 7.000 tấn gạo, đủ dùng ít nhứt cho các cuộc hành quân trong sáu tháng trong khu vực của Trung Ương Cục Miền Nam.")* [COSVN là chữ viết tắt của Central Office for South Vietnam]

Cũng trong tình thần hủy bỏ những điều cấm kỵ dưới thời Tổng Thống Johnson, ngày 9-5-1972, Tổng Thống Nixon ra lệnh cho Hàng không mẫu hạm USS Coral Sea phong tỏa cảng Hải Phòng (nơi tiếp nhận khoảng 85% hàng nhập cảng của Bắc Việt) bằng cách gài mìn trong Vịnh Bắc Việt. Và khi Bắc Việt ngang nhiên rời bỏ Hòa Đàm Paris vào cuối năm 1972, Tổng Thống Nixon đã ra lệnh cho máy bay oanh tạc chiến lược B-52 trải thảm Hà Nội trong 13 ngày đêm vào dịp Giáng Sinh 1972 (Christmas Bombing) khiến cho Bắc Việt phải trở lại bàn hội nghị.

Những điều vừa kể trên cho thấy rõ ràng chiến lược mà Hoa Kỳ đã áp dụng trong khoảng thời gian 1965 (sau khi Mỹ đổ quân bộ chiến vào Việt Nam) cho đến 1968 (trận Mậu Thân) là hoàn toàn sai lầm và vì vậy đã không đạt được chiến thắng. Chúng ta cũng thấy rõ là với một chiến lược mới, chú trọng nhiều hơn vào vấn đề bình định, đồng thời phá bỏ tất cả những rào cản, hạn chế vô lý, trói tay quân đội của phe dân sự Mỹ, quân đội Mỹ và QLVNCH đã có những chiến thắng quân sự rõ rệt (trong các năm 1968, 1970 và 1972), tạo ra được những thay đổi, xoay chuyển hoàn toàn có lợi cho phe Đồng Minh. Tất cả giúp khẳng định điều sau đây: ***Chiến Tranh Việt Nam Dứt Khoát Không Phải Là Một Cuộc Chiến Tranh Không Thể Thắng Được và Nếu Hoa Kỳ Đã Áp Dụng Một Chiến Lược Đúng Ngay Từ Đầu Thì Hoa Kỳ và VNCH Đã Có Thể Thắng CTVN.***

Nếu Leo Thang Nữa Sẽ Không Tránh Được Một Cuộc Đụng Độ Hạt Nhân

Xin nhắc lại, như trên đã nói, khả năng về việc có thể sử dụng vũ khí hạt nhân đã được đề cập đến trong văn thư đề ngày 20-5-1967 của JCS (Bộ Tham Mưu Liên Quân Hoa Kỳ) và gây kinh hoàng cho Tổng Trưởng Quốc Phòng Robert S. McNamara. Chúng ta hãy xem xét giá trị của luận cứ này trong bối cảnh của Chiến Tranh Lạnh và trong khung thời gian 1965-1975.

Trước hết, như phần trên của bài viết đã trình bày rất chi tiết, khả năng Hoa Kỳ và VNCH, với một chiến lược khác và không bị giới hạn bởi ràng buộc, cản trở, trói tay, có thể thắng CTVN, mà không cần sử dụng đến vũ khí hạt nhân, là rất cao.

Giả sử, ngay cả với chiến lược mới và với sự hủy bỏ tất cả các giới hạn đó mà Hoa Kỳ vẫn chưa thể thắng được và đành phải sử dụng đến vũ khí hạt nhân thì có khả năng xảy ra một cuộc đụng độ hạt nhân hay không?

Câu trả lời là: ***rất có thể KHÔNG***. Tại sao không?

Nếu Hoa Kỳ sử dụng vũ khí hạt nhân tại Hoa Nam thì Trung Quốc không thể trả đủa được nên không thể gọi là ***"một cuộc đụng độ hạt nhân"*** được vì chỉ có một bên là Trung Quốc lãnh bom nguyên tử thôi. Trung Quốc không thể trả đủa Hoa Kỳ được vì mặc dù Tung Quốc đã có thử bom nguyên tử từ tháng 10-1964 nhưng Trung Quốc vẫn chưa có phương tiện (delivery system) là hỏa tiễn mang đầu đạn nguyên tử để phóng đi. Hơn nữa, trong thập niên 1960, Trung Quốc còn đang khốn đốn, chia rẽ nội bộ trầm trọng trong Cuộc Cách Mạng Văn Hóa. Chỉ có Liên Xô là có phương tiện để trả đủa Hoa Kỳ. Nhưng khả năng Liên Xô dám đứng ra lãnh một cuộc đụng độ hạt nhân với Hoa Kỳ thì ***gần như chắc chắn là không có***. Có hai sự kiện lịch sử quan trọng mà chúng ta có thể dựa vào để kết luận như thế.

Thứ nhứt, trong cuộc khủng hoảng Cuba (1962), trước quyết tâm của Hoa Kỳ sẵn sàng chấp nhận một cuộc chiến tranh hạt nhân, Liên Xô đã chùn bước, rút lui, chịu tháo gỡ tất cả các giàn hỏa tiễn tại Cuba. Liên Xô đã không chịu hy sinh vì Cuba thì lý do gì mà Liên Xô có thể chịu hy sinh vì Trung Quốc?

Thứ hai, Liên Xô và Trung Quốc, trong thập niên 1960, đã trở thành thù địch, kình chống nhau kịch liệt, và, vì vấn đề biên giới, đã từng đánh nhau nhiều lần trong suốt mấy tháng trời trong một cuộc chiến tranh biên giới vào năm 1969 (từ ngày 2-3 cho đến ngày 11-9-1969) tại đảo Trân Bảo (Zhenbao Island) trên sông Ussuri, gần biên giới Mãn Châu. Chính trong thời gian cuộc xung đột biên giới này, Liên Xô cũng đã có ý muốn sử dụng vũ khí hạt nhân để đánh phủ đầu Trung Quốc, đặc biệt nhắm vào các cơ sở nghiên cứu và phát triển nguyên tử của Trung Quốc. Liên Xô đã tiếp cận và thăm dò ý kiến của các đảng Cộng sản tai các nước Úc, Phần Lan và Ý. Liên Xô cũng đã thăm dò ý kiến luôn cả với Hoa Kỳ về chuyện này.[40]

Thay Lời Kết

Chương Sáu này đã cho thấy rất rõ ràng là nhận định ***"Chiến Tranh Việt Nam là một cuộc chiến không thể thắng được"*** là ***hoàn toàn sai lầm***. Nếu đã áp dụng ngay từ đầu một chiến lược khác, hoàn toàn không có những hạn chế, trói buộc vô lý, Hoa Kỳ đã có thể thắng trong CTVN, và với một giá thấp hơn nhiều. Trên thực tế, Hoa Kỳ đã không làm như vậy, và với sự phản bội, vô liêm sỉ của Quốc Hội Hoa Kỳ của hai Khóa 93 (1973-1975) và Khóa 94 (1975-1977) do Đảng Dân Chủ kiểm soát, bỏ rơi đồng minh, cắt giảm và sau cùng cắt bỏ hết quân viện cho VNCH, đã đưa đến kết quả bi thảm là VNCH đã thất trận và bị xóa tên trên bản đồ thế giới.[41] Một tác giả Hoa Kỳ thuộc phe xét lại (revisionist) đã nhận định một cách hết sức đúng đắn về việc thất trận của VNCH như sau:

> ***"The South Vietnamese regime did not fall in 1975 because it was uniquely corrupt and illegitimate. It fell to Soviet-equipped North Vietnamese tanks only because the United States, which had left troops in South Korea to defend a comparably corrupt and authoritarian dictatorship, had abandoned its allies in South Vietnam."***[42] (Xin tạm dịch sang Việt ngữ như sau: *"Chế độ Nam Việt Nam đã không sụp đổ vào năm 1975 vì nó là một chính quyền duy nhứt tham nhũng và không chính thống. Nó chỉ sụp đổ trước các chiến xa của Bắc Việt do Liên Xô trang bị vì Hoa Kỳ, trước đó đã duy trì quân đội tại Nam Triều Tiên để bảo vệ một chế độ độc tài và tham nhũng tương tự, đã bỏ rơi đồng minh của mình tại Nam Việt Nam.")*

CHƯƠNG BẢY

Tổng Thống Nguyễn Văn Thiệu
và
Hòa Đàm Paris

Hoa Kỳ và Bắc Việt đã chính thức khởi sự thương thuyết công khai tại Paris, Pháp, từ ngày 13-5-1968. Vì là đàm phán công khai, hai bên không thể tạo được thỏa hiệp nên hoàn toàn không có kết quả chi cả. Do đó hai bên đồng ý chấm dứt họp công khai và bắt đầu họp kín từ ngày 26-6-1968. Tại phiên họp ngày 19-8-1968, Phó Trưởng Đoàn Hoa Kỳ Cyrus Vance lần đầu tiên đề nghị là nên mở rộng thành phần tham dự hòa đàm bằng cách mời cả 2 phe VNCH và Mặt Trận Giải Phóng Miền Nam (MTGPMN) tham gia. Phó Trưởng Đoàn Bắc Việt Hà Văn Lâu đồng ý xem xét đề nghị này. Tổng Thống Thiệu không đồng ý về việc này vì ông cho rằng làm như vậy là công khai và chính thức công nhận MTGPMN như một thực thể chính trị tại Miền Nam, nhưng vào lúc đó ông không chính thức thông báo sự phản đối này của ông cho Chính phủ Hoa Kỳ biết, vì ông tin rằng Bắc Việt sẽ không chấp nhận đề nghị mở rộng hòa đàm vì Bắc Việt không công nhận chính quyền VNCH.[1] Quả đúng như nhận xét của Tổng Thống Thiệu, Bắc Việt không chấp nhận đề nghị đó. Hai tháng sau, vào tháng 10-1968, cuộc bầu cử tổng thống Hoa Kỳ đi vào giai đoạn cuối (ngày bầu cử là 5-11-1968) rất quyết liệt giữa 2 ứng cử viên Hubert H. Humphrey của Đảng Dân Chủ và Richard M. Nixon của Đảng Cộng Hòa. Các cuộc thăm dò ý kiến cử tri đều cho thấy là khoảng cách giữa 2 ứng cử viên ngày càng hẹp lại với sự ủng hộ của dân chúng dành cho ông Humphrey đang càng ngày càng tăng lên và ông Humphrey có thể sẽ thắng. Phe Cộng sản rất muốn ông Humphrey thắng vì lập trường hòa bình của ông có lợi cho họ. Quay 180 độ, tại phiên họp ngày 26-10-1968, đại diện Bắc Việt Xuân Thủy tuyên bố chấp nhận đề nghị hòa đàm 4 phe của Hoa Kỳ, coi như đó là một nhượng bộ của họ, và, dĩ nhiên, họ cũng mong đợi một nhượng bộ từ phía Hoa Kỳ. Chính phủ Johnson vui mừng chớp ngay thời cơ. Đại sứ Hoa Kỳ tại VNCH, ông Ellsworth Bunker được lệnh ráo riết vận động Tổng Thống Thiệu đồng ý ký tên vào Thông Cáo Chung Việt Mỹ về việc ngưng oanh tạc Bắc Việt (mà Tổng Thống Johnson sẽ tuyên đọc vào tối ngày 31-10-1968) và cử ngay phái đoàn VNCH sang Paris để tham gia Hòa Đàm. Ông Thiệu đồng ý với các đề nghị đó của Hoa Kỳ. Ngày 30-10-1968, đại diện Hoa Kỳ ông Harriman báo cho Xuân Thủy biết trước là vào tối ngày hôm sau, 31-10-1968, vào khoảng 7 hay 8 giờ tối giờ Washington, Tổng Thống Johnson sẽ tuyên bố ngưng toàn bộ chiến dịch oanh tạc Bắc Việt. Với diễn tiến này chắc chắn ông Humphrey sẽ thắng trong cuộc bầu cử 5 ngày sau đó. Nhưng rồi mọi việc đã không diễn ra theo kế hoạch đã thông qua giữa 2 chính phủ Việt-Mỹ. Cũng trong ngày 30-10-1968 đó, Tổng Thống Thiệu quay 180 độ, báo cho phía Hoa Kỳ biết là ông từ chối không ký vào Thông Cáo Chung đó và cũng từ chối luôn việc cử phái đoàn VNCH sang Paris vào ngày 6-11-1968 như đã thỏa thuận. Tối ngày 31-10-1968, Tổng Thống đành phải đơn phương tuyên bố ngưng oanh tạc Bắc Việt. Nhưng vì sẽ không có sự tham dự của phái đoàn VNCH, Hòa Đàm Paris coi như bị khựng lại, chẳng giúp ích được gì cho ứng cử viên của Đảng Dân Chủ. Năm ngày sau, ông Humphrey đã thất cử. Ông Nixon thắng cử với một số lượng phiếu rất thấp, không tới 1% của tổng số phiếu dân bầu. Việc gì đã xảy ra khiến cho Tổng Thống Thiệu thay đổi lập trường vào giờ chót và giúp cho ông Nixon thắng cử như vậy? Trong cuốn hồi ký của ông, tác giả Bùi Diễm, Đại sứ VNCH tại Hoa Kỳ lúc đó, viết như sau: ***"Bốn***

giờ sáng ngày 30 tháng 10, nghe tiếng chuông điện thoại, tôi choàng dậy thì ở đầu dây, anh Hoàng Đức Nhã, bí thư của ông Thiệu, gọi từ Sài Gòn cho biết là chính phủ đang xét lại việc ông Thiệu cùng ký với Tổng Thống Johnson vào bản thông cáo chung, như đã được thỏa thuận với ông Bunker. Lý do chính là từ Ba Lê đại sứ Phạm Đăng Lâm cho biết là hai ông Harriman và Vance không bảo đảm được điều khoản Bắc Việt sẽ thực sự và trực tiếp đàm phán với Việt Nam vì "Hoa Kỳ không có cách nào bắt buộc được Bắc Việt làm việc đó." Được tin này, ông Thiệu đã triệu hồi ngay ông Lâm về nước để tham khảo ý kiến." [2] Đó là lý do chính thức mà phía VNCH đưa ra để giải thích việc thay đổi lập trường về Hòa Đàm Paris vào phút chót. Về phía Hoa Kỳ thì Chính phủ Johnson hoàn toàn không tin câu chuyện đó. Tổng Thống Johnson, trong cuốn hồi ký của ông, đã ghi lại về việc này như sau: ***"I believe Thieu and his colleagues were eager to get on good terms with what they thought would be the new administration. I had reason to believe they had been urged to delay going to the Paris meetings and promised they would get a better deal from a Nixon administration than from Humphrey. I had no reason to think that the Republican candidate Nixon was himself involved in this maneuvering, but a few individuals active in his campaign were."*** [3] (Xin tạm dịch sang Việt ngữ như sau: *"Tôi tin rằng ông Thiệu và các người cộng sự của ông ta rất muốn có quan hệ tốt với cái mà họ nghĩ sẽ là chính quyền mới của Hoa Kỳ. Tôi có lý do để tin rằng họ đã bị xúi dục chậm tham dự các phiên họp ở Paris và đã được hứa hẹn sẽ được lợi hơn với một chính quyền Nixon hơn là Humphrey. Tôi không có lý do gì để nghĩ rằng ứng cử viên Cộng Hòa Nixon có dính líu đến vụ dàn xếp chính trị này, nhưng một vài cá nhân trong bộ máy tranh cử của ông ấy chắc chắn là có dính líu").* Khi Tổng Thống Johnson nói ***"tôi có lý do để tin"*** là ông nói thật và nói một cách lịch sự. Vì quả thật chính ông đã ra lệnh cho 2 cơ quan an ninh của Hoa Kỳ là CIA (Central Intelligence Agency = Cơ quan Trung Ương Tình Báo) và FBI (Fereral Bureau of Investigation = Cơ Quan Điều

Tra Liên Bang) theo dõi, ngay cả nghe lén điện thoại, của Đại sứ VNCH Bùi Diễm, cũng như các công điện gửi về VN từ Tòa Đại sứ. Mọi việc bắt đầu từ buổi gặp gỡ vào ngày 12-7-1968 của Đại sứ Bùi Diễm với ứng cử viên của Đảng Cộng Hòa Richard Nixon tại Khách sạn Pierre ở New York do bà Anna Chennault giới thiệu. Bà Anna Chennault, gốc Trung Hoa, là góa phụ của Tướng Không Quân Hoa Kỳ Claire Chennault, tư lệnh nổi danh của Không Đoàn Phi Hổ (Flying Tigers) thời Đệ Nhị Thế Chiến. Bà là một thành viên quan trọng trong ủy ban vận động tranh cử của ông Nixon. Sau cuộc gặp gỡ ngày 12-7 đó, bà trở thành người liên lạc giữa người của ông Nixon và Đại sứ Bùi Diễm. CIA và FBI đã nghe lén tất cả những liên lạc điện thoại giữa bà và Đại sứ Bùi Diễm. Trong cuốn hồi ký của ông, Đại sứ Bùi Diễm cũng xác nhận như sau: ***"Sự thực thì điều làm tôi thắc mắc hơn cả là từ đâu mà một phần nội dung của những mật điện của tôi bị thất thoát ra ngoài, nhưng thắc mắc bao nhiêu chăng nữa, tôi cũng không thể nào ngờ được rằng cả hai cơ quan CIA và FBI đều được lệnh theo dõi những hoạt động của tôi."*** [4] Mặc dù nắm được một số bằng chứng trong tay, Tổng Thống Johnson quyết định bỏ qua toàn bộ vụ việc vì việc theo dõi, nghe lén điện thoại, và đánh cắp công điện mật của Tòa đại sứ một nước đồng minh như thế vừa bất hợp pháp vừa không có lợi cho uy tín chính trị và ngoại giao của Hoa Kỳ. Khi mọi việc đã xong, với ông Nixon đã là Tổng Thống đắc cử của Hoa Kỳ, ngày 7-12-1968, Tổng Thống Thiệu đã chính thức cử một phái đoàn VNCH do chính Phó Tổng Thống Nguyễn Cao Kỳ cầm đầu sang Paris dự Hòa Đàm.[5]

Qua sự việc vừa kể trên, chúng ta có một nhận định về con người của Tổng Thống Thiệu. Ông không coi người Mỹ là một Đồng Minh tuyệt đối đáng tin cậy trong Hòa Đàm Paris. Ông thật sự là một người yêu nước, dám chống lại những hành động hay việc làm của người Mỹ nếu có hại cho VNCH, và dứt khoát không phải là một "yes-man" như người Mỹ mong đợi. Chính ông Henry Kissinger cũng công nhận điều này. Ông viết như sau trong cuốn hồi ký của mình, ở 2 trang 1324-1325: ***"Thieu was a patriot and a highly intelligent man… But the imperatives on him were almost diametrically the opposite of ours… Our goal was honor; we could (as the phrase went) run a risk for peace. But Thieu's problem was survival; he and his people would be left indefinitely after we departed; he had no margin for error."*** [6] (Xin tạm dịch sang Việt ngữ như sau: *"Ông Thiệu là một người yêu nước và là một người rất thông minh... Nhưng những chuyện tối cần thiết của ông gần như là đối nghịch với những chuyện tối cần thiết của chúng tôi... Mục tiêu của chúng tôi là danh dự; chúng tôi (như người ta thường nói) có thể liều với hòa bình. Nhưng vấn đề của ông Thiệu là việc sống còn; ông và nhân dân của ông sẽ bị bỏ mặc sau khi chúng tôi ra đi; ông không có thể sai lầm").* Chúng ta sẽ còn chứng kiến khía cạnh này của con người Tổng Thống Thiệu nhiều lần nữa, đặc biệt là việc ông từ chối không ký Hiệp Định Paris trong tháng 10-1972.

Việc Tổng Thống Thiệu không tin tưởng hoàn toàn vào Đồng Minh Hoa Kỳ trong Hòa Đàm Paris có lý do rất chính đáng. Qua các báo cáo định kỳ của Đại sứ Bùi Diễm, Tổng Thống Thiệu đã biết rất rõ là Hoa Kỳ đã thay đổi chính sách và quyết định bằng mọi giá phải thương thuyết để có thể rút quân. Hoa Kỳ đã đơn phương xuống thang trong những điều kiện căn bản về hòa đàm như sau: [7]

• Trong văn thư gửi cho Hồ Chí Minh ngày 8-2-1967: Hoa Kỳ sẽ ngưng oanh tạc Bắc Việt nếu Hà Nội ngưng xâm nhập quân vào Miền Nam; và Hoa Kỳ sẽ rút quân nếu Bắc Việt cũng rút quân về. Hồ Chí Minh bác bỏ.

• Trong tuyên bố tại San Antonio, Texas, ngày 29-9-1967: Hoa Kỳ sẵn sàng ngưng oanh tạc Bắc Việt nếu việc này có thể nhanh chóng đưa đến thảo luận nghiêm chỉnh và nếu Hà Nội "không lợi dụng" việc ngưng oanh tạc này. Mai Văn Bộ, đại diện của Hà Nội tại Paris vẫn bác bỏ, và chủ trương việc ngưng oanh tạc Bắc Việt là "vô điều kiện."

• Trong tuyên bố ngày 31-3-1968, Tổng Thống Johnson đơn phương và vô điều kiện ngưng oanh tạc Bắc Việt ở phía Bắc của vĩ tuyến 20. Hà Nội đồng ý đàm phán và hai phe bắt đầu họp tại Paris, Pháp, từ ngày 13-5-1968

• Trong tuyên bố ngày 31-10-1968, Tổng Thống Johnson ra lệnh ngưng hoàn toàn việc oanh tạc Bắc Việt, và đồng ý mở rộng Hòa Đàm Paris để có cả sự hiện diện của VNCH và MTG-PMN

Sau khi ông Nixon trở thành Tổng Thống Hoa Kỳ, thay ông Johnson, cách làm của Hoa Kỳ có thể thay đổi nhưng mục tiêu thì không: vẫn là không tham chiến nữa (disengagement), có nghĩa là, dù cho VNCH có muốn và đồng ý hay không, Hoa Kỳ cũng sẽ rút quân, và tiến tới ký kết với Bắc Việt để hoàn tất việc rút quân và đem tù binh về. Điều kiện căn bản về hòa đàm mà chính Hoa Kỳ đặt ra ngay từ đầu, ***Bắc Việt phải ngưng đưa quân xâm nhập vào Miền Nam và rút quân về***, đã bị bỏ qua một bên, và sẽ không được đề cập đến nữa. Trên thực tế, Hoa Kỳ đã tiến hành rút quân từ sau Hội Nghị Thượng Đỉnh Midway giữa Tổng Thống Nixon và Tổng Thống Thiệu vào ngày 8-6-1969, và đến cuối năm 1971, quân số Hoa Kỳ tại VNCH đã giảm từ 536.100 (1968) xuống còn có 156.800.[8] Vì Hòa Đàm Paris không tiến triển, Tổng Thống Nixon quyết định cử Tiến sĩ Henry Kissinger, Cố Vấn An Ninh Quốc Gia của ông, tiến hành mật đàm với Lê Đức Thọ. Sau khi chuyển sang mật đàm tay đôi giữa Kissinger và Lê Đức Thọ từ ngày 21-2-1970, phía VNCH không còn biết rõ được những gì xảy ra nữa. Trên thực tế, Kissinger không những đi từ nhượng bộ này đến nhượng bộ khác về các vấn đề quân sự (rút quân) mà còn tự động cho mình cái quyền thảo luận với Bắc Việt cả những vấn đề chính trị của VNCH. Trên nguyên tắc, Hoa kỳ phải luôn luôn thông báo và tham khảo chính phủ VNCH về những diễn tiến của Hòa Đàm Paris, trên thực tế, Kissinger chỉ thông báo cho chính phủ VNCH những gì ông muốn thông báo, và lờ đi những chuyện khác, đặc biệt là những nhượng bộ của ông tại mật đàm với Lê Đức Thọ.

Phần Bắc Việt, vì biết quá rõ mong muốn sớm rút quân và kết thúc cuộc chiến của Hoa Kỳ, nên không chịu nhượng bộ gì cả, cố tình kéo dài thương thuyết, và chuẩn bị cho cuộc Tổng Tấn Công vào cuối tháng 3-1972 để tăng thêm thế mạnh của họ tại hòa đàm. Do đó Hòa Đàm Paris đã dậm chân tại chỗ trong suốt gần 4 năm. Trong thời gian này, Hoa Kỳ tích cực tìm cách tiếp cận Trung Quốc. Tháng 7-1971, Kissinger bí mật sang Bắc Kinh để chuẩn bị cho chuyến viếng thăm chính thức Trung Quốc của Tổng Thống Nixon vào tháng 2-1972. Sang tháng 5-1972, cũng do dàn xếp của Kissinger, Nixon sang Moscow họp thượng đỉnh với Brezhnev, Tổng Bí Thư của Đảng Cộng sản Liên Xô. Bắc Việt rất lo lắng các với biến cố này vì họ không biết Hoa Kỳ có ký kết mật ước gì với Trung Quốc và Liên Xô hay không, đặc biệt là với Trung Quốc (họ vẫn còn nhớ đã từng bị Trung Quốc đâm sau lưng trong Hội Nghị Genève 1954). Sau khi thất bại hoàn toàn trong cuộc Tổng Tấn Công năm 1972, và trước viễn ảnh Tổng Thống Nixon sẽ được tái cử, nghĩa là họ sẽ còn phải tiếp tục đương đầu với Tổng Thống Nixon thêm 4 năm nữa, cùng với những lo âu về tác động có thể có của mối quan hệ Mỹ-Hoa vừa hình thành, Bắc Việt đã quyết định tạm thời hài lòng với những gì đã đạt được trong mật đàm và tỏ ra chiều hướng muốn sớm ký kết với Kissinger trước khi bầu cử Tổng Thống Mỹ diễn ra vào đầu tháng 11-1972. Kết quả là đã diễn ra rất nhiều phiên họp rất tích cực trong các tháng giữa năm 1972, và lập trường thương thuyết giữa Bắc Việt và Hoa Kỳ đã tiến đến gần nhau rất nhiều với một số nhượng bộ từ phía Bắc Việt. Trong cuốn hồi ký của ông, Kissinger ghi lại như sau ở trang 1318: ***"After three meetings, then, there had been significant movement, entirely by Hanoi; it was moving in the right direction but not at a pace that would keep it from reversing course later. Hanoi had given up the demand for Thieu's immediate removal. It had agreed to negotiating forums in which the Saigon government would participate, thus in a sense recognizing its legitimacy. It had abandoned the absurd demand for an unconditional deadline for the withdrawal of American forc-***

es. The proposed coalition government, heretofore a transparent front for a Communist takeover, had been reduced to a fifty-fifty split of power." [9] (Xin tạm dịch sang Việt ngữ như sau: *"Kế đó, sau ba phiên họp, đã có biến chuyển quan trọng, hoàn toàn do phía Hà Nội; họ đã đi đúng hướng nhưng không phải với một tốc độ có thể giúp họ quay ngược lại được. Hà Nội đã từ bỏ yêu cầu phải loại bỏ Thiệu ngay. Họ đã đồng ý thương thuyết về các diễn đàn mà chính phủ Sài Gòn sẽ tham gia, và như vậy có nghĩa là họ công nhận tính chính thống của chính phủ này. Họ đã từ bỏ cái đòi hỏi vô lý về thời hạn chót vô điều kiện cho việc rút quân của Hoa Kỳ. Cái chính phủ liên hiệp mà họ đề nghị, cho tới lúc đó chỉ là một cái bình phong quá rõ ràng cho việc chiếm quyền của Cộng sản, đã được giảm xuống thành một sự chia quyền 50-50").* Ngày 17-8-1972, Kissinger đến Sài Gòn để trình bày và thảo luận với Chính phủ VNCH về những tiến triển này. Trọng tâm của việc thương thuyết bây giờ không còn là về mặt quân sự nữa (vấn đề Mỹ rút quân) vì Hoa Kỳ đã rút gần hết quân về rồi (vào tháng 8-1972, Hoa kỳ chỉ còn lại khoảng 27.000 quân tại VNCH, chỉ hơn phân nửa số 50.000 quân Mỹ đóng tại Nam Hàn từ sau năm 1953), mà nghiêng nặng về các vấn đề chính trị của VNCH. Kissinger trình Tổng Thống Thiệu một bản đề nghị mà ông sẽ công bố và thảo luận với phe Bắc Việt trong phiên họp sắp tới với Lê Đức Thọ vào ngày 15-9-1972. Về mặt quân sự, Hoa kỳ dời thời hạn chót để rút hết quân từ 4 tháng xuống còn 3 tháng. Về chính trị, Hoa Kỳ tiếp tục bác bỏ đề nghị thành lập chính phủ liên hiệp của Bắc Việt, nhưng sẽ đề nghị một ủy ban hỗn hợp ba thành phần để tổ chức bầu cử. Trong khi trình bày bản đề nghị này, Kissinger dùng luận cứ là cần phải làm như vậy để giúp Tổng Thống Nixon có thể thắng cử vào tháng 11. Đây là một luận cứ không trung thực vì Tổng Thống Nixon không cần điều này trong cuộc bầu cử tổng thống năm 1972. Trong cuốn hồi ký của ông, Tổng Thống Nixon viết như sau: ***"The opinion polls confirmed my own intuition that, in terms of voter support, my handling of the war was generally viewed as a positive issue for me and a negative one for***

McGovern, who was perceived as weak and favoring surrender. Therefore, any settlement that was hastily completed in time for the election would look cynical and suspicious … I am inclined to think that the better bargaining time for us would be immediately after the election rather than before." [10] (Xin tạm dịch sang Việt ngữ như sau: *"Các cuộc thăm dò dư luận đều khẳng định trực giác của tôi rằng, về mặt ủng hộ của cử tri, cách điều hành cuộc chiến của tôi phần lớn được xem là một yếu tố tích cực đối với tôi và tiêu cực đối với ông McGovern, người bị xem như là yếu và chủ trương đầu hàng. Do đó bất cứ thỏa thuận nào hoàn tất một cách vội vã cho kịp trước bầu cử sẽ bi xem là ích kỷ và đáng nghi ngờ. ... Tôi nghĩ rằng thời điểm tốt hơn để thương thuyết là ngay sau bầu cử hơn là trước bầu cử").* Ngày hôm sau, 18-8-1972, Tổng Thống Thiệu đưa cho Kissinger một văn thư 4 trang gồm hơn 20 đề nghị sửa đổi đối với bản đề nghị của Hoa Kỳ, trong đó có 2 điều quan trọng là : 1) yêu cầu thay cụm từ "standstill cease-fire = ngưng bắn tại chỗ" bằng cụm từ "general cease-fire = ngưng bắn tổng quát"; và, 2) phản đối việc thành lập Ủy Ban Hòa Giải Dân Tộc (UBHGDT) gồm 3 thành phần (the tripartite Committee of National Reconciliation), với lý do điều này sẽ tạo ra nghi ngờ đối với nhân dân Miền Nam. Tổng Thống Thiệu cũng cho Kissinger biết là ông cần thời gian để suy nghĩ và chuẩn bị về mặt tâm lý và chính trị đối với đề nghị của Hoa Kỳ. Trong cuốn hồi ký về Hòa Đàm Paris của ông, tác giả Nguyễn Phú Đức, Phụ Tá Đặc Biệt của Tổng Thống Thiệu, có mặt tại buổi họp này, đã ghi lại như sau: ***"In Saigon, at the end of the 18 August session, President Thieu told Kissinger: We need time to think about it. We are not prepared psychologically and politically on your proposal."*** [11] (Xin tạm dịch sang Việt ngữ như sau: *"Tại Sài Gòn, vào cuối phiên họp ngày 18 Tháng 8, Tổng Thống Thiệu bảo Kissinger: Chúng tôi cần thời gian để suy nghĩ về chuyện này. Chúng tôi chưa chuẩn bị về mặt tâm lý và chính trị đối với đề nghị của các* ông"). Sau khi Kissinger rời Sài Gòn, Tổng Thống đã triệu tập một phiên họp đặc biệt của Hội Đồng An Ninh Quốc

Gia gồm Tổng Thống, Phó Tổng Thống Trần Văn Hương, Thủ Tướng Trần Thiện Khiêm, các ông Nguyễn Phú Đức và Hoàng Đức Nhã để duyệt xét từng điểm trong đề nghị của Kissinger. Sau khi thảo luận, những nguyên tắc chỉ đạo sau đây về thương thuyết tại hòa đàm Paris được thiết lập:

- "Diễn đàn" giữa Washington và Hà Nội không có thẩm quyền "giải quyết" các vấn đề giữa Chính phủ VNCH và MTGPMN, như Kissinger đề nghị.

- Hà Nội không có quyền can thiệp vào các vấn đề chính trị của VNCH. Hiệp Định Genève 1954 công nhận VN bị chia thành 2 nước phân cách bởi Vùng Phi Quân Sự. Trong khi chờ đợi thống nhứt, Chính phủ VNCH không có ý định thương thuyết để thay đổi chế độ chính trị của Miền Bắc. Ngược lại, Hà Nội cũng không thể đòi hỏi một sự thay đổi chế độ chính trị ở Miền Nam.

- Hiến Pháp của VNCH, đã được thông qua bởi Quốc Hội dân cử của nhân dân Miền Nam, phải được tôn trọng như Tổng Thống Thiệu đã tuyên thệ bảo vệ nó.

- Một cuộc trưng cầu dân ý có thể được tổ chức theo đúng Hiến Pháp. Việc tổ chức trưng cầu dân ý có thể do ỦBHGDT thực hiện, thay vì do Tối Cao Pháp Viện như đòi hỏi của Hiến Pháp, để có thể bảo đảm sự công bằng. Nhưng sau cuộc trưng cầu dân ý, UBHGDT phải được giải tán, chứ không được tiếp tục ở lại để sửa đổi Hiến Pháp. Chính phủ VNCH, sau cuộc trưng cầu dân ý, có thể chấp nhận sự tham gia Chính phủ của các thành viên MTGPMN theo tỷ lệ phiếu của họ, với điều kiện họ phải công nhận Hiến Pháp.

- Nếu Tổng Thống Thiệu chấp nhận từ chức trước khi bầu cử để bảo đảm cuộc bầu cử được công bằng thì Phó Tổng Thống Trần Văn Hương không có lý do gì cũng phải từ chức vì làm như thế là xóa bỏ ngành Hành Pháp của chính phủ VNCH.

Lập trường của VNCH về Hòa Đàm Paris, dựa trên các nguyên tắc chỉ đạo vừa kể trên, đã được trình bày trong một văn thư giao cho Đại sứ Bunker vào ngày 28-8-1972 để kịp chuyển giao cho Tổng Thống Nixon và Kissinger tại phiên họp của họ tại Honolulu, Hawaii vào ngày 30-8-1972.[12] Kissinger, do đó, không thể bảo là không biết rõ lập trường của VNCH về Hòa Đàm Paris. Trong cuốn hồi ký của ông, Kissinger ghi lại như sau: ***"I left Saigon with a false sense of having reached a meeting of the minds. Thieu and I had decided that we would settle the few remaining disagreements over our draft proposal by exchanging messages through Bunker. There were plenty of time – nearly four weeks until my next meeting on September 15. Instead, Thieu enveloped himself in silence; we heard absolutely nothing from the Palace."*** [13] (Xin tạm dịch sang Việt ngữ như sau: *"Tôi rời Sài Gòn với một cảm giác sai lầm là đã có sự đồng ý với nhau. Ông Thiệu và tôi đã quyết định rằng chúng tôi sẽ giải quyết một vài bất đồng còn lại về dự thảo đề nghị của chúng tôi bằng cách trao đổi thông điệp cho nhau qua ông Bunker. Thời gian còn nhiều – gần 4 tuần lễ trước khi tôi có phiên họp sắp tới vào ngày 15 tháng 9. Thay vì như vậy, ông Thiệu hoàn toàn im lặng; chúng tôi tuyệt đối không nhận được tin tức gì cả từ Dinh Độc Lập").* Lời tường thuật trong hồi ký này là một lời nói láo trắng trợn (cũng như những lời nói láo khác của Kissinger, như sau này chúng ta đã biết được qua những tài liệu đã giải mật của Chính phủ Hoa Kỳ) vì làm sao Đại sứ Bunker có thể không chuyển giao văn thư ngày 28-8-1972 của Chính phủ VNCH cho Tổng Thống Nixon và ông Kissinger tại cuộc họp ở Honolulu, Hawaii, vào ngày 30-8-1972 được. Sau đây là một bằng chứng không chối cãi được là Hoa Kỳ có nhận được văn thư ngày 28-8 về lập trường hòa đàm của Chính phủ VNCH. Trong cuốn hồi ký của mình, ông Nguyễn Phú Đức đã có ghi rõ như sau về cuộc họp với Tướng Alexander Haig, phụ tá của Kissinger vào ngày 2-10-1972 tại Sài Gòn: ***"PRESIDENT THIEU: The GVN has put down its views in its memo of August 28. Has the US transmitted these views to the North***

Vietnamese? HAIG: If we presented these views, this would break up the talks, and this would endanger our long-range possibility to support you.”[14] (Xin tạm dịch sang Việt ngữ như sau: *“TỔNG THỐNG THIỆU: Chính phủ VNCH đã trình bày quan điểm của mình trong văn thư ngày 28 tháng 8. Hoa Kỳ có thông báo các quan điểm đó cho Bắc Việt hay không? HAIG: Nếu chúng tôi trình bày các quan điểm đó thì điều đó sẽ phá vỡ hòa đàm và gây nguy hại cho khả năng ủng hộ các ông về lâu về dài”).* Như vậy, trên thực tế, rõ ràng là Kissinger đã lờ đi, bỏ qua hoàn toàn văn thư ngày 28-8-1972 của Chính phủ VNCH, và vẫn tiếp tục thảo luận với Lê Đức Thọ trên căn bản những đề nghị của ông. Đúng như Tổng Thống Nixon đã nhận định về trạng thái tâm thần của Kissinger trong hồi ký của ông như sau: ***“… obsessed with the idea that there should be a negotiated settlement.”*** [15] (xin tạm dịch sang Việt ngữ như sau: *“... bị ám ảnh với ý nghĩ là **phải** ký cho được thỏa hiệp”)*, Kissinger thật sự mong muốn, và sẵn sàng trả mọi giá, để ký kết cho được với Bắc Việt trước ngày bầu cử Tổng Thống Hoa Kỳ vào đầu tháng 11-1972. Và quả thật ông đã đạt được thỏa hiệp với Bắc Việt trong phiên họp ngày 17-10-1972. Ông lập tức thông báo cho Tổng Thống Nixon thời khóa biểu hoạt động của ông trong thời gian còn lại của tháng 10-1972 như sau:[16]

- Sau ngày 17-10, sang Sài Gòn 3 ngày để trình bày về thỏa hiệp với Bắc Việt và đạt sự đồng thuận của Chính phủ VNCH

- Ngày 22-10 đến Hà Nội để ký tắt Hiệp Định với Bắc Việt

- Trở về Washington để tuyên bố Thông Cáo Chung về Hiệp Định vào ngày 26-10

- Lệnh ngưng bắn sẽ bắt đầu có hiệu lực vào ngày 30-10 khi Ngoại Trưởng của các bên cùng ký tên vào Hiệp Định tại Paris

Như vậy, trên thực tế, Kissinger tin rằng, với việc sắp đặt của ông, mọi việc đã xong, VNCH sẽ dễ dàng đồng ý và chấp nhận bản Hiệp Định mà ông đã đạt được với Bắc Việt tại Paris vì ông tin rằng đó là thỏa hiệp tốt nhứt mà VNCH có thể đạt được. Nó gồm những điều khoản chính như sau:

- Một cuộc ngưng bắn tại chỗ
- Hoa Kỳ rút hết quân sau 60 ngày
- Bắc Việt đồng ý không xâm nhập thêm quân vào Miền Nam
- Trao trả tù binh của cả hai phía
- Bắc Việt không đòi hỏi một chính phủ liên hiệp nữa; thay vào đó là một HĐHGDT gồm 3 thành phần để tổ chức bầu cử
- Bắc Việt không đòi hỏi Tổng Thống Thiệu phải từ chức nữa

Ông đến Sài Gòn với tinh thần lạc quan đó. Nhưng mọi việc đã diễn ra không phải như ông mong đợi. Hai phái đoàn Hoa Kỳ và VNCH bắt đầu họp từ ngày 19-10-1972. Việc đầu tiên Kissinger làm là trình cho Tổng Thống Thiệu lá thư riêng của Tổng Thống Nixon viết cho ông, với nội dung chính là khuyên Tổng Thống Thiệu chấp nhận bản thỏa hiệp, trong đó có câu sau đây: ***"I believe we have no reasonable alternative but to accept this agreement."*** [17] (Xin tạm dịch sang Việt ngữ như sau: *Tôi tin rằng chúng ta không có giải pháp nào hợp lý hơn là chấp nhận bản thỏa hiệp này"*). Ông Thiệu đọc xong không bình luận gì cả và bắt đầu phiên họp ngay.

Phía Hoa Kỳ gồm có: Cố Vấn Kissinger, Đại sứ Bunker và phụ tá là ông Charles Whitehouse, ông William Sullivan của Bộ Ngoại Giao, ông Winston Lord của Hội Đồng An Ninh Quốc Gia và thông dịch viên David Engel. Phía VNCH gồm có: Tổng Thống Thiệu, Phó Tổng Thống Trần Văn Hương, Thủ Tướng Trần Thiện Khiêm, Ngoại Trưởng Trần Văn Lắm, Phụ Tá Đặc Biệt Nguyễn Phú Đức, ông Trần Kim Phượng, Đại sứ VNCH tại Hoa Kỳ, ông Phạm Đăng Lâm, Trưởng Phái Đoàn VNCH tại Hòa Đàm Paris, và ông Hoàng Đức Nhã với tư cách thông dịch viên. Sau khi nghe ông Kissinger trình bày về thỏa hiệp, phía VNCH đã đặt một số câu hỏi. Cuối phiên họp Tổng Thống Thiệu bảo ông Kissinger là phía VN cần phải nghiên cứu kỹ lưỡng bản thỏa hiệp. Sáng ngày 21-10-1972, phía VNCH yêu cầu phía Hoa Kỳ sửa lại bản thỏa hiệp tất cả 23 chỗ trong văn bản. Một phiên họp tại Dinh Độc Lập để thảo luận về 23 điểm này được ấn định vào lúc 2 giờ chiều. Sau đó phiên họp được phía VNCH dời lại đến 5 giờ chiều mà không cho biết lý do. Đến 5 giờ cũng không thấy động tịnh gì về phía VNCH cả. Đại sứ Bunker gọi điện thoại vào Dinh Độc Lập thì được báo cho biết là Tổng Thống Thiệu đang bận họp Hội Đồng Nội Các. Nửa tiếng đồng hồ sau, ông Hoàng Đức Nhã gọi điện thoại đến báo cho phái đoàn Mỹ biết buổi họp đã được dời lại 8 giờ sáng hôm sau và sau đó cúp máy, không một lời giải thích. Ngày hôm sau, Chúa Nhựt, 22-10-1972, lúc 8 giờ sáng, trong phiên họp chỉ có 4 người, Tổng Thống Thiệu và ông Hoàng Đức Nhã một bên, và Kissinger và Đại sứ Bunker một bên, Tổng Thống Thiệu cho biết ông không đồng ý rất nhiều điểm trong thỏa hiệp, nhưng quan trọng nhứt là 2 chuyện sau đây: 1) Bắc Việt không rút quân; và 2) Thành phần và hoạt động của HĐHGDT. Ông cũng cho biết ông cần tham khảo Quốc Hội và chờ đợi báo cáo của các cố vấn của ông về phản ứng của Hoa kỳ đối với 23 điểm mà phía VNCH đã đề nghị sửa lại. Và hẹn gặp lại Kissinger vào 5 giờ chiều để trả lời dứt khoát về bản thỏa hiệp. Tại buổi họp lúc 5 giờ chiều, với thành phần giống như vào buổi sáng, Tổng Thống Thiệu, nói bằng tiếng Việt và ông Hoàng Đức Nhã dịch sang tiếng Anh, ***dứt khoát từ chối không ký thỏa hiệp***. Trong hồi ký của mình, Kissinger ghi lại là trong lúc trình bày, cả hai ông Thiệu và ông Nhã có lúc bật khóc.[18] Mặc dù thất bại hoàn toàn trong việc thuyết phục Tổng Thống Thiệu, Kissinger vẫn giữ dự định ra Hà Nội để ký tắt thỏa hiệp với Bắc Việt, nhưng Tổng Thống Nixon không đồng ý [19] và ra lệnh cho ông phải quay về Mỹ ngay. Kissinger trở về Hoa Kỳ ngày 23-10-1972. Trước khi rời

Sài Gòn, Kissinger đã đến Dinh Độc Lập gặp Tổng Thống một lần chót vào buổi sáng. Phiên họp này diễn ra nhẹ nhàng hơn rất nhiều, nhưng Tổng Thống Thiệu vẫn khẳng định 3 điều: 1) Bắc Việt phải rút quân; 2) Khu Phi Quân Sự phải được tôn trọng; và 3) Thành phần của HĐHGDT phải được quyết định dựa trên kết quả của một cuộc trưng cầu dân ý. Kissinger hứa sẽ cố gắng thương thuyết trở lại với Bắc Việt những điểm này. Chiều hôm đó Tổng Thống Thiệu ra trước lưỡng viện Quốc Hội, đọc một bài diễn văn (có trực tiếp truyền hình cho cả nước), trình bày mọi việc và được Quốc Hội hoan hô và ủng hộ rất mạnh. Phụ Tá Đặc Biệt Nguyễn Phú Đức đề nghị và Tổng Thống Thiệu đồng ý thực hiện: cử các cố vấn của ông đi trình bày và giải thích quyết định của Chính phủ VNCH cho các nước bạn và đồng minh trong vùng để tranh thủ sự đồng tình và ủng hộ của họ đối với lập trường của VNCH về vấn đề hòa đàm. Phụ Tá Nguyễn Phú Đức đi các nước Campuchia, Lào, Thái Lan, và Indonêxia. Đại sứ Trần Kim Phượng đi các nước Singapore, Mã Lai Á, Úc, và Tân Tây Lan. Đại sứ Phạm Đăng Lâm đi các nước Phi Luật Tân, Đại Hàn, và Nhật Bản.[20]

Về phía Bắc Việt, tức giận vì Kissinger không ra Hà Nội để ký kết thỏa hiệp như hai bên đã thỏa thuận, vào ngày 25-10-1972, đã đơn phương công bố toàn bộ bản thỏa hiệp mà hai bên đã đồng ý trước khi Kissinger đến Sài Gòn, nhằm gây bối rối và mất mặt cho Hoa Kỳ. Kissinger phải họp báo ngay ngày hôm sau, 26-10-1972, để trả lời cho Hà Nội là phía Hoa Kỳ vẫn tôn trọng bản thỏa hiệp đã ký kết, và trong dịp này, ông đã phát biểu cái câu nổi tiếng là ***"Peace is at hand."*** (*Hòa bình trong tầm tay)*. Ông cũng đề nghị hai bên trở lại bàn hội nghị để thảo luận những đề nghị sửa đổi của VNCH. Ngày 4-11-1972, 3 ngày trước ngày bầu cử tổng thống của Hoa Kỳ, Bắc Việt đồng ý sẽ trở lại bàn hội nghị vào ngày 14-11-1972.

Ngày 7-11-1972, Tổng Thống Nixon đã tái đắc cử nhiệm kỳ 2 với một đa số rất lớn (theo ngữ vựng chính trị của Hoa Kỳ, đây là một ***landslide victory***; phiếu dân bầu (popular vote): Nixon được 47.168.710 phiếu (60.7%), McGovern được 29.173.222 (37.5%); phiếu cử tri đoàn (electoral vote): Nixon được 520 phiếu, McGovern chỉ được 17 phiếu, vì Nixon thắng tại tất cả 49 tiểu bang, McGovern chỉ thắng ở 1 tiểu bang duy nhứt là Massachusetts, thành trì của phe phản chiến chủ hòa, và tại District of Columbia--DC tức là thủ đô, nơi đa số là dân da đen [21]), đánh bại một cách rõ ràng ứng cử viên George McGovern của Đảng Dân Chủ chủ trương hòa bình bằng mọi giá và chấm dứt viện trợ quân sự và kinh tế cho VNCH. Kết quả bầu cử cho thấy Tổng Thống Nixon đã nhận định rất đúng là việc ký kết thỏa hiệp với Bắc Việt ***trước*** cuộc bầu cử là hoàn toàn không cần thiết như sự tin tưởng của Kissinger, và dân chúng Hoa Kỳ không đồng ý hòa bình bằng mọi giá và bỏ rơi VNCH. Tuy nhiên, việc thắng cử vẻ vang của cá nhân ông Nixon vẫn không giúp Đảng Cộng Hòa chiếm được đa số tại Quốc Hội (Hạ Viện: Dân Chủ 242, Cộng Hòa 192; Thượng Viện: Dân Chủ 56, Cộng Hòa 42). Chính vì đảng đối lập Dân Chủ vẫn còn nắm được đa số tại Quốc Hội, Tổng Thống Nixon nghĩ rằng cần phải ký thỏa hiệp với Bắc Việt càng sớm càng tốt.

Ngày hôm sau, 8-11-1972, Bắc Việt yêu cầu dời ngày họp lại đến ngày 20-11-1972 với lý do là Lê Đức Thọ bị bịnh. Ngày hôm sau, 9-11-1972, Hoa Kỳ đồng ý, và việc hòa đàm tại Paris tiếp tục trở lại vào ngày 20-11-1972.

Để chuẩn bị cho phiên họp ngày 20-11-1972 này, Tướng Haig lại được cử sang Sài Gòn. Ngày 10-11-1972, mở đầu phiên họp ở Đinh Độc Lập, Tướng Haig trình Tổng Thống Thiệu một văn thư đề ngày 8-11 của Tổng Thống Nixon gửi cho ông. Bức thư dài 4 trang hứa hẹn sẽ điều chỉnh lại bản thỏa hiệp theo những đòi hỏi của VNCH nhằm thuyết phục Tổng Thống Thiệu chấp nhận bản thỏa hiệp, đồng thời cũng hàm ý đe dọa nếu Tổng Thống Thiệu tiếp tục chống đối. Ở trang 3 của bức thư có đoạn ghi khá rõ như sau: ***"The other alternative would be for you to pursue what appears to be your present course. In my view this would play into the hands of the enemy and would have ex-***

tremely grave consequences for both our peoples and it would be disaster for yours." [22] (Xin tạm dịch sang Việt ngữ như sau: *"Giải pháp kia sẽ là việc Ngài tiếp tục đường lối hiện nay của Ngài. Theo cách nhận định của tôi làm như vậy là rơi vào bẫy của kẻ thù và sẽ mang lại những hậu quả vô cùng nghiêm trọng cho cả hai dân tộc chúng ta, và đó sẽ là tai họa cho dân tộc của Ngài").* Sau khi Tổng Thống Thiệu đọc xong văn thư này, Tướng Haig trình bày ngay thời khóa biểu của phái đoàn Hoa Kỳ tại hòa đàm như sau:

- Từ ngày 20 đến cuối tháng 11-1972, hội đàm giữa Kissinger và Lê Đức Thọ tại Paris

- Ngày 1 và 2 tháng 12-1972 Kissinger sẽ đến Sài Gòn để làm việc với Chính phủ VNCH

- Ngày 3-12-1972 Kissinger sẽ ra Hà Nội để ký tắt thỏa hiệp

- Ngưng bắn sẽ có hiệu lực từ ngày 10-12-1972

- Thỏa hiệp sẽ được Ngoại Trưởng các nước chính thức ký kết tại Paris ngày 13-12-1972

Và nói thêm như sau: ***"If you go your separate way, we can manage the difficulty, but for you it will be fatal."*** [23] (Xin tạm dịch sang Việt ngữ như sau: *"Nếu quý vị không đi cùng chúng tôi, chúng tôi sẽ có cách giải quyết chuyện khó khăn đó, nhưng đối với quý vị thì đó là con đường chết của quý vị").*

Như vậy, tình hình hòa đàm vẫn y như cũ, đâu có khác gì nhiều lắm, so với tình hình đã xảy ra trong tháng 10 vừa qua. Hoa Kỳ đã quyết định sẽ ký kết thỏa hiệp rồi, ngay trước khi hòa đàm tiếp tục lại. Những hứa hẹn sẽ tìm cách thay đổi bản dự thảo thỏa hiệp theo những yêu cầu của phía VNCH chỉ là những lời hứa mà chính Hoa Kỳ cũng không tin tưởng sẽ đạt được. Hơn ai hết, Tổng Thống Thiệu đã thấy rõ việc này, nhưng ông nghĩ cứ còn nước còn tát, và vì hoàn toàn không còn có thể tin cậy được Kissinger nữa, ông quyết định cử Phụ Tá Đặc Biệt Nguyễn Phú

Đức thay mặt ông điều đình trực tiếp với Tổng Thống Nixon. Đây là một bước đi có tính toán và tình cờ lại rất đúng lúc của Tổng Thống Thiệu. Đúng lúc vì vào lúc bấy giờ mối quan hệ mật thiết giữa Tổng Thống Nixon và Cố Vấn Kissinger đã bắt đầu có sự rạn nứt. Trước đây Nixon gần như khoán trắng cho Kissinger trong vụ Hòa Đàm Paris, mặc dù có những vụ việc ông không đồng ý với Kissinger nhưng ông vẫn lờ đi, không nói ra, ví dụ như ông nhận định là không cần thiết phải ký kết thỏa hiệp với Bắc Việt trước ngày bầu cử (7-11-1972) như Kissinger tin tưởng. Nhưng rồi ông nhận thấy Kissinger bắt đầu đi quá đà khi Kissinger trả lời nữ phóng viên Ý Oriana Fallaci trong một cuộc phỏng vấn như sau: ***"Americans like the cowboy … who rides all alone into the town, the village, with his horse and nothing else … This amazing, romantic character suits me precisely because to be alone has always been part of my style or, if you like, my technique."*** [24] (Xin tạm dịch sang Việt ngữ như sau: *"Người Mỹ thích chàng cao bồi ... một mình cưỡi ngựa vào thị trấn, vào làng, chỉ với con ngựa của mình mà thôi ... Cái nhân vật lạ lùng, lãng mạn đó thích hợp với tôi chính vì hành động đơn độc bao giờ cũng là cách làm của tôi, hay nếu cô thích, là phương pháp của tôi").* Kiểu nói này hàm ý Kissinger mới chính thật là nhân vật trung tâm của mọi việc chứ không phải Tổng Thống Nixon. Nixon cảm thấy bị xúc phạm nặng nề. Ngày 19-11-1972, khi Kissinger lên đường đi Paris để mật đàm với Lê Đức Thọ, Nixon không đưa tiễn mà chỉ gọi điện thoại từ văn phòng ông. Khi Tổng Thống Thiệu ngỏ ý muốn cử Phụ Tá Nguyễn Phú Đức sang gặp ông, ông nhận lời ngay. Ông Đức đến Paris trước để gặp phái đoàn VNCH cũng như phái đoàn Mỹ để nắm tình hình đàm phán. Trong thời gian ông đang ở Paris, Tổng Thống Thiệu cử Hoàng Đức Nhã đích thân mang một thư rất dài sang cho ông Đức với những chỉ thị mới. Sau khi được dịch sang Anh ngữ, bức thư dài đến 24 trang. Ngày 28-11-1972, ông Đức rời Paris lên đường đi Washington. Trong thời gian này, Kissinger đã có thêm 2 buổi họp với Lê Đức Thọ vào ngày 20-11-1972 và 25-11-1972 nhưng đều không có tiến triển vì Bắc Việt bác bỏ tất cả những đòi hỏi thay đổi quan trọng trong bản dự thảo thỏa hiệp của VNCH. Nixon ra lệnh cho Kissinger trở về Mỹ.

Ngày 29-11-1972, ông Đức cùng với Đại sứ Trần Kim Phượng được Tổng Thống Nixon tiếp kiến tại Tòa Bạch Ốc, trong Phòng Bầu Dục (Oval Office), có sự hiện diện của Kissinger và Tướng Haig. Cố Vấn Đức trình lên Tổng Thống Nixon bức thư dài 24 trang của Tổng Thống Thiệu, và sau đó giải thích từng điểm trong bức thư, đặc biệt chú trọng vào 2 điểm chính: 1) Việc đòi hỏi Bắc Việt phải rút quân, và 2) Vấn đề HĐHGDT và thành phần cấu tạo của Hội Đồng. Tổng Thống Nixon có vẻ đồng tình và ông chỉ thị ngay cho Kissinger phải tìm mọi cách cải thiện bản dự thảo thỏa hiệp về 2 điểm đó. Sau đó, ông nói rõ quan điểm của ông về thỏa hiệp như sau: ***"The agreement is just a piece of paper. What counts is our determination to support you."*** [25] (Xin tạm dịch sang Việt ngữ như sau: *"Thỏa hiệp chỉ là một mảnh giấy mà thôi. Điều quan trọng là sự quyết tâm của chúng tôi trong việc hỗ trợ các ông").* Và ông nói rõ những cam kết của ông như sau:

- Viện trợ quân sự và kinh tế cho VNCH sau khi ký thỏa hiệp
- Không Quân Hoa Kỳ đóng tại Thái Lan và trên các hàng không mẫu hạm sẽ oanh tạc trở lại nếu tình báo Hoa Kỳ phát hiện phe Cộng sản vi phạm thỏa hiệp
- Giữ vững lập trường ủng hộ Tổng Thống Thiệu
- Hoa Kỳ đã có những thỏa thuận với Liên Xô và Bắc Kinh về các giới hạn viện trợ cho Bắc Việt

Ngày hôm sau, 30-11-1972, trong phiên họp với Cố Vấn Nguyễn Phú Đức, khi được ông Đức hỏi về vấn đề Bắc Việt rút quân thì Kissinger nói thẳng là không thể nào có được điều đó trong bản thỏa hiệp.[26] Trước tình hình gần như bế tắc này, Phụ Tá Đức đã đề nghị với Kissinger là Hoa Kỳ có thể ký kết riêng rẽ với Bắc Việt để rút quân và mang tù binh về. VNCH cam kết sẽ thả 10.000 tù binh Cộng sản để đánh đổi cho việc Bắc Việt chịu thả tất cả tù binh Mỹ. Sau đó VNCH sẽ tiếp tục đàm phán với Bắc Việt và MTGPMN về những vấn đề chính trị của Miền Nam. Kissinger báo cáo lại đề nghị này của ông Đức và Tổng Thống Nixon lại có thêm một phiên họp nữa với Phụ Tá Đức trong cùng ngày. Sau khi nghe ông Đức trình bày về đề nghị này, Tổng Thống Nixon cho biết là ông đã tham khảo các Dân Biểu và Thượng Nghị Sĩ, thuộc phe diều hâu (tức là những người ủng hộ VNCH), thành viên của hai Ủy Ban Quân Vụ (Armed Forces Committee) của cả Thượng Viện và Hạ Viện, và tất cả đã đồng thanh chấp thuận bản thỏa hiệp rồi. Nếu VNCH không cùng ký kết với Hoa Kỳ thì Quốc Hội sẽ chấm dứt mọi viện trợ. Ông nói rõ như sau: ***"I hope that we shall go forward together, then you will have economic and military assistance. Please convey this to President Thieu, what counts is U.S. alliance. I can make that commitment."*** [27] (Xin tạm dịch sang Việt ngữ như sau: *"Tôi hy vọng chúng ta sẽ cùng đi với nhau, như vậy các ông sẽ có được viện trợ kinh tế và quân sự. Xin ông trình lại với Tổng Thống Thiệu điều này: chuyện quan trọng là liên minh của Hoa Kỳ. Tôi có thể cam kết điều đó").* Sau đó Tổng Thống Nixon yêu cầu Phụ Tá Đức cho Kissinger biết những điều ưu tiên mà VNCH muốn Hoa Kỳ thảo luận với Bắc Việt tại các buổi họp trong đợt hòa đàm kế tiếp. Ông Đức cho biết ngoài vấn đề rút quân của Bắc Việt, VNCH chống lại việc xem như có hai chính phủ tại Miền Nam, và, do đó, không chấp nhận việc sử dụng danh xưng Chánh phủ Cách Mạng Lâm Thời Cộng Hòa Miền Nam Việt Nam (CPCMLTCHMNVN) thay cho Mặt Trận Giải Phóng Dân Tộc, và VNCH cũng chống lại việc HĐHGDT gồm có 3 thành phần ngang nhau. Ngày hôm sau, 1-12-1972, ông Đức làm việc với Kissinger về những vấn đề chi tiết và cụ thể của thỏa hiệp, như vấn đề ngưng bắn tại chỗ, vấn đề Lào và Campuchia, vv. Ngày 2-12-1972, Phụ Tá Đức rời Washington về Sài Gòn.

Ngày 3-12-1972, trong phiên họp của Hội Đồng An Ninh Quốc Gia (HĐANQG) tại Dinh Độc Lập dưới sự chủ tọa của Tổng Thống Thiệu, Phụ Tá Đức phúc trình lại mọi diễn tiến trong các phiên họp tại Washington của ông với Tổng Thống Nixon và Cố Vấn Kissinger. Cuối phiên họp, khi được Tổng Thống Thiệu hỏi ý kiến cá nhân của ông, ông trả lời ngay là nếu ký thỏa hiệp, với các điều khoản ngay lúc đó, thì Miền Nam sẽ mất. Trong cuốn hồi ký, ông ghi như sau: ***"President Thieu asked me this basic question: Do you think that we should sign this Agreement? I replied: In my judgment, if we sign the Agreement, as it is, South Vietnam will be lost."*** [28] (Xin tam dịch sang Việt ngữ như sau: *"Tổng Thống Thiệu hỏi tôi câu hỏi căn bản: Anh nghĩ chúng ta có nên ký Thỏa hiệp này hay không? Tôi trả lời: Theo nhận định của tôi, nếu chúng ta ký Thỏa hiệp này, như trong tình trạng hiện nay, Miền Nam sẽ mất").* Tổng Thống Thiệu và toàn thể HĐANQG cùng đồng ý với quan điểm này.

Trong thời gian này Hoa Kỳ và Bắc Việt trở lại bàn hội nghị từ ngày 4-12-1972 nhưng hội nghị không có tiến triển gì cả vì Bắc Việt bác bỏ tất cả những đòi hỏi thay đổi bản thỏa hiệp của Kissinger dựa trên các yêu cầu của VNCH. Ngày 17-12-1972, Tổng Thống Nixon ra lệnh tái phong tỏa hải cảng Hải Phòng và tái oanh tạc Bắc Việt, và, đặc biệt trong lần này, lần đầu tiên trong chiến tranh Việt Nam, Hoa kỳ cho phi cơ B-52 trải thảm Hà Nội. Chiến dịch này được đặt tên là Linebacker II, thực hiện trong thời gian từ 18 đến 29 tháng 12 năm 1972, thường được báo chí và sách vở Mỹ gọi là ***"The Christmas Bombing"*** *(Chiến Dịch Oanh Tạc Mùa Giáng Sinh).*

Ngày 19-12-1972, Tổng Thống Nixon cử Tướng Haig sang Sài Gòn, mang theo một bức thư của ông đề ngày 17-12-1972 gửi Tổng Thống Thiệu với lời lẽ vô cùng cứng rắn, gần như là một tối-hậu-thư. Trong hồi ký của ông, Tổng Thống Nixon ghi rõ như sau: ***"Haig arrived in Saigon on December 19, carrying the strongest letter I had yet written to Thieu. In it I***

stated: "General Haig's mission now represents my final effort to point out to you the necessity for joint action and to convey my irrevocable intention to proceed, preferably with your cooperation but, if necessary, alone... I have asked General Haig to obtain your answer to this absolutely final offer on my part for us to work together in seeking a settlement along the lines I have approved or to go our separate ways."" [29] (Xin tạm dịch sang Việt ngữ như sau: *"Haig đến Sài Gòn ngày 19-12, mang theo bức thư với lời lẽ mạnh mẽ nhứt mà tôi từng viết cho ông Thiệu. Trong đó tôi nói rõ: "Sứ mệnh của Tướng Haig lần này thể hiện cố gắng cuối cùng của tôi để nói rõ với Ngài sự cần thiết phải hành động chung và thông báo cho Ngài cái ý định không thể đảo ngược của tôi là tôi sẽ tiến tới thỏa hiệp, tốt nhứt là với sự hợp tác của ngài, nhưng, nếu cần thiết, thì tôi sẽ tiến hành một mình. Tôi đã chỉ thị cho Tướng Haig phải nhận được sự trả lời của Ngài về đề nghị tuyệt đối cuối cùng này của tôi nhắm tới hoặc là mình cùng cộng tác để mưu tìm một sự thỏa hiệp dựa trên những đường lối mà tôi đã chấp nhận hoặc là đường ai nấy đi").* Trước tình hình nghiêm trọng do bức "tối hậu thư" này tạo ra, Tổng Thống Thiệu triệu tập ngay một phiên họp của HĐANQG, lần này được mở rộng với sự tham gia của các vị đứng đầu của cả hai ngành Lập Pháp và Tư Pháp: đó là các ông Nguyễn Văn Huyền, Chủ Tịch Thượng Viện, ông Nguyễn Bá Cẩn, Chủ Tịch Hạ Viện, và Thẩm Phán Trần Văn Linh, Chủ Tịch Tối Cao Pháp Viện.[30]

Mặc dù văn thư của Tổng Thống Nixon mang tính cách gần như là một tối-hậu-thư, Tổng Thống Thiệu không tin là Nixon có thể tiến hành ký kết riêng rẽ với Bắc Việt nên, sau buổi họp của HĐANQG, ông vẫn yêu cầu Phụ Tá Đức soạn văn thư đề ngày 20-12-1972 trả lời thư ngày 17-12-1972 của Tổng Thống Nixon. Văn thư này mở đầu bằng tóm lược lại 3 đòi hỏi căn bản của VNCH về: 1) Việc Bắc Việt phải rút quân, 2) Không công nhận cái gọi là CPCMLTCHMNVN, và 3) Thành phần và nhiệm vụ của HĐHGDT cho thấy HĐHGDT chỉ là một chính phủ liên hiệp trá hình. Sau đó, văn thư đề nghị VNCH sẵn sàng chấp nhận bản thỏa hiệp của ngày 12-12-1972 nếu 2 yêu cầu sau đây được giải quyết: 1) Không được xem CPCMLTCHMN-VN như một chính quyền song song với Chính phủ VNCH tại Miền Nam, và 2) Bắc Việt phải rút hết quân về trong cùng thời gian với quân các nước đồng minh của VNCH. Sau cùng, bức thư kết luận: ***"I must say the South Vietnamese Government and people absolutely cannot go beyond these new important concessions, because otherwise it would be tantamount to surrender."*** [31] (Xin tạm dịch sang Việt ngữ như sau: *"Tôi phải nói rằng Chính phủ và nhân dân Miền Nam tuyệt đối không thể đi xa hơn những nhượng bộ mới và quan trọng này, vì làm khác đi thì coi như là đầu hàng").*

Trong thời gian này, Chiến dịch Linebacker II, tuy có gây thiệt hại bất ngờ cho Hoa Kỳ là có tất cả 15 phi cơ B-52 bị bắn rơi, một điều chưa bao giờ xảy ra cho không lực Hoa Kỳ, đã gây tổn thất rất nghiêm trọng cho Bắc Việt, cả về phương diện cơ sở vật chất và về phương diện tinh thần đối với dân chúng thủ đô Hà Nội. Trong một thời gian rất ngắn, chỉ có 11 ngày (trừ 1 ngày duy nhứt là ngày Lễ Giáng Sinh, 25-12-1972), Hoa Kỳ đã thực hiện 741 phi vụ B-52 và 1.274 phi vụ của các chiến đấu cơ thuộc Không Quân và Hải Quân để yểm trợ cho B-52 (kể cả phi cơ F-111 là loại tối tân nhứt tại thời điểm này), và đã ném một số lượng bom lên đến 20.237 tấn,[32] gây kinh hoàng cho dân chúng thủ đô Hà Nội. Về phía Bắc Việt, lực lượng phòng không đã bắn trên 1.000 hỏa tiễn SAM (**S**urface-to-**A**ir **M**issiles = hỏa tiễn địa-không) nhờ vậy đã hạ được một số lượng đáng kể phi cơ B-52 vốn bay ở cao độ rất cao (nhờ vậy trong bao nhiêu năm thực hiện các phi vụ oanh tạc chiến thuật ở Miền Nam –và gây kinh hoàng cho bộ đội Bắc Việt và Việt Cộng-- chưa bao giờ có một B-52 nào bị bắn rơi cả). Ngày 28-12-1972, Bắc Việt đồng ý sẽ tiếp tục hòa đàm trở lại vào hai ngày 2-1 và 8-1-1973. Vào lúc 7 giờ tối ngày 29-12-1972, Chiến dịch Linebacker II chính thức chấm dứt.

Ngày 2-1-1973, một ngày trước khi Quốc Hội Hoa Kỳ tái nhóm, các Dân Biểu thuộc khối Dân Chủ (Hạ Viện) biểu quyết với tỷ số 154/75 đồng ý sẽ cắt hết viện trợ quân sự cho Việt Nam ngay sau khi đạt được thỏa hiệp rút quân và mang tù binh Mỹ về. Ngày 4-1-1973, một ngày sau khi Quốc Hội tái nhóm, Thượng Nghị Sĩ Edward Kennedy đề nghị một nghị quyết tương tự cho khối Dân Chủ tại Thượng Viện và nghị quyết được thông qua với tỷ số 36/12. Trước tình hình như vậy, cả Tổng Thống Nixon và Cố Vấn Kissinger đều thấy cần phải tiến hành ký kết thỏa hiệp với Bắc Việt ngay trước khi việc ủng hộ VNCH tại Quốc Hội tan thành mây khói.

Nhằm chuẩn bị cho việc tái nhóm của Hòa đàm Paris vào ngày 8-1-1973, ngày 5-1-1973, Nixon lại gửi thêm một thư nữa cho Tổng Thống Thiệu với lời hứa sẽ đặt lại vấn đề rút quân của Bắc Việt nhưng ông tin là Bắc Việt cũng sẽ lại bác bỏ nữa, và ông cũng hứa là, nếu VNCH đồng ý ký kết thỏa hiệp thì sau này nếu Bắc Việt vi phạm thỏa hiệp, ông sẽ trả đũa quyết liệt với tất cả sức mạnh quân sự của Hoa Kỳ. Nguyên văn Anh ngữ trong văn thư như sau: ***"With respect to the question of North Vietnamese troops, we will again present your views to the Communists as we have done vigorously at every other opportunity in the negotiations. The result is certain to be once more the rejection of our position… Should you decide, as I trust you will, to go with us, you have my assurance of continued assistance in the post-settlement period and that we will respond with full force should the settlement be violated by North Vietnam."*** [33] (Xin tạm dịch sang Việt ngữ như sau: *"Về vấn đề quân Bắc Việt, chúng tôi sẽ lại trình bày quan điểm của Ngài cho phe Cộng Sản như chúng tôi đã từng làm một cách mạnh mẽ mỗi khi có cơ hội tại hòa đàm. Kết quả chắc chắn là họ sẽ lại bác bỏ lập trường này của chúng ta nữa... Nếu như Ngài quyết định, như tôi tin là Ngài sẽ làm, đi cùng chúng tôi, Ngài sẽ có được sự bảo đảm của tôi về vấn đề tiếp tục viện trợ sau khi ký kết, và, nếu Bắc Việt vi phạm ký kết này, chúng tôi sẽ trả đũa với tất cả sức mạnh").*

Nhận được thư này, Tổng Thống Thiệu trả lời ngay bằng văn thư đề ngày 7-1-1973, giữ nguyên lập trường của mình trong văn thư ngày 20-12-1972, và nhấn mạnh rằng những điều kiện đó là những vấn đề sống chết của Miền Nam.

Ngày 8-1-1973, Hòa đàm Paris tái nhóm. Ngày đầu tiên không có kết quả gì cả. Ngày thứ nhì, 9-1-1973, hai bên đồng ý sử dụng bản dự thảo của ngày 23-12-1972 làm căn bản để thảo luận thêm một số chi tiết. Vấn đề rút quân của Bắc Việt hoàn toàn bị loại bỏ, không được đề cập đến nữa. Chỉ có 2 vấn đề chính sau đây được thảo luận và đi tới đồng thuận: 1) vấn đề Khu Phi Quân Sự hai bên vĩ tuyến 17 (DMZ = Demilitarized Zone); và 2) vấn đề CPCMLTCHMNVN. Về vấn đề Khu Phi Quân Sự, Bắc Việt đồng ý chấp nhận công thức mà Kissinger đã đề nghị vào tháng 12-1972: hai miền Nam Bắc tiếp tục tôn trọng Khu Phi Quân Sự nhưng sẽ tiến hành thương thuyết về việc cho phép những di chuyển dân sự xuyên qua khu này. Về vấn đề CPCMLTCHMNVN, để thỏa mãn đòi hỏi của VNCH, được giải quyết bằng hai cách: 1) Danh xưng CPCMLTCHMNVN chỉ được ghi trong phần mở đầu (preamble), hoàn toàn không có ghi trong phần chính của bản thỏa hiệp; 2) Trong phần chữ ký, phe Cộng sản, tức Bắc Việt và CPCMLTCHMNVN sẽ ký chung trong một trang, và phe Tự Do, tức Hoa Kỳ và VNCH, sẽ ký chung trong một trang khác. Ngày 13-1-1973, hai bên hoàn toàn đồng ý với nhau về mọi điều khoản trong bản thỏa hiệp cũng như thủ tục ký kết bản thỏa hiệp.

Ngày 14-1-1973, Tổng Thống Nixon gửi thêm một văn thư nữa cho Tổng Thống Thiệu và lần này cũng lại do chính Tướng Haig mang sang. Trong thư, Nixon nói rõ ông đã quyết định sẽ ký bản thỏa hiệp vào ngày 27-1-1973, và, nếu cần, Hoa Kỳ sẽ ký một mình; trong trường hợp này ông sẽ công khai tuyên bố là Chính phủ VNCH đã cản trở hòa bình; và, để phía VNCH dễ dàng chấp nhận cùng ký vào bản thỏa hiệp, ông cũng lại hứa, sẽ tiếp tục viện trợ quân sự và kinh tế cho VNCH, và, nếu, Bắc Việt vi phạm thỏa hiệp, ông sẽ trả đũa mạnh mẽ. Nguyên văn Anh ngữ trong văn thư như sau: ***"I have therefore irrevocably decided to proceed to initial the Agreement on January 23, 1973 and to sign it on January 27 in Paris. I will do so, if necessary, alone. In that case I shall have to explain publicly that your Government obstructs peace."*** [34] (Xin tạm dịch sang Việt ngữ như sau: *"Do đó tôi đã dứt khoát quyết định tiến hành ký tắt bản Thỏa Hiệp vào ngày 23 Tháng Giêng năm 1973 và ký chính thức vào ngày 27 Tháng Giêng tại Paris. Nếu cần, tôi sẽ làm điều đó một mình. Trong trường hợp đó, tôi sẽ phải giải thích một cách công khai là Chính phủ của Ngài cản trở hòa bình").* Tổng Thống Thiệu vẫn không chịu nhượng bộ ngay; ông lại gửi thêm một văn thư nữa cho Tổng Thống Nixon đề ngày 17-1-1973, yêu cầu điều chỉnh lại các điều khoản về Khu Phi Quân Sự, về vấn đề quân Bắc Việt tại Miền Nam, và về vai trò của ủy hội kiểm soát đình chiến. Lần này Tổng Thống Nixon không nhượng bộ nữa, ông trả lời ngay cùng ngày, nhắc lại tất cả các điểm trong văn thư ngày 14-1, và yêu cầu Tổng Thống Thiệu trả lời văn thư này chậm nhứt là vào sáng ngày 20-1-1973 (ngày ông sẽ tuyên thệ nhậm chức Tổng Thống Hoa Kỳ nhiệm kỳ 2). Tổng Thống Thiệu vẫn chưa chịu chấp nhận, lại gửi thêm một văn thư nữa đề ngày 20-1-1973 trong đó ông đề nghị một vài phương cách để giải quyết vấn đề quân Bắc Việt tại Miền Nam. Ngày hôm sau, 21-1-1973, Tổng Thống Nixon gửi cho Tổng Thống Thiệu một ***công điện*** trong đó ông nói rõ là không còn thời gian để cứu xét bất cứ đề nghị nào của VNCH nữa hết, và yêu cầu Tổng Thống Thiệu, nếu đồng ý cùng ký kết với Hoa Kỳ, phải trả lời trước 12 giờ trưa, ngày 21-1-1973, giờ Washington, Hoa Kỳ, tức là vào sáng sớm ngày 22-1-1973, giờ Sài Gòn, Việt Nam.[35] Lần này thì Tổng Thống Thiệu đã hiểu quá rõ là ông không còn có cách nào khác hơn là phải đồng ý ký vào Thỏa Hiệp Paris mà thôi, nghĩa là ông phải làm cái chuyện mà ông đã không muốn làm trước đây, khi ông nói với Tướng Haig vào ngày 19-12-1972 sau khi đọc xong thư của Tổng Thống Nixon đề ngày 17-12-1972 là các ông muốn tôi ký thỏa hiệp không phải vì hòa bình mà chỉ là để tiếp tục nhận được viện trợ của Hoa Kỳ. Trong cuốn hồi ký của mình, Tổng Thống Nixon đã ghi lại rõ chuyện này như sau: ***"After Thieu had read the letter through twice, he looked up and said that it was obvious that he was not being asked to sign an agreement for peace but rather an agreement for continued American support. Haig replied that as a soldier and as someone completely familiar with Communist treachery, he agreed with Thieu's assessment."*** [36] (Xin tạm dịch sang Việt ngữ như sau: *"Sau khi đọc hết bức thư hai lần, ông Thiệu ngước lên và nói* [với Tướng Haig] *là rõ ràng ông ta được yêu cầu ký một bản thỏa hiệp không phải vì hòa bình mà đúng ra là một thỏa hiệp để tiếp tục được Hoa Kỳ viện trợ. Haig trả lời rằng với tư cách một quân nhân và một người hoàn toàn quen thuộc với sự dối trá của Cộng sản ông đồng ý với đánh giá của ông Thiệu").*

Thay Lời Kết

Có thể nói Hòa đàm Paris (từ 13-5-1968 đến 27-1-1973) là một mối bận tâm rất lớn về chính trị của Tổng Thống Nguyễn Văn Thiệu trong phần lớn nhiệm kỳ 1 và gần nửa nhiệm kỳ 2 của ông. Ngay từ đầu, chắc ông cũng đã thấy rõ sự thay đổi lớn và gần như không thể đảo ngược được trong chính sách của Hoa Kỳ về Chiến tranh Việt Nam: xuống thang, rút quân, và thương thuyết để có thể chấm dứt chiến tranh và mang tù binh về. Tuy cách làm của hai vị Tổng Thống kế tiếp (Johnson rồi Nixon) có khác nhau nhưng mục tiêu thì hoàn toàn giống nhau. Sự sống còn của VNCH, tuy không phải hoàn toàn bị Hoa Kỳ bỏ mặc, vẫn không thể được đặt trên mục tiêu nói trên. Tổng Thống Thiệu hiểu rất rõ điều này và đã cố gắng làm hết sức mình trong bối cảnh chính trị – ngoại giao vô cùng khó khăn đó. Ông đã có đủ can đảm thách thức và đương đầu với hai vị Tổng Thống Hoa Kỳ kế tiếp nhau. Tuy ông không đạt được mục tiêu mong muốn (buộc Bắc Việt phải rút quân ra khỏi Miền Nam) trong Hòa đàm Paris, ông cũng đã buộc được Tổng Thống Nixon phải có lời hứa trên giấy trắng mực đen sẽ tiếp tục viện trợ quân sự và kinh tế cho VNCH và sẽ trả đũa mạnh mẽ nếu Bắc Việt vi phạm Hiệp Định Paris trước khi ông đồng ý, vào phút chót, cùng với Hoa Kỳ ký vào Hiệp Định này. Để có được sự khẳng định của Tổng Thống Nixon một cách công khai về hai lời hứa này, ông đã viếng thăm Hoa Kỳ vào đầu tháng 4-1973, mặc dù được biết sẽ không được tiếp chính thức tại thủ đô Washington như một Quốc Trưởng. Thông Cáo Chung của 2 vị Tổng Thống sau cuộc hội đàm tại San Clemente, California, ngày 3-4-1973 tái khẳng định các lời hứa đó. Không may, Tổng Thống Nixon phải từ chức vào ngày 9-8-1974 vì vụ Watergate. Tổng Thống kế nhiệm, Gerald Ford, là vị Tổng Thống đầu tiên trong lịch sử của Hoa Kỳ không do dân bầu ra, đã bị Quốc Hội do đa số Dân Biểu và Thượng Nghị Sĩ thuộc đảng Dân Chủ khống chế và trói tay. Mọi viện trợ quân sự cho VNCH, như Tổng Thống Nixon đã hứa hẹn, đã bị Quốc Hội Hoa Kỳ thẳng tay bác bỏ, và việc Hoa Kỳ trả đủa đối với các vi phạm Hiệp Định Paris của Bắc Việt (tấn chiếm Phước Long vào tháng 1-1975, và Ban Mê Thuộc vào tháng 3-1975), như Tổng Thống Nixon đã cam kết, cũng đã không được thực hiện. Sự sụp đổ của VNCH vào ngày 30-4-1975 là hậu quả khó tránh được của việc bỏ rơi Đồng Minh của Hoa Kỳ.

CHƯƠNG TÁM

Tìm Hiểu Lệnh Triệt Thoái Quân Đoàn II Tháng 3-1975

Có thể nói lực lượng quân sự của Việt Nam Cộng Hòa đã trưởng thành vượt bậc trong thời gian của nền Đệ Nhị Cộng Hòa. Khi được thành lập vào năm 1950, với quân số chỉ vào khoảng 60.000, lực lượng này mang tên là Quân Đội Quốc Gia Việt Nam. Trong thời gian Đệ Nhứt Cộng Hòa (1955-1963), lực lượng được cải danh thành Quân Đội Việt Nam Cộng Hòa. Từ 1965 trở đi, lực lượng quân sự này chính thức mang tên Quân Lực Việt Nam Cộng Hòa (QLVNCH), và vào năm 1970, với sự trợ giúp rất tích cực của Hoa Kỳ, đã có một quân số lên đến trên 1 triệu người, với đầy đủ tất cả các quân binh chủng trang bị rất tối tân, gần như rập khuôn theo quân đội Mỹ, để có thể đương đầu với cuộc chiến tranh xâm lăng do Bắc Việt phát động với viện trợ quân sự rất lớn lao của khối Cộng Sản mà quan trọng nhứt là từ Liên Xô và Trung Cộng. QLVNCH trở thành một niềm tự hào của Miền Nam nhưng cũng trở thành một con dao hai lưỡi cho sự an nguy của Miền Nam. Nó đã có thể giúp VNCH đương đầu một cách hiệu quả với những sư đoàn tinh nhuệ trang bị vũ khí hiện đại của phe Cộng sản từ Miền Bắc xâm nhập vào trong hai cuộc Tổng Tấn Công vào năm 1968 và 1972, nhưng cũng chính vì không còn nhận được đầy đủ quân viện để chi cho hoạt động của nó mà Miền Nam đã sụp đổ một cách thảm hại trong một thời gian ngắn kỷ lục, chỉ có 44 ngày.

Tổng Thống Nguyễn Văn Thiệu là vị Tổng Thống hội đủ điều kiện nhứt để đảm nhận vai trò hiến-định Tổng Tư Lệnh tối cao của QLVNCH (Điều 60, Hiến Pháp 1967), với những lý do sau đây:

- Ông là một Tướng lãnh cao cấp của QLVNCH, mang cấp bậc Trung Tướng 3 sao

- So với phần đông các tướng lãnh cùng thời, không những ông có thâm niên hơn họ (ngay cả đối với Đại Tướng Tổng Tham Mưu Trưởng Cao Văn Viên, thăng cấp Thiếu Tướng ngày 3-3-1964, trong khi ông Thiệu đã thăng cấp Thiếu Tướng từ ngày 2-11-1963), mà, trong một số trường hợp, ông còn từng là cấp chỉ huy trực tiếp của họ (như các vị Trung Tướng Đặng Văn Quang, Nguyễn Bảo Trị, và Vĩnh Lộc)

- Ông đã từng chỉ huy các đơn vị quân đội ở nhiều cấp, kể cả Tư Lệnh Sư Đoàn (Sư Đoàn 5 Bộ Binh) và Tư Lệnh Quân Đoàn (Quân Đoàn IV)

Từ năm 1969 trở đi, Tổng Thống Thiệu, lấy tư cách Tổng Tư Lệnh tối cao của QLVNCH theo Hiến Pháp, nắm hết quyền hành về quân sự, ra lệnh trực tiếp cho các vị tư lệnh của các quân đoàn và các đại đơn vị, không thông qua Bộ Tổng Tham Mưu nữa.[1] Do đó người viết nghĩ rằng ông phải chịu một phần rất lớn trách nhiệm về sự thất bại và sụp đổ về quân sự của VNCH vào năm 1975.

Trước hết, để có thể hiểu rõ động cơ của Tổng Thống Thiệu trong những quyết định quan trọng về mặt quân sự trong thời gian cuối 1974 và đầu 1975 đưa đến sự thất trận của Miền Nam, chúng ta phải tìm hiểu rõ bản chất của cuộc chiến, giới hạn của nó, và chiến lược mà VNCH sử dụng để đối phó với cuộc chiến.

Về bản chất, đối với VNCH, đây là một cuộc chiến tranh xâm lược mà Việt Nam Dân Chủ Cộng Hòa (VNDCCH, tức Bắc Việt) là nước gây chiến. VNCH, tức Nam Việt Nam, là nạn nhân với lãnh thổ bị xâm phạm. Như vậy cuộc chiến tranh này, đối với VNCH, là một cuộc chiến tranh tự vệ. Hoa Kỳ và các nước Đồng Minh (Đại Hàn, Thái Lan, Phi Luật Tân, Úc, Tân Tây Lan) mang quân sang Việt Nam tham chiến là để giúp VNCH trong việc tự vệ, chống lại cuộc xâm lược của VNDCCH. Về giới hạn của cuộc chiến, để tránh mở rộng cuộc chiến và tạo ra cái cớ chính đáng cho Trung Cộng có thể mang quân vào Bắc Việt (như trong Chiến tranh Triều Tiên hồi đầu thập niên 1950), Hoa Kỳ đã không ủng hộ chủ trương Bắc Tiến của VNCH. Do đó, về chiến lược, trong suốt thời gian gần 20 năm của cuộc chiến, VNCH luôn luôn ở vào thế thụ động với chiến lược tổng quát là phòng ngự. QLVNCH phải dàn trải ra khắp nơi, từ vĩ tuyến 17 trở vào Nam, để bảo vệ lãnh thổ. Toàn bộ lãnh thổ VNCH được chia thành 4 Quân Khu, thường được gọi là 4 Vùng, và mỗi Vùng đều được bảo vệ bởi 1 Quân Đoàn:

- Vùng I: gồm 5 tỉnh ở cực Bắc là Quảng Trị, Thừa Thiên (gồm cả Huế), Quảng Nam (gồm cả Đặc Khu Đà Nẵng), Quảng Tín, và Quảng Ngãi, do Quân Đoàn I phụ trách bảo vệ lãnh thổ với lực lượng chủ lực là 3 Sư Đoàn BB (Bộ Binh) là các Sư Đoàn 1, 2, 3, cùng một số đơn vị Không Quân, Hải Quân, yểm trợ, tiếp vận, và các lực lượng Địa Phương Quân, Nghĩa Quân thuộc các Tiểu Khu (mỗi tỉnh là một Tiểu Khu)

- Vùng II: gồm 7 tỉnh cao nguyên là Kontum, Pleiku, Phú Bổn, Darlac, Quảng Đức, Lâm Đồng, Tuyên Đức, và 5 tỉnh duyên hải là Bình Định, Phú Yên, Khánh Hòa, Ninh Thuận và Bình Thuận, do Quân Đoàn II phụ trách bảo vệ lãnh thổ với lực lượng chủ lực là 2 Sư Đoàn BB 22 và 23, cùng một số đơn vị Không Quân, Hải Quân, yểm trợ, tiếp vận, và các lực lượng Địa Phương Quân, Nghĩa Quân thuộc các Tiểu Khu

- Vùng III: gồm 11 tỉnh của Miền Đông Nam Phần là Phước Long, Bình Long, Phước Tuy, Bình Tuy, Bình Dương, Tây Ninh, Hậu Nghĩa, Long An, Long Khánh, Biên Hòa, Gia Định, và Đặc Khu Vũng Tàu, do Quân Đoàn III phụ trách bảo vệ lãnh thổ với 3 Sư Đoàn BB là 5, 18, 25, cùng một số đơn vị

Không Quân, Hải Quân, yểm trợ, tiếp vận, và các lực lượng Địa Phương Quân, Nghĩa Quân thuộc các Tiểu Khu

- Vùng IV: gồm 16 tỉnh của Miền Tây Nam Phần là Gò Công, Kiến Tường, Định Tường, Kiến Hòa, Kiến Phong, Sa Đéc, Vĩnh Long, Vĩnh Bình, Châu Đốc, An Giang, Phong Dinh, Ba Xuyên, Kiên Giang, Chương Thiện, Bạc Liệu, An Xuyên, do Quân Đoàn IV phụ trách bảo vệ lãnh thổ với 3 Sư Đoàn BB là 7, 9, 21, cùng một số đơn vị Không Quân, Hải Quân, yểm trợ, tiếp vận, và các lực lượng Địa Phương Quân, Nghĩa Quân thuộc các Tiểu Khu

Ngoài các đơn vị cố định chịu trách nhiệm bảo vệ lãnh thổ kể trên, Bộ Tổng Tham Mưu QLVNCH còn thành lập một số đơn vị cơ động gọi là Lực Lượng Tổng Trừ Bị có thể được điều động đi khắp nơi khi cần. Đó là các Sư Đoàn Nhảy Dù, Sư Đoàn Thủy Quân Lục Chiến, 5 Liên Đoàn Biệt Động Quân, và Liên Đoàn 81 Biệt Cách Dù.

Ngoài quân chủng Lục Quân với các binh chủng và đơn vị kể trên, cùng với các binh chủng khác như Thiết Giáp, Pháo Binh, Truyền Tin, Công Binh, vv,.. QLVNCH còn có 2 quân chủng nữa là Không Quân và Hải Quân cũng đã phát triển rất nhanh và trở thành những lực lượng rất hiện đại với đầy đủ tất cả các loại phi cơ và tàu chiến. Không Quân có tất cả 6 Sư Đoàn rải ra trên khắp lãnh thổ của VNCH như sau:

- Sư Đoàn 1: đóng tại Đà Nẵng
- Sư Đoàn 2: đóng tại Nha Trang
- Sư Đoàn 3: đóng tại Biên Hòa
- Sư Đoàn 4: đóng tại Cần Thơ
- Sư Đoàn 5: đóng tại Sài Gòn
- Sư Đoàn 6: đóng tại Pleiku

Hải Quân cũng có các hạm đội và giang đoàn khắp nơi và tại mỗi Vùng đều có một Bộ Tư Lệnh Hải Quân Vùng đứng đầu là một vị Phó Đề Đốc (tướng một sao; tương đương với cấp Chuẩn Tướng bên Lục Quân và Không Quân).

VNCH hoàn toàn không có khả năng về kinh tế để có thể nuôi dưỡng và duy trì một quân lực hùng hậu và hiện đại như vậy nếu không có viện trợ của Hoa Kỳ.

Cuối năm 1973, sau khi Thượng Viện Hoa Kỳ không phê chuẩn Hiệp Định Paris, Quốc Hội Hoa Kỳ đã thông qua War Powers Act vào ngày 7-11-1973 giới hạn tối đa quyền của Tổng Thống gửi quân ra nước ngoài. Trước đó, từ tháng 10-1973, Hoa Kỳ đã trải qua một số xì-căng-đan chính trị rất nghiêm trọng khiến cho Hành Pháp gần như bị tê liệt. Đầu tiên là việc từ chức của Phó Tổng Thống Spiro Agnew vào ngày 10-10-1973 vì tội tham nhũng. Tổng thống Nixon phải cử ông Gerald Ford, lúc đó là một Dân Biểu Cộng Hòa của tiểu bang Michigan, Thủ Lãnh Phe Thiểu Số tại Hạ Viện, làm Phó Tổng Thống vào ngày 6-12-1973. Qua đầu năm 1974, vụ Watergate bùng nổ dữ dội và để tránh bị Quốc Hội truất phế (impeached), Tổng Thống Nixon phải từ chức vào ngày 9-8-1974. Căn cứ trên Hiến Pháp của Hoa Kỳ, Phó Tổng Thống Gerald Ford đương nhiên trở thành Tổng Thống. Ngày 19-12-1974, Tổng Thống Ford cử ông Nelson Rockefeller, trước đó là Thống Đốc của tiểu bang New York (1959-1973), làm Phó Tổng Thống. Hoa Kỳ rơi vào tình trạng chưa từng có trong lịch sử là cả Tổng Thống và Phó Tổng Thống đều là những người ***không được dân bầu vào các chức vụ đó***. Hành Pháp Hoa Kỳ hoàn toàn bị lép vế trước Lập Pháp, tức là Quốc Hội lúc đó do đảng Dân Chủ đối lập nắm giữ đa số ở cả hai viện. (Vấn đề này sẽ được thảo luận chi tiết hơn trong Chương Chín).

Vào đầu năm 1975, trước tình hình vô cùng bất lợi đó, Tổng Thống Thiệu chắc chắn phải suy nghĩ là ông không còn có thể trông đợi vào viện trợ đầy đủ về quân sự của Hoa Kỳ cho cuộc chiến tranh với một Quốc Hội hoàn toàn do phe phản chiến và chống VNCH chiếm đa số, và vào việc Hoa Kỳ sẽ trả đủa trong trường hợp Bắc Việt vi phạm Hiệp Định Paris với vị Tổng Thống mới hoàn toàn yếu thế đối với Quốc Hội vì không được nhân dân Hoa Kỳ bầu ra.

Một số sự việc quan trọng sau đây đã khiến cho ông khẳng định là ông đã nghĩ đúng. Việc thứ nhứt là Quốc Hội Hoa Kỳ đã cắt giảm nghiêm trọng quân viện cho VNCH. Năm 1973, con số này là 2,8 tỷ đô la; năm 1974 cắt xuống còn 1 tỷ, và 3 ngày sau khi Tổng Thống Nixon từ chức, vào ngày 11-8-1974, Quốc Hội cắt thêm 300 triệu nữa chỉ còn lại 700 triệu đô la mà thôi.[2] Việc thứ nhì là Hoa Kỳ đã hoàn toàn không có phản ứng gì cả sau khi xảy ra vụ phe Cộng sản vi phạm nghiêm trọng Hiệp Định Paris trong vụ tấn công tỉnh Phước Long từ giữa tháng 12-1974 và chiếm được tỉnh này vào ngày 6-1-1975. Việc thứ ba là: ***"Một ngày trước khi Tướng Phú tuyên bố Ban-Mê-Thuột mất, hạ viện Mỹ đã biểu quyết cắt hoàn toàn 300 triệu Mỹ kim quân viện bổ túc cho VNCH mà trước đây Tổng Thống Ford đã cố gắng đệ trình Quốc Hội."*** [3] Và chính cái suy nghĩ đó đã thúc đẩy ông tin rằng VNCH không còn có đủ khả năng và phương tiện để bảo vệ toàn bộ lãnh thổ của mình nữa. Ngày 11-3-1975, một ngày sau khi Ban Mê Thuột lọt vào tay quân Cộng sản, ông triệu tập một cuộc họp rất quan trọng tại Dinh Độc Lập. Hiện diện tại cuộc họp này với Tổng Thống Thiệu là Đại Tướng Trần Thiện Khiêm, Thủ Tướng Chính phủ, Đại Tướng Cao Văn Viên, Tổng Tham Mưu Trưởng, và Trung Tướng Đặng Văn Quang, Cố Vấn An Ninh và Quân Sự của Tổng Thống. Chính trong cuộc họp này, lần đầu tiên, Tổng Thống Thiệu trình bày ý tưởng của ông là QLVNCH chỉ còn có thể giữ được hai Vùng III và IV mà thôi, có nghĩa là phải cắt bỏ 2 Vùng I và II ở phía Bắc của lãnh thổ VNCH cho phía Cộng sản. Đây là một việc mà, theo đánh giá của người viết bài này, Tổng Thống Thiệu đã làm không đúng hoàn toàn. Lẽ ra ông phải trình bày chuyện hết sức quan trọng này tại một phiên họp của Hội Đồng An Ninh Quốc Gia thì mới đúng. Ba ngày sau, vào ngày 14-3-1975, cũng cùng với các vị tướng kể trên, Tổng Thống Thiệu lại có một cuộc họp quan trọng khác tại Cam Ranh, lần này là với Thiếu Tướng Phạm Văn Phú, Tư Lệnh Vùng II. Chính tại cuộc họp định mệnh này mà Tổng Thống Thiệu, với tư cách Tổng Thống và đương nhiên là Tổng Tư Lệnh tối cao của QLVNCH, đã biến suy nghĩ của ông thành hành động, trực tiếp ra lệnh cho Tướng Phú rút bỏ Pleiku-Kontum. Dù cho ông, trong lúc tâm sự với Tiến sĩ Nguyễn Tiến Hưng sau này, có biện minh rằng: ***"Tôi ra lệnh tái phối trí tức là rút quân khỏi Pleiku và Kontum để tái chiếm Ban Mê Thuột, chứ không phải rút lui hoàn toàn khỏi Quân đoàn II,"*** [4] và dù cho lời biện minh này có đúng đi nữa thì sự thật lịch sử vẫn là chính ông đã ra lệnh cho Tướng Phú triệt thoái khỏi Pleiku, nơi đặt Bộ Tư Lệnh của Quân đoàn II. Ngoài ra, cũng trong lúc tâm sự với Tiến sĩ Hưng, ông còn nói thêm rằng: ***"Tôi ra hai chứ không phải một lệnh: đó là thứ nhất, rút quân khỏi Pleiku để tái chiếm Ban Mê Thuột; và thứ hai, Bộ Tổng Tham Mưu 'theo dõi và giám sát' (suivre et surveiller) cuộc triệt thoái này."*** [5] Về cái lệnh thứ hai này thì Đại Tướng Cao Văn Viên, Tổng Tham Mưu Trưởng cho biết là không có. Cho dù là có thật đi nữa, Tướng Viên cũng sẽ không tích cực thi hành, vì, trên thực tế, ông đã không còn làm tròn nhiệm vụ Tổng Tham Mưu Trưởng của ông từ bao nhiêu năm trước đó rồi vì không đồng ý với cách làm việc của Tổng Thống Thiệu là luôn luôn ra lệnh trực tiếp cho các Tư Lệnh Quân Đoàn, không qua hệ thống của Bộ Tổng Tham Mưu. Trên thực tế, ông đã nhiều lần xin từ chức nhưng không được Tổng Thống Thiệu chấp thuận. Phản ứng của ông là không tích cực làm tròn nhiệm vụ Tổng Tham Mưu Trưởng nữa. Trở lại vấn đề cái lệnh thứ hai này, chúng ta có cơ sở để tin là Tướng Viên đã không nói hết sự thật. Trong cuốn hồi ký Đôi dòng ghi nhớ của ông, Đại Tá Phạm Bá Hoa (nguyên Chánh Văn Phòng của Tổng Tham Mưu Trưởng, 1965-1966), có thuật lại là vào buổi trưa ngày 15-3-1975, Đại Tướng Viên có điện thoại cho ông, lúc đó dang giữ chức Tham Mưu Trưởng Tổng Cục Tiếp Vận của Bộ Tổng Tham Mưu, và ra lệnh cho ông điều động tất cả các phi cơ vận tải C-130 có thể sử dụng được lên cho Quân đoàn II, nhưng không cho biết để dùng trong việc gì và cũng ra lệnh cho ông phải bảo mật chuyện đó. [6] Qua chuyện này, chúng ta có thể tin rằng Tổng Thống Thiệu có ra cái lệnh thứ hai này, vì nếu không thì, với thái độ tiêu cực trong nhiệm vụ của ông từ bao năm trước đó, chắc chắn Tướng

Viên đã không có điện thoại cho Đại Tá Hoa như vậy. Và Tướng Viên cũng chỉ có hành động như vậy thôi, hoàn toàn đúng với cách làm việc tiêu cực của ông.

Trở lại cái lệnh rút bỏ Pleiku-Kontum, người viết thấy có rất nhiều điều cần phải được phân tích để có thể hiểu rõ và đánh giá Tổng Thống Thiệu: bối cảnh và thời điểm lệnh được ban hành, tính chất của lệnh, nội dung của lệnh, tính khả thi của lệnh, cách thi hành lệnh, và hậu quả của lệnh.

Bối Cảnh và Thời Điểm Của Lệnh

Về bối cảnh và thời điểm, Tổng Thống Thiệu trực tiếp ra lệnh này cho Thiếu Tướng Phạm Văn Phú, Tư Lệnh Quân Đoàn II, tại cuộc họp ở Cam Ranh, vào ngày 14-3-1975. Tại thời điểm này, VNCH đang ở vào giai đoạn khó khăn nhứt trong suốt cuộc chiến tranh đã kéo dài gần 20 năm:

- mức quân viện từ Hoa Kỳ bị cắt giảm nặng nề, và có thể sẽ không còn nữa trong tài khóa 1976, đưa QLVNCH đến chỗ không còn khả năng tác chiến hiệu quả như trước nữa;

- không còn lực lượng tổng trừ bị để bổ sung cho các mặt trận cần đến vì các đơn vị của lực lượng này đã được điều động đi khắp nơi hết rồi;

- hai tỉnh Phước Long và Ban Mê Thuột đã bị quân Cộng sản chiếm mà QLVNCH không có khả năng đánh chiếm lại được;

- và trước tình hình nghiêm trọng như vậy, vị Tổng Tư Lệnh tối cao của QLVNCH, Tổng Thống Nguyễn Văn Thiệu, đã có ý quyết định phải cắt bỏ 2 Quân Khu I và II, chỉ giữ lại 2 Quân Khu III và IV mà thôi.

Khi ra cái lệnh rút bỏ Pleiku-Kontum cho Tướng Phú, Tổng Thống Thiệu lần đầu tiên chính thức thực hiện cái quyết định cắt bỏ lãnh thổ đó. Tuy đã có họp với các tướng lãnh cao cấp vào ngày 11-3-1975, như chúng ta đã thấy trong phần trên, nhưng Tổng Thống Thiệu phải một mình chịu trách nhiệm về quyết định này vì đây là ý nghĩ của ông và 3 vị tướng kia hoàn toàn không có đóng góp gì cả trong cuộc họp; họ gần như chỉ đóng vai trò làm nhân chứng mà thôi. Trong cuộc họp tại Cam Ranh ngày 14-3-1975 thì cũng vậy, không có một vị tướng nào có một lời phản biện nào cả. Tướng Phú là người mang cấp bậc thấp nhứt tại cuộc họp nên lại càng không có ý kiến gì cả vì ông đã thấy rõ là Tổng Thống đã quyết định như vậy với sự đồng thuận của 3 vị tướng lãnh cao cấp kia. Đây thật là một điều hết sức đáng tiếc về cuộc họp này cho một quyết định vô cùng quan trọng về quân sự và chính trị của VNCH.

TÍnh Chất Của Lệnh

Về tính chất của lệnh thì đây là một lệnh tối mật, chỉ có các sĩ quan cao cấp tại Bộ Tư Lệnh Quân Đoàn II được biết mà thôi, ngay cả các sĩ quan cao cấp tại Bộ Tổng Tham Mưu cũng không được thông báo. Trong cuốn hồi ký của ông, Đại Tá Hoa còn cho biết thêm là khi ông liên lạc với Đại Tá Lê Khắc Lý, Tham Mưu Trưởng Quân Đoàn II, để thông báo về việc ông điều động phi cơ vận tải C-130 lên Pleiku cho Quân Đoàn II, thì Đại Tá Lý cũng không cho ông biết Quân Đoàn II sẽ sử dụng các phi cơ đó trong việc gì.[7] Các giới chức Hoa Kỳ tại Việt Nam cũng hoàn toàn không được thông báo gì hết về lệnh này. Tác giả Đỗ Sơn, trong tác phẩm ***Chuẩn Tướng Phạm Duy Tất và sự thật cuộc triệt thoái Quân Đoàn II***, đã có ghi lại cuộc phỏng vấn của ông với Chuẩn Tướng Phạm Duy Tất về cuộc triệt thoái này. Khi được hỏi về việc Tướng Phú đã truyền đạt lại lệnh của Tổng Thống Thiệu như thế nào tại cuộc họp của Quân Đòan II vào buổi chiều ngày 14-3-1975 thì Tướng Tất đã trả lời như sau: ***"Lệnh Tổng Thống là giữ bí mật tuyệt đối, chỉ rút quân chủ lực, còn bỏ lại tất cả. Có nghĩa là bỏ Tiểu Khu, bỏ Địa Phương Quân, Nghĩa Quân, và dân chúng. Có người đã hỏi tại sao vậy? Tướng Phú trả lời: Tổng Thống đã có nói nếu***

họ muốn theo thì họ sẽ biết cách đi theo, các anh không phải lo. Phải rút nhanh, gọn để bảo toàn sự bất ngờ." [8] Tính chất tối mật này không giữ được lâu vì trên thực tế ***không thể nào*** có thể giữ được bí mật việc di chuyển của cả một Quân Đoàn. Cuốn hồi ký của Đại Tá Hoa cho biết khi phi cơ C-130, mà ông điều động lên Pleiku vào sáng ngày 16-3-1975, đến phi trường Cù Hanh (Pleiku) đã ***"không thể nào đáp xuống phi trường được, vì người ta đông không thể tưởng tượng nổi."*** [9]

Nội Dung Của Lệnh

Về mặt nội dung, lệnh của Tổng Thống Thiệu gồm 2 phần: 1) Bỏ Pleiku-Kontum, rút toàn bộ quân chủ lực của Quân Đoàn II về vùng duyên hải; và 2) Tổ chức lại lực lượng để phản công tái chiếm Ban Mê Thuột. Quân Đoàn II chỉ thực hiện được phần 1 của lệnh này; phần 2 của lệnh này không bao giờ được thực hiện vì, trên thực tế, sau cuộc triệt thoái, Quân Đoàn II không còn hiện hữu nữa. Lệnh của Tổng Thống Thiệu, như đã nói ở trên, là: ***"rút nhanh, gọn để bảo toàn sự bất ngờ,"*** nhưng hoàn toàn không có nói gì hết về khung thời gian, như vậy có thể được xem như giao toàn quyền cho Tướng Phú quyết định về khía cạnh này. Và Tướng Phú, trong cuộc họp với các sĩ quan cao cấp tại Bộ Tư Lệnh Quân Đoàn II của ông vào đêm 14-3-1975, đã quyết định bắt đầu ngay cuộc triệt thoái vào sáng ngày 16-3-1975, ***nghĩa là chỉ sau có 1 ngày chuẩn bị (15-3-1975) mà thôi***, nghĩa là, trên thực tế, có thể xem như là ***không có chuẩn bị gì cả***, một điều gần như không có thể nào tưởng tượng được cho một cuộc hành quân ở cấp quân đoàn. Một điều cũng không bình thường là ngay cả lệnh hành quân trên giấy tờ mà lẽ ra Bộ Tư Lệnh Quân Đoàn phải gửi cho các đơn vị trực thuộc Quân Đoàn cũng không có luôn.

Tính Khả Thi Của Lệnh

Về tính khả thi của lệnh này, được Tổng Thống Thiệu đưa ra trong một bối cảnh chính trị – quân sự hết sức nghiêm trọng, có rất nhiều vấn đề cần phải được xem xét và đánh giá một cách đầy đủ và khách quan. Trước hết là cái cách thức ra lệnh của Tổng Thống Thiệu: khi ông cảm thấy không thuyết phục được Tướng Phú về chủ trương rút bỏ Vùng II của ông (vì Tướng Phú xin được cùng toàn quân ở lại tử thủ), ông đã sử dụng đến cả hạ sách là hăm dọa cách chức và bỏ tù Tướng Phú.[10] Như người viết đã trình bày bên trên, lệnh triệt thoái này gồm 2 phần: 1) rút lực lượng chủ lực của Quân Đoàn II ra khỏi Pleiku-Kontum, và 2) tổ chức lại lực lượng để phản công tái chiếm Ban Mê Thuột. Như vậy, phần 2 chính là mục tiêu để biện minh cho phần 1 chỉ là phương tiện. ***Lý luận này hoàn toàn không có cơ sở vững chắc***. Ban Mê Thuột đã mất và Quân Đoàn II, với lực lượng sẵn có (và sẽ không có thêm bất cứ lực lượng Tổng Trừ Bị nào được tăng viện nữa cả), đã không thể phản công tái chiếm, thì làm thế nào, cũng với lực lượng đó (chắc chắn sẽ bị giảm thiểu rất nhiều sau cuộc triệt thoái) lại có thể phản công chiếm lại được Ban Mê Thuột? Đó là mới chỉ xét sự việc thuần túy về mặt lực lượng mà thôi. Còn về mặt tinh thần chiến đấu của binh sĩ thì sao? Chắc chắn sẽ bị sút giảm trầm trọng sau khi QLVNCH đã thua 2 trận lớn, đã mất luôn 2 tỉnh và cả một Quân Đoàn phải rút lui. Tổng Thống Thiệu có thể đã nghĩ rằng rút bỏ Pleiku-Kontum thì Quân Đoàn II sẽ không còn phải trải quân bảo vệ các vùng đó nữa, vậy có thể tập trung nhiều quân hơn để tấn công Ban Mê Thuột. Nếu quả thật ông đã suy nghĩ như vậy thì ông đã quên là Bắc Việt cũng sẽ không cần các sư đoàn của họ bao vây Pleiku và Kontum nữa, mà sẽ tập trung chúng lại để bảo vệ Ban Mê Thuột. Ngoài ra, về phương diện tinh thần binh sĩ, thì quân Bắc Việt chắc chắn sẽ cao hơn tinh thần của binh sĩ QLVNCH rất nhiều vì họ đang liên tiếp chiến thắng và đã khiến cho QLVNCH phải triệt thoái cả một Quân Đoàn, một điều chưa từng xảy ra trong suốt cuộc chiến tranh gần 20 năm. ***Chuyện phản công tái chiếm Ban Mê Thuột,***

mục tiêu của lệnh triệt thoái này, rõ ràng là một chuyện không tưởng. Câu hỏi cần có lời giải đáp là có thể nào Tổng Thống Thiệu là một vị tướng lãnh cao cấp, có nhiều kinh nghiệm, và là một người luôn luôn làm việc có tính toán cẩn thận, lại có thể suy nghĩ nông nổi như vậy hay không? Câu trả lời của người viết bài này là: **KHÔNG**. Tổng Thống Thiệu chỉ dùng nó làm cái cớ để thực hiện việc cắt bỏ Vùng II mà ông đã quyết định tại cuộc họp ngày 11-3-1975 tại Dinh Độc Lập với các Tướng Khiêm, Viên và Quang. Suy xét thêm một chút nữa chúng ta cũng thấy rằng ông không hề đề cập gì cả đến chuyện tái chiếm Pleiku- Kontum, nghĩa là nếu có phản công thì chỉ là để chiếm lại Ban Mê Thuột mà thôi, không phải để chiếm lại Vùng II. Tóm lại mức độ khả thi của lệnh này là rất đáng nghi ngờ.

Cách Thi Hành Lệnh

Về cách thức thực hiện lệnh này thì có thể tóm tắt trong một câu: ***không được chuẩn bị chu đáo, nếu không muốn nói là không có chuẩn bị gì cả.*** Đây là một lỗi lầm lớn, rất lớn của Tướng Phú. Dù cho lệnh của Tổng Thống Thiệu là phải thực hiện cho nhanh, ông cũng không thể và không nên thực hiện quá nhanh như vậy. Chắc chắn ông phải biết rằng dân chúng trong Vùng II, đặc biệt là tại Pleiku, nơi đóng Bộ Tư Lệnh của Quân Đoàn II, sẽ biết về việc triệt thoái này, và họ sẽ đi theo. Như vậy, ông không thể chỉ quan tâm đến khía cạnh quân lính và quân trang, quân dụng mà phải tính trước cả yếu tố dân chúng, mà là dân chúng bị hoảng hốt, kinh hoàng trước việc lui binh vĩ đại, vô tiền khoáng hậu này. Ngoài ra, một số việc làm của Tướng Phú trong thời gian này cũng cần phải được đánh giá. Việc thứ nhứt là việc ông đòi hỏi, gần như là một điều kiện để đánh đổi cho việc ông phải thi hành cái lệnh vô cùng khó khăn này, Tổng Thống Thiệu phải đồng ý thăng cấp Chuẩn Tướng cho Đại Tá Phạm Duy Tất, Chỉ Huy Trưởng Biệt Động Quân Vùng II. Tình hình quân sự lúc bấy giờ hoàn toàn không phù hợp cho việc thăng cấp trong quân đội; QLVNCH đang thua trận nặng nề chứ có phải đang chiến thắng oanh liệt gì đâu. Thứ hai, chỉ thăng cấp cho 1 vị đại tá là ông Tất mà thôi (với lý do gì cũng không thấy nói rõ, nhưng chắc chắn không phải do hành động gì phi thường tại mặt trận lúc bấy giờ) làm sao không tạo ra sự dèm pha (ông Tất là bạn thân của ông Phú từ nhiều năm) và bất mãn của các vị đại tá khác trong Bộ Tư Lệnh Quân Đoàn, trong lúc đang cần sự đồng thuận và cộng tác tích cực giữa các sĩ quan cao cấp của Quân Đoàn trong cuộc hành quân hết sức quan trọng này. Việc thứ ba là Tướng Phú gần như không có mặt trong cuộc triệt thoái này. Sáng ngày 15-3, ông và một số sĩ quan trong bộ tham mưu của ông bay về Nha Trang với lý do là để thiết lập bản doanh mới cho Bộ Tư Lệnh Quân Đoàn. Việc chỉ huy tổng quát cuộc triệt thoái này được ông giao cho Tướng Tất.[11] Đây có thể là động cơ chính của Tướng Phú trong việc hết sức cố gắng xin Tổng Thống Thiệu thăng cấp Chuẩn Tướng cho bằng được cho Đại Tá Tất. Theo kế hoạch, chỉ có Sư Đoàn 6 Không Quân sẽ tự lo liệu để di chuyển toàn bộ lực lượng về căn cứ không quân Phan Rang, tất cả các lực lượng còn lại của Quân Đoàn II sẽ di chung với nhau, mỗi ngày sẽ có một đoàn 200-250 xe sẽ rời Pleiku với binh sĩ và chiến cụ. Toàn bộ các lực lượng chủ lực của Quân Đoàn II hiện diện trong vùng Pleiku-Kontum lúc đó gồm:

- 1 tiểu đoàn thuộc Trung Đoàn 44, Sư Đoàn 23 Bộ Binh
- 6 Liên Đoàn Biệt Động Quân: 4, 7, 21, 22, 24 và 25
- Thiết Đoàn 21 Chiến Xa M.48 (thuộc Lữ Đoàn 2 Kỵ Binh)
- 2 tiểu đoàn pháo 155 ly Howitzer
- 1 tiểu đoàn pháo 175 ly tầm xa
- Liên Đoàn 20 Công Binh Chiến Đấu
- Liên Đoàn 231 Yểm Trợ Tiếp Vận

Theo kế hoạch mà Tướng Phú đã đề nghị tại cuộc họp ở Cam Ranh ngày 14-3 và đã được Tổng Thống Thiệu và các tướng lãnh hiện diện đồng chấp thuận, Liên Tỉnh Lộ 7B (LTL-7B), con đường (tách ra từ Quốc Lộ 14 là quốc lộ nối liền Pleiku với Ban Mê Thuột) từ Ngã Ba Mỹ Thạch đi về hướng Đông

Nam đến Tuy Hòa, đã được chọn để rút quân. Lý do là vì cả 2 quốc lộ huyết mạch nối liền cao nguyên với duyên hải là Quốc Lộ 19 (nối liền Pleiku với Qui Nhơn) và Quốc Lộ 21 (nối liền Ban Mê Thuột với Ninh Hòa) đều đã bị các đơn vị quân Bắc Việt đóng chốt và cắt đứt. LTL-7B là một con đường trải đá, dài 182 km, ít được sử dụng vì hư hại nhiều, gần như bỏ hoang, gồm 3 đoạn như sau:

- từ Ngã Ba Mỹ Thạch đến Cheo Reo: 84 km, đường tốt
- từ Cheo Reo đến Củng Sơn: 48 km, qua đèo Tuna (cách Cheo Reo khoảng 4 km về phía Nam, ngày nay gọi là đèo Tô Na), qua cầu Sông Ba (thời Pháp thuộc gọi là cầu Le Bac, sông Ba ở khúc này rất rộng nên cầu nầy dài đến 600 m nhưng đã bị sập từ lâu, và sau cùng phải qua cầu Cà Lúi (một sông nhánh của sông Ba) trước khi đến Củng Sơn
- từ Củng Sơn đến Tuy Hòa: 50 km, đoạn đường này đã bị quân Đồng minh Đại Hàn gài rất nhiều mìn trước năm 1973.

Nói chung LTL-7B không phải là một trục lộ giao thông tốt cho cuộc rút quân, nhưng nó là con đường duy nhứt còn lại và có thể tạo ra yếu tố bất ngờ cần thiết cho cuộc rút quân.

Lịch trình rút quân được sắp xếp như sau:

- Ngày 16-3: Liên Đoàn 20 Công Binh Chiến Đấu đi tiền tiêu, mở đường và sửa chữa cầu đường nếu cần; Liên Đoàn 6 Biệt Động Quân đi theo để yểm trợ cho Công Binh; cùng đi trong đợt đầu tiên này là một số đơn vị tiếp vận, quân cụ di chuyển trên khoảng 200 quân xa, cùng với một số đơn vị pháo binh, và một chi đoàn thiết giáp M-48 thuộc thiết đoàn 21 đi theo để bảo vệ đoàn xe
- Ngày 17-3: các đơn vị còn lại của tiếp vận, pháo binh, và quân y, di chuyển trên khoảng 250 quân xa, với một chi đoàn thiết giáp M-48 đi theo để bảo vệ đoàn xe
- Ngày 18-3: các đơn vị thuộc Bộ Tư Lệnh Quân Đoàn II, một vài đơn vị thuộc Bộ Tư Lệnh Sư Đoàn 23 Bộ Binh, các đơn

vị Quân Cảnh, Tiểu đoàn thuộc Trung Đoàn 44 của Sư Đoàn 23, và một đơn vị thiết giáp đi theo bảo vệ đoàn xe cũng gồm khoảng 250 quân xa

• Ngày 19-3: các Liên Đoàn Biệt Động Quân còn lại và các đơn vị thiết giáp cuối cùng đi tập hậu để chặn địch quân truy kích

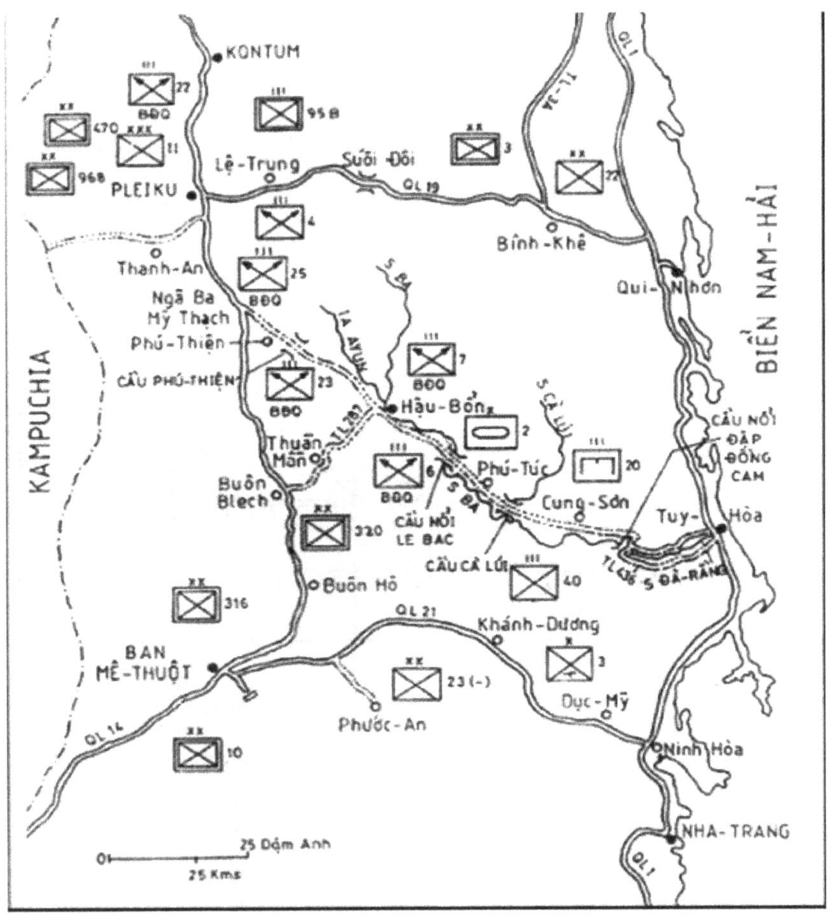

Hình 8.1. Bản đồ Liên Tỉnh Lộ 7B

Ngày đầu tiên của cuộc rút quân diễn ra suông sẻ, tốt đẹp, đúng kế hoạch vì dân chúng cũng như các đơn vị quân Bắc Việt chưa hay biết về cuộc triệt thoái. Nhưng vào cuối ngày thì dân chúng Pleiku đã biết chuyện và họ lũ lượt kéo nhau chạy theo đoàn quân di tản. Cũng trong buổi chiều ngày hôm đó, Tướng Văn Tiến Dũng của Bắc Việt cũng đã biết tin về cuộc triệt thoái của Quân Đoàn II, và ông ra lệnh cho Tư Lệnh Sư Đoàn 320 phải cấp tốc truy kích đoàn quân đang triệt thoái trên LTL-7B.

Ngày hôm sau, 17-3, dân chúng bắt đầu nhập vào đoàn quân triệt thoái bằng đủ tất cả những phương tiện di chuyển mà họ có, kể cả một số rất đông đi bộ, tất cả khiến cho đoàn quân không thể di chuyển nhanh được.

Hình 8.2. Một cảnh của đoàn quân triệt thoái trên LTL-7B

Ngày 18-3, đoàn quân đến được Cheo Reo và ngừng lại vì Công Binh chưa làm kịp cầu bắc qua sông Ba ở phía Nam Cheo Reo. Cũng trong ngày này, trước tình hình cuộc triệt thoái có vẻ thuận lợi với yếu tố bất ngờ, ***"tướng Phú thay đổi ý kiến. Ông ra lệnh ngưng cuộc lui binh và thay vào đó là lệnh lập tuyến phòng thủ tại Hậu-Bổn."*** [12] Bộ Tư Lệnh Tiền Phương của Quân Đoàn II dưới sự chỉ huy của Chuẩn Tướng Trần Văn Cẩm đặt ngay tại một trường học trong thị trấn Hậu Bổn (Cheo Reo). Nhưng ngay tối hôm đó, các đơn vị thuộc Sư Đoàn 320 của Bắc Việt đã bắt kịp đoàn quân triệt thoái tại Cheo Reo và bắt đầu tấn công bằng tất cả hỏa lực mà họ có, gây thiệt hại rất nặng cho đoàn quân triệt thoái và dân chúng đi theo, rất nhiều quân xa bốc cháy, nhiều trọng pháo và thiết giáp bị phá hủy, xe cộ và xác người ngổn ngang trên tỉnh lộ và trong thị trấn. Liên Đoàn 23 BĐQ được lệnh tiến chiếm đèo Ban Bleik ở phía tây Thị Trấn Cheo Reo để chặn dứng sức tấn công của quân Bắc Việt, kéo dài thời gian để giúp cho Công Binh có thể làm xong được cầu bắc qua sông Ba.

Ngày 19-3, trận kịch chiến vẫn tiếp tục tại Cheo Reo giữa các liên đoàn BĐQ và các đơn vị của Sư Đoàn 320 Bắc Việt đang truy kích. Trong ngày này, một số đơn vị Địa Phương Quân người Thượng đã nổi loạn, bỏ hàng ngũ, cướp phá, gây hỗn loạn trong đoàn quân dân triệt thoái. Trong lúc trận chiến đang diễn ra ác liệt, một phi tuần phản lực cơ A-37 của Không Quân VNCH lại oanh tạc lầm vào quân bạn, gây thiệt hại rất nặng cho một một tiểu đoàn của Liên Đoàn 7 BĐQ, và làm cho tình hình trong đoàn quân triệt thoái càng thêm hỗn loạn; mệnh lệnh và kỷ luật gần như không còn nữa. Một số cấp chỉ huy của các thiết đoàn cũng như của các tiểu đoàn BĐQ có nhiệm vụ yểm trợ đoàn quân triệt thoái không còn chỉ huy được các đơn vị của họ nữa. Trước tình hình rối loạn, không còn kiểm soát được nữa tại Hậu Bổn, Tướng Phú lại một lần nữa thay đổi ý kiến, ra lệnh bỏ tuyến phòng thủ ở Hậu Bổn, và tiếp tục lui quân về Tuy Hòa. Ông ***"… cho trực thăng tới bốc Bộ Tư Lệnh Tiền Phương của Quân Đoàn đưa về Tuy Hòa, riêng Tướng Cẩm là người ở lại sau cùng nên chính trực thăng của tôi*** [tôi = Chuẩn Tướng Phạm Duy Tất) ***bốc ông***." [13] Kể từ lúc này trở đi, ***không còn một vị tướng lãnh nào trong đoàn quân triệt thoái nữa hết***, việc chỉ huy thống nhứt hoàn toàn không còn nữa, đoàn quân như rắn mất đầu, binh sĩ cảm thấy bị bỏ rơi, các cấp chỉ huy và các đơn vị mạnh ai nấy lo. Trong thời gian đó, Không Quân VNCH được lệnh ném bom phá hủy tất cả các chiến cụ nặng, không để chúng lọt vào tay địch quân. Sáng ngày 20-3, đoàn quân triệt thoái cố gắng phá vòng vây của các đơn vị thuộc Sư Đoàn 320 Bắc Việt, thoát ra khỏi Hậu Bổn để tiến về phía Củng Sơn, nhưng mới được khoảng nửa đường thì bị chặn lại vì Phú Túc đã bị quân Cộng sản chiếm. Liên Đoàn 7 BĐQ được lệnh tiến lên, tấn công dũng mãnh và chiến thắng, chiếm lại được Phú Túc trong cùng ngày. Ngày hôm sau, 21-3, đoàn quân tiếp tục tiến về Củng Sơn, mặc dù vẫn tiếp tục bị địch quân truy kích. Trên đường đi, sau khi ra khỏi Phú Túc, tình hình mất kỷ luật bên trong đoàn quân triệt thoái càng lúc càng tệ hơn, binh sĩ nhiều đơn vị tranh nhau, kể cả bắn nhau, để vượt lên trước. ***"… Súng bắt đầu nổ từ một phe, bạo lực lan nhanh như lửa cháy đồng, trong chốc lát nó bao trùm đoàn xe, súng nổ khắp nơi, người ta bắn để cướp đường giành đi trước…Bấy giờ súng không nổ phát một, người ta bắn hàng tràng đại liên, không bắn chỉ thiên, mà bắn xả trên đầu… "*** [14] Đoàn xe sau cùng cũng đến được bờ sông Ba. Lúc đó Liên Đoàn 20 Công Binh Chiến Đấu vẫn làm chưa xong cầu. Cầu phao đã được đưa từ Nha Trang lên Tuy Hòa nhưng sau đó không đưa được bằng đường bộ từ Tuy Hòa về Củng Sơn vì các chốt chặn của quân Cộng sản. Sau cùng Không Quân VNCH phải sử dụng đến các trực thăng khổng lồ Chinook CH-47 để dưa từng phần từ Tuy Hòa về Củng Sơn.[15] Liên Đoàn 6 BĐQ, tại phòng tuyến phía Tây Củng Sơn, đã chiến đấu rất ác liệt để chặn đứng các cuộc tấn công của Trung Đoàn 64 của Sư Đoàn 320 Bắc Việt, nhằm giúp cho Công Binh hoàn thành cầu phao bắt ngang qua Sông Ba. Ngày 22-3, cầu phao làm xong, đoàn xe bắc đầu vượt sông Ba. Lúc bắt đầu vượt sông, vì tranh nhau qua cầu cho nhanh, một số xe tiến quá nhanh làm sập một đoạn cầu phao, gây thêm một số thương vong. Công Binh đã nhanh chóng sửa chữa lại đoạn cầu bị sập và đoàn quân triệt thoái qua được sông Ba, sử dụng Tỉnh Lộ 436 để tiến về Tuy Hòa. Các Tiểu Đoàn 35 và 51, thuộc Liên Đoàn 6 BĐQ, tiếp tục bám giữ phòng tuyến tại Củng Sơn để bảo vệ phía sau của đoàn quân. Tiểu Đoàn 34, thuộc Liên Đoàn 7 BĐQ, tiến về phía trước, nhổ từng chốt chặn của Cộng quân để giúp đoàn dân quân triệt thoái tiến về Tuy Hòa. Ngày

27-3, vào lúc 9 giờ tối, những chiếc quân xa đầu tiên của đoàn quân triệt thoái về đến Tuy Hòa.

Hậu Quả Của Lệnh

Về mặt hậu quả, cuộc triệt thoái này là bước đầu của tiến trình sụp đổ nhanh chóng ngoài sức tưởng tượng của VNCH: nếu tính từ ngày 16-3-1975, ngày khởi đầu của cuộc lui quân, cho đến ngày 30-4-1975, ngày Đại Tướng Dương Văn Minh, Tổng Thống cuối cùng của VNCH đầu hàng quân Bắc Việt tại Dinh Độc Lập, thời gian chỉ có 44 ngày.

Hậu quả đầu tiên và trực tiếp của cuộc triệt thoái vô tiền khoáng hậu trong lịch sử của QLVNCH này là việc Quân Đoàn II đã bị xóa sổ, và điều này có nghĩa là VNCH đã mất đi ¼ lực lượng quân sự trong vòng chỉ có hơn 10 ngày. ***"Khoảng 60 ngàn quân chủ lực khi về đến Tuy Hòa chỉ còn lại khoảng 20 ngàn. Năm liên đoàn BĐQ với quân số khoảng 7 ngàn chỉ còn lại 900 người. Lữ Đoàn 2 Kỵ Binh với hơn 100 thiết-xa các loại chỉ còn đúng 13 thiết-vận-xa M-113."*** [16] Đại Tướng Cao Văn Viên, Tổng Tham Mưu Trưởng QLVNCH, tổng kết thiệt hại của Quân Đoàn II trong tác phẩm của ông viết bằng Anh ngữ, ***The Final collapse***, như sau: "***At least 75 percent of II Corps combat strength, to include the 23d Infantry Division as well as Ranger, armor, artillery, engineer, and signal units, had been tragically expended within ten days."*** [17] (Xin tạm dịch sang Việt ngữ như sau: *"Ít nhứt 75 phần trăm lực lượng chiến đấu của Quân Đoàn II, bao gồm các đơn vị của Sư Đoàn 23 Bộ Binh cũng như Biệt Động Quân, thiết giáp, pháo binh, công binh, và truyền tin, đã bị tiêu diệt một cách bi thảm trong vòng mười ngày").* Về phương diện lãnh thổ, Quân Đoàn II đã mất gần hết các tỉnh thuộc vùng Cao Nguyên, đó là các tỉnh Pleiku, Kontum, Darlac, và Phú Bổn, với các tỉnh còn lại là Lâm Đồng, Tuyên Đức và toàn bộ các tỉnh ở vùng Duyên Hải đang bị đe dọa rất nặng nề.

Các hậu quả dây chuyền tiếp theo là việc QLVNCH phải rút lui khỏi tất cả những vùng lãnh thổ của Quân Đoàn I và II bị áp lực nặng nề của các sư đoàn quân Bắc Việt. Trong thời gian này một số chỉ huy cao cấp của Quân Đoàn II như Chuẩn Tướng Trần Văn Cẩm, Tư Lệnh Tiền Phương, và Đại Tá Lê Khắc Lý, Tham Mưu Trưởng, đã bị địch quân bắt làm tù binh. Trung Tướng Ngô Quang Trưởng, Tư Lệnh Quân Đoàn I phải rút bỏ Huế và Đà Nẵng. Lần lượt tất cả lãnh thổ của hai quân khu này đều lọt vào tay địch. Quân Đoàn III phải thiết lập Bộ Tư Lệnh Tiền Phương tại Phan Rang, nhưng chẳng bao lâu, phòng tuyến này cũng tan vỡ vào ngày 15-4-1975, và Trung Tướng Nguyễn Vĩnh Nghi, Tư Lệnh Tiền Phương, và Chuẩn Tướng Phạm Ngọc Sang, Tư Lệnh Sư Đoàn 6 Không Quân (từ Pleiku di chuyển về) cũng đã bị địch quân bắt làm tù binh. Bắc Việt tập trung tất cả 5 sư đoàn tấn công Xuân Lộc nhưng bị Sư Đoàn 18 của Thiếu Tướng Lê Minh Đảo chặn đứng lại. Phe Cộng sản quyết định bỏ Xuân Lộc tiến thẳng về Sài Gòn và VNCH đã đầu hàng vào trưa ngày 30-4-1975.

Thay Lời Kết:

QLVNCH đã giữ được Miền Nam trong 20 năm, chiến thắng tất cả những cuộc Tổng Tấn Công của quân Bắc Việt, nhưng đã tan rã và bại trận trong vòng 44 ngày, kể từ ngày 16-3-1975 khi Quân Đoàn II bắt đầu cuộc triệt thoái khỏi Pleiku theo lệnh của Tổng Thống Nguyễn Văn Thiệu cho đến ngày 30-4-1975 khi Tổng Thống Dương Văn Minh tuyên bố đầu hàng. Việc Hoa Kỳ "tháo chạy" và bỏ rơi "đồng minh" VNCH qua hành động cắt giảm và sau đó cắt bỏ hoàn toàn quân viện cho VNCH, mỉa mai thay, là một "đảm bảo" cho việc thất trận của VNCH, như Đại Tướng Fred C. Weyand, Tham Mưu Trưởng Lục Quân Hoa Kỳ (U.S. Army Chief of Staff), đã nhận xét trong báo cáo đề ngày 4-4-1975 mà ông trình lên Tổng Thống Gerald Ford sau chuyến đi xét duyệt tình hình quân sự của VNCH từ ngày 28-3-1975 đến ngày 4-4-1975: ***"The present level of U.S.***

support guarantees GVN defeat." [18] (Xin tạm dịch sang Việt ngữ như sau: *"Mức viện trợ hiện nay của Hoa Kỳ bảo đảm cho việc thất trận của VNCH."*) Lệnh triệt thoái Quân Đoàn II của Tổng Thống Thiệu, mà hậu quả sau cùng là việc đầu hàng của VNCH vào ngày 30-4-1975, nghĩ cho cùng, chỉ là một chất xúc tác giúp cho việc thất trận của VNCH diễn ra nhanh hơn mà thôi.

CHƯƠNG CHÍN

Hoa Kỳ Bỏ Rơi Đồng Minh Việt Nam Cộng Hòa: Trách Nhiệm Thuộc Về Ai?

Việt Nam Cộng Hòa (VNCH) đã bị khai tử vào trưa ngày 30-4-1975. Điều này người Việt Nam ai cũng biết rõ. Và người Việt Nam ai cũng biết rõ là VNCH đã thua trận vì đã bị Hoa Kỳ bỏ rơi. Nhiều năm qua, không ít người Việt Nam đã oán hận Tổng Thống Hoa Kỳ Richard M. Nixon và Cố Vấn An Ninh Quốc Gia (sau là Bộ Trưởng Ngoại Giao) Henry A. Kissinger vì cho rằng hai vị này đã bán đứng và đâm sau lưng VNCH qua Hiệp Định Paris ký kết ngày 27-1-1973. Chương Chín này cố gắng tìm hiểu cho thật đúng việc Hoa Kỳ bỏ rơi VNCH để có thể quy rõ trách nhiệm thuộc về ai.

Cuộc Chiến Giữa Hành Pháp và Lập Pháp Hoa Kỳ 1973-1975

Sau cuộc bầu cử tổng thống và quốc hội ngày 7-11-1972, vào đầu năm 1973, sau khi Tổng Thống Richard M. Nixon tuyên thệ nhậm chức nhiệm kỳ 2 vào ngày 20-1-1973, tình hình chính trị của Hoa Kỳ ở vào thế cực kỳ mâu thuẫn:

- Hành pháp: Tổng Thống Nixon thuộc Đảng Cộng Hòa đã thắng rất lớn (a big landslide), đánh bại đối thủ thuộc Đảng Dân Chủ là Thượng Nghị Sĩ George McGovern của tiểu bang South Dakota như sau:

○Về phiếu bầu của dân chúng (Popular vote): Nixon chiếm 47,1 triệu (60.7%); McGovern chỉ được 29,1 triệu phiếu (37.5%)

○Về phiếu cử tri đoàn (Electoral vote): Nixon được 520 phiếu (Nixon thắng tại 49 tiểu bang, kể cả tiểu bang quê nhà của McGovern là South Dakota); McGovern chỉ được có 17 phiếu cử tri đoàn (McGovern chỉ thắng được một tiểu bang duy nhứt là Massachusetts và thủ đô Washington, D.C. mà thôi) [1]

• Lập pháp: trái ngược lại, Quốc Hội Hoa Kỳ (Khóa 93, nhiệm kỳ từ ngày 3-1-1973 cho đến ngày 3-1-1975) hoàn toàn nằm trong tay Đảng Dân Chủ với chi tiết như sau:

○Tại Hạ Viện: Đảng Dân Chủ chiếm đa số với 241 ghế trong khi Đảng Cộng Hòa là thiểu số với 192 ghế

○Tại Thượng Viện: Đảng Dân Chủ chiếm đa số với 56 ghế trong khi Đảng Cộng Hòa là thiểu số với 42 ghế [2]

Trong bầu không khí chính trị căng thẳng và chia rẽ trầm trọng tại Hoa Kỳ do cuộc Chiến Tranh Việt Nam tạo ra, kết quả bầu cử của năm 1972 cho thấy rõ ràng là người dân Mỹ mong muốn hai điều như sau được thực hiện:

• Chính phủ Cộng Hòa, với Tổng Thống Nixon vừa được tái cử với một đa số tuyệt đối, sẽ thành công trong việc thương thuyết để chấm đứt cuộc chiến

• Quốc Hội Dân Chủ, với đa số tuyệt đối ở cả 2 viện, sẽ thành công trong việc bảo đảm không để cho Hoa Kỳ bị lôi cuốn vào một cuộc chiến tương tự

Trong hoàn cảnh như thế, cả hai phía hành pháp và lập pháp đều thấy rằng mình đã có được một căn bản rất vững chắc để có thể tự cho rằng mình đã được dân chúng trao cho sứ mạng (Mandate) để thực hiện cho được cái điều mà dân chúng mong muốn. Đồng thời, cả hai phía cũng đều hiểu rất rõ sự hạn chế của cái "sứ mạng" của mình vì phía bên kia cũng có "sứ mạng" của họ.

Về phía hành pháp, Tổng Thống Nixon, trong cuốn hồi ký của mình, đã nhận định như sau, trong đêm 7-11-1972, khi các kết quả bầu cử đang được báo cáo:

> ***"In state after state we were winning big. Texas, for example, was going to be ours by more than a million votes. But there was also bad news: we were not picking up enough congressional seats to provide the legislative support my own New Majority mandate would need."*** [3] (Xin tạm dịch sang Việt ngữ như sau: *Hết tiểu bang này đến tiểu bang khác, chúng tôi đều thắng lớn. Thí dụ: chúng tôi cũng sẽ dành được tiểu bang Texas, thắng đối phương hơn một triệu phiếu. Nhưng cũng có tin xấu: chúng tôi không chiếm đủ ghế tại quốc hội để có thể có được sự ủng hộ về lập pháp mà sứ mạng Tân Đa Số của chính tôi sẽ cần đến).*

Để thuyết phục Tổng Thống VNCH Nguyễn Văn Thiệu đồng ý ký Hiệp Định Paris, Tổng Thống Nixon đã nhiều lần cam kết trong các mật thư gửi cho ông Thiệu là Hoa Kỳ sẽ trả đủa nếu Bắc Việt vi phạm hiệp định. Lời cam kết đó đã được lập lại trong mật thư của Tổng Thống Nixon gửi Tổng Thống Thiệu ngày 5-1-1973 như sau:

> ***" ... we will respond with full force should the settlement be violated by North Vietnam."*** [4] (Xin tạm dịch sang Việt ngữ như sau: *Chúng tôi sẽ dốc toàn lực đối phó nếu Bắc Việt vi phạm thỏa ước này).*

Các mật thư đó đều do Cố Vấn An Ninh Quốc Gia Tiến sĩ Henry A. Kissinger soạn thảo cho Tổng Thống Nixon ký. Tuy nhiên, ông Kissinger không bao giờ hở môi về các mật thư này. Hơn nữa, vì biết rõ phía lập pháp sẽ chống đối việc tái diễn Chiến Tranh Việt Nam, sau khi Hiệp Định Paris đã được ký kết, ông luôn luôn tìm cách tránh né không trả lời thẳng khi được các ký giả Mỹ hỏi liệu Hoa Kỳ có sẽ gửi quân trở lại Việt Nam hay không nếu Bắc Việt vi phạm hiệp định. Tác giả Walter Isaacson, trong tác phẩm ***"Kissinger: a biography,"*** đã ghi lại như sau:

> ***"Asked at a news conference in early 1973 if the U.S. "would***

ever again send troops into Vietnam" if the accord was violated, he responded:" I don't want to comment on a hypothetical situation that we don't expect to arise."[5] (Xin tạm dịch sang Việt ngữ như sau: *Khi được hỏi tại một cuộc họp báo vào đầu năm 1973 là liệu Hoa Kỳ có sẽ gửi quân trở lại Việt Nam hay không nếu hiệp định* [Paris] *bị vi phạm, ông ta* [chỉ Kissinger] đã trả lời như sau: "tôi không muốn bình luận về một tình huống giả định mà chúng tôi không nghĩ là sẽ xảy ra").

Về phía Lập Pháp Hoa Kỳ, các Dân Biểu và Thượng Nghị Sĩ Đảng Dân Chủ đã thấy rõ chủ trương của Nixon và Kissinger qua chính sách ***"Việt-Nam-Hóa Chiến Tranh"*** (Vietnamization of the War, thường được giới truyền thông gọi tắt gọn là Vietnamization), tiếp tục viện trợ, đồng thời chuyển giao căn cứ quân sự và chiến cụ cho QLVNCH từ 1969 song song với việc rút quân Mỹ ra khỏi Việt Nam. Việc tăng cường khả năng chiến đấu cho QLVNCH này đạt đến cực điểm qua hai chương trình gọi là ***Enhance*** (tháng 5-1972) và ***Enhance Plus*** (tháng 10-1972). Hai chương trình này đã chuyển giao cho QLVNCH, trong một thời gian thật ngắn, một số lượng vũ khí lớn chưa từng có như sau:

- ***Enhance*** chuyển giao:
    - 69 phi cơ trực thăng
    - 55 phản lực cơ chiến đấu
    - 100 phi cơ đủ loại khác
    - 7 tàu tuần tiễu
    - 2 tiểu đoàn pháo phòng không
    - 3 tiểu đoàn pháo 175 ly
    - 2 tiểu đoàn thiết giáp M48A3
    - 141 súng phóng (launchers) hỏa tiễn TOW
- ***Enhance Plus*** chuyển giao:
    - 234 phản lực cơ chiến đấu (F-5A và A-37)
    - 32 vận tải cơ C-130

- 177 phi cơ trực thăng UH-1H
- 72 xe thiết giáp
- 177 thiết vận xa
- 1.726 xe vận tải [6]

Sau hai đợt chuyển giao chiến cụ này, Không Quân của QLVNCH đã trở thành không quân đứng hạng 4 trên thế giới về số lượng phi cơ (chỉ sau Hoa Kỳ, Liên Xô, và Trung Cộng).

Do đó Quốc Hội Hoa Kỳ, dưới sự kiểm soát của Đảng Dân Chủ, đã tìm mọi cách ngăn chặn trước, không để cho khả năng tái diễn Chiến Tranh Việt Nam có thể xảy ra. Để có thể thực hiện được điều này, các dân biểu và nghị sĩ Dân Chủ tin rằng họ cần phải tạo ra một đạo luật để giới hạn quyền mang quân ra nước ngoài của tổng thống. Đó là lý do ra đời của đạo luật ***War Powers Act*** do Dân Biểu Clement J. Zablocki (Dân Chủ - Tiểu Bang Wisconsin) đệ trình tại Hạ Viện ngày 3-5-1973. Đạo luật được Hạ Viện thông qua ngày 10-7-1973 và Thượng Viện thông qua ngày 20-7-1973 nhưng sau đó đã bị Tổng Thống Nixon phủ quyết ngày 24-10-1973. Quốc Hội tái xét và đánh bại phủ quyết của Tổng Thống Nixon vào ngày 7-11-1973 với đa số tuyệt đối là 284-135 tại Hạ Viện và 75-18 tại Thương Viện. [7] Đạo luật ***War Powers Act*** đòi hỏi Tổng Thống phải thông báo cho Quốc Hội trong vòng 48 giờ việc gửi quân ra nước ngoài và cấm không cho sử dụng quân lực hơn 60 ngày nếu không có sự cho phép của Quốc Hội, trừ phi đã có sự tuyên chiến của Quốc Hội Hoa Kỳ.

Ý Nghĩa Và Vai Trò Của Hiệp Định Paris

Hai phe đối đầu trong chính phủ Hoa Kỳ, một bên là Tổng Thống Nixon và Cố Vấn An Ninh Quốc Gia Kissinger (về sau, kể từ ngày 22-9-1973, trở thành Bộ Trưởng Ngoại Giao), một bên là các dân biểu và nghị sị thuộc Đảng Dân Chủ trong Quốc Hội đã liên tục tranh chấp với nhau trong vấn đề chính sách đối với VNCH sau khi Hiệp Định Paris được ký kết vào ngày 27-1-1973. Hiệp Định Paris, thật ra, mang ý nghĩa gì?

Ngay từ khi bắt đầu cuộc đàm phán với Bắc Việt, Nixon và Kissinger đã có chủ trương rất rõ rệt với 3 mục tiêu như sau: 1) Bằng mọi giá phải đạt được việc ngưng bắn, nghĩa là giải quyết cuộc chiến thuần túy về mặt quân sự để Hoa Kỳ có thể hoàn tất việc rút quân ra khỏi Việt Nam, và mang được hết tất cả tù binh Hoa Kỳ bị Bắc Việt giam giữ tại Hà Nội về nước; 2) Việc giải quyết cuộc chiến về mặt chính trị sẽ để cho các phe Việt Nam liên hệ giải quyết với nhau; 3) Tiếp tục viện trợ để VNCH có thể tồn tại.

Chính vì mục tiêu số 1 nói trên, Hoa Kỳ đã chấp nhận đồng ý ngay cả việc quân Bắc Việt được phép ở lại Miền Nam trong khi Hoa Kỳ rút tất cả quân về nước. Và cũng chính vì mục tiêu số 1 đó, Tổng Thống Nixon, bất chấp việc Quốc Hội và dân chúng Mỹ kịch liệt phản đối, đã ra lệnh oanh tạc Hà Nội trong thời gian Lễ Giáng Sinh năm 1972 để buộc Bắc Việt phải trở lại bàn hội nghị để ký Hiệp Định Paris. Và cũng chính vì mục tiêu số 1 đó, Tổng Thống Nixon, trong mật thư ngày 20-1-1973 gửi cho Tổng Thống VNCH Nguyễn Văn Thiệu, đã nói thẳng ra là ngay cả nếu VNCH không chịu ký, Hoa Kỳ vẫn sẽ đơn phương ký Hiệp Định Paris, nguyên văn như sau:

> ***"I must meet with key Congressional leaders Sunday evening, January 21, to inform them in general terms of our course. If you cannot give me a positive answer by then, I shall inform them that I am authorizing Dr. Kissinger to initial the Agreement even without the concurrence of your Government. In that case, even if you should decide to join us later, the possibility of continued Congressional assistance will be severely reduced."*** [8] (Xin tạm dịch sang Việt ngữ như sau: *Tôi phải họp với các vị lãnh đạo Quốc Hội vào tối Chúa Nhựt, 21 Tháng Giêng, để thông báo cho họ một cách tổng quát về công việc của chúng ta. Nếu đến lúc đó mà ông vẫn không thể trả lời thuận với tôi, tôi sẽ thông báo với họ là tôi sẽ cho phép Tiến sĩ Kissinger ký tắt bản Thỏa Ước ngay cả không có sự đồng thuận của Chánh phủ của ông. Trong trường hợp này, ngay cả nếu sau này ông quyết định đi cùng chúng*

tôi, khả năng của việc tiếp tục giúp đỡ của Quốc Hội sẽ bị cắt giảm một cách nghiêm trọng).

Tại sao Nixon và Kissinger đã quá coi nặng sự cần thiết phải ký Hiệp Định Paris như vậy? Đây là một trọng điểm trong chiến lược giải quyết Chiến Tranh Việt Nam của hai ông mà chúng ta cần tìm hiểu cho thật rõ ràng. Khi ra tranh cử chức vụ tổng thống Hoa Kỳ vào năm 1968, ông Nixon đã nhìn thấy rõ là Chiến Tranh Việt Nam đã trở thành nguyên nhân tạo ra sự chia rẽ vô cùng trầm trọng trong nội bộ dân chúng Mỹ và nó phải được chấm dứt càng sớm càng tốt. Ông đã tranh cử với lời hứa là sẽ thương thuyết để chấm dứt cuộc chiến đó, và ông đã thắng đối phương, ứng cử viên của Đảng Dân Chủ là đương kim Phó Tổng Thống Hubert H. Humphrey, nhưng thắng một cách chật vật, với một tỷ số phiếu rất khít khao (Nixon: 31.783.783 phiếu hay 43.4%; Humphrey: 31.271.839 phiếu hay 42.7%) [9] Ông cũng nhận ra rằng người dân Mỹ đã chống Chiến Tranh Việt Nam vì đó là một cuộc chiến không có một căn bản pháp lý nào cả. Trong trận Thế Chiến II, kéo dài chỉ có 4 năm (1941-1945), Hoa Kỳ đã có gần nửa triệu binh sĩ tử trận (416.800), nhưng được dân chúng ủng hộ 100%, hoàn toàn không có chống đối gì cả. Tại sao vậy? Vì đó là một cuộc chiến tranh đã được Quốc Hội Hoa Kỳ tuyên chiến vào ngày 8-12-1941 sau cuộc tấn công của Nhật Bản tại Trân Châu Cảng vào một ngày trước đó. Cả 2 ông Nixon và Kissinger đều không có một ảo tưởng nào cả về việc Bắc Việt sẽ tôn trọng và tuân thủ Hiệp Định Paris. Cả hai ông đều nghĩ và tin chắc là Bắc Việt sẽ vi phạm Hiệp Định, tấn công VNCH để hoàn thành mục tiêu thống nhứt Việt Nam của họ. Và chính vì tin như vậy, hai ông cần có một căn bản pháp lý vững chắc để trả đủa các vi phạm đó mà không sợ sẽ gặp sự chống đối. Hiệp Định Paris sẽ là căn bản pháp lý vững chắc đó. Ông Kissinger đã nói rõ chiến lược này như sau tại buổi họp vào đầu tháng 1-1973 với ông Bùi Diễm, Đại Sứ lưu động của Tổng Thống Thiệu, và ông Trần Kim Phượng, Đại Sứ VNCH tại Hoa Kỳ:

"We thought that if we could end the war honorably, with your government in office and with clear obligations in the agreement, that we would have so much authority afterwards that if we said that North Vietnam was violating the agreement, we could bomb them and no one would challenge us. … Who knows today about the armistice was all about in Korea? If Korea is attacked, we would defend it. Why should we do this in Korea and not in Vietnam? There is no reason. … With an army of over a million and controlling a large part of the territory, we think you can handle a ceasefire, at least for a long enough period until there are violations of the agreement. … We thought in that the name of an agreement we would be better able to help than in the name of war. That is our cold-blooded appraisal. … The only use of provisions is to give us a pretext to act. … The agreement buys time." [10] (Xin tạm dịch sang Việt ngữ như sau: *Chúng tôi nghĩ rằng nếu chúng ta có thể kết thúc cuộc chiến một cách danh dự, với chánh phủ của quý vị vẫn tại chức và với những ràng buộc rõ ràng trong thỏa ước, thì sau đó chúng tôi sẽ có được nhiều thẩm quyền đến mức là nếu chúng tôi nói rằng Bắc Việt đã vi phạm thỏa ước, thì chúng tôi có thể dội bom họ mà sẽ không có ai có thể thách đố chúng tôi. ... Hiện nay ai biết hiệp định đình chiến là cái gì đối với Triều Tiên? Nếu Triều Tiên* [chỉ Nam Triều Tiên, tức Đại Hàn] *bị tấn công, chúng ta sẽ bảo vệ họ. Tại sao chúng ta làm được chuyện đó ở Triều Tiên mà không làm được tại Việt Nam? Không có lý do nào cả. ... Với một quân đội trên một triệu quân và với sự kiểm soát một phần lớn lãnh thổ, chúng tôi nghĩ rằng quý vị có thể giữ vững được một cuộc ngưng bắn, ít nhứt cũng là đủ lâu trước khi đối phương vi phạm thỏa ước. ... Chúng tôi nghĩ rằng nhân danh thỏa ước đó, chúng tôi sẽ có thể giúp đỡ quý vị rất dễ dàng hơn là nhân danh một cuộc chiến. Đó là cách đánh giá lạnh lùng của chúng tôi. ... Việc sử dụng duy nhứt các điều khoản* [của thỏa ước] *là cho chúng ta một cái cớ để ra tay. ... Thỏa thước là để giúp chúng ta mua được thời gian).*

Nhận định này hoàn toàn phù hợp với sự cam kết của Tổng Thống Nixon trong mật thư gửi Tổng Thống Thiệu ngày 5-1-1973 như đã trình bày bên trên.

Sau khi Hiệp Định Paris đã được ký kết vào ngày 27-1-1973, Hoa Kỳ tiếp tục vận động để cộng đồng quốc tế ủng hộ Hiệp Định. Kết quả là một hội nghị quốc tế đã được triệu tập tại Paris vào ngày 2-3-1973, gồm 9 nước là Hoa Kỳ, Anh, Pháp, Canada, Trung Quốc, Liên Xô, Nam Dương, Hung Gia Lợi, Ba Lan, và ba phe liên hệ tại Việt Nam là VNCH, Việt Nam Dân Chủ Cộng Hòa (tức Bắc Việt), và Cộng Hòa Miền Nam Việt Nam (tức Việt Cộng hay Mặt Trận Giải Phóng), với sự hiện diện của Ông Tổng Thư Ký Liên Hiệp Quốc, đã ký kết một thông cáo chung công nhận Hiệp Định Paris bảo đảm cho nền hòa bình tại Đông Dương.[11]

Để có thể thực hiện những lời cam kết của Tổng Thống Nixon là sẽ trả đủa dữ dội nếu Bắc Việt vi phạm Hiệp Định Paris, Hoa Kỳ đã có nhiều sự chuẩn bị rất cụ thể. Vì biết trước chắc chắn là việc gửi quân bộ chiến trở lại Việt Nam là hoàn toàn vô khả thi, Nixon và Kissinger chỉ có thể trả đủa các vụ vi phạm Hiệp Định Paris của Bắc Việt bằng Không Quân mà thôi. Và bằng Không Quân có nghĩa là sẽ sử dụng phản lực cơ oanh tạc chiến lược B-52 để giảm thiểu thiệt hại bởi hệ thống phòng không của Bắc Việt. Trong các chuẩn bị đó, việc thiết lập một đơn vị không quân đặc biệt sau đây tại Thái Lan là quan trọng nhứt. Đó là Bộ Tư Lệnh của Lực Lượng Yểm Trợ / Sư Đoàn 7 Không Quân (United States Support Activities Group / Seventh Air Force, viết tắt là USSAG/7AF) đặt tại Nakhon Phanom, Đông Bắc Thái Lan, với sứ mạng như sau:

> ***"USSAG/7AF, Thailand, will plan for resumption of an effective air campaign in Laos, Cambodia, RVN and NVN as directed by CINCPAC; ..."*** [12] (Xin tạm dịch sang Việt ngữ như sau: *USSAG/7AF, Thái Lan, sẽ lên kế hoạch cho việc thực hiện trở lại một chiến dịch oanh tạc có hiệu quả tại Lào, Cao Miên, VNCH, và Bắc Việt theo chỉ thị của CINCPAC; ...)* [CINCPAC = Commander-In-Chief PACIFIC = Tổng Tư Lệnh Lực Lượng Thái Bình Dương]

Một tài liệu khác của Phòng Quân Sử, Bộ Tư Lệnh Không Quân Hoa Kỳ cũng xác nhận điều này như sau:

> ***"... The U.S. Support Activities Group / Seventh Air Force (USSAG / 7AF) command allowed the United States to retain a full military position, not in South Vietnam, but in Thailand. Its considerable forces, in conjunction with Strategic Air Command (SAC) forces and the U.S. Seventh Fleet, were intended primarily as a deterrent and warning to North Vietnam not to overrun South Vietnam. There is no doubt that President Nixon believed he would be able to use American air power in Thailand to keep his promises to protect South Vietnam against North Vietnamese cease-fire violations."*** [13]
>
> (Xin tạm dịch sang Việt ngữ như sau: ... *Bộ Tư lệnh của USSAG / 7AF giúp Hoa Kỳ duy trì được toàn bộ vị thế quân sự, không phải ở Nam Việt Nam mà ở Thái Lan. Lực lượng rất đáng kể của nó, trong sự phối hợp với các lực lượng Không Quân Chiến Lược* [ám chỉ các phi đoàn oanh tạc cơ chiến lược B-52] *và Đệ Thất Hạm Đội* [ám chỉ các hàng không mẫu hạm với hàng trăm phi cơ phản lực khu trục và oanh tạc đủ loại], *đã được thành lập với dụng ý chính là cảnh báo Bắc Việt không nên đánh chiếm Nam Việt Nam. Không có một nghi ngờ nào là Tổng Thống Nixon tin rằng ông có thể sử dụng sức mạnh của không quân tại Thái Lan để giữ lời hứa của ông là sẽ bảo vệ Nam Việt Nam chống lại các vi phạm ngưng bắn của Bắc Việt).*

Trên thực tế, trước những vi phạm nghiêm trọng của Bắc Việt, thí dụ như việc tiếp tục cho quân xâm nhập vào Miền Nam qua đường mòn Hồ Chí Minh, Hoa Kỳ đã có những cảnh báo rất rõ ràng. Sau đây là chi tiết về cảnh báo đó được ghi lại trong cùng tài liệu vừa kể trên:

> ***"On April 1, on the Meet The Press television program, Defense Secretary Richardson warned Hanoi that failure to comply with the cease-fire agreement could result in a resumption of US mining and bombing of North Vietnamese heartland. A few days later, Deputy Secretary of Defense William P. Clements said the President had asked for and re-***

ceived a list of possible military actions to back up his warning. Clements said he didn't think "the President has any intention of letting this situation go down the drain." [14] (Xin tạm dịch sang Việt ngữ như sau: *Vào ngày 1 Tháng Tư, trên chương trình truyền hình **Meet The Press**, Bộ Trưởng Quốc Phòng Richardson đã cảnh báo Hà Nội là việc họ không tuân thủ thỏa ước ngưng bắn sẽ đưa đến việc Hoa Kỳ sẽ tái diễn việc gài mìn* [ám chỉ việc gài mìn phong tỏa cảng Hải Phòng] *và oanh tạc nội địa Bắc Việt* [ám chỉ oanh tạc Hà Nội bằng máy bay B-52]. *Một vài ngày sau, Thứ Trưởng Quốc Phòng William P. Clements đã nói rằng Tổng Thống* [Nixon] *đã yêu cầu và được cung cấp một danh sách những hành động quân sự để bảo đảm cho cảnh báo của ông. Ông Clements nói thêm là ông không nghĩ là "Tổng Thống có ý định bỏ trôi luôn tình hình này").*

Tại hội nghị ***"The Paris Agreement on Vietnam: twenty-five years later"*** họp tại The Nixon Center, ở Washington, D.C., vào tháng 4-1998, ông Kissinger đã nói rõ như sau:

> ***"President Nixon had decided to resume bombing in March '73, when the infiltration started. And he and I had a little debate whether to do it while we still had prisoners there, or whether to wait until all the prisoners were out, and he decided to do it after the last prisoner was out, early in April."*** [15] (Xin tạm dịch sang Việt ngữ như sau: *TổngThống Nixon đã quyết định tái oanh tạc vào tháng Ba 1973 khi việc xâm nhập tái diễn. Và ông ấy và tôi đã có một cuộc tranh cãi nhỏ về việc có nên làm ngay trong khi vẫn còn tù binh ở đó hay là nên chờ cho đến khi tất cả tù binh đã được trao trả, và ông ấy đã quyết định làm chuyện đó sau khi người tù binh cuối cùng đã được trao trả, vào đầu tháng Tư).*

Không may, ngay tại thời điểm này, tháng 4-1973, vụ ***Watergate*** [16] bùng nổ và Tổng Thống Nixon không còn có thì giờ và tinh thần để thực hiện các cuộc oanh kích Bắc Việt như Hoa Kỳ đã cảnh báo nữa. Tác giả Tiến sĩ Larry Berman, trong tác phẩm của ông, ***"No peace, no honor: Nixon, Kissinger, and be-***

trayal in Vietnam," đã trích dẫn một bài báo của ký giả William F. Buckley, Jr., đăng trong ***The Wall Street Journal***, số ra ngày 27-4-1975, với những thông tin như sau:

> ***" … that Watergate had derailed the president's plan to pulverize Hanoi … My own information is that it was planned, sometime in April, to pulverize Hanoi and Haiphong."*** [17] (Xin tạm dich sang Việt ngữ như sau: ... *vụ Watergate đã làm hỏng kế hoạch nghiền nát Hà Nội của tổng thống ... Thông tin riêng của tôi là việc đó đã được lên kế hoạch, thời gian nào đó trong tháng Tư, để nghiền nát Hà Nội và Hải Phòng).*

Tổng Thống VNCH Nguyễn Văn Thiệu chính thức viếng thăm Hoa Kỳ từ ngày 2 đến ngày 4-4-1973. Tổng Thống Nixon đã tiếp Tổng Thống Thiệu tại San Clemente, California (Nixon quyết định không tiếp ông Thiệu tại Washington, D.C. vì lo ngại các vụ biểu tình phản chiến lại bùng phát), và đã lập lại những cam kết tiếp tục ủng hộ VNCH cũng như sẽ phản ứng mạnh nếu Bắc Việt vi phạm Hiệp Định Paris. Sau cuộc hội đàm, trong Thông Cáo Chung (Joint Communique) ngày 3-4-1973, có một đoạn nói rõ như sau:

> ***"Both Presidents, while acknowledging that progress was being made toward military and political settlements in South Vietnam, nevertheless viewed with great concern infiltrations of men and weapons in sizable numbers from North Vietnam into South Vietnam in violation of the agreement on ending the war, and considered that actions which would threaten the basis of the agreement would call for appropriate vigorous reactions."*** [18] (Xin tạm dịch sang Việt ngữ như sau: *Cả hai vị Tổng Thống, trong khi cộng nhận rằng đã có tiến triển trong việc giải quyết các vấn đề quân sự và chính trị tại Nam Việt Nam, vẫn rất lo ngại đối với việc xâm nhập người và vũ khí với số lượng lớn từ Bắc Việt vào Nam Việt Nam vi phạm thỏa ước chấm dứt chiến tranh, và cả hai vị đều cho rằng những hoạt động đe dọa nền tảng của thỏa ước sẽ đưa đến những phản ứng mãnh liệt cần phải có).*

Kẻ Phản Bội VNCH: Quốc Hội Hoa Kỳ Do Đảng Dân Chủ Kiểm Soát

Trong khi Tổng Thống Nixon và các cộng sự viên của ông tích cực hoạt động để buộc Hà Nội phải tuân thủ Hiệp Định Paris thì Quốc Hội Hoa Kỳ lại tích cực hoạt đông theo chiều hướng hoàn toàn ngược lại.

Việc đầu tiên, như đã trình bày bên trên, là Quốc Hội Khóa 93, do Đảng Dân Chủ nắm đa số tại cả hai viện, đã thông qua đạo luật ***War Powers Act*** nhằm trói tay Hành Pháp là chính phủ Nixon trong việc sử dụng lực lượng quân sự, Trong bối cảnh chính trị nội bộ như vậy, hai ông Nixon và Kissinger lại phạm một lỗi lầm lớn là không đệ trình Hiệp Định Paris cho Quốc Hội để phê chuẩn vì hai ông nghĩ là khó đạt được sự phê chuẩn của Thượng Viện.

Tại hội nghị ***"The Paris Agreement on Vietnam: twenty-five years later"*** đã đề cập đến bên trên, một tham dự viên, Đại Tướng Không Quân hồi hưu Charles Graham Boyd (Tướng Boyd là người duy nhứt trong số phi công tù binh Hoa Kỳ bị giam giữ tại Hỏa Lò Hà Nội sau đó đã lên đến cấp đại tướng 4 sao của Không Quân Hoa Kỳ) đã phát biểu như sau:

> ***"I believe that had the Paris Peace Accords been brought back and presented to the Congress of the United States for ratification that we would have been able to sustain the support necessary to honor the commitment to the government of South Vietnam. … it seems to me that it would have been very difficult for the Congress of the United States to have refused at that point to support a document knowing that it would not lead to withdrawal of troops and a repatriation of the prisoners if they did not do so. It would have made them stakeholders in that process, making it impossible to pull the rug out from under the Paris Peace Accords the following year. …"*** [19] (Xin tạm dịch sang Việt ngữ như sau: *Tôi tin rằng nếu Hiệp Định Paris đã được mang về và đệ trình cho Quốc Hội phê chuẩn thì chúng ta đã có thể có được sự hỗ trợ cần*

thiết để giữ được sự cam kết của chúng ta đối với chính phủ Nam Việt Nam. ... theo tôi thấy Quốc Hội Hoa Kỳ khó có thể từ chối lúc đó không ủng hộ một văn kiện đã dẫn đến việc rút quân và mang về nước được tất cả tù binh. Nó sẽ giúp cho Quốc Hội trở thành những thành viên trong tiến trình đó, làm cho Quốc Hội không thể phá hoại Hiệp Định Paris vào năm sau ...)

Lời phát biểu trên của Tướng Boyd có thể đúng. Thượng Viện Hoa Kỳ, mặc dù lúc đó do Đảng Dân Chủ chiếm đa số (điều lo ngại của Nixon và Kissinger), vẫn có thể đã phê chuẩn Hiệp Định Paris vì một cuộc thăm dò dư luận vào cuối 1-1973, ngay sau khi Hiệp Định Paris được ký kết, cho thấy tỷ lệ dân chúng Hoa Kỳ ủng hộ Hiệp Định rất cao:

> ***"Gallup polls in January 1973 showed that 80 percent were satisfied with the Paris Agreement, 58 percent believed that it was indeed a "peace with honor,"*** [20] (Xin tạm dịch sang Việt ngữ như sau: *Cuộc thăm dò dư luận Gallup vào tháng Giêng 1973 cho thấy rằng 80 phần trăm dân chúng Hoa Kỳ thỏa mãn với Hiệp Định Paris, 58 phần trăm tin rằng đây quả đúng là một "nền hòa bình trong danh dự").*

Thấy rõ ý định của chính phủ Nixon sẽ trả đủa các vi phạm Hiệp Định Paris của phe Cộng sản bằng cách tái oanh tạc Bắc Việt, và từ đó, có thể làm cho Chiến Tranh Việt Nam tái phát, Quốc Hội Hoa Kỳ đã tìm cách ngăn chận trước bằng cách cắt giảm ngân sách viện trợ cho VNCH.

Đúng ngay thời điểm này, vụ Watergate bùng nổ. Các tờ báo lớn của Hoa Kỳ như ***Time, New York Times*** và đặc biệt là tờ ***Washington Post***, với hai ký giả Bob Woodward và Carl Bernstein, bắt đầu phanh phui nội vụ, cho thấy vụ độn nhập vào văn phòng của Ủy Ban Bầu Cử của Đảng Dân Chủ tại tòa nhà Watergate, và sau đó là việc tìm cách che đậy vụ đó có dính líu đến các giới chức cao cấp của Bộ Tư Pháp, các cơ quan an ninh như CIA, FBI, và cả Tòa Bạch Ốc luôn. Uy tín của Tổng Thống Nixon bắt đầu tuột dốc một cách thê thảm: [21]

• Tháng 1-1973: sau khi tái đắc cử nhiệm kỳ 2, và Hiệp Định Paris được ký kết, thăm dò dư luận Gallup cho thấy ông được sự ủng hộ của 68% dân chúng

• Tháng 4-1973: chỉ còn 48%

• Tháng 8-1973: chỉ còn 31%

Từ giữa tháng 4-1973, trước việc Bắc Việt tiếp tục cho quân xâm nhập vào Miền nam, một sự vi phạm rõ rệt Hiệp Định Paris, Kissinger nhiều lần khuyến cáo Nixon tiến hành việc trả đủa nhưng Nixon chỉ bàn cho qua chuyện nhưng không ra lệnh tiến hành tái oanh tạc vì ông quá bận với việc đối phó với vụ Watergate. Tác giả Kadura, trong tác phẩm ***The War after the War***, ghi lại rõ như sau:

> ***"Kissinger reasoned, "Whatever the cost may be, in my judgment it will be far less than the cost which we will have to pay if, because of our inaction now, the Agreement completely fails as a result of major North Vietnamese actions in the coming months." Nixon, however, did not make the hard decision, favored by Haig and Kissinger, to extensively bomb the Ho Chi Minh Trail and (possibly) infiltration routes across the Demilitarized Zone. ... Confronted with the increasingly unsettling domestic crisis, Nixon did not have the nerve to raise the stakes in Indochina."*** [22] (Xin tạm dịch sang Việt ngữ như sau: *Kissinger lý luận, "Dù cho với giá nào đi nữa, theo sự đánh giá của tôi, thì nó cũng sẽ thấp hơn rất nhiều so với cái giá mà chúng ta sẽ phải trả, nếu vì sự bất động của chúng ta hiện nay, mà Thỏa Ước* [ám chỉ Hiệp Định Paris] *thất bại hoàn toàn do những hành động lớn lao của Bắc Việt trong những tháng sắp tới." Tuy nhiên, Nixon đã không dám thực hiện quyết định táo bạo đó, đã được cả Haig* [Tướng Alexander Haig, lúc đó là Phụ Tá của Kissinger] *và Kissinger ủng hộ, là oanh tạc dữ dội Đường Mòn Hồ Chí Minh và (có lẽ luôn cả) những đường xâm nhập xuyên qua Khu Phi Quân Sự. ... Lúc đó đang phải dương đầu với cuộc khủng hoảng quốc nội không lối thoát* [ám chỉ vụ Watergate], *Nixon đã không có đủ nghị lực để làm mạnh tại Đông Dương).*

Thấy rõ sự chùn bước của Nixon, Quốc Hội do Đảng Dân Chủ nắm đa số, bắt đầu tiến hành mạnh chính sách chống chiến tranh của họ. Như trên đã có nói, Dân Biểu Zablocki đệ trình dự luật ***War Powers Act*** tại Hạ Viện ngày 3-5-1973. Kế tiếp, họ tìm cách giới hạn sự can thiệp của Hoa Kỳ ở Cao Miên. Từ lâu, Cao Miên, dưới sự lãnh đạo của Quốc Trưởng Thái Tử Norodom Sihanouk, đã để cho phe Công sản (Bắc Việt và Việt Cộng) đặt căn cứ trên lãnh thổ của họ. Tháng 3-1970, trong lúc Sihanouk công du tại Pháp, Thủ Tướng Lon Nol đảo chánh thành công, loại bỏ Sihanouk. Cao Miên tái lập bang giao với Hoa Kỳ. Tháng 4-1970, QLVNCH, có sự phối hợp với quân đội Mỹ, vượt biên giới Cao Miên, tấn công và phá hủy các căn cứ của Cộng quân. Chiến Tranh Việt Nam được mở rộng sang cả Cao Miên. Sau khi Hiệp Định Paris được ký kết, ngày 27-1-1973, Tướng Lon Nol cũng tuyên bố đơn phương ngưng bắn tại Cao Miên. Phe Khmer Đỏ (Cộng sản Cao Miên) không thỏa thuận ngưng chiến, vẫn tiếp tục đánh phá, và vào tháng 4-1973, lực lượng Khmer Đỏ đã tiến sát và bao vây thủ đô Nam Vang. Nixon đã ra lệnh cho Sư Đoàn 7 Không Quân Hoa Kỳ oanh tạc dữ dội vào các vị trí của quân Khmer Đỏ và phá vỡ cuộc bao vây Nam Vang đó. Ngày 25-6-1973, Hạ Viện thông qua một đạo luật, xuất phát và đã được thông qua tại Thượng Viện, cắt bỏ hết ngân sách dành cho việc Không Quân Hoa Kỳ oanh tạc tại Cao Miên vào ngày 30-6-1973. Dĩ nhiên, Tổng Thống Nixon đã lập tức phủ quyết đạo luật này. Ngay tại thời điểm này, với sự khai báo của John Dean [23] trước Ủy Ban Điều Tra của Thượng Viện,[24] cho thấy chính Nixon cũng có liên can tới vụ Watergate, uy tín của Nixon càng sụt giảm thêm. Mặc dù không đủ số phiếu để đánh bại phủ quyết của Tổng Thống Nixon, Quốc Hội vẫn tiếp tục đề nghị dự luật, và Thượng Nghị Sĩ Mike Mansfield, Thủ Lãnh Phe Đa Số tại Thượng Viện tuyên bố sẽ tiếp tục mãi cho tới khi nào được thông qua mới thôi. Nguyên văn lời tuyên bố của ông Mansfield như sau:

"again, again and again until the will of the people prevails."

[25] (Xin tạm dịch sang Việt ngữ như sau: *làm lại, làm nữa, làm hoài cho đến khi nào ý muốn của dân chúng thắng mới thôi*).

Tổng Thống Nixon nhận thấy không thể nào thắng được nên đành phải nhượng bộ và chấp nhận một sự thỏa hiệp với Quốc Hội: cho đạo luật thông qua, với hai sửa đổi: 1) ngày chấm dứt oanh tạc ở Cao Miên là ngày 15-8-1973 thay vì 30-6-1973 như trong dự luật; 2) thêm vào sắc luật là áp dụng cho cả Bắc và Nam Việt Nam luôn. Đạo luật này mang tên là Supplemental Appropriations Act for FY (viết tắt cho Fiscal Year) 1973 (Luật về Các Khoản Chi Phụ Thêm cho Tài Khóa 1973) có một điều khoản ghi rõ như sau:

> ***"None of the funds herein appropriated under this act may be expended to support directly or indirectly combat activities in or over Cambodia, Laos, North Vietnam, and South Vietnam by United States forces, and after August 15, 1973, no other funds heretofore appropriated under any other act may be expended for such purpose."*** [26] (Xin tạm dịch sang Việt ngữ như sau: *Không có bất cứ ngân khoản nào đã được chuẩn chi trong đạo luật này được sử dụng để hỗ trợ trực tiếp hay gián tiếp các hoạt động tác chiến của quân lực Hoa Kỳ trong hay trên lãnh thổ của Cao Miên, Lào, Bắc Việt, và Nam Việt, và sau ngày 15 Tháng Tám 1973, không có bất cứ ngân khoản nào đã được chuẩn chi trước đây trong bất cứ đạo luật nào có thể được sử dụng cho các mục đích như thế).*

Sau khi đạo luật này được Tổng Thống Nixon ký ban hành, Ông Kissinger đã than thở như sau:

> ***"It is getting impossible to do anything in Indochina. ... That finishes us."*** [27] (Xin tạm dịch sang Việt ngữ như sau: *Sẽ không thể nào làm được cái gì nữa hết ở Đông Dương. ... Chúng ta coi như xong rồi).*

Từ cuối tháng 6-1973 trở đi, đối với các giới chức Mỹ tại thủ đô Washington, D.C., vấn đề sụp đổ của VNCH được coi như chỉ còn là một vấn đề thời gian mà thôi. Rất có thể từ lúc này trở đi, chính ông Kissinger cũng có suy nghĩ về một một thời gian coi cho được (decent interval) như tác giả Frank Snepp, chuyên gia phân tích tình báo (Intelligence Analyst) của CIA tại Tòa Đại Sứ Hoa Kỳ ở Sài Gòn, có mặt tại đây cho đến ngày 29-4-1975, đề cập đến trong tác phẩm nổi tiếng của ông ***Decent interval: an insider's account of Saigon's indecent end***, do nhà xuất bản Random House xuất bản năm 1977. Theo quan điểm này, chính phủ Hoa Kỳ phải tìm cách để giúp cho VNCH có thể kéo dài sự sống còn trong một khoảng thời gian nào đó, coi cho được, có lẽ vào khoảng 2 hay 3 năm, để cho Hoa Kỳ khỏi bị mang tiếng là bỏ rơi đồng minh VNCH. Điều này có thể đúng vì chính ông Kissinger, trong một tác phẩm của ông, cũng đã có viết ra suy nghĩ của ông như sau:

> ***"As for Indochina, I observed it with the melancholy shown toward a terminally ill relative, hoping for a long respite and a miracle cure I was unable to describe."*** [28] (Xin tam dịch sang Việt ngữ như sau: *Về vấn đề Đông Dương, tôi đã quan sát nó với nỗi buồn đau như trước một thân nhân sắp chết, hy vọng kéo dài được một thời gian và có một cách cứu chữa nào đó như phép lạ mà tôi không thể diễn tả được).*

Trong thời gian 1973-1974, về mặt quốc nội của Hoa Kỳ, vụ Watergate càng ngày càng thêm trầm trọng, Tổng Thống Nixon phải dành rất nhiều thời gian của ông để chống đỡ, trong lúc đó, về mặt quốc ngoại, lại xảy ra rất nhiều biến cố quốc tế quan trọng, như vụ đảo chánh Tổng Thống Salvador Allende tại Chile (11-9-1973), vụ Chiến Tranh Trung Đông Yom Kippur (từ ngày 6 đến ngày 25-10-1973, giữa Do Thái và 1 liên minh Á Rập do 2 nước Ai Cập và Syria lãnh đạo), vụ khoảng hoảng dầu hỏa hè 1973. Trong bối cảnh đó, vấn đề Việt Nam có phần bị chìm đi. Trước kia, trong nhiệm kỳ I, Tổng Thống Nixon luôn luôn xem nặng vấn đề ngoại giao và hành xử như chính ông là Bộ Trưởng Ngoại Giao (vai trò Ngoại Trưởng của ông William P. Rogers rất là lu mờ; gần như mọi chuyện về đối ngoại Nixon đều chỉ thảo luận với Cố Vấn An Ninh Quốc Gia Kissinger mà thôi). Bây giờ, trước tình hình cuộc khủng hoảng quốc nội, do vụ Watergate gây nên, ngày càng trầm trọng, Tổng Thống Nixon cảm thấy không còn có thể lo chuyện quốc ngoại nhiều như trước được nữa, ông quyết định cử ông Kissinger thay thế ông Rogers làm Bộ Trưởng Ngoại Giao từ ngày 22-9-1973.

Người xưa có nói "họa vô đơn chí," giữa lúc chính phủ Nixon đang điên đầu trong việc chống đỡ các cơn bão táp do vụ Watergate gây ra, Phó Tổng Thống Spiro Agnew, cựu Thống Đốc tiểu bang Maryland, bị báo chí phanh phui về tội tham nhũng trong thời gian còn làm Thống Đốc Maryland, bị đưa ra tòa và nhận tội, phải từ chức vào ngày 10-10-1973. Tổng Thống Nixon phải cử người thay thế, và đó là Dân Biểu Gerald R. Ford, Thủ Lãnh Thiểu Số Cộng Hòa tại Hạ Viện. Đến cuối tháng 10-1973, vụ Watergate bước sang một giai đoạn mới, trầm trọng hơn rất nhiều khi Tổng Thống Nixon quyết định cách chức Công Tố Viên Đặc Biệt (Special Prosecutor) Archibald Cox khi ông này nhiều lần đòi hỏi Tòa Bạch Ốc phải giao ra cuốn băng ghi âm các cuộc nói chuyện giữa Nixon và các cố vấn quan trọng của ông trong văn phòng tổng thống. Nixon ra lệnh cho Bộ Trưởng Tư Pháp Elliot Richardson cách chức Cox, nhưng Richardson từ chối không chịu làm và sau đó từ chức. Nixon đích thân cách chức Cox và giải tán Văn Phòng Công Tố Viên Đặc Biệt. Vụ này làm bùng nổ ra một cơn bão phản đối Nixon dữ dội từ công chúng và Quốc Hội. Nixon phải chịu lùi bước, bổ nhiệm một công tố viên mới và hứa sẽ giao ra các băng ghi âm đó.

Trước sự sụp đổ của uy tín chính trị của Tổng Thống Nixon, Quốc Hội đề xuất trở lại dự luật ***War Powers Act***, trước đó đã bị Nixon phủ quyết vào ngày 24-10-1973, và lần này Quốc Hội đã đánh bại phủ quyết của Tổng Thống Nixon vào ngày 7-11-1973 với đa số tuyệt đối ở cả hai viện: 284-135 tại Hạ Viện và 75-18 tại Thượng Viện. Chính phủ Nixon đã bị trói tay về vấn đề trực tiếp sử dụng lực lượng không quân Hoa Kỳ USSAG / 7AF (đã thiết lập sẵn tại Thái Lan như đã trình bày bên trên) để trả đũa những vi phạm Hiệp Định Paris của Bắc Việt. Tuy nhiên, Nixon và Kissinger vẫn còn có cách khác để ngăn chận Bắc Việt tấn công cưỡng chiếm Miền Nam.

Ngay từ khi khởi sự hòa đàm với Bắc Việt, Nixon và Kissinger đã có chủ trương rất rõ rệt với 2 kế hoạch như sau: 1) Kế hoạch A (Plan A) là làm mọi cách tạo ra thế quân bình tại Việt Nam (Equilibrium strategy) bằng cách hỗ trợ tối đa VNCH để có thể chống trả bất cứ cuộc tấn công nào từ Miền Bắc, trên cơ sở đó sẽ tiến đến việc ngưng bắn, cho phép Hoa Kỳ rút hết quân về cũng như mang được hết tất cả tù binh về nước; 2) Kế hoạch B (Plan B) là một hợp đồng bảo hiểm (Insurance policy) sẽ sử dụng trong trường hợp không thể thực thi được Kế hoạch A, nghĩa là không còn có thể hỗ trợ VNCH được nữa, sẽ gồm 2 phần: 1) Sử dụng mối quan hệ tay ba Hoa Kỳ - Liên Xô -Trung Quốc để cố gắng ngăn trở Miền Bắc trong quyết tâm cưỡng chiếm Miền Nam; 2) Nếu vẫn không thực hiện được phần 1, nghĩa là không ngăn chặn được sự sụp đổ của Miền Nam, thì cố gắng giảm thiểu tối đa thiệt hại cho uy tín của Chính phủ Hoa Kỳ trong cộng đồng quốc tế.[29]

Ngay sau khi Quốc Hội thông qua đạo luật Supplemental Appropriations Act for FY 1973, cắt bỏ toàn bộ các ngân khoản đã được chuẩn chi cho Đông Dương, vào cuối tháng 6-1973, cho thấy Kế hoạch A không thể thực hiện được, Nixon và Kissinger chuyển ngay sang việc thực hiện Phần 1 của Kế hoạch B. Kissinger đã có một buổi họp với Đại Sứ Nga tại Hoa Kỳ là Anatoly Dobrynin vào tháng 7-1973 để nhắc nhở về chủ trương "détente" (giảm bớt căng thẳng để tránh đụng độ) giữa Hoa Kỳ và Liên Xô, và cho biết ý định của Hoa Kỳ là sẽ rút khỏi Cao Miên, với dụng ý khuyên nhủ Liên Xô cũng nên gây ảnh hưởng đối với Bắc Việt theo cùng chiều hướng "détente" đó. Tháng 11-1973, Kissinger lại đi Bắc Kinh họp với Chu Ân Lai, Thủ Tướng của Trung Quốc. Cả hai công tác này nhằm sử dụng mối quan hệ tay ba Hoa Kỳ - Liên Xô - Trung Quốc đều không mang lại kết quả gì cả. Nixon và Kissinger không còn lối thoát nào ngoài việc chuyển sang thực hiện Phần 2 của Kế Hoạch B, cố gắng cho thấy là Hoa Kỳ đã làm tất cả mọi chuyện có thể làm để giúp VNCH. Từ cuối tháng 6-1973, Nixon đã đồng ý khi Kissinger nói với ông như sau:

"I think if we have to go down, the record must show that we did everything." [30] (Xin tạm dịch sang Việt ngữ như sau: *Nếu chúng ta phải thua, hồ sơ ghi lại phải cho thấy rằng chúng ta đã làm hết tất cả mọi việc có thể làm).*

Cố gắng thực hiện Phần 2 của Kế Hoạch B cũng có thêm một mục tiêu thứ hai là cho cả thế giới thấy rằng trách nhiệm làm mất Miền Nam Việt Nam vào tay Cộng sản không thuộc về Hành Pháp Hoa Kỳ (tức là Chính phủ Nixon, và sau đó là Chính phủ Ford) mà hoàn toàn là trách nhiệm của Quốc Hội Hoa Kỳ.

Và lịch sử, sau đó, đã chứng minh đúng như thế. Quốc Hội Hoa Kỳ đã không ngần ngại mà, trái lại, còn tích cực đảm nhận vai trò làm kẻ phản bội, bỏ rơi VNCH bằng cách cắt giảm và sau cùng chấm dứt quân viện cho VNCH trong khi Bắc Việt ngang nhiên xé bỏ Hiệp Định Paris, tái diễn chiến tranh, tấn công Miền Nam với sự viện trợ lớn lao của Liên Xô và Trung Quốc, đưa đến sự sụp đổ vô cùng nhanh chóng của VNCH, nhanh hơn cả dự liệu của Bắc Việt. Quốc Hội Hoa Kỳ dưới sự điều khiển của Đảng Dân Chủ đã cắt giảm ngân sách viện trợ cho VNCH như sau:

- Tài Khóa 1974 (1-7-1973 cho đến 30-6-1974): Chính phủ Nixon đề nghị một ngân khoản viện trợ cho VNCH là 1,6 tỷ đô la nhưng Quốc Hội cắt còn có 1,126 tỷ đô la [31]

- Tài Khóa 1975 (1-7-1974 cho đến 30-6-1975): Chính phủ Nixon đề nghị, vào ngày 24-4-1974, một ngân khoản viện trợ cho VNCH là 1,45 tỷ đô la nhưng Quốc Hội cắt còn có 700 triệu đô la [32]

Trong khi Quốc Hội còn trong giai đoạn thảo luận ngân sách Tài Khóa 1975, trong tháng 6 và 7-1974, Chính phủ Nixon đã đệ trình cho Quốc Hội một báo cáo nghiên cứu tình hình quân sự tại VNCH do một ủy ban hỗn hợp Việt-Mỹ thực hiên. Báo cáo nói rõ nếu ngân khoản viện trợ giảm xuống dưới mức 1,126 tỷ đô la của Tài Khóa 1974 sẽ ảnh nghiêm trọng đến tinh thần cũng như khả năng chiến đấu của QLVNCH. Trong lúc điều trần trước Quốc Hội, khi được hỏi là chuyện gì sẽ xảy ra nếu số đạn dược cung cấp cho QLVNCH bị cắt giảm nhiều do quân viện cho VNCH bị cắt giảm, Bộ Trưởng Quốc Phòng James Schlesinger đã trả lời như sau:

> ***"The ability of the*** [South Vietnamese] ***government to survive would be severely compromised. As you recall, at the time of the cutoff of the tactical air support last summer, there was some question whether the government could survive. It pulled itself together, but it is dependent upon its own forces and the munitions that are supplied to these forces. Without such munitions, it is hard to see how it could survive."*** [33]
> (Xin tạm dịch sang Việt ngữ như sau: *Khả năng sống còn của chính phủ* [Nam Việt Nam] *sẽ bị ảnh hưởng nghiêm trọng. Như quý vị còn nhớ, vào lúc việc không trợ chiến thuật bị cắt bỏ hồi hè năm rồi, cũng đã có câu hỏi được đặt ra là liệu chính phủ* [Nam Việt Nam] *có thể sống còn không. Họ đã cố gắng hết sức, nhưng việc đó tùy thuộc vào chính lực lượng của họ và đạn được tiếp tế cho các lực lượng đó. Không có đạn dược như vậy, khó biết được làm sao họ có thể sống còn).*

Trong tác phẩm ***The Final collapse*** [34] của ông, Đại Tướng Cao Văn Viên, Tổng Tham Mưu Trưởng của QLVNCH, đã trình bày cho độc giả thấy rõ một cách không thể chối cãi được việc cắt giảm ngân khoản viện trợ cho VNCH của Quốc Hội Hoa Kỳ đã tạo ra những hậu quả nghiêm trong cho QLVNCH như sau:

• Tổng số ngân khoản chuẩn chi 700 triệu đô la là gồm cả phần chi cho DAO [35] là 46 triệu đô la; do đó, trên thực tế, quân viện cho QLVNCH chỉ còn có 654 triệu đô la, phân phối như sau:

Quân Chủng	Nhu Cầu Tối Thiểu	Chuẩn Chi	Tỷ Lệ
Không Quân	414	183	44%
Lục Quân	841	458	54%
Linh Tinh	30	13	43%
Tổng cộng	1285	654	51%

• Với ngân sách chuẩn chi bị cắt giảm trầm trọng như vậy, Không Quân VNCH đã phải:

oNgưng hoạt động hơn 200 phi cơ đủ loại (trong đó có toàn bộ các phi cơ khu trục A-1 Skyraider của các Phi Đoàn 514, 518 ở Biên Hòa, và 530 ở Pleiku) [36]

oChấm dứt chương trình thay thế các phi cơ khu trục phản lực F-5A bằng phi cơ F-5E

oGọi về nước tất cả 400 sinh viên sĩ quan phi công đang học lái máy bay trực thăng và phản lực tại Hoa Kỳ

oHủy bỏ chương trình đào tạo khoảng 1000 chuyên viên cho Không Quân và chuyển họ sang Bộ Binh

oGiảm số giờ bay huấn luyện và yểm trợ; Không Quân chỉ còn cung ứng được 50% các phi vụ yểm trợ hỏa lực, và 58% các phi vụ quan sát, thám thính

oGiảm đến 70% các phi vụ vận chuyển bằng trực thăng khiến cho việc tản thương bị ảnh hưởng nghiêm trọng

oGiảm đến 50% các phi vụ vận chuyển bằng các loại phi cơ cánh quạt; trong số 32 chiếc máy bay vận tải 4 động cơ khổng lồ Lockheed Hercules chỉ còn được 4-8 chiếc có thể sử dụng được hàng ngày

• Hoạt động của Hải Quân cũng bị cắt giảm đến 50%; riêng các Giang Đoàn chỉ còn hoạt động được 28% mà thôi, khiến cho khả năng kiểm soát của Hải Quân về mặt sông ngòi, nhứt là ở Vùng 4, bị giảm sút rất nghiêm trọng

• QLVNCH chỉ còn giữ được 33% khả năng thay thế chiến cụ; việc bảo trì và sửa chửa chiến cụ và vũ khí cũng gặp rất nhiều trở ngại:

Cần sửa chữa	
oThiết-vận-xa M-113:	80-85%
oThiết-giáp-xa M-48:	75-80%
oĐại bác 105 và 155 ly:	90-95%
oĐại bác 175 ly:	60-75 %

○ Súng phóng lựu M-79: 80%

○ Quân xa loại 2,5 tấn: 80-85%

○ Xe cần trục loại 5 tấn: 70-75%

○ Máy truyền tin: 90%

• QLVNCH cũng bị thiếu hụt nhiên liệu và đạn dược rất nghiêm trọng:

○ Nhiên liệu: ngay từ năm 1974, mức tiêu thụ nhiên liệu đã bị sụt giảm 30% so với năm 1973; với đà cắt giảm ngân sách này, QLVNCH sẽ không còn đủ nhiên liệu để sử dụng từ tháng 5-1975

○ Đạn dược: trong số 458 triệu đô la dành cho Lục Quân, 239 triệu là để mua đạn dược, con số này chỉ đáp ứng được 56% nhu cầu thật sự của Lục Quân về đạn được; theo tính toán của Bộ Tổng Tham Mưu QLVNCH, đến tháng 2-1975, số đạn dược tồn kho sẽ chỉ còn đủ dùng như sau:

▪ Đạn súng M-16: 31 ngày

▪ Đạn phóng lựu 40 ly: 29 ngày

▪ Đạn súng cối 60 ly: 27 ngày

▪ Đạn súng cối 81 ly: 30 ngày

▪ Đạn pháo 105 ly: 34 ngày

▪ Đạn pháo 155 ly: 31 ngày

▪ Lựu đạn: 25 ngày

Trong thời gian 8 tháng tiếp theo đó, Chính phủ Nixon đã đệ trình Quốc Hội một loạt đề nghị bổ sung ngân sách quân viện cho VNCH nhưng tất cả đều bị Quốc Hội bác bỏ hết. Ngày 9-8-1974, sau khi thấy không còn hy vọng gì thoát khỏi bị truất phế (impeached), Tổng Thống Nixon đã từ chức và Phó Tổng Thống Gerald Ford lên thay thế ông. Tình hình chính trị của Hoa Kỳ, trong bối cảnh kình chống nhau giữa hành pháp và lập pháp, càng tệ hại hơn cho phía hành pháp. Ông Ford là vị Tổng Thống Hoa Kỳ đầu tiên trong lịch sử ***không do dân bầu ra*** nên không có một sứ mệnh (mandate) nào cả. Thế lực của riêng bản thân ông lại quá yếu vì ông chỉ là một Dân Biểu của Hạ Viện chớ không phải là một Thượng Nghị Sĩ của Thượng Viện hay một Thống Đốc của một tiểu bang. Do đó ông rất bị lép vế trước Quốc Hội. Hơn nữa, trong cuộc bầu cử lại Quốc Hội vào Mùa Thu 1974, Đảng Dân Chủ lại thắng thêm ghế, và tỷ lệ càng nghiêng thêm về phía họ như sau: 291/144 tại Hạ Viện, và 61/39 tại Thượng Viện.[37]

Sau cuộc triệt thoái tại hại ở Vùng II, và tình hình trở nên nghiêm trọng ở Vùng I, cuối tháng 3-1975, Tổng Thống Ford cử Đại Tướng Frederick C. Weyand, Tham Mưu Trưởng Lục Quân Hoa Kỳ, sang duyệt xét tình hình tại VNCH. Sau khi trở về Hoa Kỳ, ngày 2-4-1975, Tướng Weyand đệ trình báo cáo lên Tổng Thống Ford, với đề nghị tăng viện ngay cho VNCH 722 triệu đô la để cung cấp cho QLVNCH:

- 744 trọng pháo
- 446 thiết giáp
- 100.000 súng trường
- 5,000 súng đại liên
- 11.000 súng phóng lựu
- 120.000 tấn bom và đan dược
- 12.000 xe vận tải

Weyand tin rằng số chiến cụ này sẽ đủ để tái trang bị 8 sư đoàn bộ binh và biệt động quân và 28 trung đoàn biệt lập thành lập từ các lực lượng địa phương quân vẫn còn, bù đắp lại cho những mất mát tại Vùng I và Vùng II.[38] Tổng Thống Ford chuyển đề nghị này của Tướng Weyand đến Quốc Hội. Ngày 17-4-1975, Ủy Ban Quân Lực của Thượng Viện (Senate Armed Forces Committee) bỏ phiếu bác bỏ toàn bộ đề nghị này.[39]

Thay Lời Kết

Khoảng hai tuần lễ sau, ngày 30-4-1975, QLVNCH phải đầu hàng và VNCH bị xóa sổ. Hoa Kỳ đã bị dằn vặt bởi ***Triệu Chứng Việt Nam (Vietnam Syndrome)*** trong mấy chục năm qua. Quốc Hội Hoa Kỳ dưới sự kiểm soát tuyệt đối của Đảng Dân Chủ, Khóa 93 (1973-75) và Khóa 94 (1975-77), phải chịu trách nhiệm hoàn toàn về sự phản bội này đối với Đồng Minh VNCH. ***Các đảng viên Đảng Dân Chủ trong hai khóa Quốc Hội đó đã hành động một cách vô liêm sỉ, hoàn toàn không đếm xỉa gì đến việc 55.000 binh sĩ Hoa Kỳ và hơn 200.000 binh sĩ QLVNCH đã hy sinh trong cuộc chiến.*** Tổng Thống Ford, trong một cuộc họp báo sau khi yêu cầu Quốc Hội tăng viện khẩn cấp cho VNCH vào tháng 4-1975, đã nhắc lại việc hy sinh của 55.000 binh sĩ Hoa Kỳ, và ông kết luận:

> ***"I think it is up to the American people to pass judgment on who was at fault and where the blame may rest."*** [40] (Xin tạm dịch sang Việt ngữ như sau: Tôi nghĩ là xin để cho nhân dân Hoa Kỳ phán xét ai làm sai và trách nhiệm là ở đâu).

BẠT

Tất cả binh thư kim cổ đều xem chuyện thắng bại là chuyện thường tình của binh gia. Hơn nữa, người xưa cũng có nói ***"Không lấy thành bại mà luận anh hùng."*** Câu nói này rất đúng khi xét đoán về việc thất trận của Quân Lực Việt Nam Cộng Hòa, một sự thật lịch sử không thể chối cãi được. Nhưng bên cạnh đó, cũng có một sự thật lịch sử khác cũng không thể chối cãi được: ***Quân Lực Việt Nam Cộng Hòa là một quân đội dũng mãnh, anh hùng, với bao chiến thắng hiển hách, chỉ vì bị đồng minh phản bội, bỏ rơi, không còn phương tiện chiến đấu nữa, mà phải chịu cảnh bức tử, thất trận, đầu hàng, bị kẻ chiến thắng không xứng đáng trả thù hèn hạ, với nghĩa trang của đồng đội đã ngã xuống bị xâm phạm một cách vô luân***. Một quân đội với một số tướng lãnh đã tuẫn tiết, thà chết theo binh sĩ của mình chớ không chấp nhận đầu hàng. Một quân đội mà nhân dân đã tuyệt đối tôn kính, ghi nhớ chiến công và sự hy sinh vì nước quên mình trong hai câu thơ để đời:

An Lộc Địa Sử Ghi Chiến Tích
Biệt Cách Dù Vị Quốc Vong Thân

Chính vì sự bức tử đó, Quân Lực Việt Nam Cộng Hòa đã, đang, và sẽ được lưu danh thiên cổ là một Quân Đội Anh Hùng ***Vị Quốc Vong Thân***, và sẽ sống mãi trong lòng của toàn thể người dân của Việt Nam Cộng Hòa.

Quyển sách này được hình thành với ước mong giúp cho các thế hệ trẻ Việt Nam trong tương lai, ở trong nước cũng như tại hải ngoại, có được những tài liệu với thông tin quan trọng, đầy đủ, và đã được đánh giá một cách hoàn toàn khách quan, để có thể nhận ra sự thật lịch sử này: ***Quân Lực Việt Nam Cộng Hòa Là Một Quân Đội Anh Hùng Đã Bị Bức Tử.***

GHI CHÚ

Chương Một

1. ***Quân sử Không Quân Việt Nam Cộng Hòa***. Melbourne: Lý Tưởng Úc Châu, 2005. Những thông tin tổng quát về lịch sử hình thành và phát triển của các ngành của Không Quân VNCH (quan sát, vận tải, khu trục, và trực thăng), cũng như những thông tin chi tiết (ngày tháng thành lập, tên họ và cấp bậc của các vị chỉ huy trưởng) về các đơn vị (sư đoàn, không đoàn, phi đoàn, biệt đội) trong tài liệu này đã được sử dụng rất nhiều trong suốt bài viết này.

2. Trần Ngọc Thống, Hồ Đắc Huân, Lê Đình Thụy. ***Lược sử Quân Lực Việt Nam Cộng Hòa***. San Jose, Calif.: Hương Quê, 2011. Tr. 391-392.

3. Nguyễn Hữu Thiện. ***Ngành khu trục trong Không Lực Việt Nam Cộng Hòa***, tài liệu trực tuyến, có thể đọc toàn văn tại địa chỉ Internet sau đây: ***http://hoiquanphidung.com/content.php?4149-Ng%C3%A0nh-Khu-Tr%E1%BB%A5c-trong-Kh%C3%B4ng-L%E1%BB%B1c-Vi%E1%BB%87t-Nam-C%E1%BB%99ng-H%C3%B2a.*** Tài liệu này ghi là lúc tốt nghiệp, về nước năm 1957, gia nhập Phi Đoàn 1 Khu Trục và Trinh Sát (tiền thân của Phi Đoàn 514), ông Nguyễn Đức Khánh chỉ mới mang cấp bậc Chuẩn Úy.

4. Trần Mạnh Khôi. ***Sơ lược về sự thành lập các đơn vị Không Quân***, tài liệu trực tuyến, có thể đọc toàn văn tại địa chỉ Internet sau đây: http://hoiquanphidung.com/showthread.php?9293-S%C6%A1-l%C6%B0%E1%BB%A3c-v%E1%BB%81-s%E1%BB%B1-th%C3%A0nh-l%E1%BA%ADp-c%C3%A1c-%C4%91%C6%A1n-v%E1%BB%8B-Kh%C3%B4ng-Qu%C3%A2n Tài liệu này cung cấp nhiều chi tiết quý hiếm về ngày tháng thành lập cũng như tên họ và cấp bậc của các vị chỉ huy của các đơn vị của KQVNCH, và sẽ được sử dụng nhiều lần trong bài viết này.

5. Trần Ngọc Thống, Hồ Đắc Huân, Lê Đình Thụy. ***Lược sử Quân Lực Việt Nam Cộng Hòa***, sđd, tr. 529. Theo tài liệu này, ông Phạm Long Sửu sinh tháng 11-1925 tại Hà nội, tốt nghiệp khóa huấn luyện hoa tiêu tại Trung Tâm Huấn Luyện KQ Nha Trang, cấp bậc sau cùng là Đại Tá. Sau ngày 30-4-1975, bị tù 13 năm tại VN. Sau khi sang Hoa Kỳ theo diện HO, ông định cư tại thành phố Glandale, tiểu bang California, và mất năm 2011, thọ 86 tuổi.

6. Nguyễn Hữu Thiện. ***Ngành khu trục trong Không Lực Việt Nam Cộng Hòa***, tài liệu đã dẫn, cho biết thêm một số chi tiết về ông Phạm Long Sửu như sau: ông đậu thủ khoa Khóa 1 Hoa Tiêu Quan Sát tại Trung Tâm Huấn Luyện Nha Trang, sau đó được gửi sang Pháp học lái phi cơ khu trục và phản lực tại Salon-de-Provence, và Mecknès, Maroc (Bắc Phi); khi đang mang cấp bậc Đại Úy, ông trở thành Phi Đoàn Trưởng đầu tiên của Phi Đoàn 2 Khu Trục tại Nha Trang (năm 1964 chuyển ra Đà Nẵng; tiền thân của Phi Đoàn 516 Phi Hổ). Tài liệu này sẽ được sử dụng nhiều trong bài viết này khi đề cập đến các phi đoàn khu trục.

7. Nguyễn Hữu Thiện, *"Phiên hiệu của các Phi Đoàn Trong KQVN"*, trong ***Quân sử Không Quân Việt Nam Cộng Hòa***, sđd, tr. 352-353

8. Võ Ý. ***Ngành quan sát không lực VNCH***, tài liệu trực tuyến, có thể đọc toàn văn tại địa chỉ Internet sau đây: https://hoiquanphidung.com/showthread.php?9282-Ng%C3%A0nh-Quan-S%C3%A1t-Kh%C3%B4ng-L%E1%BB%B1c-VNCH&s=cfaed16e0f4ddef9f7e5c62fb3a85ee2 Tài liệu này, mà tác giả đã từng là Phi Đoàn Trưởng Phi Đoàn Quan Sát 118 Bắc Đẩu, cung cấp khá đầy đủ thông tin về ngành quan sát của KQ VNCH dựa vào một số tài liệu tham khảo cũng như đóng góp của các vị niên trưởng trong KQ. Tài liệu này sẽ được sử dụng nhiều trong bài viết này khi đề cập đến các phi đoàn quan sát.

9. Cessna O-1 Bird Dog, tài liệu trực tuyến, có thể đọc toàn văn tại địa chỉ Internet sau đây: https://en.wikipedia.org/wiki/Cessna_O-1_Bird_Dog

10. U-17 A/B Skywagon, tài liệu trực tuyến, có thể đọc toàn văn tại địa chỉ Internet sau đây: https://www.skybrary.aero/index.php/C185

11. Phạm Văn Cần. ***Phi Đoàn 427 – C-7A- Caribou: không vận chiến thuật***, tài liệu trực tuyến, có thể đọc toàn văn tại địa chỉ Internet sau đây: http://hoiquanphidung.com/showthread.php?9466-Phi-%C4%91o%C3%A0n-427-c-7a-caribou

12. De Havilland Canada DHC-4 / C-7 Caribou, tài liệu trực tuyến, có thể đọc toàn văn tại địa chỉ Internet sau đây: http://nhungdoicanh.blogspot.ca/2008/08/de-havilland-canada-dhc-4-c-7-caribou.html

13. Đỗ Văn Hiếu. ***Ngành trực thăng trong Không Lực Việt Nam Cộng Hòa***, tài liệu trực tuyến, có thể đọc toàn văn tại địa chỉ Internet sau đây: http://hoiquanphidung.com/showthread.php?9287-Ng%C3%A0nh-Tr%E1%BB%B1c-Th%C4%83ng-Trong-Kh%C3%B4ng-L%E1%BB%B1c-Vi%E1%BB%87t-Nam-C%E1%BB%99ng-H%C3%B2a Tài liệu này sẽ được sử dụng nhiều trong bài viết này khi đề cập đến các phi đoàn trực thăng.

14. Sikorsky H-34, tài liệu trực tuyến, có thể đọc toàn văn tại địa chỉ Internet sau đây: https://en.wikipedia.org/wiki/Sikorsky_H-34#Specifications_.28H-34_Choctaw.29

15. Boeing CH-47 Chinook, tài liệu trực tuyến, có thể đọc toàn văn tại địa chỉ Internet sau đây: http://vietnamwar.wikia.com/wiki/Boeing_CH-47_Chinook

16. Frankum, Ronald B. ***Historical dictionary of the War in Vietnam***. Lanham, Md.: ScarecrowPress, 2011. Tr. 196-200.

17. Nguyễn Kỳ Phong. ***Từ điển Chiến Tranh Việt Nam, 1954-1975***. Garden Grove, Calif.: Tự Lực, 2009. Tr. 421-423

18. Bell UH-1 Iroquois, tài liệu trực tuyến, có thể đọc toàn văn tại địa chỉ Internet sau đây: https://en.wikipedia.org/wiki/Bell_UH-1_Iroquois

19. Cessna A-37 Dragonfly, tài liệu trực tuyến, có thể đọc toàn văn tại địa chỉ Internet sau đây: https://en.wikipedia.org/wiki/Cessna_A-37_Dragonfly

20. Northrop F-5A Freedom Fighter, tài liệu trực tuyến, có thể đọc toàn văn tại địa chỉ Internet sau đây: http://www.wmof.com/f5a.htm

21. Trần Ngọc Thống, Hồ Đắc Huân, Lê Đình Thụy. ***Lược sử Quân Lực Việt Nam Cộng Hòa***, sđd, tr. 403.

22. Trần Ngọc Thống, Hồ Đắc Huân, Lê Đình Thụy. ***Lược sử Quân Lực Việt Nam Cộng Hòa***, sđd, tr. 179-180.

23. Douglas AC-47 Spooky, tài liệu trực tuyến, có thể đọc toàn văn tại địa chỉ Internet sau đây: https://en.wikipedia.org/wiki/Douglas_AC-47_Spooky#Specifications_.28AC-47.29

24. Bùi Tá Khánh. *"Chuyến bay tử thần vào Đồi 31 Hạ Lào"*, trong ***Quân sử Không Quân Việt Nam Cộng Hòa***, sđd, tr. 281-284.

25. Trần Ngọc Thống, Hồ Đắc Huân, Lê Đình Thụy. ***Lược sử Quân Lực Việt Nam Cộng Hòa***, sđd, tr. 450.

26. Trần Ngọc Thống, Hồ Đắc Huân, Lê Đình Thụy. ***Lược sử Quân Lực Việt Nam Cộng Hòa***, sđd, tr. 363-365.

27. Douglas A-1 Skyraider, tài liệu trực tuyến, có thể đọc toàn văn tại địa chỉ Internet sau đây: https://en.wikipedia.org/wiki/Douglas_A-1_Skyraider#Specifications_.28A-1H_Skyraider.29

28. Nguyễn Văn Ức. ***Phi Đoàn 221 trực thăng***, tài liệu trực tuyến, có thể đọc toàn văn tại địa chỉ Internet sau đây: http://hoiquanphidung.com/showthread.php?18598-Phi-%C4%90o%C3%A0n-221-Tr%E1%BB%B1c-Th%C4%83ng

29. Trần Ngọc Thống, Hồ Đắc Huân, Lê Đình Thụy. ***Lược sử Quân Lực Việt Nam Cộng Hòa***, sđd, tr. 247-248.

30. Trần Ngọc Thống, Hồ Đắc Huân, Lê Đình Thụy. ***Lược sử Quân Lực Việt Nam Cộng Hòa***, sđd, tr. 428-429.

31. Trần Phước Hội. ***Thành lập Phi Đoàn 217: giai đoạn H-34***, tài liệu trực tuyến, có thể đọc toàn văn tại địa chỉ Internet sau đây: https://en.wikipedia.org/wiki/Douglas_C-47_Skytrain#Specifications_(C-47B-DK)

32. Cố Trung Tá Phạm Văn Trung PĐT PĐ 249, tài liệu trực tuyến, có thể đọc toàn văn tại địa chỉ Internet sau đây: https://hoiquanphidung.com/showthread.php?2061

33. Trần Ngọc Thống, Hồ Đắc Huân, Lê Đình Thụy. ***Lược sử Quân Lực Việt Nam Cộng Hòa***, sđd, tr. 449.

34. Thành-Giang. ***Hoa không gian 1: những chị Hằng của Phi Đoàn 314***, tài liệu trực tuyến, có thể đọc toàn văn tại địa chỉ Internet sau đây: https://hoiquanphidung.com/showthread.php?21896-Hoa-Kh%C3%B4ng-Gian-1-Nh%E1%BB%AFng-ch%E1%BB%8B-H%E1%BA%B1ng-c%E1%BB%A7a-Phi-%C4%90o%C3%A0n-314

35. Thành-Giang. ***Phi Đoàn 431 Phượng Long***, tài liệu trực tuyến, có thể đọc toàn văn tại địa chỉ Internet sau đây: http://lhccshtd.org/LHCCSHTD_SH/

kq/thanhgiang/2015/pd431/LSCCSHTD_SH_kq_thanhgiang_2015_pd431_hashPD431PhuongLong_2015AUG09.htm

36. Lâm Vĩnh Thế. ***Tình báo trong Chiến Tranh Việt Nam***, tài liệu trực tuyến, có thể đọc toàn văn tại địa chỉ Internet sau đây: https://sites.google.com/site/namkyluctinhorg/tac-gia-tac-pham/i-j-k-l-m/lam-vinh-the/tinh-bao-trong-chien-tranh-viet-nam

37. Phi Đoàn 716 Hoàng Long và Phi Đoàn 718 Thiên Long, tài liệu trực tuyến, có thể đọc toàn văn tại địa chỉ Internet sau đây: http://phong7bttm.blogspot.ca/2016/02/phi-oan-thien-long-718.html

38. Douglas EC-47D Dakota, tài liệu trực tuyến, có thể đọc toàn văn tại địa chỉ Internet sau đây: https://en.wikipedia.org/wiki/Douglas_C-47_Skytrain#Specifications_(C-47B-DK)

39. Quân sử Không Quân Việt Nam Cộng Hòa, sđd, tr. 148.

40. Fairchild C-119 Flying Boxcar, tài liệu trực tuyến, có thể đọc toàn văn tại địa chỉ Internet sau đây: https://en.wikipedia.org/wiki/Fairchild_C-119_Flying_Boxcar#Specifications_.28C-119C.29

41. Fairchild C-123 Provider, tài liệu trực tuyến, có thể đọc toàn văn tại địa chỉ Internet sau đây: https://en.wikipedia.org/wiki/Fairchild_C-123_Provider

42. Lockheed C-130 Hercules, tài liệu trực tuyến, có thể đọc toàn văn tại địa chỉ Internet sau đây: https://en.wikipedia.org/wiki/Lockheed_C-130_Hercules#Specifications_.28C-130H.29

43. Thương tiếc phi hành đoàn AC-119 Tinh Long 7 KQVNCH, tài liệu trực tuyến, có thể đọc toàn văn tại địa chỉ Internet sau đây: http://hoiquanphidung.com/showthread.php?3136-Th%C6%B0%C6%A1ng-Ti%E1%BA%BFc-Phi-H%C3%A0nh-%C4%90o%C3%A0n-AC-119-T%E1%BB%89nh-Long-7-KQVNCH

44. Phi Đoàn Tinh Long 821: những hy sinh dũng cảm, tài liệu trực tuyến, có thể đọc toàn văn tại địa chỉ Internet sau đây: http://chauxuannguyen.org/2013/03/12/phi-doan-tinh-long-821-nhung-hy-sinh-dung-cam/

45. AC-119K Stinger, tài liệu trực tuyến, có thể đọc toàn văn tại địa chỉ Internet sau đây: https://en.wikipedia.org/wiki/Fairchild_AC-119

46. Trần Lý. ***Những phi vụ hành quân cuối cùng của Không Quân VNCH trên không phận Sàigòn,*** tài liệu trực tuyến, có thể đọc toàn văn tại địa chỉ Internet sau đây: http://www.luanhoan.net/Bai%20Moi%20Trong%20Ngay/html/bm%2015-6-24.htm

47. Trần Ngọc Thống, Hồ Đắc Huân, Lê Đình Thụy. ***Lược sử Quân Lực Việt Nam Cộng Hòa***, sđd, tr. 425-427.

48. Phạm Ngọc Sang. *"Trận Phan Rang: hồi ức của Chuẩn Tướng Phạm Ngọc Sang,"* trong ***Quân sử Không Quân Việt Nam Cộng Hòa,*** sđd, tr. 297. Những người được nói đến trong phần trích dẫn này là: 1) Đại Tá Lương:

là Đại Tá Nguyễn Thu Lương, Lữ Đoàn Trưởng Lữ Đoàn 2 Nhảy Dù; 2) Tr/Tướng Nghi: là Trung Tướng Nguyễn Vĩnh Nghi, nguyên Tư Lệnh Quân Đoàn IV, tại thời điểm này là Tư Lệnh Tiền Phương của Quân Đoàn III; Ông Lewis: là 1 người Mỹ, chuyên viên về truyền tin do Tòa Đại sứ Mỹ ở Sài Gòn cử ra để liên lạc.

Chương Hai

1. Trần Ngọc Thống, Hồ Đắc Huân, Lê Đình Thụy, ***Lược sử Quân Lực Việt Nam Cộng Hòa,*** sđd, tr. 203-204.

2. ***Những giai thoại sạch của Tướng Thắng***, tài liệu trực tuyến, có thể đọc toàn văn tại địa chỉ Internet sau đây: http://www.generalhieu.com/ndthang-u.htm

3. Clarke, Jeffrey J., ***United States Army in Vietnam: advice and support: the final years, 1965-1973***. Washington, D.C.: U.S. Army Center of Military History, 1988, tr. 256.

4. *"CIA report on the situation in South Vietnam as of 10/24/66,"* tài liệu mật của CIA, đề ngày 24-10-1966, giải mật ngày 4-3-1994, gồm 15 tr., có thể truy cập trực tuyến và toàn văn từ cơ sở dữ liệu ***Declassified Documents Reference System (DDRS),*** các tr. II-1 và II-2.

5. *"CIA report on the situation in South Vietnam covering period 10/31-11/6/66,"* tài liệu mật của CIA, đề ngày 7/11/1966, giải mật ngày 16/12/1993, gồm 24 tr., có thể truy cập trực tuyến và toàn văn từ cơ sở dữ liệu ***DDRS***, các tr. II-1 và II-2.

6. Lâm Vĩnh Thế, ***Việt Nam Cộng Hòa, 1963-1967: những năm xáo trộn***. Hamilton, Ont.: Hoài Việt, 2010. Tr. 192.

7. Trần Ngọc Thống, Hồ Đắc Huân, Lê Đình Thụy, ***Lược sử Quân Lực Việt Nam Cộng Hòa***, sđd, tr. 127-128.

8. ***Nguyễn Đức Thắng, Phan Trọng Chinh, Lê Minh Đảo, Lý Tòng Bá***, tài liệu trực tuyến, có thể đọc toàn văn tại địa chỉ Internet sau đây: http://vanghe.blogspot.ca/2011/09/nguyen-uc-thang-phan-trong-chinh-le.html

9. ***Tưởng nhớ Trung Tướng Phan Trọng Chinh,*** tài liệu trực tuyến, có thể đọc toàn văn tại địa chỉ Internet sau đây: http://vietnamcuongthinh.blogspot.ca/2015/03/tuong-nho-trung-tuong-phan-trong-chinh.html

10. *"Intelligence report on the situation in South Vietnam,"* tài liệu mật của CIA, đề ngày 19-12-1966, giải mật ngày 16-6-1998, gồm 24 tr., có thể truy cập trực tuyến và toàn văn từ cơ sở dữ liệu ***DDRS,*** tr. II-4.

11. Ahern, Thomas L., Jr., ***CIA and the generals: covert support to military government in South Vietnam.*** Langley, Va.: CIA, 2009. Tr. 113.

12. Trần Ngọc Thống, Hồ Đắc Huân, Lê Đình Thụy, ***Lược sử Quân Lực Việt Nam Cộng Hòa***, sđd, tr. 199-202.

13. Nguyễn Mậu Quý, ***Trung Tướng Nguyễn Viết Thanh***, tài liệu trực tuyến, có thể đọc toàn văn tại địa chỉ Internet sau đây: http://www.generalhieu.com/nvthanh-u.htm

14. ***Hai vị tướng tác chiến giỏi: Đỗ Cao Trí và Nguyễn Viết Thanh***, tài liệu trực tuyến, có thể đọc toàn văn tại địa chỉ Internet sau đây: http://www.banvannghe.com/a2347/tuong-gioi-do-cao-tri-va-nguyen-viet-thanh-truong-duong-chuyen-ngu

15. Trần Ngọc Thống, Hồ Đắc Huân, Lê Đình Thụy, ***Lược sử Quân Lực Việt Nam Cộng Hòa***, *sđd, tr. 235-237.*

16. Lê Xuân Nhuận, ***Biến-loạn Miền Trung: hồi ký***. Alameda, Calif.: Xây Dựng, 2012. Tr. 285.

17. Minh Dũng, ***Trung Tướng Ngô Quang Trưởng: Tư Lệnh Quân Đoàn I và Vùng I Chiến Thuật***, tài liệu trực tuyến, có thể đọc toàn văn tại địa chỉ Internet sau đây: *http://www.luanhoan.net/danang/htm/danang10_12.htm*

18. ***Trận Hắc Dịch: ngày 9 & 10/2/1965***, tài liệu trực tuyến, có thể đọc toàn văn tại địa chỉ Internet sau đây: http://nhaydu.com/index_83hg_files/left_files/T-Chien/1965-TranHacDich.pdf

19. Ngô Quang Trưởng, ***The Easter Offensive of 1972***. Washington, D.C.: U.S. Army Center of Military History, 1980. (*Indochina monographs*). Tr. 15-77.

20. Giang Văn Nhân, *"Tiểu đoàn 3/TQLC dựng cờ trên Cổ Thành Quảng Trị 15/9/1972,"* trong ***Tuyển tập 2: hai mươi mốt năm chiến trận của binh chủng Thủy Quân Lục Chiến Việt Nam (1954-1975)***. Santa Ana, Calif.: Tổng Hội TQLC/VN tại Hoa Kỳ, 2005, tr. 438-450.

21. James H. Willbanks, ***"The most brilliant commander": Ngo Quang Truong***, tài liệu trực tuyến, có thể đọc toàn văn tại địa chỉ Internet sau đây: http://www.historynet.com/the-most-brilliant-commander-ngo-quang-truong.htm

22. Hà Giang, ***Cố Trung Tướng VNCH Ngô Quang Trưởng đã về nhà***, tài liệu trực tuyến, có thể đọc toàn văn tại địa chỉ Internet sau đây: http://aihuubienhoa.com/a1532/co-trung-tuong-vnch-ngo-quang-truong-da-ve-nha-ha-giang

Chương Ba

1. Trần Ngọc Thống, Hồ Đắc Huân, Lê Đình Thụy. ***Lược sử Quân Lực Việt Nam Cộng Hòa***, sđd, tr. 175-176. Trung Tướng Nguyễn Văn Minh, sinh tháng 2-1929 tại Sài Gòn, tốt nghiệp với cấp bậc Thiếu Úy Khóa 4 Trường Võ Bị Liên Quân Đà Lạt vào ngày 1-12-1951. Ông có biệt danh là "Minh đờn" vì lúc chưa nhập ngũ ông thường đi đờn cho các vũ trường ở Sài Gòn. (QLVNCH có tất cả 4 vị Tướng mang tên Minh với biệt danh như sau: 1) Đại Tướng Dương Văn Minh là Minh Cồ vì to con; 2) Trung Tướng Trần Văn Minh là Minh Nhỏ; 3) Trung Tướng Trần Văn Minh, Tư Lệnh Không Quân, là Minh Đù, vì hay chửi thề; và 4) Trung Tướng Nguyễn Văn Minh là Minh Đờn). Trong thời gian Đệ Nhứt Cộng Hòa, ông thường đảm nhận các chức vụ hành chánh như Quận Trưởng Đức Hòa (1956?-1958), Tỉnh Tưởng An Giang (1959-1963).

Ngày 21-3-1965, đang mang cấp bậc Đại Tá, ông được bổ nhiệm Tư Lệnh Sư Đoàn 21 Bộ Binh; ngày 1-11 cùng năm ông vinh thăng Chuẩn Tướng. Năm 1968, lúc đang mang cấp bậc Thiếu Tướng, ông được bổ nhiệm Tư Lệnh Biệt Khu Thủ Đô. Ngày 23-2-1971, ông được bổ nhiệm Tư Lệnh Vùng III, thay Tướng Đỗ Cao Trí tử nạn trực thăng. Nói chung, các chức vụ ông được bổ nhiệm phần lớn là vì chính trị. Ông không nổi tiếng là một tướng có nhiều kinh nghiệm chiến trường.

2. Trần Ngọc Thống, Hồ Đắc Huân, Lê Đình Thụy. sđd, tr. 384-388. Chuẩn Tướng Lê Văn Hưng sinh ngày 27-3-1933 tại Hóc Môn, tỉnh Gia Định, tốt nghiệp với cấp bậc Thiếu Úy, Khóa 5 Trường Sĩ Quan Trừ Bị Thủ Đức vào ngày 1-2-1955. Khác với Tướng Nguyễn Văn Minh, ông là một sĩ quan tác chiến, từng nắm giữ các chức vụ Trung Đội Trưởng, Đại Đội Trưởng, Tiểu Đoàn Trường, Trung Đoàn Trưởng, và nhiều lần thăng cấp đặc cách tại mặt trận. Ngày 14-6-1971, đang mang cấp bậc Đại Tá, ông được bổ nhiệm làm Tư Lệnh Sư Đoàn 5 BB. Và ngày 9-3-1972, nhân dịp lễ kỷ niệm thứ 17 ngày thành lập Sư Đoàn 5 BB, ông được vinh thăng Chuẩn Tướng do chính Tổng Thống Nguyễn Văn Thiệu (cũng là một cựu Tư Lệnh của Sư Đoàn 5 BB) đích thân gắn cấp bậc Chuẩn Tướng cho ông. Ngày 30-4-1975, với cương vị Tư Lệnh Phó Quân Đoàn IV, ông tuẩn tiết bằng súng lục vào lúc 20 giờ 45 tại tư dinh ở Cần Thơ.

3. Trần Ngọc Thống, Hồ Đắc Huân, Lê Đình Thụy. sđd, tr. 463-465. Chuẩn Tướng Lê Nguyên Vỹ, sinh ngày 22-8-1933 tại Sơn Tây, tốt nghiệp với cấp bậc Chuẩn Úy, Khóa 2 Lê Lợi, Trường Võ Bị Địa Phương Huế ngày 1-10-1951. Khởi nghiệp từ Binh chủng Nhảy Dù, sau chuyển sang Bộ Binh và lần lượt giữ các chức vụ Tiểu Đoàn Trưởng, rồi Trung Đoàn Trưởng của Trung Đoàn 8 thuộc Sư Đoàn 5 BB. Từ giữa năm 1971, ông là Đại Tá Tư Lệnh Phó của Sư Đoàn 5 BB. Ngày 7-11-1973, ông được bổ nhiệm làm Tư Lệnh Sư Đoàn 5 BB. Ngày 1-11-1974, ông vinh thăng Chuẩn Tướng. Trưa ngày 30-4-1975, ông dùng súng lục tuẩn tiết tại Bộ Tư Lệnh Sư Đoàn 5 BB.

4. Trần Ngọc Thống, Hồ Đắc Huân, Lê Đình Thụy, sđd, tr. 454-456. Chuẩn Tướng Mạch Văn Trường, sinh tháng 3-1936 tại Bạc Liêu, tốt nghiệp Khóa 12 Trường Võ Bị Liên Quân Đà Lạt với cấp bậc Thiếu Úy ngày 2-12-1956. Ngày 1-3-1972, với chức vụ Trung Đoàn Trưởng Trung Đoàn 8, Sư Đoàn 5 BB, ông vinh thăng Đại Tá. Tháng 11-1974, ông được bổ nhiệm Tư Lệnh Sư Đoàn 21 BB. Ngày 26-4-1975, ông vinh thăng Chuẩn Tướng. Sau 1975, ông bị học tập cải tạo 17 năm ở Miền Bắc. Hiện dịnh cư tại thành phố Houston, tiểu bang Texas, Hoa Kỳ.

5. Trần Ngọc Thống, Hồ Đắc Huân, Lê Đình Thụy, sđd, tr. 417-419. Chuẩn Tướng Trần Văn Nhựt, sinh ngày 17-12-1935 tại Sài Gòn, tốt nghiệp với cấp bậc Thiếu Úy, Khóa 10 Trường Võ Bị Liên Quân Đà Lạt ngày 1-6-1954. Ông đã từng giữ chức vụ Tiểu Đoàn Trưởng Tiểu Đoàn 1 Thủy Quân Lục Chiến (TQLC), Tư Lệnh Phó kiêm Tham Mưu Trưởng Lữ Đoàn TQLC, và Trung

Đoàn Trưởng Trung Đoàn 48, Sư Đoàn 18 BB trước khi được bổ nhiệm làm Tỉnh Trưởng kiêm Tiểu Khu Trưởng Bình Long vào tháng 1-1970. Ngày 7-7-1972, sau chiến thắng An Lộc, ông thăng Đại Tá thực thụ. Ngày 27-8-1972, ông được cử làm Tư Lệnh Sư Đoàn 2 BB, và ngày 1-11-1972 ông vinh thăng cấp Chuẩn Tướng. Sau năm 1975, ông định cư tại thành phố Houston, tiểu bang Texas, Hoa Kỳ.

6. ***Trận An Lộc 93 ngày đêm tử chiến. Phần 3: hồi ký của Chuẩn Tướng Mạch Văn Trường***. Tài liệu trực tuyến, có thể đọc toàn văn tại địa chỉ Internet sau đây: http://www.saigonhdradio.com/index.php?option=com_content&view=article&id=823:trn-an-lc-93-ngay-em-t-chin-phn-th-3&catid=88:an-lc-s&Itemid=118

7. Willbanks, James H. ***The Battle of An Loc***. Bloomington: Indiana University Press, 2005. Tr. 17. Tác giả viết như sau: *"A subset of Giap's strategy called for a Communist Provisional Revolutionary Government to be established in An Loc as a precursor for the assault on Saigon."* (Xin tạm dịch sang Việt ngữ như sau: *"Một phần của chiến lược của ông Giáp là kêu gọi thành lập một Chính Phủ Cách Mạng Lâm Thời Cộng Sản tại An Lộc như một bước đầu đề tiến đánh Sài Gòn."*)

8. Andradé, Dale. ***America's last Vietnam battle: halting Hanoi's 1972 Easter Offensive***. Lawrence: University Press of Kansas, 2001. Tr. 344, tác giả viết như sau: *"Beginning in February 1972, U.S. intelligence stressed that Tay Ninh was the most likely target of a North Vietnamese offensive on the region."* Xin tạm dịch sang Việt ngữ như sau: *"Vào đầu tháng 2-1972, tình báo Hoa Kỳ nhấn mạnh là Tây Ninh sẽ là mục tiêu của một cuộc tấn* công *của quân Bắc Việt trong vùng.")*

9. ***Trận An Lộc 93 ngày đêm tử chiến, Phần 3: hồi ký của Chuẩn Tướng Mạch Văn Trường***, tài liệu trực tuyến đã dẫn bên trên.

10. Willbanks, James H., sđd, tr. 44-45.

11. Willbanks, James H., sđd, tr. 55-61.

12. ***Trận An Lộc 93 ngày đêm tử chiến, Phần 3: hồi ký của Chuẩn Tướng Mạch Văn Trường***, tài liệu trực tuyến đã dẫn bên trên.

13. ***Trận An Lộc 93 ngày đêm tử chiến. Phần 3: hồi ký của Chuẩn Tướng Mạch Văn Trường,*** tài liệu trực tuyến đã dẫn bên trên. Sách của hai tác giả Mỹ đã trích dẫn đều ghi rằng Đại Tá Nguyễn Công Vĩnh đã ra hàng địch. Điều này chắc chắn đã dựa vào lời kể lại của các cố vấn Mỹ sống sót sau trận Lộc Ninh (họ đã bị bắt làm tù binh và được trao trả lại cho Hoa Kỳ sau khi Hiệp Định Paris được ký kết vào ngày 27-1-1973). Nhưng điều này khó tin vì các lý do sau đây: 1) Đại Tá Vĩnh cũng đã được trao trả cho VNCH sau Hiệp Định Paris; 2) Sau khi An Ninh Quân Đội của QLVNCH điều tra rõ sự việc, ông đã được phục hồi cấp bậc cũ và được bổ nhiệm làm Quân Vụ Trưởng Quân Vụ Thị Trấn tại Sài Gòn cho đến ngày 30-4-1975: 3) Sau năm 1975, ông bị đi cải

tạo cho đến năm 1988 mới được thả về; 4) Ông sang Hoa Kỳ theo diện HO năm 1993, sống tại Nam California cho đến khi qua đời vào ngày 23-2-2017, hưởng thọ 90 tuổi. Xin xem thêm hai tài liệu trực tuyến sau đây: http://nguyentin.tripod.com/dt_nguyencongvinh.htm và https://www.nguoi-viet.com/tuong-nho/tuong-nho-co-dai-ta-nguyen-cong-vinh/

14. Willbanks, James H., sđd, tr. 54.

15. Nguyễn Quốc Khuê. ***Liên Đoàn 3 Biệt Động Quân với trận chiến An Lộc – Bình Long***, tài liệu trực tuyến, có thể đọc toàn văn tại địa chỉ Internet sau đây: https://www.nguoi-viet.com/cuu-chien-binh/ccb-t4-lien-doan-3-biet-dong-quan-voi-tran-chien-loc-binh-long/ Liên Đoàn 3 BĐQ do Trung Tá Nguyễn Văn Biết làm Liên Đoàn Trưởng, gồm có 3 tiểu đoàn: 1) Tiểu Đoàn 31 do Thiếu Tá Trương Khánh làm Tiểu Đoàn Trưởng; 2) Tiểu Đoàn 36 do Thiếu Tá Tống Viết Lạc làm Tiểu Đoàn Trưởng; và 3) Tiểu Đoàn 52 do Thiếu Tá Lê Quý Dậu làm Tiểu Đoàn Trưởng.

16. Ngô Quang Trưởng. ***The Easter Offensive of 1972***. Washington, D.C.: US Army Center of Military History, 1980. Tr. 116-117.

17. ***Trận An Lộc 93 ngày đêm tử chiến, Phần 3: hồi ký của Chuẩn Tướng Mạch Văn Trường***, tài liệu trực tuyến đã dẫn bên trên.

18. Willbanks, sđd, tr. 79.

19. Nguyễn Văn Dưỡng. ***Tướng Lê Văn Hưng tuyên bố "tử thủ An Lộc,"*** tài liệu trực tuyến, có thể đọc toàn văn tại địa chỉ Internet sau đây: https://dongsongcu.wordpress.com/2017/09/06/tuong-le-van-hung-tuyen-bo-tủ-thủ-an-lọc/

20. Vũ Văn Bảo. ***QLVNCH: Phi Đoàn 237 CH-47A Chinook,"*** tài liệu trực tuyến, có thể đọc toàn văn tại địa chỉ Internet sau đây: http://chauxuannguyen.org/2016/03/18/qlvnch-phi-doan-237-ch-47a-chinook-vu-van-bao/

21. Nguyễn Văn Dưỡng. ***Inside An Lộc: the battle to save Saigon, April – May 1972*** / Van Nguyen Duong with Nghia M. Vo. Jefferson, N.C.: McFarland, 2016. Tr. 98-99. Trong thời gian trận An Lộc, tác giả là Thiếu Tá, Trưởng Ban 2 (Tình báo) của Sư Đoàn 5 BB. Ông thăng cấp lên Trung Tá khi trận An Lộc chấm dứt. Ông cũng là bạn đồng khóa 5 Trường Sĩ Quan Trừ Bị Thủ Đức với Tướng Hưng.

22. ***Kỷ niệm 40 năm chiến thắng "Hà Nội – Điện Biên Phủ trên không": những điều chưa biết về "pháo đài chiến lược" B-52 của Không Quân Mỹ***, tài liệu trực tuyến, có thể đọc toàn văn tại địa chỉ Internet sau đây: https://thethaovanhoa.vn/the-gioi/nhung-dieu-chua-biet-ve-phao-dai-chien-luoc-b52-cua-khong-quan-my-n20121218112605556.htm

23. Andradé, Dale, sđd, tr. 396-397.

24. Trần Ngọc Thống, Hồ Đắc Huân, Lê Đình Thụy, sđd, tr. 404-407. Chuẩn Tướng Lê Quang Lưỡng, sinh tháng 8-1932 tại tỉnh Bình Dương, tốt nghiệp với cấp bậc Thiếu Úy Khóa 4 Trường Sĩ Quan Trừ Bị Thủ Đức vào tháng

7-1954. Tình nguyện vào Binh chủng Nhảy Dù, và lần lượt nắm giữ các chức vụ chỉ huy từ Trung Đội Trưởng, Đại Đội Trưởng, Tiểu Đoàn Trưởng, và Lữ Đoàn Trưởng, trước khi thăng lên cấp Chuẩn Tướng và được bổ nhiệm làm Tư Lệnh Sư Đoàn Dù vào ngày 1-11-1972. Sau năm 1975, ông định cư tại thành phố Bakerfield, tiểu bang California, Hoa Kỳ. Ông mất ngày 21-9-2005 tại nơi định cư, hưởng thọ 73 tuổi.

25. Nguyễn Văn Dưỡng, ***Inside An Lộc***, sđd, tr. 107-111.

26. Nguyễn Văn Ức. ***Phi Đoàn 221 trực thăng***, tài liệu trực tuyến, có thể đọc toàn văn tại địa chỉ Internet sau đây: https://hung-viet.org/a21141/phi-doan-221-truc-thang Thiếu Tá Nguyễn Văn Ức về sau thăng cấp lên Trung Tá và được bổ nhiệm vào chức vụ Không Đoàn Phó Không Đoàn 64 Chiến Thuật, thuộc Sư Đoàn 4 Không Quân ở Cần Thơ.

27. Vương Hồng Anh. ***Lữ Đoàn 1 Nhảy Dù ở Bình Long 1972***, tài liệu trực tuyến, có thể đọc toàn văn tại địa chỉ Internet sau đây: https://ongvove.wordpress.com/2012/03/05/l%E1%BB%AF-doan-1-nh%E1%BA%A3y-du-%E1%BB%9F-binh-long-1972/

28. Đại Tá Phan Văn Huấn / Liên Đoàn 81 Biệt Cách Nhảy Dù, tài liệu trực tuyến, có thể đọc toàn văn tại địa chỉ Internet sau đây: http://conhungnguoianh.blogspot.ca/2012/03/ai-ta-phan-van-huan-lien-oan-81-biet.html

29. Ngô Quang Trưởng, sđd, tr. 123.

30. Vương Hồng Anh, tài liệu đã dẫn.

31. Willbanks, sđd, tr. 99.

32. ***Trận An Lộc 93 ngày đêm tử chiến***, ***Phần 3: hồi ký của Chuẩn Tướng Mạch Văn Trường***, tài liệu trực tuyến đã dẫn bên trên.

33. Willbanks, sđd, tr. 98.

34. Nguyễn Quốc Khuê. ***Liên Đoàn 3 Biệt Động Quân với trận chiến An Lộc – Bình Long***, tài liệu trực tuyến đã dẫn bên trên,

35. Willbanks, sđd, tr. 104.

36. ***Trận An Lộc 93 ngày đêm tử chiến, Phần 3: hồi ký của Chuẩn Tướng Mạch Văn Trường***, tài liệu trực tuyến đã dẫn bên trên.

37. Andradé, Dale, sđd, tr. 432.

38. ***Trận An Lộc 93 ngày đêm tử chiến, Phần 3: hồi ký của Chuẩn Tướng Mạch Văn Trường***, tài liệu trực tuyến đã dẫn bên trên.

39. Andradé, Dale, sđd, tr. 432.

40. Andradé, Dale, sđd, tr. 434.

41. Lê Đắc Lực. ***Tàn con binh lửa (10): An Lộc Địa***, tài liệu trực tuyến, có thể đọc toàn văn tại địa chỉ Internet sau đây: https://vantuyen.net/2014/11/10/le-dac-luc-tan-con-binh-lua-10-an-loc-dia/

42. Phạm Châu Tài. ***Trận An Lộc 93 ngày đêm tử chiến. Kỳ 15: An Lộc,***

chiến trường đi không hẹn, tài liệu trực tuyến có thể đọc toàn văn tại địa chỉ Internet sau đây: http://saigonhdradio.com/index.php?option=com_content&view=article&id=1211:trn-an-lc-93-ngay-em-t-chin-k-15&catid=88:an-lcs&Itemid=118

43. Trần Ngọc Thống, Hồ Đắc Huân, Lê Đình Thụy, sđd, tr. 181-182. Trung Tướng Nguyễn Vĩnh Nghi, sinh tháng 10-1932 tại Gia Định, tốt nghiệp Khóa 5 Trường Võ Bị Liên Quân Đà lạt với cấp bậc Thiếu Úy vào ngày 24-4-1952. Ông thăng cấp Thiếu Tá ngày 1-1-1955 và làm Tham Mưu Trưởng Sư Đoàn 21 BB. Ông thăng cấp Đại Tá tháng 2-1966, và ngày 16-3-1968 ông được cử làm Tư Lệnh Sư Đoàn 21 BB. Ông thăng cấp Chuẩn Tướng ngày 16-9-1969 và cấp Thiếu Tướng ngày 16-9-1970. Ngày 3-5-1972, ông bàn giao Sư Đoàn 21 BB cho Chuẩn Tướng Hồ Trung Hậu, Tư Lệnh Phó Sư Đoàn Dù và ngày hôm sau, 4-5-1972, ông được cử làm Tư Lệnh Quân Đoàn IV thay thế Trung Tướng Ngô Quang Trưởng đi làm Tư Lệnh Quân Đoàn I. Ngày 1-3-1974, ông vinh thăng Trung Tướng. Ngày 1-11-1974, ông bàn giao chức vụ Tư Lệnh Quân Đoàn IV cho Thiếu Tướng Nguyễn Khoa Nam và đi làm Chỉ Huy Trưởng Trường Bộ Binh Thủ Đức. Cuối tháng 3-1975, ông được cử làm Tư Lệnh Phó kiêm Tư Lệnh Tiền Phương cho Quân Đoàn III tại Phan Rang. Ông bị Cộng quân bắt làm tù binh tại đây vào tối ngày 16-4-1975 cùng với Chuẩn Tướng Phạm Ngọc Sang, Tư Lệnh Sư Đoàn 6 Không Quân. Ông bị giam trong trại cải tạo cho đến 1988 mới được thả về, và đã đi định cư tại Hoa Kỳ, theo diện HO, từ 1992.

44. Willbanks, sđd, tr. 134.

45. ***Hồ Ngọc Cẩn (đại tá)***, tài liệu trực tuyến, có thể đọc toàn văn tại địa chỉ Internet sau đây: https://vi.wikipedia.org/wiki/H%E1%BB%93_Ng%E1%BB%8Dc_C%E1%BA%A9n_(%C4%91%E1%BA%A1i_t%C3%A1)#Qu%C3%A2n_l%E1%BB%B1c_Vi%E1%BB%87t_Nam_C%E1%BB%99ng_h%C3%B2a Đại Tá Hồ Ngọc Cẩn là một trong số rất hiếm những sĩ quan cao cấp của QLVNCH đã từng là Binh Nhì thăng dần lên đến cấp Đại Tá. Chức vụ cuối cùng là Tỉnh Trưởng Chương Thiện. Sau ngày 30-4-1975, ông vẫn tiếp tục chiến đấu cho đến khi bị quân CS bắt được. Ông bị CS xử bắn vào ngày 14-8-1975 tại sân vận động Cần Thơ. Lúc đó ông mới được 37 tuổi.

46. ***Tiểu Đoàn 6 Nhảy Dù***, tài liệu trực tuyến, có thể đọc toàn văn tại địa chỉ Internet sau đây: http://nhaydu.com/index_83hg_files/main_files/TieuSu-TDND/TS-TD6ND.pdf

47. Willbanks, sđd, tr. 142.

48. Lê Đắc Lực. ***Tàn cơn binh lửa (10): An Lộc Địa***, tài liệu trực tuyến đã dẫn.

Chương Bốn

1. Trung Tướng Ngô Quang Trưởng là vị tướng lỗi lạc nhứt của QLVNCH. Ông sinh ngày 13-12-1929 tại tỉnh Bến Tre (sau đổi tên là Kiến Hòa), theo học Khóa 4 Trường Sĩ Quan Trừ Bị Thủ Đức, mãn khóa ngày 1-6-1954 với cấp bậc Thiếu Úy, tình nguyện vào Binh chủng Nhảy Dù, và là một Trung Đội Trưởng của Tiểu Đoàn 5 Nhảy Dù. Ông đã lần lượt thăng cấp như sau: thăng cấp Trung Úy ngày 1-12-1955, Đại Úy năm 1961, Thiếu Tá năm 1964, Trung Tá tháng 4-1965, Đại Tá nhiệm chức ngày 19-6-1966, Chuẩn Tướng nhiệm chức ngày 4-2-1967, Thiếu Tướng nhiệm chức ngày 3-6-1968, Trung Tướng nhiệm chức ngày 1-11-1971. Ông nổi tiếng là một tướng lãnh rất gương mẫu về quân phong, quân kỷ, rất tận tụy với trách nhiệm, và luôn luôn có mặt tại những điểm nóng trong khu vực thuộc trách nhiệm của mình. Ông cũng nổi tiếng là một tướng lãnh trong sạch, thanh liêm, và không dung túng cho cấp dưới làm bậy, xâm phạm tài sản của dân chúng. Ông cũng là một trong số rất ít các tướng lãnh hoàn toàn không có tham vọng chính trị và không bao giờ dính líu vào các âm mưu, biến cố chính trị. Ông dành toàn thời gian cho quân vụ. Tướng Trưởng là một trong số ít các vị tướng lãnh của QLVNCH đã chỉ huy các đơn vị tác chiến từ cấp thấp nhứt đến cấp cao nhứt: Trung đội trưởng: tháng 7-1954 (một trung đội của Tiểu Đoàn 5 Nhảy Dù); Đại đội trưởng: đầu năm 1955 (Đại Đội 1, Tiểu Đoàn 5 Nhảy Dù); Tiểu đoàn trưởng: năm 1961 (Tiểu Đoàn 5 Nhảy Dù); Tư lệnh sư đoàn: năm 1966 (Sư Đoàn 1 Bộ Binh); Tư lệnh quân đoàn: Quân Đoàn IV (1970-1972) và Quân Đoàn I (1972-1975). Sau ngày 30-4-1975, ông định cư tại thành phố Springfield, tiểu bang Virginia, Hoa Kỳ. Ông mất tại đây vào ngày 22-1-2007, thọ 78 tuổi. Theo lời dặn dò của ông, tro hài cốt của ông đã được gia đình ông mang về Việt Nam và rải trên đèo Hải Vân.

2. Airpower and the 1972 spring invasion / Lavalle, A.J.C., editor. Washington, D.C.: United States Air Force, Office of Air Force History, 1985. (U.S.A.F. Southeast Asia monograph series; v. 2, monograph 3). Tr. 58.

3. Brand, Matthew C. ***Airpower and the 1972 Easter Offensive***. Fort Leavenworth, Kansas: U.S. Army Command and General Staff College, 2007. (Luận văn Master of Military Art and Science của Trung Tá Không Quân Hoa Kỳ Matthew C. Brand). Tr. 83.

4. Thiếu Tướng Bùi Thế Lân là 1 trong những sĩ quan TQLC kỳ cựu nhứt của QLVNCH. Ông sinh tháng 11-1932 tại Hà Nội, tốt nghiệp Thiếu Úy Khóa 4 Trường Sĩ Quan Trừ Bị Thủ Đức ngày 1-6-1954, và gia nhập ngay binh chủng TQLC, giữ chức vụ Đại Đội Trưởng, Tiểu Đoàn 1 TQLC. Năm 1960, ông thăng cấp Trung Úy và làm Tham Mưu Trưởng của Liên Đoàn TQLC. Ngày 1-6-1961, ông thăng cấp Đại Úy và làm Tiểu Đoàn Trưởng, Tiểu Đoàn 4 TQLC. Năm 1963, ông được gởi đi du học Khóa Chỉ Huy và Tham Mưu TQLC tại Quantico, Virginia, Hoa Kỳ. Sau khi tốt nghiệp, trở về nước, ông thăng Thiếu Tá và được bổ nhiệm làm Tham Mưu Trưởng Lữ Đoàn TQLC.

Sau đó ông lần lượt thăng cấp lên Trung Tá (1963) và Đại Tá (1964), và năm 1971, ông kiêm nhiệm luôn chức vụ Tư Lệnh Phó TQLC. Ngày 4-5-1972, ông được bổ nhiệm làm Tư Lệnh TQLC, và ngày 24-5-1972 ông vinh thăng Chuẩn Tướng. Đầu tháng 4-1975, ông thăng Thiếu tướng. Sau năm 1975, ông sống tại Hoa Kỳ và mất ngày 14-1-2014 tại San Jose, tiểu bang California, hưởng thọ 82 tuổi.

5. Thiếu Tướng Phạm Văn Phú sinh ngày 16-10-1928 tại Hà Đông, tốt nghiệp Thiếu Úy Khóa 8 Trường Võ Bị Liên Quân Đà Lạt năm 1953, gia nhập binh chủng Nhảy Dù, là một Trung dội trưởng của Tiểu Đoàn 5. Năm 1954 ông thăng cấp Trung Úy, chỉ huy một đại đội của Tiểu Đoàn 5 Dù, tham dự trận Điện Biên Phủ, đặc cách thăng cấp Đại Úy tại mặt trận. Khi Điện Biên Phủ thất thủ, ông bị bắt làm tù binh, đến tháng 7-1955 mới được trao trả về cho Quân Đội Quốc Gia. Ông lần lượt thăng cấp như sau: Thiếu tá năm 1960, Trung Tá năm 1964, Đại Tá năm 1965, Chuẩn Tướng năm 1969, và Thiếu Tướng năm 1971. Ngày 5-11-1974, ông được bổ nhiệm làm Tư Lệnh Quân Đoàn II. Thiếu Tướng Phạm Văn Phú là 1 trong 5 tướng lãnh của QLVNCH đã tuẩn tiết vào ngày 30-4-1975.

6. Ngô Quang Trưởng. ***The Easter Offensive of 1972***, sđd, tr. 54.

7. Ngô Quang Trưởng, sđd, tr. 65.

8. Trần Ngọc Thống, Hồ Đắc Huân, Lê Đình Thụy. ***Lược sử Quân Lực Việt Nam Cộng Hòa***, sđd, tr. 235.

9. Hòa Khánh. ***Sư Đoàn 3 Bộ Binh trở lại chiến trường***, tài liệu trực tuyến, có thể đọc toàn văn tại địa chỉ Internet sau đây: https://dongsongcu.wordpress.com/2016/03/10/su-doan-3-bo-binh-tro-lai-chien-truong/ Việc Sư Đoàn 3 phục hồi nhanh chóng và có thể trở lại chiến trường, và chỉ sau một năm, năm 1973, đã được Bộ Tổng Tham Mưu QLVNCH đánh giá là một sư đoàn có khả năng chiến đấu rất tốt, là công đầu của tướng tư lệnh, Chuẩn Tướng Nguyễn Duy Dinh, thăng cấp Thiếu Tướng ngày 1-7-1973.

10. Trần Ngọc Thống, Hồ Đắc Huân, Lê Đình Thụy, sđd, tr. 400.

11. Ngô Quang Trưởng, sđd, tr. 56.

12. Hành Quân Lam Sơn 72, tái chiếm Quảng Trị, tài liệu trực tuyến, có thể đọc toàn văn tại địa chỉ Internet sau đây: https://bienxua.wordpress.com/2017/08/09/hanh-quan-lam-son-72-tai-chiem-quang-tri/

13. Cổ Thành Quảng Trị và Đại Lộ Kinh Hoàng, tài liệu trực tuyến, có thể đọc toàn văn tại địa chỉ Internet sau đây: https://vi-vn.facebook.com/quanlucvnch/photos/a.287209888044351.59269.275596229205717/605102579588412/

14. Trương Đăng Sỹ. ***Nhảy Dù và Cổ Thành Đinh Công Tráng***, tài liệu trực tuyến, có thể đọc toàn văn tại địa chỉ Internet sau đây: https://dongsongcu.wordpress.com/2016/09/21/nhay-du-va-co-thanh-dinh-cong-trang-2/

15. Trương Đăng Sỹ, tài liệu vừa dẫn bên trên.

16. Melson, Charles D. và Curtis G. Arnold. ***U.S. Marines in Vietnam: the war that would not end, 1971-1973***. Washington, D.C.: U.S. Marines Corps Headquarters, History and Museums Division, 1991. Tr. 110. Tài liệu trực tuyến, có thể đọc toàn văn tại địa chỉ Internet sau đây: http://www.marines.mil/Portals/59/Publications/U.S.%20Marines%20in%20Vietnam%20The%20war%20that%20would%20not%20end%201971-1973%20PCN%2019000311200_1.pdf

17. Nguyễn Đăng Hòa. *"Trận đổ bộ Triệu Phong, 11/7/1972,"* trong ***Tuyển tập 2: Hai mươi mốt năm chiến trận của binh chủng Thủy Quân Lục Chiến Việt Nam (1954-1975)***. Santa Ana, Calif.: Tổng Hội TQLC/VN tại Hoa Kỳ, 2005. Tr. 404-414.

18. Andradé, Dale. ***America's last Vietnam battle: halting Hanoi's 1972 Easter Offensive***, sđd, tr. 189-190.

19. Ngô Văn Định. ***Trận Quảng Trị năm 1972 của Lữ Đoàn 258 TQLC***, tài liệu trực tuyến, có thể đọc toàn văn tại địa chỉ Internet sau đây: http://tqlcvn.org/hoiky/hk-tranQT72-ld258-tqlc.htm

20. Phạm Văn Chung. ***Cờ bay trên Cổ Thành Quảng Trị***, tài liệu trực tuyến, có thể đọc toàn văn tại địa chỉ Internet sau đây: https://www.nguoi-viet.com/cuu-chien-binh/ccb-co-bay-tren-co-thanh-quang-tri/

21. Lê Quang Liễn. *"Đại đội 4/TĐ2/TQLC và trận tái chiếm tòa hành chánh Quảng Trị (14/9/72),"* trong ***Tuyển tập 2: Hai mươi mốt năm chiến trận của binh chủng Thủy Quân Lục Chiến Việt Nam (1954-1975)***, sđd, tr. 416-423.

22. Giang Văn Nhân. *"Tiểu đoàn 3/TQLC dựng cờ trên Cổ Thành Quảng Trị 15/9/1972,"* trong ***Tuyển tập 2: Hai mươi mốt năm chiến trận của binh chủng Thủy Quân Lục Chiến Việt Nam (1954-1975)***, sđd, tr. 438-450.

23. Ích Duệ. ***Vài nét về chiến trường Quảng Trị 1972***, tài liệu trực tuyến, có thể đọc toàn văn tại địa chỉ Internet sau đây: https://hieuminh.org/2012/07/26/vai-net-ve-chien-truong-quang-tri-1972/

24. Xuân Hải. Đại đội 120 người, hết trận đánh chỉ còn 17, tài liệu trực tuyến, có thể đọc toàn văn tại địa chỉ Internet sau đây: http://infonet.vn/dai-doi-120-nguoi-het-tran-danh-chi-con-17-post128750.info

25. Ngọc Lan – Lệ Truyền. ***Khai quật thêm được 12 hài cốt liệt sỹ tại thôn Tân Mỹ, xã Hải Lệ, thị xã Quảng Trị***, tài liệu trực tuyến, có thể đọc toàn văn tại địa chỉ Internet sau đây: http://thixaquangtri.gov.vn/default.aspx?TabID=100&modid=445&ItemID=2430

Chương Năm

1. Moyar, Mark, "Vietnam: historians at war," ***Academic questions***, vol. 21, no. 1 (Spring 2008), tạp chí điện tử, có thể đọc toàn văn trực tuyến tại địa chỉ Internet sau đây: https://www.nas.org/academic-questions/21/1/vietnam_historians_at_war

2. Halberstam, David. ***The Making of a quagmire: America and Vietnam during the Kennedy era.*** Rev. ed., with an introduction by Daniel J. Singal. Lanham, Md.: Rowman & Littlefield, 2008. Tr. 77-92.

3. Sheehan, Neil. ***A Bright shining lie: John Paul Vann and America in Vietnam***. New York: Random House,1988. Tr. 201-265.

4. Karnow, Stanley. ***Vietnam, a history: the first complete account of Vietnam at war***. New York: Penguin Books, 1984. Tr. 259-262.

5. Sheehan, sđd, tr. 233.

6. Karnow, sđd, tr. 259-260.

7. Halberstam, sđd, tr. 85.

8. Đoàn Thêm. ***Hai mươi năm qua: việc từng ngày (1945-1964);*** tựa của Lãng Nhân. Los Alamitos, Calif.: Xuân Thu, [1989]. Tr. 328.

9. ***Battle of Ap Bac***, tài liệu trực tuyến, có thể đọc toàn văn tại địa chỉ Internet sau đây: https://en.wikipedia.org/wiki/Battle_of_Ap_Bac#Aftermath

10. Lý Tòng Bá***. 25 năm khói lửa: hồi ký của một tướng lãnh cầm quân tại mặt trận***. Las Vegas: Tác giả xuất bản, 1995. Tr. 65 và 68.

11. Moyar, Mark. ***Triumph forsaken: the Vietnam War, 1954-1965***. Cambridge, UK: Cambridge University Press, 2006. Tr. xvi.

12. Andradé, Dale. ***America's last Vietnam battle: halting Hanoi's 1972 Easter Offensive***, sđd, tr. 196.

13. Willbanks, James H. ***The Battle of An Loc***, sđd, tr. 146-147.

14. Caputo, Phillip, "S. Viets take skeleton of city." ***Chicago tribune***, số ra ngày 14-4-1975, tr. 3.

15. Veith, George J. và Merle L. Pribbenow, "Fighting is an art: the Army of the Republic of Vietnam's defense of Xuan Loc, 9-21 April 1975," ***Journal of military history***, vol. 68, no. 1 (Jan. 2004), tr. 163-213. Tr. 193.

16. Veith và Pribbenow, bài báo vừa dẫn ngay bên trên, tr. 213

Chương Sáu

1. ***Memorandum for the President from George Ball, "A Compromise Solution in South Vietnam," 1 July 1965***, tài liệu trực tuyến, có thể đọc toàn văn tại địa chỉ Internet sau đây: https://www.mtholyoke.edu/acad/intrel/pentagon4/doc260.htm

2. Barrett, David M. "The mythology surrounding Lyndon Johnson, his advisers, and the 1965 decision to escalate the Vietnam War," ***Political science quarterly***, vol. 103, issue 4 (winter 1988/1989), tr. 641.

3. Lâm Vĩnh Thế, ***Thủy Quân Lục Chiến Hoa Kỳ đổ bộ vào Đà Nẵng ngày 8 tháng 3 năm 1965***, tài liệu trực tuyến, có thể đọc toàn văn tại địa chỉ Internet sau đây: https://sites.google.com/site/namkyluctinhorg/tac-gia-tac-pham/

i-j-k-l-m/lam-vinh-the/thuy-quan-luc-chien-hoa-ky-do-bo-vao-dha-nang-ngay-8-thang-3-nam-1965 Trong bài viết này, tác giả trích dẫn một báo cáo của Tướng William C. Westmoreland, Tư Lệnh MACV (Military Assistance Command, Vietnam = Bộ Tư Lệnh Viện Trợ Quân Sự Hoa Kỳ tại Việt Nam) vào đầu tháng 3-1965, có ghi như sau: ***"nếu tình hình nầy tiếp tục, trong vòng 6 tháng, các lực lượng Nam Việt Nam sẽ chỉ còn kiểm soát được các khu vực chung quanh các tỉnh lỵ và quận lỵ .. chúng ta sẽ chứng kiến việc Việt Cộng tiếp thu toàn bộ xứ sở nầy, có lẽ trong vòng một năm."*** Đoạn văn này của báo cáo được trích ra từ cuốn hồi ký của Tướng Westmoreland do nhà xuất bản Doubleday xuất bản tại New York vào năm 1976, ***A soldier reports***, tr.147.

4. ***In country: remembering the Vietnam War*** / edited by John Prados. Lanham, Md.: Ivan R. Dee Publisher, 2011. Tại tr. 8, soạn giả viết như sau: ***"... President Johnson considered General Westmoreland's large-scale reinforcement and approved it. The deployment of the First Cavalry Division (Airmobile), along with the Third Marine Division, followed by the First Infantry Division and the First Brigade/101st Airborne Division, was the first wave of the new MACV force. ... the fact is that in the twelve months ending in December 1965 the American force level in country increased from twenty-three thousand to 183,000 personnel."*** (Xin tạm dịch sang Việt ngữ như sau: *Tổng Thống Johnson xem xét đề nghị tăng quân trên quy mô lớn của Tướng Westmoreland và chấp thuận nó. Việc điều quân được thực hiện với Sư Đoàn 1 Kỵ Binh Không Vận, cùng với Sư Đoàn 3 Thủy Quân Lục Chiến, tiếp theo là Sư Đoàn 1 Bộ Binh cùng với Lữ Đoàn 1 của Sư Đoàn 101 Dù, đó là đợt đầu cho lực lượng mới của Bộ Tư Lệnh Viện Trợ Quân Sự Hoa Kỳ tai Việt Nam ... sự kiện có thật là trong 12 tháng kết thúc vào Tháng 12-1965, lực lượng Hoa Kỳ đã tăng từ 23.000 lên đến 183.000).*

5. McNamara, Robert S. và Brian VanDeMark. ***In retrospect: the tragedy and lessons of Vietnam.*** New York: Random House, 1995. Tr. 243-244.

6. McNamara, sđd, tr. 244.

7. ***Joint Chiefs of Staff***, tài liệu trực tuyến, có thể đọc toàn văn tại địa chỉ Internet sau đây: https://en.wikipedia.org/wiki/Joint_Chiefs_of_Staff. JCS là Bộ Tham mưu Liên Quân của Quân Đội Hoa Kỳ, gồm các vị đại tướng (tướng 4 sao) tư lệnh của 4 quân chủng Lục Quân, Hải Quân, Không Quân, và Thủy Quân Lục Chiến, đứng đầu (Chairman of the JCS) là một vị đại tướng do Tổng Thống chỉ định, lần lượt chọn ra từ 4 quân chủng kể trên. Tại thời điểm này, năm 1967, Đại Tướng Lục Quân Earl (Bus) Wheeler là Chairman của JCS.

8. McNamara, sđd, tr. 266.

9. McNamara, sđd, tr. 275.

10. McNamara, sđd, tr. 275.

11. McNamara, sđd, tr. 276.

12. McNamara, sđd, tr. 280.

13. McNamara, sđd, tr. 315.

14. ***Council on Foreign Relations***, tài liệu trực tuyến, có thể đọc toàn văn tại địa chỉ Internet sau đây: https://en.wikipedia.org/wiki/Council_on_Foreign_Relation

15. ***Argument without end: in search of answers to the Vietnam tragedy*** / Robert S. McNamara và những người khác. New York: Public Affairs, 1999.

16. ***Argument without end***, sđd, tr. 368.

17. ***Argument without end***, sđd, tr. 319.

18. Lâm Vĩnh Thế. ***Nhận định và đánh giá bộ phim "The Vietnam War" của hai đao diễn Ken Burns và Lynn Novick***, tài liệu trực tuyến, có thể đọc toàn văn tại địa chỉ Internet sau đây: https://sites.google.com/site/namkyluctinhorg/tac-gia-tac-pham/i-j-k-l-m/lam-vinh-the/nhan-dinh-va-danh-gia-bo-phim-the-vietnam-war-cua-hai-dao-dien-ken-burns-va-lynn-novick

19. Trần Ngươn Phiêu. ***Gió mùa Đông Bắc (Chương 6)***, tài liệu trực tuyến, có thể đọc toàn văn tại địa chỉ Internet sau đây: https://www.diendantheky.net/2011/04/gio-mua-ong-bac-chuong-6.html

20. Nguyễn Kỳ Nam. ***Hồi-ký "1925-1964." Tập II: 1945-1954***. Sài Gòn: Nhựt-báo Dân Chủ Mới xuất bản, 1964, tr. 231.

21. Trần Ngươn Phiêu, sđd, Chương 7.

22. Hoàng Hưng. ***Cái chết của Khái Hưng***, tài liệu trực tuyến, có thể đọc toàn văn tại địa chỉ Internet sau đây: https://baotiengdan.com/2019/07/29/cai-chet-cua-khai-hung/

23. Lâm Lễ Trinh. ***Mạn đàm với BS Nguyễn Lưu Viên: từ Hà Nội La Celle Saint-Cloud đến những ngày VNCH hấp hối***, tài liệu trực tuyến, có thể đọc toàn văn tại địa chỉ Internet sau đây: http://aihuuluatkhoa.com/yahoo_site_admin/assets/docs/MAN_DAM_VOI_BSI_NLV.5092817.pdf

24. Nguyễn Minh Cần. ***Xin đừng quên! Nửa thế kỷ trước... Mở hồ sơ tội ác Hồ Chí Minh: vấy máu Cải Cách Ruộng Đất***, tài liệu trực tuyến, có thể đọc toàn văn tại địa chỉ Internet sau đây: http://www.geocities.ws/xoathantuong/nmc_xdq.htm

25. H.V.N. "Cộng sản Việt Nam mới thật là Ngụy," ***Tạp chí Dân Quyền (Montreal, Canada)***, số 51 (Tháng 5/1982), tr. 20-21.

26. Đoàn Thêm. ***Hai mươi năm qua: việc từng ngày (1945-1964)***, sđd, tr. 37.

27. Bảo Đại. ***Con rồng Việt Nam: hồi ký chính trị (1913-1987)***. [Không ghi nơi xuất bản]: Nguyễn Phước Tộc xuất bàn, 1990. Tr. 284.

28. Đoàn Thêm, sđd, tr. 56.

29. ***Hiệp định Genève, 1954***, tài liệu trực tuyến, có thể đọc toàn văn

tại địa chỉ Internet sau đây: https://vi.wikipedia.org/wiki/Hi%E1%BB%87p_%C4%91%E1%BB%8Bnh_Gen%C3%A8ve,_1954

30. ***Fourth Interim Report of the International Commission for Supervision and Control in Vietnam***. London, U.K.: HMSO, 1955, tr. 30.

31. ***30/4 – Xâm lược hay giải phóng: từ góc nhìn công pháp quốc tế***, tài liệu trực tuyến, có thể đọc toàn văn tại địa chỉ Internet sau đây: https://www.luatkhoa.org/2017/04/30-4-xam-luoc-hay-giai-phong-tu-goc-nhin-cong-phap-quoc-te/

32. Palmer, Bruce. ***The 25-year war: America's military role in Vietnam***. Lexington: University Press of Kentucky, 1984. Tr. 125.

33. ***The Real lessons of the Vietnam War: reflections twenty-five years after the fall of Saigon*** / edited by John Norton Moore & Robert F. Turner. Durham, N.C.: Carolina Academic Press, 2002. Tr. 391.

34. Lâm Vĩnh Thế. ***Tài liệu SNIE 14.3-67: một bài học đắt giá của việc chính-trị-hóa tình báo***, tài liệu trực tuyến, có thể đọc toàn văn tại địa chỉ Internet sau đây: https://sites.google.com/site/namkyluctinhorg/tac-gia-tac-pham/i-j-k-l-m/lam-vinh-the/tai-lieu-snie-14-3-67-mot-bai-hoc-dat-gia-cua-viec-chinh-tri-hoa-tinh-bao

35. Lindsay, James. M. ***TWE remembers: General Westmoreland says the "End begins to come into view" in Vietnam***, tài liệu trực tuyến, có thể đọc toàn văn tại địa chỉ Internet sau đây: https://www.cfr.org/blog/twe-remembers-general-westmoreland-says-end-begins-come-view-vietnam

36. ***Tết Mậu Thân 1968 qua những số liệu***, tài liệu trực tuyến, có thể đọc toàn văn tại địa chỉ Internet sau đây: https://www.nhandan.com.vn/chinhtri/item/7976502-.html Đây là Trang Web của nhựt báo ***Nhân Dân điện tử***, cơ quan trung ương của Đảng Cộng Sản Việt Nam, tiếng nói của Đảng, Nhà Nước và Nhân dân Việt Nam; bài báo này đã được đăng tải trực tuyến vào ngày Thứ Sáu 17/09/2010, lúc 13 giờ 25.

37. Sorley, Lewis. ***A Better war: the unexamined victories and final tragedy of America's last years in Vietnam***. New York: Harcourt Brace, 1999. Tr. 66.

38. ***Phoenix Program***, tài liệu trực tuyến, có thể đọc toàn văn tại địa chỉ Internet sau đây: https://en.wikipedia.org/wiki/Phoenix_Program

39. Sorley, sđd, tr. 204-205. Thông tin mà tác giả Sorley trích dẫn là ở tr. 7 của quyển ***Lam Sơn 719*** của Thiếu Tướng Nguyễn Duy Hinh do Trung Tâm Quân Sử của Lục Quân Hoa Kỳ (U.S. Army Center of Military History) xuất bản tại Washinton, D.C. vào năm 1979.

40. Gerson, Michael S. và những người khác. ***The Sino-Soviet border conflict: deterrence, escalation, and the threat of nuclear war in 1969***, tài liệu trực tuyến, có thể đọc toàn văn tại địa chỉ Internet sau đây: https://www.cna.org/CNA_files/PDF/D0022974.A2.pdf

41. Lâm Vĩnh Thế. ***Hoa Kỳ bỏ rơi Đồng Minh Việt Nam Cộng Hòa: trách nhiệm thuộc về ai?***, tài liệu trực tuyến, có thể đọc toàn văn tại địa chỉ Internet sau đây: ***https://sites.google.com/site/namkyluctinhorg/tac-gia-tac-pham/i-j-k-l-m/lam-vinh-the/hoa-ky-bo-roi-dong-minh-viet-nam-cong-hoa-trach-nhiem-thuoc-ve-ai***

42. Lind, Michael. ***Vietnam: the necessary war: a reinterpretation of America's most disastrous military conflict***. New York: Simon & Schuster, 1999. Tr. xvii.

Chương Bảy

1. Asselin, Pierre. ***A Bitter peace: Washington, Hanoi and the making of the Paris Agreement***. Chapel Hill, N.C.: University of North Carolina Press, 2002. Tại các tr.7-8 tác giả viết như sau: ***"However, because he believed Hanoi would not accept the proposal for quadripartite talks since it did not recognize his government, Thieu never formally communicated his objection to the proposal to Washington."*** (Xin tam dịch sang Việt ngữ như sau: *"Tuy nhiên, vì ông tin là Hà Nội sẽ không chấp nhận đề nghị hòa đàm 4 phe vì họ không công nhận chính phủ của ông, ông Thiệu đã không bao giờ thông báo chính thức sự phản đối đề nghị đó của ông cho Hoa Thịnh Đốn").*

2. Bùi Điễm. ***Gọng kìm lịch sử.*** Paris: Phạm Quang Khai, 2000. Tr. 394-395.

3. Johnson, Lyndon Baines. ***The Vantage point: perspectives of the presidency, 1963-1969***. New York: Holt, Rinehart and Winston, 1971. Tr. 517-518.

4. Bùi Diễm, sđd, tr. 403.

5. Đoàn Thêm. ***Việc từng ngày: 1968***; tựa của Lãng Nhân. Los Alamitos, Calif.: Xuân Thu, 1989. Tr. 399.

6. Kissinger, Henry. ***White House years.*** Boston: Little, Brown & Co., 1979. Tr. 1324-1325.

7. Nguyễn Phú Đức. ***The Vietnam's peace negotiations: Saigon's side of the story***. Christiansburg, Va.: Dalley Book Service, 2005. Tr. 10-13.

8. Quân số Hoa Kỳ tại VNCH trong khoảng thời gian 1968-1973 là như sau: 536.100 (1968), 475.200 (1969), 334.600 (1970), 156.800 (1971), và 24.200 (1972). Nguồn tin: U.S. Department of Defense, Manpower Data Center; tại địa chỉ Internet sau đây: http://www.americanwarlibrary.com/vietnam/vwatl.htm

9. Kissinger, sđd, tr. 1318.

10. Nixon, Richard. ***The Memoirs of Richard Nixon***. New York: Grosset & Dunlap, 1978. Tr. 700.

11. Nguyễn Phú Đức, sđd, tr. 310.

12. Nguyễn Phú Đức, sđd, tr. 310-311.

13. Kissinger, sđd, tr. 1326.

14. Nguyễn Phú Đức, sđd, tr. 315-316.

15. Nixon, sđd, tr. 600.

16. Nixon, sđd, tr. 693.

17. Nixon, sđd, tr. 696.

18. Kissinger, sđd, tr. 1385.

19. Nixon, sđd, tr. 698-699.

20. Nguyễn Phú Đức, sđd, tr. 332-333.

21. ***United States presidential election, 1972***, tài liệu trực tuyến trên Internet, tại địa chỉ sau đây: https://en.wikipedia.org/wiki/United_States_presidential_election,_1972

22. Nguyễn Tiến Hưng. ***Khi đồng minh tháo chạy***. San Jose, Calif.: Cơ sở xuất bản Hứa Chấn Minh, 2005. Tr. 529-532.

23. Nguyễn Phú Đức, sđd, tr. 341.

24. Kissinger, sđd, tr. 1410.

25. Nguyễn Phú Đức, sđd, tr. 353.

26. Nguyễn Phú Đức, sđd, tr. 354-355. Tác giả viết như sau: ***"I asked him whether he had come up with something new on the withdrawal of the NVA, as President Nixon, the day before, did not foreclose the issue, Kissinger said that it would be impossible to have the NVA withdrawal in the agreement."*** Xin tạm dịch sang Việt ngữ như sau: *"Tôi hỏi ông ta đã nghĩ ra được điều gì mới về vấn đề rút quân của Bắc Việt, vì như Tổng Thống Nixon, ngày hôm trước, đã không có gạt bỏ vấn đề đó, Kissinger trả lời là không thể nào có được điều khoản rút quân của Bắc Việt trong bản thỏa hiệp").*

27. Nguyễn Phú Đức, sđd, tr. 356.

28. Nguyễn Phú Đức, sđd, tr. 361.

29. Nixon, sđd, tr. 737.

30. Nguyễn Phú Đức, sđd, tr. 365.

31. Nguyễn Phú Đức, sđd, tr. 367.

32. ***Operation Linrbacker II: The Christmas bombing***, tài liệu trực tuyến tại địa chỉ Internet sau đây: http://thevietnamwar.info/operation-linebacker-ii-christmas-bombing/, ở tr. 2.

33. Nguyễn Tiến Hưng, sđd, tr. 547-548.

34. Kissinger, sđd, tr. 1469.

35. Nguyễn Phú Đức, sđd, tr. 373.

36. Nixon, sđd, tr. 737.

Chương Tám

1. ***Tiểu sử Đại Tướng Cao Văn Viên***, tài liệu trực tuyến tại địa chỉ Internet sau đây: http://nhaydu.com/index_83hg_files/main_files/Tuong/TS-Tuong-CaoVanVien.htm.

2. ***Congress cuts military aid to South Vietnam***, tài liệu trực tuyến tại địa chỉ Internet sau đây: http://www.history.com/this-day-in-history/congress-cuts-military-aid-to-south-vietnam

3. Nguyễn Đức Phương, ***Chiến tranh Việt Nam toàn tập: từ trận đầu (Ấp Bắc – 1963) đến trận cuối (Sài Gòn – 1975)***. Toronto: Làng Văn, 2001. Tr. 732.

4. Nguyễn Tiến Hưng, ***Tâm tư Tổng Thống Thiệu***. San Jose, Calif.: Cơ sở xuất bản Hứa Chấn Minh, 2010. Tr. 52.

5. Nguyễn Tiến Hưng, ***Tâm tư Tổng Thống Thiệu,*** sđd, tr. 57.

6. Phạm Bá Hoa, Đôi dòng ghi nhớ: hồi ký chính trị, 1963-1975. Ấn bản lần 4. Houston: Ngày Nay, 2007. Tr. 271.

7. Phạm Bá Hoa, sđd, tr. 273-274.

8. Đỗ Sơn, ***Chuẩn Tướng Phạm Duy Tất và sự thật cuộc triệt thoái Quân Đoàn II.*** Burke, Va.: Nhà xuất bản THAO UYEN PHAM, 2013. Tr. 111.

9. Phạm Bá Hoa, sđd, tr. 275.

10. Đỗ Sơn, sđd, tr. 98 và 122.

11. Vấn đề ai là người được Tướng Phú giao cho nhiệm vụ chỉ huy toàn bộ cuộc triệt thoái của Quân Đoàn II cho đến nay vẫn còn được tranh cải, lý do chánh là vì hoàn toàn không có lệnh hành quân trên giấy tờ. Tuy nhiên, trừ trường hợp cuốn sách của tác giả Đỗ Sơn, tất cả các tài liệu, đặc biệt là 2 tác phẩm viết bằng Anh ngữ do Trung Tâm Quân Sử của Lục Quân Hoa Kỳ (U.S. Army Center of Military History) xuất bản, ***The Final collapse*** của Đại Tướng Cao Văn Viên (năm 1983), và ***Vietnam: from cease-fire to capitulation*** của Đại Tá Hoa Kỳ William E. Le Gro (năm 1981), đều ghi rằng Tướng Phú đã chỉ định Tướng Tất chỉ huy tất cả các lực lượng trong cuộc triệt thoái này. Hai cuốn sách Anh ngữ này có mức độ khả tín cao.

12. Nguyễn Đức Phương, sđd, tr. 735.

13. Đỗ Sơn, sđd, tr. 132.

14. Hoàng Khởi Phong, ***Ngày N+....*** Sách điện tử trực tuyến tại địa chỉ Internet như sau: http://www.talawas.org/talaDB/showFile.php?res=1663&rb=08, Phần 1, Pleiku-Tuy Hòa, Đoạn Ngày N+2, 12 giờ trưa.

15. Cao Văn Viên, ***The Final collapse***. Washington, D.C.: U.S. Army Center of Military History, 1985. (Indochina monographs). Tr. 92. Nguyên văn Anh ngữ như sau: ***"A pontoon bridge had been brought to Tuy Hoa from Nha Trang, but it was impossible to move the bridge to Cung Son by road***

because of several enemy blocking positions. Finally, the bridge was carried to Cung Son piece by piece by CH-47 helicopters."

16. Nguyễn Đức Phương, sđd, tr. 738.

17. Cao Văn Viên, sđd, tr. 95.

18. Nguyễn Tiến Hưng, ***Tâm tư Tổng Thống Thiệu,*** sđd, tr. 526.

Chương Chín

1. ***1972 United States presidential election***, tài liệu trực tuyến, có thể đọc toàn văn tại địa chỉ Internet sau đây: https://en.wikipedia.org/wiki/1972_United_States_presidential_election

2. ***93rd United Stated Congress***, tài liệu trực tuyến, có thể đọc toàn văn tại địa chỉ Internet sau đây: https://en.wikipedia.org/wiki/93rd_United_States_Congress

3. Nixon, Richard M. ***The Memoirs of Richard Nixon*** sđd, tr. 715.

4. Nguyễn Tiến Hưng. ***Khi Đồng Minh tháo chạy.*** San Jose, Calif.: Cơ sở xuất bản Hứa Chấn minh, 2005. Tr. 548.

5. Isaacson, Walter. ***Kissinger: a biography***. New York: Simon & Schuster, 1992. Tr. 487.

6. ***Operations Enhance and Enhance Plus***, tài liệu trực tuyến, có thể đọc toàn văn tại địa chỉ Internet sau đây: https://en.wikipedia.org/wiki/Operations_Enhance_and_Enhance_Plus

7. ***War Powers Resolution***, tài liệu trực tuyến, có thể đọc toàn văn tại địa chỉ Internet sau đây: https://en.wikipedia.org/wiki/War_Powers_Resolution

8. Nguyễn Phú Đức. ***The Viet-Nam peace negotiations: Saigon's side of the story***, sđd, tr. 373.

9. ***1968 United States presidential election***, tài liệu trực tuyến, có thể đọc toàn văn tại địa chỉ Internet sau đây: https://en.wikipedia.org/wiki/1968_United_States_presidential_election

10. Kadura, Johannes. ***The War after the War: the struggle for credibility during America's exit from Vietnam***. Ithaca, N.Y.: Cornell University Press, 2016. Tr, 16-17.

11. ***Text of Declaration by Paris Conference on Vietnam, March 3, 1973***, tài liệu trực tuyến, có thể đọc toàn văn tại địa chỉ Internet sau đây: https://www.nytimes.com/1973/03/03/archives/text-of-declaration-by-paris-conference-on-vietnam.html

12. ***USSAG / 7AF in Thailand (1973-1975): policy changes and the military role***, tài liệu trực tuyến, có thể đọc toàn văn tại địa chỉ Internet sau đây: https://apps.dtic.mil/dtic/tr/fulltext/u2/a586318.pdf Tr. 28.

13. Hartsook, E.H. ***The Air Force in South East Asia: the end of the***

U.S. involvement in Vietnam, 1973-1975. Washington, D.C.: Office of Air Force History, Headquarters, USAF, 1980. Tài liệu trực tuyến, có thể đọc toàn văn tại địa chỉ Internet sau đây: https://media.defense.gov/2011/Mar/23/2001330102/-1/-1/0/AFD-110323-032.pdf Tr. 16.

14. Hartsook, tài liệu vừa dẫn bên trên.

15. ***The Paris Agreement on Vietnam: twenty-five years later; Conference transcript, The Nixon Center, Washington, DC, April 1998***, tài liệu trực tuyến, có thể đọc toàn văn tại địa chỉ Internet sau đây: https://www.mtholyoke.edu/acad/intrel/paris.htm

16. Watergate là vụ án đã đưa đến sự kiện ông Richard M. Nixon phải từ chức Tổng Thống Hoa Kỳ vào ngày 8-8-1974. Mọi việc khởi sự vào ngày 17-6-1972 khi cảnh sát bắt giữ một nhóm 5 người đột nhập bất hợp pháp vào văn phòng của Ủy Ban Vận Động Bầu Cử của Đảng Dân Chủ trong khách sạn Watergate ở thủ đô Washington, D.C., với mục tiêu là đặt máy nghe lén các cuộc điện đàm của Ủy Ban này. Tổng Thống Nixon và các cộng sự viên thân cận của ông tìm mọi cách che dấu sự thật (cover up) nên nội vụ càng ngày càng trở nên nghiêm trọng. Sàu cùng, trước nguy cơ có thể bị Quốc Hội truất phế (impeached), Tổng Thống Nixon đành phải từ chức. Phó Tổng Thống Gerald Ford lên kế nhiệm đã ân xá cho ông Nixon. Chi tiết đầy đủ về vụ án quan trọng này được trình bày trong tài liệu trực tuyến ***Watergate scandal*** tại địa chỉ Internet sau đây: https://en.wikipedia.org/wiki/Watergate_scandal

17. Berman, Larry. ***No peace, no honor: Nixon, Kissinger, and betrayal in Vietnam***. New York: Free Press, 2001. Tr. 261-262. Tác giả Berman đã ghi ngày của bài báo là 27-4-1975, chi tiết này không đúng, rất có thể là một lỗi của nhà xuất bản, mà phải là một ngày nào khác của tháng 4-1975, vì báo The Wall Street Journal không có ra ngày 27-4-1975.

18. ***Text of Joint Communique issued after Nixon-Thieu talks***, tài liệu trực tuyến, có thể đọc toàn văn tại địa chỉ Internet sau đây: https://www.nytimes.com/1973/04/04/archives/text-of-joint-communique-issued-after-nixonthieu-talks-full.html

19. ***The Paris Agreement on Vietnam ...***, tài liệu đã dẫn bên trên.

20. Kadura, Johannes, sđd, tr. 60.

21. Kohut, Andrew. ***From the archives: how the Watergate crisis eroded public support for Richard Nixon***, tài liệu trực tuyến, có thể đọc toàn văn tại địa chỉ Internet sau đây: https://www.pewresearch.org/fact-tank/2019/09/25/how-the-watergate-crisis-eroded-public-support-for-richard-nixon/

22. Kadura, Johannes, sđd, tr. 65.

23. Ông John Wesley Dean, III, là luật sư cố vấn pháp luật của phủ tổng thống (White House Counsel) dưới thời Tổng Thống Nixon từ năm 1970. Ông có đóng góp một phần vào việc che dấu sự thật trong vụ Watergate. Cuối tháng 4-1973, ông bị Tổng Thống Nixon giải nhiệm, cùng lúc với hai cố vấn thân cận của Nixon là John D. Ehrlichman, Phụ Tá Tổng Thống Đặc Trách Nội Vụ (Assistant to the President for Domestic Affairs) và Harry Robbins "Bob" Halderman, Bộ Trưởng Phủ Tổng Thống (White House Chief of Staff). Ông Richard G. Kleindienst, Bộ Trưởng Tư Pháp (Attorney General) cũng từ chức trong cùng ngày này. Cuối tháng 6-1973, khi ra điều trần trước Ủy Ban Điều Tra của Thương Viện, ông Dean đã nói rõ việc cản trở công lý (obstruction of justice) nhằm che dấu việc liên can đến vụ Watergate của các viên chức cao cấp tại Tòa Bạch Ốc, trong đó có bản thân ông, và cả Tổng Thống Nixon. Ông Dean đã đọc bản tự thú dài 245 trang của ông trong gần 7 tiếng đồng hồ. Ông bị kết án 4 tháng tù về tôi cản trở công lý. Về sau, ông có viết 2 cuốn sách kể lại những việc ông đã làm trong vụ Watergate, ***Blind ambition: The White House years*** (do nhà xuất bản Simon & Schuster xuất bản năm 1976) và ***Lost honor*** (do nhà xuất bản Stratford Press xuất bản năm 1982). Hai ông John Ehrlichman và Bob Halderman đều bị xử 18 tháng tù.

24. Ủy Ban Điều Tra của Thượng Viện này về vụ Watergate có tên chính thức là ***Select Committee on Presidential Campaign Activities***, được Thượng Viện Hoa Kỳ thành lập vào ngày 7-2-1973, do Thượng Nghị Sĩ Sam Ervin (Đảng Dân Chủ, tiểu bang North Carolina) làm Chủ Tịch. Ủy Ban này giải tán ngày 27-6-1974 sau khi nộp báo cáo cho Thượng Viện.

25. Kadura, Johannes, sđd, tr. 77.

26. Kadura, Johannes, sđd, tr. 78.

27. Kadura, Johannes, sđd, cùng tr. 78.

28. Kissinger, Henry. ***Ending the Vietnam War: a history of America's involvement in and extrication from the Vietnam War***. New York: Simon & Schuster, 2003. Tr. 493.

29. Kadura, Johannes, sđd, tr. 3-4.

30. Kadura, Johannes, sđd, tr. 90.

31. Willbanks, James H. ***Abandoning Vietnam: how America left and South Vietnam lost its war***. Lawrence: University Press of Kansas, 2004. Tr. 196

32. Willbanks, James H., ***Abandoning Vietnam,*** sđd, tr. 215-216.

33. Willbanks, James H., ***Abandoning Vietnam***, sđd, tr. 215.

34. Cao Văn Viên. ***The Final collapse***. Washington, D.C.: U.S. Army Center for Military History, 1985. (Indochina Monographs). Chương 4, tr. [42]-57. Cuốn sách này đã được tác giả Nguyễn Kỳ Phong dịch sang Việt ngữ với nhan đề ***Những ngày cuối của Việt Nam Cộng Hòa*** và được nhà xuất bản VietnamBibliography tại Centreville, Virginia, Hoa Kỳ, xuất bản năm 2003. Chương 4, tr. [75]-98.

35. DAO là chữ viết tắt cho cơ quan Defense Attache Office (Văn Phòng Tùy Viên Quân Sự) của Tòa Đại Sứ Hoa Kỳ tại Sài Gòn, được thiết lập với nhiệm vụ phối hợp mọi hoạt động yểm trợ quân sự cho VNCH sau khi Hiệp Định

Paris đã được ký kết. Nó gần như là thay thế cho MACV (United States Military Assistance Command, Vietnam = Bộ Tư Lệnh Viện Trợ Quân Sự của Hoa Kỳ tại Việt Nam). Văn phòng chánh của DAO đặt tại căn cứ Tân Sơn Nhứt với rất nhiều văn phòng phụ ở khắp 4 Vùng Chiến Thuật của VNCH. Đây là văn phòng tùy viên quân sự lớn nhứt trên thế giới của Hoa Kỳ, nhân viên lên đến hàng ngàn người. Chỉ huy trưởng cuối cùng là Thiếu Tướng (Major-General) Homer D. Smith, một tướng lãnh chuyên về tiếp vận (Logistics).

36. Nguyễn Hữu Thiện. ***Ngành khu trục trong Không Lực Việt Nam Cộng Hòa***, tài liệu trực tuyến, có thể đọc toàn văn tại địa chỉ Internet sau đây: https://hoiquanphidung.com/showthread.php?23742-Ng%C3%A0nh-Khu-Tr%E1%BB%A5c-trong-Kh%C3%B4ng-L%E1%BB%B1c-Vi%E1%BB%87t-Nam-C%E1%BB%99ng-H%C3%B2a Trong tài liệu này, tác giả đã viết rõ như sau: ***"Về phi cơ, do tình trạng thiếu bom đạn, thiếu nhiên liệu, thiếu phụ tùng thay thế, vào tháng 9/1974, KQVN đã phải cho đình động (đình chỉ hoạt động) 224 phi cơ, trong số này có toàn bộ lực lượng khu trục cánh quạt, gồm 61 chiếc A-1 Skyraider của PĐ-514, PĐ-518 ở Biên Hòa, và PĐ-530 ở Pleiku."***

37. Willbanks, James H., ***Abandoning*** Vietnam, sđd, tr. 218.

38. Willbanks, James H., ***Abandoning*** Vietnam, sđd, tr. 260.

39. Willbanks, James H., ***Abandoning*** Vietnam, sđd, tr. 267.

40. Willbanks, James H., ***Abandoning*** Vietnam, sđd, tr. 260-261.

THƯ TỊCH SÁCH THAM KHẢO

• Ahern, Thomas L., Jr. *CIA and the generals: covert support to military government in South Vietnam.* Langley, VA.: Central Intelligence Agency, 2009.

• *Airpower and the 1972 spring invasion* / edited by A.J.C. Lavalle. Washington, D.C.: United States Air Force, Office of Air Force History, 1985 (U.S.A.F. Southeast Asia monograph series, v.2, monograph 3).

• Andradé, Dale. *America's last Vietnam battle: halting Hanoi's Easter Offensive.* Lawrence: University Press of Kansas, 2001.

• *Argument without end: in search of answers to the Vietnam tragedy* / Robert S. McNamara và những người khác. New York: Public Affairs, 1999.

• Asselin, Pierre. A *Bitter peace: Washington, Hanoi and the making of the Paris Agreement.* Chapel Hill, N.C.: University of North Carolina Press, 2002.

• Bảo Đại. *Con rồng Việt Nam: hồi ký chính trị (1913-1987).* [Không ghi nơi xuất bản]: Nguyễn Phước Tộc xuất bản, 1990.

• Berman, Larry. *No peace, no honor: Nixon, Kissinger, and betrayal in Vietnam.* New York: Free Press, 2001.

• Brand, Matthew C. *Airpower and the 1972 Easter Offensive.* Fort Leavenworth, Kansas: U.S. Army Command and General Staff College, 2007.

• Bùi Diễm. *Gọng kìm lịch sử.* Paris: Phạm Quang Khai, 2000.

• Cao Văn Viên. *The Final collapse.* Washington, D.C.: U.S. Army Center for Military History, 1985. (*Indochina monographs*).

• Clarke, Jeffrey J. *United States Army in Vietnam: advice and support: the final years, 1965-1973.* Washington, D.C.: U.S. Army Center for Military History, 1988.

• Đoàn Thêm. *Hai mươi năm qua: việc từng ngày (1945-1964)*; tựa của Lãng Nhân. Los Alamitos, Calif.: Xuân Thu, 1989.

• ----------------. *Việc từng ngày: 1968* ; tựa của Lãng Nhân. Los Alamitos, Calif.: Xuân Thu, 1989.

• Đỗ Sơn. *Chuẩn Tướng Phạm Duy Tất và sự thật cuộc triệt thoái Quân Đoàn II.* Burke, Va.: Nhà xuất bản THAO UYEN PHAM, 2013

• *Fourth Interim Report of the International Commission for Supervision and Control in Vietnam.* London, UK: HMSO, 1955.

• Frankum, Ronald B. *Historical dictionary of the War in Vietnam.* Lanham, Md.: Scarecrow Press, 2011.

• Halberstam, David. *The Making of a quagmire: America and Vietnam during the Kennedy era.* Rev. ed. with an introduction by Daniel J. Singal. Lanham, Md.: Rowman & Littlefield, 2008.

• Hartsook, E. H. *The Air Force in South East Asia: the end of the U.S. involvement in Vietnam, 1973-1975.* Washington, D.C.: Office of the Air Force History, Headquarters, USAF, 1980.

• *In country: remembering the Vietnam War* / edited by John Prados. Landham, Md.: Ivan R. Dee Publisher, 2011.

• Isaacson, Walter. *Kissinger: a biography.* New York: Simon & Schuster, 1992.

• Johnson, Lyndon B. *The Vantage point: perspectives of the presidency, 1963-1969.* New York: Holt, Rinehart and Winston, 1971.

• Kadura, Johannes. *The War after the War: the struggle for credibility during America's exit from Vietnam.* Ithaca, N.Y.: Cornell University Press, 2016.

• Karnow, Stanley. *Vietnam, a history: the first complete account of Vietnam at war.* New York: Penguin Books, 1984.

• Kissinger, Henry. *White House years.* Boston: Little, Brown & Co., 1979.

• -------------------. *Ending the Vietnam War: a history of America's involvement in and extrication from the Vietnam War.* New York: Simon & Schuster, 2003.

• Lâm Vĩnh-Thế. *Việt Nam Cộng Hòa, 1963-1967: những năm xáo trộn.* Hamilton, Ont.: Hoài Việt, 2010.

• Lê Xuân Nhuận. *Biến-loạn Miền Trung: hồi ký.* Alameda, Calif.: Xây Dựng, 2012.

• Lind, Michael. *Vietnam: the necessary war: a reinterpretation of America's most disastrous military conflict. New York: Simon & Schuster, 1999.*

• Lý Tòng Bá. *25 năm khói lửa: hồi ký của một tướng lãnh cầm quân tại mặt trận.* Las Vegas: Tác giả xuất bản, 1995.

• McNamara, Robert S. và Brian VanDemark. *In retrospect: the tragedy and lessons of Vietnam.* New York: Random House, 1995.

• Melson, Charles D. và Curtis G. Arnold. *U.S. Marines in Vietnam: the war that would not end, 1971-1973.* Washington, D.C.: U.S. Marines Corps Headquarters, History and Museums Division, 1991.

• Moyar, Mark. *Triumph forsaken: the Vietnam War, 1954-1965.* Cambridge, UK: Cambridge University Press, 2006.

• Ngô Quang Trưởng. *The Easter Offensive of 1972.* Washington, D.C.: U.S. Army Center for Military History, 1980. (*Indochina monographs*).

• Nguyễn Đức Phương. *Chiến Tranh Việt Nam toàn tập: từ trận đầu (Ấp Bắc – 1963) đến trận cuối (Sài Gòn – 1975).* Toronto: Làng Văn, 2001.

• Nguyễn Kỳ Nam. Hồi-ký "1925-1964." Tập II: 1945-1954. Sài Gòn: Nhựt báo Dân Chủ Mới xuất bản, 1964.

• Nguyễn Kỳ Phong. *Từ điển Chiến Tranh Việt Nam, 1954-1975.* Garden Grove, Calif.: Tự Lực, 2009.

• Nguyễn Phú Đức. *The Vietnam's peace negotiations: Saigon's side of the story.* Christiansburg, Va.: Dalley Book Service, 2005.

• Nguyễn Tiến Hưng. *Khi đồng minh tháo chạy.* San Jose, Calif.: Cơ sở xuất bản Hứa Chấn Minh, 2005.

• ------------------------. *Tâm tư Tổng Thống Thiệu.* San Jose, Calif.: Cơ sở xuất bản Hứa Chấn Minh, 2010.

• Nguyễn Văn Dưỡng. *Inside An Loc: the battle to save Saigon, April – May 1972.* Jefferson, N.C.: McFarland, 2016.

• Nixon, Richard. *The Memoirs of Richard Nixon.* New York: Grosset & Dunlap, 1978.

• Palmer, Bruce. *The 25-year war: America's military role in Vietnam.* Lexington: University Press of Kentucky, 1984.

• Phạm Bá Hoa. *Đôi dòng ghi nhớ: hồi ký chính trị, 1963-1975.* Ấn bản lần 4. Houston: Ngày Nay, 2007.

• *Quân sử Không Quân Việt Nam Cộng Hòa.* Melbourne: Lý Tưởng Úc Châu, 2005.

• *The Real lessons of the Vietnam War: reflections twenty-five years after the fall of Saigon* / edited by John Norton Moore & Robert F. Turner. Durham, N.C.: Carolina Academic Press, 2002.

• Sheehan, Neil. *A Bright shining lie: John Paul Vann and America in Vietnam.* New York: Random House, 1988.

• Sorley, Lewis. *A Better war: the unexamined victories and final tragedy of America's last years in Vietnam.* New York: Harcourt Brace, 1999.

• Trần Ngọc Thống, Hồ Đắc Huân, Lê Đình Thụy. *Lược sử Quân Lực Việt Nam Cộng Hòa.* San Jose, Calif.: Hương Quê, 2011.

• Willbanks, James H. *Abandoning Vietnam: how America left and South Vietnam lost its war.* Lawrence: University Press of Kansas, 2004.

• ------------------------. *The Battle of An Loc.* Bloomington: Indiana University Press, 2005.

Bảng Dẫn

A Bright shining lie (Sách) 190, 193, 225
Abrams, Creighton 224, 226
Agnew, Spiro 263, 299
Ai Cập 298
Ai Lao 245, 250, 297
Allende, Salvador 298
America in Vietnam: the war that couldn't be won (Sách) 209
America's longest war (Sách) 225
An Giang 262
An Lộc (Bình Long) 61, 121, 129-31, 134, 136-37, 139-44, 148-52,154-56, 159, 194
An Xuyên 262
Anh Quốc 289
APC (Accelerated Pacification Campaign) *xem* Chiến Dịch Bình Định Nhanh
Argument without end: in search of answers to the Vietnam tragedy - Chương 7: *U.S. military victory in Vietnam: a dangerous illusion?* (Sách) 209
Autopsy of an unwinnable war: Vietnam (Sách) 202
Ấp Srok Gòn (Bình Long) 141
Ấp Srok Ton Cui (Bình Long) 139, 142
Ấp Suối Tre (Bình Long) 153
Ba Lan 289
Ba Xuyên 262
Bạc Liêu 262
Bạch Diễn Sơn 88
Bãi đổ quân Blue Jay (LZ = Landing Zone Blue Jay, Quảng Trị) 176
Bãi đổ quân Crow (LZ = Landing Zone Crow, Quảng Trị) 176
Bãi đổ quân Flamingo (LZ = Landing Zone Flamingo, Quảng Trị) 175
Bãi đổ quân Hawk (LZ = Landing Zone Hawk, Quảng Trị) 175
Bãi đổ quân Lima (LZ = Landing Zone Lima, Quảng Trị), 177
Bãi đổ quân Sally (LZ = Landing Zone Sally, Quảng Trị) 169
Bãi đổ quân Victor (LZ = Landing Zone Victor, Quảng Trị) 177
Ball, George 202
Ban Mê Thuột 86, 258, 264-66, 268-69, 271, 272
Bạn Già Không Quân (Trang Web) 57
Báo cáo của Tướng Weyand (ngày 2-4-1975) 305

Bảo Đại 216
Bắc Kinh 237, 249, 300
Bầu cử Tổng Thống Hoa Kỳ năm 1972
Bellagio (Ý Đại Lợi) 209
Bên thắng cuộc (Sách) 186
Bến Súc (Bình Dương) 214
Berman, Larry 291
Biên Hòa 30, 50, 54, 56, 68, 91-2, 118, 126, 134, 261-62, 303
Biệt Đoàn 83 (Không Quân) 49
Biệt Đội 259A – Biệt Đội 259H (Không Quân) *xem* Phi Đoàn trực thăng 259, tr. 50
Biệt Động Quân (Binh chủng) 262
Bình Dương 118, 261
Bình Long 118-21, 261; bản đồ 120; dân số 121
Bình Thủy (Cần Thơ) 50, 91
Bình Tuy 118, 261
Bom CBU-55 (Cluster Bomb Unit 55) 127
Boyd, Charles Graham 293
Bộ Chỉ Huy Kỹ Thuật và Tiếp Vận Không Quân 92
Bộ Chỉ Huy Viện Trợ Quân Sự Hoa Kỳ 125, 222, 224
Bộ Tham Mưu Liên Quân Hoa Kỳ (Joint Chiefs of Staff = JCS) 204-06, 228
Bộ Tổng Tham Mưu 125, 168, 260, 265, 267
Bộ Tư Lệnh Quân Đoàn II 267-68, 270-72
Bộ Tư Lệnh Tiền Phương Quân Đoàn I 164
Bộ Tư Lệnh Tiền Phương Quân Đoàn II 274-75
Bộ Tư Lệnh Tiền Phương Quân Đoàn III 196, 278
Bộ Tư Lệnh Tiền Phương Sư Đoàn 3 BB 171
Bộ Tư Lệnh Tiền Phương Sư Đoàn 5 BB 122
Bộ Tư Lệnh Sư Đoàn 23 BB 272
Bộ Tư Pháp Hoa Kỳ 294
Brezhnev, Leonid 237
Buckley, William F., Jr. 292
Bùi Diễm 232, 234-35, 287
Bùi Đình Đạm 191, 193
Bùi Đức Mỹ 72
Bùi Quang Chính 42
Bùi Tá Khánh 52

Bùi Quan Khương 91
Bùi Thanh Sử 68-9
Bùi Thế Lân 165, 174-79
Bunker, Ellsworth 232-33, 241, 243-44
Burcham, Jerry J. 202
Cách Mạng Tháng Tám 1945 212
Cách Mạng Văn Hóa (Trung Quốc) 229
Cải Cách Ruộng Đất 215
Cam Lộ (Quảng Trị) 167
Cam Ranh 264, 266-67, 271
Campuchia 71, 227, 245, 250, 296-97
Canada 289
Cánh Chim Tự Do (Trang Web) 57
Cao Miên *xem* Campuchia
Cao Quang Khôi 42
Cao Văn Khuyến 44, 46
Cao Văn Viên 128, 260, 264-66, 302
Carlson, Albert E. 128
Căn cứ Ái Tử (Quảng Trị) 171
Căn cứ B-52 Andersen (Đảo Guam) 136, 161, 167, 179
Căn cứ B-52 U-Tapao (Thái Lan) 136, 161, 167, 179
Căn cứ hỏa lực Cầu Cần Lê (Bình Long) 123, 127
Căn cứ hỏa lực Long Phi (Bình Long) 155
Căn cứ hỏa lực Veghel (phía Tây Huế) 166
Căn cứ Lạc Long (Tây Ninh) 125
Căn cứ Thiện Ngôn (Tây Ninh) 125
Cắt bỏ Vùng I và Vùng II 264, 266; ý định 264; quyết định 266, 269
Cầu Bông (Sài Gòn) 213
Cầu Kiệu (Sài Gòn) 213
Cầu Mac-Mahon (Sài Gòn) 213
Cầu Thị Nghè (Sài Gòn) 213
Cần Thơ 30, 50, 55, 63-4, 67-8, 262
Câu Lạc Bộ Báo Chí Quốc Gia Hoa Kỳ (Washington, D.C.) 224
Cầu Tàu Ô (Bình Long) 121, 131, 136
Central Intelligence Agency (CIA) *xem* Cơ Quan Trung Ương Tình Báo Hoa Kỳ
Chánh Phủ Cách Mạng Lâm Thời Cộng Hòa Miền Nam Việt Nam 124, 128, 142-43, 250, 252-53, 255

Châu Đốc 262
Chennault, Anna 234
Cheo Reo (Gia Lai) 272, 274-75
Chí Lợi (Chile, Nam Mỹ) 298
Chiến Dịch Bình Định Nhanh 226
Chiến Dịch Lam Sơn 72 *xem* Trận Quảng Trị (Hè 1972)
Chiến Dịch Lam Sơn 719 (Hạ Lào) 160
Chiến dịch oanh tạc Hà Nội Giáng Sinh 1972 227, 251, 253, 286
Chiến Dịch Phượng Hoàng (Phoenix Program) 226-27
Chiến Dịch Sấm Rền (Operation Rolling Thunder) 203-04, 219, 221; đánh giá 204; số lương bom 204; số phi vụ 204
Chiến Đoàn Đặc Nhiệm 52 154
Chiến lược leo thang từng bước (của Hoa Kỳ) 203-04, 220
Chiến lược "Lùng và Diệt" của Hoa Kỳ tại Việt Nam 223-24; điểm vượt (cross-over point) 223-24
Chiến lược "Quét và Giữ" của Hoa Kỳ tại Việt Nam 226-27
Chiến Tranh Đông Dương 210-11
Chiến Tranh Lạnh 212, 228
Chiến tranh nhân dân 211
Chiến Tranh Triều Tiên 218, 261
Chiến Tranh Trung Đông Yom Kippur (Tháng 10-1973) 298
"Chiến Tranh Việt Nam là một cuộc chiến không thể thắng được" 201-29; luận cứ của quan niệm sai lầm nảy 203-10; nguồn gốc của quan niệm sai lầm này 201-02; phản biện đối với quan niệm sai lầm này 210-29
Chiến tranh xâm lược 218, 259-60
Chiến xa M48 176, 183, 271-72, 303
Chiến xa T-54 (CS) 133-34, 137-38
Chính sách của Hoa Kỳ về Chiến Tranh Việt Nam thời Tổng Thống Johnson 203-07; chủ trương leo thang 203, 220; đánh giá 204-07; hòa đàm 207; mục tiêu 204
Chính sách của Hoa Kỳ về Chiến Tranh Việt Nam thời Tổng Thống Nixon; hòa đàm 207; rút quân 236, 284; tăng viện trợ quân sự cho VNCH 284; Việt Nam Hóa Chiến Tranh 207, 225, 284
Chợ Đệm (Long An) 214
Chơn Thành (Bình Long) 121, 126, 131, 138, 148, 152-54
Christmas Bombing *xem* Chiến dịch oanh tạc Hà Nội Giáng Sinh 1972
Chu Ân Lai 300
Chu Lai (Quảng Ngãi) 222
Chuẩn Tướng Phạm Duy Tất và sự thật cuộc triệt thoái Quân Đoàn II (Sách)

267
Chương Thiện 262
CINCPAC = Commander-In-Chief Pacific *xem* Tổng Tư Lệnh Thái Bình Dương (Hoa Kỳ)
Clements, William P. 290
Clinton, Bill 208
Colby, William 226
Council on Foreign Relations (CFR) *xem* Hội Đồng Ngoại Giao
CORDS (Civil Operations and Revolutionary Development Support) 226
COSVN (Central Office of South Vietnam) *xem* Trung Ương Cục Miền Nam
Cox, Archibald 299
Cổ Thành Đinh Công Tráng 159-60, 162, 166, 168, 170-74, 176-79, 181, 184, 186-87; kiến trúc 171
Công Binh (Binh chủng) 262
Công Trường 5 (Việt Cộng) 117, 130, 142, 148, 195
Công Trường 7 (Việt Cộng) 117, 131, 138, 142, 152, 154-55, 195
Công Trường 9 (Việt Cộng) 117, 143, 148, 154, 195
Công Trường Bình Long (Việt Cộng) 131
Cơ Quan Điều Tra Liên Bang Hoa Kỳ 233-34, 294
Cơ Quan Trung Ương Tình Báo Hoa Kỳ 206-07, 224, 226, 233-34, 294; đánh giá Chiến Dịch Sấm Rền 206
Cung Thăng An 74, 77
Củng Sơn (Tuy Hòa) 272, 276
Cửa Việt (Quảng Trị) 167, 175, 177
Darlac 261, 277
Davidson, Thomas 128
Dầu Tiếng (Bình Dương) 119, 129-30
Decent interval: an insider's account of Saigon's indecent end (Sách) 298
Diệp Ba 213
Dinh Độc Lập 128, 138, 153, 245-46, 251, 264, 277
DMZ *xem* Khu Phi Quân Sự
Do Thái 298
Dobrynin, Anatoly 300
Dư Quốc Đống 139, 169
Dương Bá Trát 59
Dương Bá Trạc 213
Dương Bạch Mai 214
Dương Quang Lễ 61

Dương Thiệu Hùng 72
Dương Văn Minh 277-78
Đà Nẵng 29, 31, 33, 38, 43, 48-9, 52, 74, 83, 90, 168, 203, 222, 262, 278
Đài Phát Thanh Hà Nội 142
Đại bác 105 ly 303
Đại bác 155 ly Howitzer 271, 303
Đại bác 175 ly tầm xa 271, 303
Đại Đội 2 Tiểu Đoàn 3 TQLC 185
Đại Đội 7 Cơ Giới M-113 190
Đại Đội 55 Quân Y 147
Đại Hàn 245, 261, 288
Đại Lộ Kinh Hoàng 164
Đảng Cộng Sản Việt Nam 210, 212, 214
Đảng Dân Chủ Hoa Kỳ (Quốc Hội Hoa Kỳ Khóa 93 và 94) 230, 258, 293, 306
Đảng Duy Dân 212
Đảng Đại Việt 212
Đảng Tân Việt Cách Mạng 212
Đào Minh Hùng 140
Đảo Chánh Ngày 11-11-1960 71
Đảo Trân Bảo (Zhenbao Island, Biên giới Liên Xô – Trung Quốc) 229
Đặc Khu Đà Nẵng 261
Đặc Khu Vũng Tàu 118, 261
Đặng Đức Cường 136
Đặng Kim Quy 61
Đặng Ngọc Hiển 77
Đặng Thiên Hiền 136
Đặng Trần Dưỡng 49
Đặng Văn Đức 85
Đặng Văn Quang 128, 260, 264
Dean, John 296
Đèo Ban Bleik 275
Đèo Hải Vân 168
Đèo Tuna (Tô Na) 272
Đệ Nhất Phi Đoàn Quan Sát *xem* Phi Đoàn quan sát 110
Điều Ước Montevideo về Quyền và Trách Nhiệm của Quốc Gia (1933) 218
Định Tường 262
Đoàn Thêm 192

Đoàn Văn Quang 88
Đỗ Cao Trí 118
Đỗ Hữu Sung 91
Đỗ Hữu Tùng 181
Đỗ Sơn 267
Đỗ Văn Hiếu 49, 89
Đồi 169 (An Lộc, Bình Long) 142, 144
Đồi Đồng Long (An Lộc, Bình Long) 144, 150, 157
Đồi Gió (An Lộc, Bình Long) 136, 140, 142-44
Đội Quy Tập Hài Cốt Liệt Sĩ 584 (Quảng Trị) 187
Đồn điền Xa Cam (Bình Long) 155
Đông Nam Á 212
Đơn Vị 17 (Phòng 7 Bộ Tổng Tham Mưu) 74
Đường mòn Hồ Chí Minh 160, 221, 290, 295
Easter Offensive *xem* Tổng Tấn Công Hè 1972
Engel, David 243
Enhance (chương trình quân viện cho VNCH) 284
Enhance Plus (chương trinh quân viện cho VNCH) 284
Fallaci, Oriana 248
Federal Bureau of Investigation (FBI) *xem* Cơ Quan Điều Tra Liên Bang Hoa Kỳ
Ford, Gerald 258, 263-64, 278, 299, 304-06
GAO 33
GAOAC *xem* GAO
Gelb, Leslie 208
Gia Định 118, 261
Giang Văn Nhân 184
Gò Công 262
Groupe aérien d'observation et d'accompagnement au combat *xem* GAO
Hà Nội 207-08, 240, 242, 245, 247, 253, 292
Hà Thị Loan 158
Hà Thị Nở 158
Hà Tĩnh 57
Hà Văn Hiến 158
Hà Văn Hòa 35
Hà Văn Lâu 231
Hà Xuân Vịnh 72

Hai câu thơ của Cô Giáo Pha 152
Hai mươi năm qua: việc từng ngày (1945-1954) (Sách) 192
Hải Đoàn Đặc Nhiệm 77 (Hạm Đội 7, Hải Quân Hoa Kỳ) 161, 178
Hải Lăng (Quảng Trị) 169-70
Hải Phòng 227, 251, 292
Hải Quân (Quân chủng) 262
Haig, Alexander 241, 242, 246-47, 251-52, 256-57, 295
Halberstam, David 189, 191
Hàng không mẫu hạm Constellation 126, 161, 222
Hàng không mẫu hạm Coral Sea 161, 222, 227
Hàng không mẫu hạm Enterprise 222
Hàng không mẫu hạm Hancock 161, 222
Hàng không mẫu hạm Hornet 222
Hàng không mẫu hạm Kitty Hawk 161
Hàng không mẫu hạm Midway 161, 222
Hàng không mẫu hạm Saratoga 161
Hành Quân Attleboro (Dầu Tiếng, Bình Dương, từ 14/9 đến 25/11/1966) 223
Hành Quân Bình Tây (Ba Xuyên, ngày 21-8-1962) 192
Hành Quân Cedar Falls (Khu Tam Giác Sắt, từ 8 đến 26/1/1967) 223
Hành Quân Lam Sơn 719 (tháng 2/3-1971) 52
Hành Quân Junction City (Chiến Khu C, từ22/2 đến 14/5/1967) 223
Haponski, William C. 202
Harriman, Averell 232-33
Hậu Bổn (Gia Lai) 274-76
Hậu Nghĩa 118, 261
Herring, George 225
Hệ thống phiên hiệu của Không Quân VNCH 32-33
Hiến Pháp 1967 của VNCH 260
Hiệp Định Genève 1954 217, 240
Hiệp Định Paris (27-1-1972) 81, 83, 207-08, 242-43, 258, 263, 285-87, 289, 292-94, 296, 299
Hoa Kỳ bỏ rơi VNCH 281-306
Hoa Kỳ cắt giảm quân viện cho VNCH 264
Hòa Đàm Paris 124, 160, 207, 227, 231-58, 281, 283; họp công khai 231; họp kín 231; lập trường của CSBV 232, 237-38; lập trường Hoa Kỳ 235-37; lập trường của VNCH 239-41; mật đàm CSBV-Mỹ 236; phản ứng của VNCH đối với thỏa hiệp CSBV-Mỹ tháng 10-1972 243-45; thỏa hiệp CSBV-Mỹ tháng 10-1972 237-43; thư riêng trao đổi giữa Tổng Thống Nixon và Tổng Thống

Thiệu 243, 246, 248-49, 251-52, 254-56, 286, 288; vấn đề rút quân của Bắc Việt 235-36, 244-45, 249-50, 252-56
Hỏa tiễn HEAT (**H**igh-**E**xplosive **A**nti**T**ank) 137
Hỏa tiễn tầm nhiệt SA-7 (CS) 67, 148
Hỏa tiễn SAM 253
Hoàng Cầm 196-97
Hoàng Đức Nhã 233, 240, 244, 248
Hoàng Hoa Thám 212-13
Hoàng Nuôi 83, 86
Hoàng Thanh Nhã 56
Hoàng Trung Liêm 133
Hoàng Xuân Lãm 159, 174
Hollingsworth, James F. 125-26, 149, 156
Hong Kong 216
Hồ Bảo Định 49, 60
Hồ Chí Minh 212, 235
Hồ Khang 173
Hồ Ngọc Cẩn 154
Hồ Quang Lịch 180
Hồ Tường 172
Hồ Văn Ngà 213
Hồ Vĩnh Ký 214
Hội Đồng An Ninh Quốc Gia (VNCH) 239, 251-52
Hội Đồng Hòa Giải Dân Tộc 243-45, 249-50, 252
Hội Đồng Ngoại Giao 208
Hội Nghị Genève 1954 217, 237
Hội nghị quốc tế bảo đảm Hiệp Định Paris (Tháng 3-1973) 289
Hội nghị thượng đỉnh Midway (8-6-1969) 236
Huế 33, 159, 165, 174, 177, 182, 261
Humphrey, Hubert H. 231-32, 287
Hung Gia Lợi 289
Huy Đức 186
Huỳnh Bá Tính 30, 54-5, 68, 71; ảnh 55
Huỳnh Giáo Chủ 214
Huỳnh Hải Hồ 88
Huỳnh Hữu Hải 68-9
Huỳnh Hữu Hiền 57, 59, 71

Huỳnh Ngọc Nghĩa 74
Huỳnh Phú Sổ *xem* Huỳnh Giáo Chủ
Huỳnh Văn Bông 89
Huỳnh Văn Du 61
Huỳnh Văn Hiến 78
Huỳnh Văn Phố 42
Huỳnh Văn Trọn 182-83
Hương Lộ 555 (Quảng Trị) 168, 175
Hương Lộ 560 (Quảng Trị) 175
Inđônêxia *xem* Nam Dương
Isaacson, Walter 283
Johnson, Lyndon B. 202-03, 205, 207, 220, 224-25, 227, 232-33, 236, 257
Kadura, Johannes 295
Karnow, Stanley 189-90
Keiser, Gordon 178
Kennedy, Edward 254
Kế hoạch trả đủa của Hoa Kỳ nếu Bắc Việt vi phạm Hiệp Định Paris 289-92
Khả năng sử dụng vũ khí hạt nhân trong Chiến Tranh Việt Nam 228
Khái Hưng 214
Khe Sanh (Quảng Trị) 222
Không Đoàn Bảo Trì và Tiếp Liệu 10 90
Không Đoàn Bảo Trì và Tiếp Liệu 20 90
Không Đoàn Bảo Trì và Tiếp Liệu 30 91
Không Đoàn Bảo Trì và Tiếp Liệu 40 91
Không Đoàn Bảo Trì và Tiếp Liệu 50 91
Không Đoàn Bảo Trì và Tiếp Liệu 60 91
Không Đoàn Chiến Thuật 23 30, 55-9, 135; huy hiệu 56
Không Đoàn Chiến Thuật 33 30, 72-8, 86; huy hiệu 72
Không Đoàn Chiến Thuật 41 29, 31, 33-7; huy hiệu 32
Không Đoàn Chiến Thuật 43 30, 55, 59, 135-36, 139; huy hiệu 59
Không Đoàn Chiến Thuật 51 29, 31, 37-43, 52; huy hiệu 37
Không Đoàn Chiến Thuật 53 30, 72, 78-86; huy hiệu 78
Không Đoàn Chiến Thuật 61 29, 31, 43-7; huy hiệu 43
Không Đoàn Chiến Thuật 62 30, 48, 63-4; huy hiệu 48
Không Đoàn Chiến Thuật 63 30, 55, 61-2; huy hiệu 61
Không Đoàn Chiến Thuật 64 30, 64-7; huy hiệu 65
Không Đoàn Chiến Thuật 72 30, 57, 87; huy hiệu 87

Không Đoàn Chiến Thuật 74 30, 55, 63-4, 67-9; huy hiệu 67
Không Đoàn Chiến Thuật 82 30, 88-9; huy hiệu 89
Không Đoàn Chiến Thuật 84 30, 64, 69-70; huy hiệu 70
Không Đoàn Chiến Thuật 92 30, 48, 53-4; huy hiệu 53
Không Đoàn Yểm Cứ Biên Hòa 91
Không Đoàn Yểm Cứ Bình Thủy 91
Không Đoàn Yểm Cứ Đà Nẵng 91
Không Đoàn Yểm Cứ Nha Trang 91
Không Đoàn Yểm Cứ Phan Rang 91
Không Đoàn Yểm Cứ Pleiku 91
Không Đoàn Yển Cứ Tân Sơn Nhứt 91
Không Quân Việt Nam Cộng Hòa 29-93, 262, 285
Khmer Đỏ 296
Khu Phi Quân Sự 159, 219-20, 245, 255-56, 295
Khủng Hoảng Cuba 1962 229
Kiên Giang 262
Kiến Hòa 262
Kiến Phong 262
Kiến Tường 262
Kissinger: a biography (Sách) 283
Kissinger, Henry 234, 236-45, 247-51, 254, 281, 283-87, 291, 295, 297-300
Kontum 159, 194, 261, 265-66, 268-69, 277
Kỳ Ngoại Hầu Cường Để 212
La Vang (Quảng Trị) 168
Lai Khê (Bình Dương) 121, 126, 129, 136, 138-40. 143, 152-55
Lâm Đồng 261, 277
Lào *xem* Ai Lao
LaRocque, Gene R. 206
Lâm Quang Thơ 193
Lâm Ủy Hành Chánh 214
Lâm Văn Phiếu 85
Lê Bá Định 57, 87-8
Lê Công Thịnh 33, 37
Lê Đức Thọ 236, 238, 242, 246-48
Lê Hồng 169
Lê Khắc Lý 267, 278
Lê Minh Đảo 196, 198, 278

Lê Mộng Hoan 68-9
Lê Ngọc Bình 43
Lê Nguyên Khang 174
Lê Nguyên Vỹ 119, 122; ảnh 121
Lê Quang Liễn 182-83
Lê Quang Lưỡng 138-39, 141-42; ảnh 139
Lê Quang Tiên 136
Lê Quốc Hùng 57
Lê Sĩ Thắng 33
Lê Trai 44, 47, 89
Lê Văn Bút 87-8
Lê Văn Châu 70
Lê Văn Hưng 119, 122, 126-27, 129, 135, 139, 141, 147-48; ảnh 119
Lê Văn Lợi 140, 150
Lê Văn Mễ 169-70
Lê Văn Thảo 53
Lệnh triệt thoái Quân Đoàn II (Tháng 3-1975) 266-79; bối cảnh 266-67; cách thi hành 270-77; hậu quả 277-78; nội dung 268-70; tính chất 267-68; tính khả thi 269-70
Liên Đoàn 3 BĐQ 118, 128, 156
Liên Đoàn 4 BĐQ 271
Liên Đoàn 6 BĐQ 272, 276
Liên Đoàn 7 BĐQ 271, 275-76
Liên Đoàn 20 Công Binh Chiến Đấu 271-72, 276
Liên Đoàn 21 BĐQ 271
Liên Đoàn 22 BĐQ 271
Liên Đoàn 23 BĐQ 275
Liên Đoàn 24 BĐQ 271
Liên Đoàn 25 BĐQ 271
Liên Đoàn 81 Biệt Cách Dù 118, 129, 140,148-51, 156-57, 163, 173, 262
Liên Đoàn 231 Yểm Trợ Tiếp Vận 271
Liên Hiệp Quốc 218, 289
Liên Tỉnh Lộ 7B 271-72, 274
Liên Tỉnh Lộ 17 127
Liên Xô 229, 249, 259, 285, 289, 300
Lon Nol 227, 296
Long An 118, 261
Long Khánh 118, 261

Lord, Winston 243
Lộc Ninh (Bình Long) 119, 121, 145
Lôi Hổ (Toán Biệt Kích) 49-50
Luật Về Các Khoản Chi Phụ Thêm Cho Tài Khóa 1973 (Hoa Kỳ) 297, 300
Lull, Howard B. 128
Lữ Đoàn 1 ND 118, 129, 131, 138-39, 142-43, 156
Lữ Đoàn 2 Kỵ Binh 271, 277
Lữ Đoàn 2 ND 163, 168-69
Lữ Đoàn 3 ND 163, 168
Lữ Đoàn 147 TQLC 163, 165, 177, 179, 182-83, 186
Lữ Đoàn 258 TQLC 163, 168, 178, 180-82, 186; thương vong trong Trận Quảng Trị 186
Lữ Đoàn 369 TQLC 163, 165, 179, 186
Lực Lượng Đặc Biệt 49, 209
Lực lượng quân đội Mỹ tại Việt Nam 221, 224, 236, 238
Lực Lượng Tổng Trừ Bị 262
Lực Lương Yểm Trợ / Sư Đoàn 7 Không Quân Hoa Kỳ 289-90, 299
Lưu Kim Cương 71-2
Lý Đức Quân 119, 129
Lý Thành Ba 56, 59
Lý Tòng Bá 190-93; hồi ký 193
Mã Lai Á 245
MACV (Military Assistance Command – Vietnam) *xem* Bộ Chỉ Huy Viện Trợ Quân Sự Hoa Kỳ
Mạc Hữu Lộc 79, 85
Mạc Mạnh Cầu 85
MacArthur, Douglas 221
Mạch Văn Trường 119, 129-30, 148; ảnh 123
Mai Văn Bộ 235
Mai Văn Hải 65
Mãn Châu 229
Mansfield, Mike 296
Marrakech, Morocco, Bắc Phi 54, 71
Maryland, 299
Massachusetts 246, 282
Mặc cảm thất trận tại Việt Nam của Hoa Kỳ 208, 306
Mặt Trận Giải Phóng Miền Nam *xem* Việt Cộng, và Chánh Phủ Cách Mạng Lâm Thời Miền Nam Việt Nam

McGovern, George 246, 282
McNamara, Robert S. 203-11, 228
Meet The Press (Chương trình truyền hình) 290
Michigan 263
Miller, William H. 125-26, 147
Moore, John Norton 220
Moyar, Mark 189, 193
Mộc Hóa (Kiến Tường) 67
Nakhon Phanom (Thái Lan) 289
Nam Bộ kháng chiến 213-14
Nam Dương 245, 289
Nam Đình (Ký giả) *xem* Nguyễn Kỳ Nam
Nam Vang 296
Navy Vietnam Appraisal Group *xem* Nhóm Đánh Giá Việt Nam của Hải Quân Hoa Kỳ
New York (Tiểu bang) 263
Ngã Ba Long Hưng (Quảng Trị) 170, 180-82
Ngã Ba Mỹ Thạch (Phú Bổn) 271-72
Ngô Đình Diệm 215, 217
Ngô Khắc Thuật 38
Ngô Quang Trưởng 109-15, 129, 159-61, 164-68, 174, 176, 278; ảnh 109; chức vụ 111; đánh giá của Hoa Kỳ 114-15; giai thoại 110-13; thăng cấp 110
Ngô Tấn Diêu 33
Ngô Văn Định 168, 178, 180
Ngô Xuân Vinh 155
Nguyễn An Ninh 212-13
Nguyễn Anh Toàn 42
Nguyễn Bá Cẩn 252
Nguyễn Bá Đạm 35
Nguyễn Bá Thịnh 123, 127
Nguyễn Bảo Trị 260
Nguyễn Bình Trứ 90
Nguyễn Cao Kỳ 234
Nguyễn Chánh Thi 71
Nguyễn Chí Hiếu 171-72
Nguyễn Công Vĩnh 119, 127
Nguyễn Duy Hinh 168, 227
Nguyễn Đăng Hòa 176

Nguyễn Đình Ngọc 169
Nguyễn Đình Thảo 74
Nguyễn Đức Dương 123, 128
Nguyễn Đức Hớn 70
Nguyễn Đức Khánh 29, 31; ảnh 31
Nguyễn Đức Thắng 95-100; ảnh 95; đánh giá của Hoa Kỳ 97-9; giai thoại 96-7; tham chính 96; thăng cấp 96
Nguyễn Hồng Sơn 83
Nguyễn Huy Ánh 63, 68; ảnh 63
Nguyễn Hữu Bách 74
Nguyễn Hữu Hào 183
Nguyễn Hữu Hậu 38
Nguyễn Hữu Lai 61
Nguyễn Hữu Lộc 49, 60
Nguyễn Hữu Nghề 89
Nguyễn Hữu Nhàn 136
Nguyễn Hữu Tần 30, 48, 64; ảnh 64
Nguyễn Hữu Trí 73
Nguyễn Ích Đoàn 140
Nguyễn Kim Để 180
Nguyễn Kim Hườn 66
Nguyễn Kỳ Nam 213
Nguyễn Lưu Viên 215
Nguyễn Minh Nhựt 83
Nguyễn Năng Bảo 165, 179, 182
Nguyễn Ngọc Biện 68-9
Nguyễn Ngọc Oánh 33, 37, 92
Nguyễn Ngọc Sương 214
Nguyễn Phi Hùng 49
Nguyễn Phú Chính 60
Nguyễn Phú Đức 239-41, 243, 245, 247-52
Nguyễn Phúc Hải 83
Nguyễn Quan Vĩnh 59
Nguyễn Quang Ninh 53-4, 68
Nguyễn Quang Tri 57
Nguyễn Quế Sơn 79, 85
Nguyễn Sơn 140, 150

Nguyễn Tài Hiệp 33, 37
Nguyễn Thái Học 213
Nguyễn Thanh Hải 65
Nguyễn Thành Châu 158
Nguyễn Thành Quới 66
Nguyễn Thế Lương 165, 179
Nguyễn Thế Thân 79, 85
Nguyễn Thị Pha (Cô giáo An Lộc) 152
Nguyễn Thiện Thuật 212
Nguyễn Thu Lương 90
Nguyễn Tiến Hưng 265
Nguyễn Trọng Để 33
Nguyễn Trọng Quỳnh 83
Nguyễn Trọng Thanh 70
Nguyễn Trung Sơn 91
Nguyễn Trung Trực 212
Nguyễn Văn Cảnh 180, 183-84
Nguyễn Văn Chấn 83
Nguyễn Văn Đĩnh 142-43
Nguyễn Văn Được 88
Nguyễn Văn Hồng 85
Nguyễn Văn Huyền 252
Nguyễn Văn Kim 35
Nguyễn Văn Lân 140
Nguyễn Văn Lượng 30, 47-8; ảnh 47
Nguyễn Văn Mai 42
Nguyễn Văn Minh 118-19, 125-26, 128-30, 138-40, 151, 154, 156; ảnh 119
Nguyễn Văn Mười 88
Nguyễn Văn Nghĩa 49
Nguyễn Văn Phán 181
Nguyễn Văn Phú Hiệp 65
Nguyễn Văn Thạch 184
Nguyễn Văn Thanh 42
Nguyễn Văn Thắng 74
Nguyễn Văn Thân 89
Nguyễn Văn Thi 53-4
Nguyễn Văn Thiệu 122, 128, 156, 159, 174, 231-35, 238-40, 243-52, 254-55,

257, 260, 263-64, 266, 269-71, 278-79, 283, 292
Nguyễn Văn Trang 38, 49
Nguyễn Văn Trấn 214
Nguyễn Văn Trọng 60
Nguyễn Văn Trương 88
Nguyễn Văn Ức 60, 139
Nguyễn Văn Vọng 66
Nguyễn Văn Vượng 31, 38, 57
Nguyễn Viết Thanh 104-09; ảnh 105; chức vụ 105-06; đánh giá của Hoa Kỳ 107-09; giai thoại 106-07; thăng cấp 105
Nguyễn Viết Thạnh 178
Nguyễn Viết Xương 74, 77
Nguyễn Vĩnh Nghi 90, 153, 278
Nguyễn Vĩnh Thạnh 213
Nguyễn Xuân Phúc 182
Nguyễn Xuân Trường 38, 42
Nha Trang 30, 33, 43, 47-50, 55-6, 68, 90, 262, 271, 276
Nhà thờ Trí Bưu (Quảng Trị) 172, 180
Nhật Bản 245, 287
Nhóm Đánh Giá Việt Nam của Hải Quân Hoa Kỳ 206
Nhóm sử gia "Chính Thống = Orthodox" Hoa Kỳ *xem* Phái "chính thống" (tác giả Mỹ)
Nhóm sử gia "Xét Lại = Revisionist" Hoa Kỳ *xem* Phái "xét lại" (tác gỉa Mỹ)
Ninh Hòa 272
Nitze, Paul 206
Nixon, Richard M. 160, 207, 225, 227, 231, 233-34, 236-38, 242-46, 248-52, 254-58, 264, 281, 283, 285-87, 291-93, 295-99, 3e04; thăm Liên Xô (5-1972) 237; thăm Trung Quốc (2-1972) 237
Nixon Center (Washington, D.C.) 291
No peace, no honor: Nixon, Kissinger, and betrayal in Vietnam (Sách) 291-92
Oanh tạc Bắc Việt *xem* Chiến dịch Sấm Rền (Operation Rolling Thunder)
Ong Lợi Hồng 65-6
Operation Linebacker II *xem* Chiến dịch oanh tạc Hà Nội Giáng Sinh 1972
Pacific Stars and Stripes (Báo của Quân Đội Hoa Kỳ), số ngày 1-May-1972 143
Palmer, Bruce, Jr. 219
Paris 231-35, 243, 246-48, 256
Peterson, Douglas "Pete" 208

Phái “chính thống” (tác giả Mỹ) 189, 201
Phái “xét lại” (tác giả Mỹ) 189, 198, 201
Phạm Bá Hoa 265-68
Phạm Bá Mạo 91
Phạm Bính 49
Phạm Châu Tài 140, 150
Pham Duy Tất 267, 270-71, 275
Phạm Đăng Lâm 233, 244-45
Phạm Đăng Luân 42
Phạm Đình Anh 44, 47
Phạm Hữu Phương 91
Phạm Kim Bằng 142
Phạm Long Sửu 31, 43, 46, 56
Phạm Ngọc Sang 30, 71-2, 86-7, 90-1, 93, 278; ảnh 87
Phạm Phú Quốc 56-7, 59
Phạm Văn Cần 35, 37
Phạm Văn Chung 179
Phạm Văn Phú 165, 264, 266-67, 269-71
Phạm Văn Tiền 182
Phạm Văn Trung 66
Phạm Xuân Việt 66
Phan Bội Châu 212
Phan Châu Trinh 212-13
Phan Đình Phùng 212-13
Phan Phụng Tiên 30 71; ảnh 72
Phan Quang Phúc 49
Phan Rang 30, 50, 53, 83, 90, 196, 271, 278
Phan Trọng Chinh 100-04; ảnh 100; chức vụ 101-04; đánh giá của Hoa Kỳ 103-04; giai thoại 102-03; thăng cấp 101
Phan Văn Huấn 140-41, 150-51, 158; ảnh 141
Phan Văn Hùm 214
Phan Văn Lộc 74
Phan Văn Mạnh 33
Pháo Binh (Binh chủng) 262
Phần Lan 229
Phật Giáo Hòa Hảo 214
Phi cơ khu trục A-1H Skyraider 43, 56-8, 68, 126, 135, 174, 303; ảnh 58

Phi cơ khu trục F-8F Bearcat 57
Phi cơ khu trục T-28 43
Phi cơ khu trục phản lực A-4 Skyhawk 222
Phi cơ khu trục phản lực A-6 Intruder 161, 222
Phi cơ khu trục phản lực A-7 Corsair 161 222
Phi cơ khu trục phản lực A-37 Dragonfly 43-4, 53, 68, 89, 126, 137, 174; ảnh 44-5
Phi cơ khu trục phản lực F-4 Phantom 126, 161, 222
Phi cơ khu trục phản lực F-5A Freedom Fighter 43-6, 62, 126, 135, 303; ảnh 46
Phi cơ khu trục phản lực F-105 Thunderchief 222
Phi cơ khu trục phản lực F-111 253
Phi cơ oanh tạc B-57 Canberra 32
Phi cơ oanh tạc chiến lược B-52 "trải thảm" tại An Lộc 136-37, 149-50
Phi cơ oanh tạc chiến lược B-52 "trải thảm" tại Quảng Trị 161, 167, 170, 172, 175-76, 179, 186
Phi cơ quan sát L-19 34
Phi cơ quan sát O-1 Bird Dog 34, 49, 56, 68; ảnh 34
Phi cơ quan sát U-6A Beaver (không thám điện tử) 74-5; ảnh 75
Phi cơ quan sát U-17 A/B Skywagon 35, 49, 56, 68; ảnh 35
Phi cơ trực thăng CH-46 174, 176
Phi cơ trực thăng CH-47 Chinook 38-40, 65-6, 88, 135, 276; ảnh 40
Phi cơ trực thăng CH-53 174, 176
Phi cơ trực thăng H-19 39, 65
Phi cơ trực thăng H-21 192
Phi cơ trực thăng H-34 38, 49-50, 52, 65; ảnh 39
Phi cơ trực thăng "Huey" *xem* Phi cơ trực thăng UH-1
Phi cơ trực thăng UH-1 38-42, 49-50, 54, 65-6, 89, 126, 135-36, 140; ảnh 41
Phi cơ trực thăng tấn công Cobra 126, 133, 137, 148
Phi cơ vận tải C-7A Caribou 35-6, 74; ảnh 36
Phi cơ vận tải C-47 73; ảnh 73
Phi cơ vận tải C-119 Flying Boxcar 79-80; ảnh 80
Phi cơ vận tải C-123 Provider 80-1, 131; ảnh 81
Phi cơ vận tải C-130A Hercules 81-2, 265, 267-68, 303; ảnh 82
Phi cơ vận tải DC-3 Dakota *xem thêm* Phi cơ yểm trợ hỏa lực AC-47D Spooky
Phi cơ vận tải DC-6B 73; ảnh 73
Phi cơ vận tải EC-47D Dakota (không thám điện tử) 75-6; ảnh 76
Phi cơ yểm trợ hỏa lực AC-119 Spectre 137

Phi cơ yểm trợ hỏa lực AC-119 Stinger 83-4; ảnh 83
Phi cơ yểm trợ hỏa lực AC-130 126
Phi cơ yểm trợ hỏa lực AC-47D Spooky 50-1; ảnh 50
Phi Đoàn 1 Khu Trục và Trinh Sát 57
Phi Đoàn 1 Quan Sát *xem* Phi Đoàn quan sát 110
Phi Đoàn 1 Vận Tải 71
Phi Đoàn 2 Quan Sát 55, 64
Phi Đoàn 3 Quan Sát *xem* Phi Đoàn quan sát 114
Phi Đoàn Ác Điểu *xem* Phi Đoàn trực thăng 225
Phi Đoàn Bạch Yến *xem* Phi Đoàn quan sát 120
Phi Đoàn Bắc Đẩu *xem* Phi Đoàn quan sát 118
Phi Đoàn Cứu Tinh *xem* Phi Đoàn trực thăng 257
Phi Đoàn đặc nhiệm 314 73, 86; huy hiệu 77
Phi Đoàn Đặc Vụ 8 (8th Special Operations Squadron – Hoa Kỳ) 126
Phi Đoàn Gấu Đen *xem* Phi Đoàn khu trục 532
Phi Đoàn Hải Âu *xem* Phi Đoàn trực thăng 227
Phi Đoàn Hải Ưng *xem* Phi Đoàn khu tục 544
Phi Đoàn Hắc Long *xem* Phi Đoàn yểm trợ hỏa lực 819
Phi Đoàn Hắc Ưng *xem* Phi Đoàn khu trục 540
Phi Đoàn Hỏa Long *xem* Phi Đoàn yểm trợ hỏa lực 817
Phi Đoàn Họa Mi *xem* Phi Đoàn quan sát 122
Phi Đoàn Hoàng Long *xem* Phi Đoàn không thám điện tử 716
Phi Đoàn Hoàng Ưng *xem* Phi Đoàn trực thăng 239
Phi Đoàn Hổ Cáp *xem* Phi Đoàn khu trục 528
Phi Đoàn Hồng Tiễn *xem* Phi Đoàn khu trục 538
Phi Đoàn huấn luyện 918 33
Phi Đoàn huấn luyện 920 33
Phi Đoàn không thám điện tử 716 73-4; huy hiệu 78
Phi Đoàn không thám điện tử 718 73-4; huy hiệu 78
Phi Đoàn khu trục 514 56-7, 59, 135, 303; huy hiệu 59
Phi Đoàn khu trục 516 43, 46; huy hiệu 46
Phi Đoàn khu trục 518 56-7, 59, 135, 303; huy hiệu 59
Phi Đoàn khu trục 520 68; huy hiệu 69
Phi Đoàn khu trục 522 62, 135; huy hiệu 62
Phi Đoàn khu trục 524 53-4; huy hiệu 54
Phi Đoàn khu trục 526 68; huy hiệu 69
Phi Đoàn khu trục 528 43-4, 46; huy hiệu 46

Phi Đoàn khu trục 530 57, 87, 303; huy hiệu 88
Phi Đoàn khu trục 532 89; huy hiệu 89
Phi Đoàn khu trục 534 53-4; huy hiệu 54
Phi Đoàn khu trục 536 62; huy hiệu 62
Phi Đoàn khu trục 538 43-4, 47, 62; huy hiệu 47, 62
Phi Đoàn khu trục 540 62; huy hiệu 62
Phi Đoàn khu trục 542 62; huy hiệu 62
Phi Đoàn khu trục 544 62; huy hiệu 62
Phi Đoàn khu trục 546 68; huy hiệu 69
Phi Đoàn khu trục 548 53-4; huy hiệu 54
Phi Đoàn khu trục 550 43-4, 47; huy hiệu 47
Phi Đoàn Kim Long *xem* Phi Đoàn vận tải 425
Phi Đoàn Kim Ngưu *xem* Phi Đoàn khu trục 534
Phi Đoàn Kim Ưng *xem* Phi Đoàn khu trục 542
Phi Đoàn Lạc Long *xem* Phi Đoàn trực thăng 229
Phi Đoàn Long Mã *xem* Phi Đoàn trực thăng 219
Phi Đoàn Lôi Bằng *xem* Phi Đoàn trực thăng 245
Phi Đoàn Lôi Điểu *xem* Phi Đoàn trực thăng 223
Phi Đoàn Lôi Phong *xem* Phi Đoàn trực thăng 247
Phi Đoàn Lôi Thanh *xem* Phi Đoàn trực thăng 237
Phi Đoàn Lôi Thiên *xem* Phi Đoàn trực thăng 251
Phi Đoàn Lôi Vân *xem* Phi Đoàn trực thăng 231
Phi Đoàn Lôi Vũ *xem* Phi Đoàn trục thăng 221
Phi Đoàn Mãnh Long *xem* Phi Đoàn trực thăng 249
Phi Đoàn Mãnh Sư *xem* Phi Đoàn trực thăng 243
Phi Đoàn Nhân Ái *xem* Phi Đoàn trực thăng 259
Phi Đoàn Nhện Đen *xem* Phi Đoàn khu trục 550
Phi Đoàn Ó Đen *xem* Phi Đoàn kh trục 548
Phi Đoàn Phi Hổ *xem* Phi Đoàn khu trục 516
Phi Đoàn Phi Long *xem* Phi Đoàn khu trục 518
Phi Đoàn Phương Long *xem* Phi Đoàn vận tải 431
Phi Đoàn Phượng Hoàng *xem* Phi Đoàn khu trục 514
Phi Đoàn quan sát 110 31, 33, 37, 49, 64; huy hiệu 37
Phi Đoàn quan sát 112 56, 59, 135; huy hiệu 59
Phi Đoàn quan sát 114 48-9, 51; huy hiệu 51
Phi Đoàn quan sát 116 68; huy hiệu 69
Phi Đoàn quan sát 118 87; huy hiệu 88

Phi Đoàn quan sát 120 31, 33, 37, 49; huy hiệu 37
Phi Đoàn quan sát 122 68; huy hiệu 69
Phi Đoàn quan sát 124 56, 59, 135; huy hiệu 59
Phi Đoàn Quỷ Vương *xem* Phi Đoàn khu trục 526
Phi Đoàn Sao Mai *xem* Phi Đoàn quan sát 114
Phi Đoàn Sói Thần *xem* Phi Đoàn trực thăng 253
Phi Đoàn Song Chùy *xem* Phi Đoàn trực thăng 213
Phi Đoàn Sơn Ca *xem* Phi Đoàn quan sát 116
Phi Đoàn Sơn Dương *xem* Phi Đoàn trực thăng 235
Phi Đoàn Sơn Long *xem* Phi Đoàn vận tải 429
Phi Đoàn Thái Dương *xem* Phi Đoàn khu trục 530
Phi Đoàn Thanh Điểu *xem* Phi Đoàn quan sát 124
Phi Đoàn Thanh Xà *xem* Phi Đoàn quan sát 112
Phi Đoàn Thần Báo *xem* Phi Đoàn khu trục 520
Phi Đoàn Thần Chùy *xem* Phi Đoàn trực thăng 211
Phi Đoàn Thần Điểu *xem* Phi Đoàn trực thăng 217
Phi Đoàn Thần Long *xem* Phi Đoàn vận tải 427
Phi Đoàn Thần Tiễn *xem* Phi Đoàn đặc nhiệm 314
Phi Đoàn Thần Tượng *xem* Phi Đoàn trực thăng 215
Phi Đoàn Thần Ưng *xem* Phi Đoàn khu trục 522
Phi Đoàn Thiên Bằng *xem* Phi Đoàn trực thăng 241
Phi Đoàn Thiên Long *xem* Phi Đoàn không thám điện tử 718
Phi Đoàn Thiên Lôi *xem* Phi Đoàn khu trục 524
Phi Đoàn Thiên Phong *xem* Phi Đoàn quan sát 110
Phi Đoàn Thiên Sứ *xem* Phi Đoàn khu trục 546
Phi Đoàn Thiên Ưng *xem* Phi Đoàn khu trục 536 và Phi Đoàn trực thăng 233
Phi Đoàn Tinh Long *xem* Phi Đoàn yểm trợ hỏa lực 821
Phi Đoàn trực thăng 211 63; huy hiệu
Phi Đoàn trực thăng 213 38, 42; huy hiệu 42
Phi Đoàn trực thăng 215 48-9, 51, 63; huy hiệu 51
Phi Đoàn trực thăng 217 65-6; huy hiệu 66
Phi Đoàn trực thăng 219 48-50, 52; huy hiệu 52
Phi Đoàn trực thăng 221 60, 135, 139-40; huy hiệu 60
Phi Đoàn trực thăng 223 38, 60, 135; huy hiệu 60
Phi Đoàn trực thăng 225 69-70; huy hiệu 70
Phi Đoàn trực thăng 227 69-70; huy hiệu 70
Phi Đoàn trực thăng 229 87; huy hiệu 88

Phi Đoàn trực thăng 231 60, 135; huy hiệu 60
Phi Đoàn trực thăng 233 42; huy hiệu 42
Phi Đoàn trực thăng 235 87; huy hiệu 88
Phi Đoàn trực thăng 237 60; huy hiệu 60
Phi Đoàn trực thăng 239 38, 42; huy hiệu 42
Phi Đoàn trực thăng 241 88; huy hiệu 89
Phi Đoàn trực thăng 243 89; huy hiệu 89
Phi Đoàn trực thăng 245 60; huy hiệu 61
Phi Đoàn trực thăng 247 38-9, 42; huy hiệu 42
Phi Đoàn trực thăng 249 66; huy hiệu 67
Phi đoàn trực thăng 251 60; huy hiệu 61
Phi Đoàn trực thăng 253 38, 42; huy hiệu 42
Phi Đoàn trực thăng 255 66; huy hiệu 67
Phi Đoàn trực thăng 257 38, 43; huy hiệu 43
Phi Đoàn trực thăng 259 48-50, 52-3, 66, 87, 89; huy hiệu 52
Phi Đoàn vận tải 413 79; huy hiệu 85
Phi Đoàn vận tải 421 79; huy hiệu 85
Phi Đoàn vận tải 423 79; huy hiệu 85
Phi Đoàn vận tải 425 79; huy hiệu 85
Phi Đoàn vận tải 427 31, 35, 37, 74; huy hiệu 37
Phi Đoàn vận tải 429 73-4; huy hiệu 77
Phi Đoàn vận tải 431 73-4; huy hiệu 77
Phi Đoàn vận tải 435 79; huy hiệu 85
Phi Đoàn vận tải 437 79; huy hiệu 85
Phi Đoàn Xà Vương *xem* Phi Đoàn trực thăng 255
Phi Đoàn Xích Long *xem* Phi Đoàn vận tải 413
Phi Đoàn yểm trợ hỏa lực 817 48-50, 52; huy hiệu 52
Phi Đoàn yểm trợ hỏa lực 819 79; huy hiệu 85
Phi Đoàn yểm trợ hỏa lực 821 79, 82-4; huy hiệu 85
Phi Đội Liên Lạc *xem* Phi Đoàn đặc nhiệm 314
Phi Luật Tân 245, 261
Phi trường Bình Long (thuộc tỉnh Bình Long) 130-31
Phi trường Cù Hanh (Pleiku) 91, 268
Phi trường Quản Lợi (của đồn điền cao su Quản Lợi, Bình Long) 131, 144
Phiên hiệu các phi đoàn *xem* Hệ thống phiên hiệu của Không Quân VNCH
Phong Dinh 262
Phong trào Cần Vương 212

Phong trào Đông Du 212
Phong trào Đông Kinh Nghĩa Thục 212
Phong trào Văn Thân 212
Phù Cát (Bình Định) 50, 74, 83, 88, 91
Phú Bổn 261, 277
Phú Giáo (Bình Dương) 119, 129, 131
Phú Lợi (Bình Dương) 122, 129
Phú Túc (Tuy Hòa) 276
Phùng Văn Chiêu 91
Phước Long 118, 258, 261, 266
Phước Tuy 118, 261
Pleiku 30, 48-50, 57, 86-7, 261-62, 265-69, 271-73, 277-78, 303
Prados, John 202
Pribbenow, Merle L. 197-98
Quảng Đức 261
Quảng Nam 261
Quảng Ngãi 261
Quảng Trị (Thị xã) 162, 170, 174-77, 180-81, 186-87
Quảng Trị (Tỉnh) 156, 159-60, 164, 194, 261
Quân Đoàn I 29, 159, 161, 168, 261, 278
Quân Đoàn II 30, 86, 261, 265-66, 268-70, 277-79
Quân Đoàn III 30, 118, 125-26, 128-30, 153, 261
Quân Đoàn IV 30, 129, 154, 260, 262
Quân Đội Quốc Gia Việt Nam 259
Quân Đội Viễn Chinh Pháp 210-11, 216
Quân Đội Việt Nam Cộng Hòa 259
Quân Lực Việt Nam Cộng Hòa 259-62, 266; ngân sách bị cắt giảm nghiêm trọng301-302; nhu cầu tái trang bị tháng 4-1975 305; thiếu phương tiện chiến đấu 303-304
Quân viện của Hoa Kỳ bị cắt giảm 266
Qui Nhơn 272
Quốc Gia Việt Nam *xem* Việt Nam Cộng Hòa; lịch sử hình thành
Quốc Hội Hoa Kỳ cắt giảm quân viện cho VNCH 228
Quốc Hội Hoa Kỳ Khóa 93 (1973-1975) 230, 246, 254, 258, 263, 282, 293, 296, 301
Quốc Hội Hoa Kỳ Khóa 94 (1975-1977) 230, 305-06
Quốc Lộ 1 164, 168-69, 174
Quốc Lộ 13 121, 127, 131, 133, 138, 145-46, 152, 154

Quốc Lộ 14 271
Quốc Lộ 19 272
Quốc Lộ 21 272
Richardson, Elliot 290, 299
Rockefeller, Nelson 263
Rogers, William P. 298
Sa Đéc 262
Sài Gòn 30, 33, 182, 196, 213-14, 238, 243, 245, 247, 250-51, 256, 262, 278
San Clemente (California, Hoa Kỳ) 258, 292
Scanlon, James 193
Schandler, Herbert Y. 209-211
Schlesinger, James 302
Schott, Richard S. 128
Sheehan, Neil 189-90, 193, 225
Sihanouk, Norodom 227, 296
Singapore 213, 245
Smith, Mark A. 128
Snepp, Frank 298
South Dakota 281
Sông Ba (Gia Lai) 272, 274-76
Sông Bồ (Quảng Trị) 169
Sông Cà Lúi (Gia Lai) 272
Sông Mỹ Chánh (Quảng Trị) 165, 167, 169
Sông Nhùng (Quảng Trị) 170
Sông Thạch Hãn (Quảng Trị) 170, 173,180, 183
Sông Vĩnh Định (Quảng Trị) 176
Sông Ussuri (Biên giới Liên Xô – Trung Quốc) 228
Sơn Tây 90
Sullivan, William 243
Súng chống chiến xa M-72 LAW (Light Antitank Weapon) 130, 133-34, 176
Súng phóng lựu M-79 304
Supplemental Appropriations Act for FY 1973 *xem* Luật Về Các Khoản Chi Phụ Thêm Cho Tài Khóa 1973
Suối Tàu Ô (Bình Long) 154
Sư Đoàn 1 BB 165, 167, 168, 261
Sư Đoàn 2 BB 121, 261
Sư Đoàn 3 BB 159, 168, 261

Sư Đoàn 5 BB 117, 125, 155, 195, 260-61
Sư Đoàn 7 BB 191, 261
Sư Đoàn 9 BB 118, 262
Sư Đoàn 18 BB 118, 196-98, 261, 278
Sư Đoàn 21 BB 118, 129, 153, 154, 262
Sư Đoàn 22 BB 261
Sư Đoàn 23 BB 261
Sư Đoàn 25 BB 118, 125, 192, 261
Sư Đoàn 1 Anh Cả Đỏ *xem* Sư Đoàn 1 Kỵ Binh Không Vận Hoa Kỳ
Sư Đoàn 1 Không Quân 29-47, 52, 262; huy hiệu 30
Sư Đoàn 2 Không Quân 30, 47-54, 262; huy hiệu 47
Sư Đoàn 3 Không Quân 30, 54-62, 139, 262; huy hiệu 55; sơ đồ tổ chức 92
Sư Đoàn 4 Không Quân 30, 63-70, 262; huy hiệu 63
Sư Đoàn 5 Không Quân 30, 71-8, 262; huy hiệu 71
Sư Đoàn 6 Không Quân 30, 57, 86-9, 262, 271, 278; huy hiệu 86
Sư Đoàn 1 BB (Hoa Kỳ) 129, 221
Sư Đoàn 9 BB (Hoa Kỳ) 221
Sư Đoàn 23 BB (Hoa Kỳ) 222
Sư Đoàn 25 BB (Hoa Kỳ) 221
Sư Đoàn 1 Kỵ Binh Không Vận (Hoa Kỳ - US 1st Cavalry Division) 126, 221
Sư Đoàn 1 TQLC (Hoa Kỳ) 222
Sư Đoàn 3 TQLC (Hoa Kỳ) 222
Sư Đoàn 5 TQLC (Hoa Kỳ) 222
Sư Đoàn 5 (CS) *xem* Công Trường 5 (Việt Cộng)
Sư Đoàn 6 (CS) 196
Sư Đoàn 7 (CS) *xem* Công Trường 7 (Việt Cộng)
Sư Đoàn 7 Không Quân Hoa Kỳ 222, 296
Sư Đoàn 9 (CS) *xem* Công Trường 9 (Việt Cộng)
Sư Đoàn 82 Dù (Hoa Kỳ) 222
Sư Đoàn 101 Dù (Hoa Kỳ) 222
Sư Đoàn 304 (CS) 165, 174
Sư Đoàn 308 (CS) 163, 165
Sư Đoàn 312 (CS) 163
Sư Đoàn 320 (CS) 274-76
Sư Đoàn 320B (CS) 163, 183
Sư Đoàn 324B 165
Sư Đoàn 325 (CS) 163, 165

Sư Đoàn 341 (CS) 196
Sư Đoàn ND (VNCH) 138-39, 162, 168, 174, 262
Sư Đoàn pháo binh 69 (CS) 195
Sư Đoàn TQLC (VNCH) 162, 165, 168, 174, 179, 185, 187, 262; thương vong trong Trận Quảng Tri 187
Sử Ngọc Cả 53-4
Syria 298
Tạ Thu Thâu 214
Tài liệu SNIE 14.3-67 (SNIE = Special National Intelligence Estimate) 224
Tân Khai (Bình Long) 121, 136, 152, 154
Tân Sơn Nhứt 30, 33, 49-50, 56, 65, 71-2, 74, 78, 81-2, 84, 86, 91, 222
Tân Tây Lan 245, 261
Tây Ninh 118, 125, 261
Thái Bá Đệ 31, 43
Thái Lan 245, 249, 261, 289, 299
Thành Đinh Công Tráng *xem* Cổ Thành Quảng Trị
The Battle of An Loc (Sách) 196
The Final collapse (Sách) 302
The Making of a quagmire: America and Vietnam during the Kennedy era (Sách) 191
The Paris Agreement on Vietnam: Twenty-Five Years Later (Hội nghị, Tháng 4-1998) 291
The Real lessons of the Vietnam War (Sách) 220
The Unmaking of a president: Lyndon Johnson and Vietnam (Sách) 209
The War after the War (Sách) 295
Thế Chiến II 287
Thi xã Quảng Trị *xem* Quảng Trị (Thị xã)
Thiết Đoàn 1 Kỵ Binh 123, 128
Thiết Đoàn 7 Kỵ Binh 163
Thiết Đoàn 8 Kỵ Binh
Thiết Đoàn 9 Kỵ Binh 153-54
Thiết Đoàn 17 Kỵ Binh 178
Thiết Đoàn 18 Kỵ Binh 163
Thiết Đoàn 20 Kỵ Binh 176
Thiết Đoàn 21 Kỵ Binh 271-72
Thiết Giáp (Binh chủng) 262
Thiết vận xa M-113 178, 183, 277, 303
Thôn An Thái (Quảng Trị) 170

Thôn Tân Lệ (Quảng Trị) 170
Thông báo ngày 31-10-1968 của Tổng Thống Johnson
Thông Cáo Chung Mỹ-Việt (San Clemente, California, ngày 3-4-1973) 292
Thông Cáo Chung Mỹ-Việt Ngưng Oanh Tạc Bắc Việt (31-10-1968) 232
Thông Cáo Chung về Hiệp Định Paris 242
Thủ Dầu Một 214
Thung lũng A Shau (phía Tây Huế) 165
Thư riêng trao đổi giữa Tổng Thống Nixon và Tổng Thống Thiệu 243, 246, 248-49, 251-52, 254-56, 286, 288
Thừa Thiên 159, 164-65, 261
Tiểu Đoàn 1 ND 169
Tiểu Đoàn 1 Pháo Binh TQLC 178
Tiểu Đoàn 1 TQLC 165, 174, 176, 178, 181-82
Tiểu Đoàn 2 ND 169
Tiểu Đoàn 2 Pháo Binh TQLC 179
Tiểu Đoàn 2 Pháo Binh (Trung Đoàn 8, Sư Đoàn 5 BB) 133
Tiểu Đoàn 2 TQLC 176, 178, 182
Tiểu Đoàn 3 ND 169-70
Tiểu Đoàn 3 Pháo Binh TQLC 165
Tiểu Đoàn 3 TQLC 165, 174, 178, 180-84
Tiểu Đoàn 4 TQLC 165, 174
Tiểu Đoàn 5 ND 138, 140, 143, 148, 168, 170, 172, 174
Tiểu Đoàn 5 TQLC 174, 177-78, 180-82
Tiểu Đoàn 6 ND 138, 140, 142-43, 155, 171
Tiểu Đoàn 6 TQLC 165, 178, 181-82
Tiểu Đoàn 7 ND 170
Tiểu Đoàn 7 TQLC 165, 174, 182
Tiểu Đoàn 8 ND 138, 140, 143, 155
Tiểu Đoàn 8 TQLC 174, 178, 180-81
Tiểu Đoàn 9 ND 169-71
Tiểu Đoàn 9 TQLC 165, 178, 180
Tiểu Đoàn 11 ND 169-70, 173
Tiểu Đoàn 34 (Liên Đoàn 7 BĐQ) 276
Tiểu Đoàn 35 (Liên Đoàn 6 BĐQ) 276
Tiểu Đoàn 51 (Liên Đoàn 6 BĐQ) 276
Tiểu Đoàn 74 BĐQ Biên Phòng 123
Tiểu Đoàn 93 Pháo Binh 154

Tiểu Đoàn Hắc Long *xem* Tiểu Đoàn 5 TQLC
Tiểu Đoàn Hùm Xám *xem* Tiểu Đoàn 7 TQLC
Tiểu Đoàn Kình Ngư *xem* Tiểu Đoàn 4 TQLC
Tiểu Đoàn Lôi Hỏa *xem* Tiểu Đoàn 1 Pháo Binh TQLC
Tiểu Đoàn Mãnh Hổ *xem* Tiểu Đoàn 9 TQLC
Tiểu Đoàn Nỏ Thần *xem* Tiểu Đoàn 3 Pháo Binh TQLC
Tiểu Đoàn Ó Biển *xem* Tiểu Đoàn 8 TQLC
Tiểu Đoàn Phú Lợi (VC) 192
Tiểu Đoàn Quái Điểu *xem* Tiểu Đoàn 1 TQLC
Tiểu Đoàn Sói Biển *xem* Tiểu Đoàn 3 TQLC
Tiểu Đoàn Song Kiếm Trấn Ải *xem* Tiểu Đoàn 11 ND
Tiểu Đoàn Thần Tiễn *xem* Tiểu Đoàn 2 Pháo Binh TQLC
Tiểu Đoàn Trâu Điên *xem* Tiểu Đoàn 2 TQLC
Tiểu Đoàn Thần Ưng *xem* Tiểu Đoàn 6 TQLC
Tình báo tín hiệu 74
Tòa Bạch Ốc 249, 294
Tòa Hành Chánh (Quảng Trị) 183
Tô Thành Nhân 54
Tống Phước Hào 66
Tổng Cục Tiếp Vận (Bộ Tổng Tham Mưu) 265
Tổng Tấn Công Hè 1972 219, 237, 259
Tổng Tấn Công Tết Mậu Thân (1968) 259
Tổng Tư Lệnh Thái Bình Dương (Hoa Kỳ) 289
Trà Nóc (Cần Thơ) 65-6
TRAC (Third Regional Assistance Command = Bộ Tư Lệnh Viện Trợ Quân Sự của Vùng III) 125
Trần Châu Rết 70
Trần Duy Kỳ 42
Trần Đình Giao 91
Trần Hữu Phú 169
Trần Kim Đệ 183
Trần Kim Phượng 243, 245, 249, 287
Trần Mạnh Khôi 53-4
Trần Minh Thiện 49
Trần Phước 33
Trần Phước Hội 65
Trần Quang Vinh 213

Trần Quế Lâm 70
Trần Quốc Lịch 168-69
Trần Tâm 173
Trần Thiện Khiêm 240, 243, 264
Trần Trọng Khương 68-9
Trần Văn Ân 213
Trần Văn Cẩm 274-75, 278
Trần Văn Đỗ 217
Trần Văn Giàu 214
Trần Văn Hợp 176, 182
Trần Văn Hương 215, 240, 243
Trần Văn Lắm 243
Trần Văn Linh 252
Trần Văn Luân 49, 60
Trần Văn Minh (Thiếu tá, Phi Đoàn vận tải 427) 35
Trần Văn Minh (Trung Tướng, Tư Lệnh Không Quân) 48, 64, 67
Trần Văn Nhựt 121; ảnh 122
Trần Văn Sơn 169-70
Trần Văn Thạch 214
Trận An Lộc (Bình Long, Hè 1972) 117-58, 195-96, 226; bao vây An Lộc 130-31; các đợt tấn công của CS: đợt 1 132-41; đợt 2 142-47; đợt 3 147-50; chuẩn bị của QLVNCH 122-23, 128-30; lý do CS chọn An Lộc 124; mức độ pháo kích 143-45; phản công và phá vòng vây 150-56; tăng viện 138-41; thương vong 147, 196; tình trạng quân dân bên trong An Lộc 143-47; trận liệt 117-18, 124; yểm trợ của Hoa Kỳ 135-37; yểm trợ của KQVNCH 131, 135-36
Trận Ấp Bắc (Định Tường, Tháng 1-1963) 190-92
Trận Bình Giả (Phước Tuy, Tháng 12-1964)
Trận Hắc Dịch (Phước Tuy, Tháng 2-1965)
Trận Lộc Ninh (Bình Long, Tháng 4-1972) 126-28
Trận Mậu Thân Tết 1968 160, 182, 194, 207, 224-26; thương vong của CS 225
Trận Quảng Trị (Hè 1972) 159-87, 195, 226; các đợt phản công của QLVNCH: đợt 1 168-78; đợt 2 178-85; chuẩn bị của CS 162; chuẩn bị của QLVNCH 163-67; tầm quan trọng của trận đánh 160-62; thương vong 186-87, 195; trận liệt 163; treo cờ VNCH trên Cổ Thành Quảng Trị 185; yểm trợ của KQVNCH 167; yểm trợ phi pháo của Hoa kỳ 161, 167
Trận Trân Châu Cảng (7-12-1941) 287
Trận Xuân Lộc (tháng 4-1975) 196-98
Triệt Thoái Quân Đoàn II (Tháng 3-1975) 259-79

Triệu Phong (Quảng Trị) 168, 176
Trịnh Viết Hảo 88
Triumph forsaken: the Vietnam War, 1954-1965 (Sách) 193
Trung Đoàn 7 (Sư Đoàn 5 BB) 119, 131, 148, 156
Trung Đoàn 8 (Sư Đoàn 5 BB) 119, 129-30, 133, 148
Trung Đoàn 9 (Sư Đoàn 5 BB) 119, 126-28
Trung Đoàn 15 (Sư Đoàn 9 BB) 154
Trung Đoàn 31 (Sư Đoàn 21 BB) 153
Trung Đoàn 32 (Sư Đoàn 21 BB) 153
Trung Đoàn 33 (Sư Đoàn 21 BB) 153
Trung Đoàn 44 (Sư Đoàn 23 BB) 271, 273
Trung Đoàn 48 (Sư Đoàn 18 BB) 155
Trung Đoàn 48 (Sư Đoàn 320B CS) 163, 187
Trung Đoàn 52 (Sư Đoàn 18 BB) 123, 127
Trung Đoàn 64 (Sư Đoàn 320 CS) 276
Trung Đoàn 88 (Sư Đoàn 308 CS) 163
Trung Đoàn 95 (Sư Đoàn 325 CS) 163
Trung Đoàn chiến xa 203 (CS) 169
Trung Đoàn Triệu Hải (Sư Đoàn 320B CS) 163, 187
Trung Quốc 228, 237, 249, 259, 285, 289, 300
Trung Tâm Hành Quân Không Quân 93
Trung Tâm Huấn Luyện Không Quân Nha Trang 48, 64, 86, 92
Trung Ương Cục Miền Nam 227
Truyền Tin (Binh chủng) 262
Trương Đăng Sỹ 172
Trương Hữu Đức 154
Trương Ngọc Ni 155
Trương Thành Tâm 64-5
Trương Vĩnh Phước 168
Trường Không Quân Pháp Salon-de-Provence 31, 57
Trường Sĩ Quan Trừ Bị Nam Định 31, 64, 71
Trường Sĩ Quan Trừ Bị Thủ Đức 31, 54, 86
Trường Võ Bị Đà Lạt 64
Trường Võ Bị West Point (Hoa Kỳ) 148, 209, 223
Turner, Robert F. 220
Tuy Hòa (tỉnh) 272, 275-77
Tuyên Cáo San Antonio, Texas (29-9-1967) 235

Tuyên Đức 261, 277
Từ Văn Bê 92
Úc Châu 229, 245, 261
Ulmer, Walter 148-49
USSAG / 7AF = United States Support Activities Group / Seventh Air Force *xem* Lực Lương Yểm Trợ / Sư Đoàn 7 Không Quân Hoa Kỳ
Ủy Ban Điều Tra của Thượng Viện Hoa Kỳ về vụ Watergate 296
Ủy Ban Hành Kháng (Tây Ninh) 215
Ủy Ban Hòa Giải Dân Tộc 239-40
Vance, Cyrus 231, 233
Vann, John Paul 193
Văn Tiến Dũng 274
Veith, George J. 197-98
Việt Cộng 221, 226, 231, 240; hạ tầng cơ sở 226
Việt Minh 214
Việt Nam Cộng Hòa (Miền Nam) 212, 231, 240, 243, 246, 250, 253-60, 267, 281, 292, 298; lịch sử hình thành 212-17; Quốc Hội 245
Việt Nam Dân Chủ Cộng Hòa (Miền Bắc) 215, 260; tính chính thống 215-16
Việt Nam Hóa Chiến Tranh 160
Việt Nam Quốc Dân Đảng 212, 214
Vietnam: the history of an unwinnable war, 1945-1975 (Sách) 202
Vietnam, a history: the first complete account of Vietnam at war (Sách) 190, 225
Vietnam Syndrome *xem* Mặc cảm thất trận tại Việt Nam của Hoa Kỳ
"Vietnam War is an unwinnable war" xem "Chiến Tranh Việt Nam là một cuộc chiến không thể thắng được"
Vĩnh Bình 262
Vĩnh Long 262
Vĩnh Lộc 260
Vĩnh Quốc 88
Võ Công Minh 88
Võ Dinh 56, 59
Võ Nguyên Giáp 208, 211
Võ Thanh Đồng 170
Võ Trung Nhơn 33, 56, 59
Võ Ý 88
Vũ khí hạt nhân *xem* Khả năng sử dụng vũ khí hạt nhân trong Chiến Tranh Việt Nam

Vũ Quang Triệu 60
Vũ Trung Thướng 187
Vũ Văn Giai 159
Vũ Văn Ước 93
Vụ khủng hoảng dầu lửa thế giới 1973 298
Vụ Watergate 258, 263, 294, 298-99
Vùng I 261
Vùng II 261, 270
Vùng III 261
Vùng IV 261
Vườn Ông Thượng (Sài Gòn) 213
Wallingford, Kenneth 128
Wanat, George 128
War Powers Act (7-11-1973) 263, 285, 293, 296, 299
Washington, D.C. 240, 242, 246, 248, 250, 256, 258, 282, 292
Westmoreland, William C. 207, 223, 224
Weyand, Frederick C. 278, 305
Whitehouse, Charles 243
Willbanks, James H. 195-96
Wisconsin 285
Xuân Lộc (Long Khánh) 196-97, 278
Xuân Thủy 232
Xung đột Liên Xô – Trung Quốc 229
Ý Đại Lợi 229
Zablocki, Clement J. 285, 296

Liên lạc Tác giả
Lâm Vĩnh-Thế
Hoaivietnhan1981@gmail.com

Liên lạc Nhà xuất bản
Nhân Ảnh
han.le3359@gmail.com
(408) 722-5626

www.ingramcontent.com/pod-product-compliance
Lightning Source LLC
Chambersburg PA
CBHW040514170726
48295CB00012B/197
* 9 7 8 1 9 9 0 4 3 4 0 2 0 *